અકૂપાર

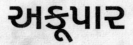

ધ્રુવ ભટ્ટ

ગુર્જર ગ્રંથરત્ન કાર્યાલય

રતનપોળનાકા સામે, ગાંધી માર્ગ, અમદાવાદ ૩૮૦ ૦૦૧

અકૂપાર

કિંમત : રૂ. 200

પુનર્મુદ્રણ : મે 2011

પહેલી આવૃત્તિ : મે 2010

AKOOPAR
a Gujarati novel
by Dhruv Bhatt
Published by Gurjar Granth Ratna Karyalaya, Gandhi Road,
Ahmedabad 380 001 (India)

© ધ્રુવ ભટ્ટ

પૃષ્ઠ : 6+290

ISBN : 978-81-8480-348--8

નકલ : 2000

■ પ્રકાશક : અમરભાઈ ઠાકોરલાલ શાહ, **ગૂર્જર ગ્રંથરત્ન કાર્યાલય,** રતનપોળનાકા સામે, ગાંધીમાર્ગ, અમદાવાદ-380 001. ફોન : 079-22144663. e-mail : goorjar@yahoo.com
■ ટાઇપસેટિંગ : **શારદા મુદ્રણાલય** 201, તિલકરાજ, પંચવટી પહેલી લેન, આંબાવાડી, અમદાવાદ-380 006. ફોન : 26564279 ■ મુદ્રક : **ભગવતી ઑફસેટ** 16/સી, બંસીધર એસ્ટેટ, બારડોલપુરા, અમદાવાદ-380 004

જે
રચાઈ અગ્નિઓથી,
ઉદ્ભવી આકાશમાં.
જળમાંથી પ્રગટી
અને
વાયુઓ વડે સજીવન થઈ.
જે હજીયે
ધારણ કરી રહી છે
આ ચારેયને.

તે, તત્ત્વરૂપા
પૃથ્વીને.

નિવેદન

ત્રીસેક વરસ પહેલાં દિવ્યા અને હું, પહેલી વાર પગપાળા પ્રવાસે અને ત્યાર પછી દસેક વરસ સુધી શાળાનાં બાળકોના કેમ્પ લઈને ગીરમાં આવતાં-જતાં રહ્યાં. ૨૦૦૮માં અમરાપરમાં ઘર ભાડે રાખીને રહ્યાં. હવે ભાલછેલ ગામે પુત્રે લઈ આપેલી જમીન પર અમારા ઘરમાં રહીએ છીએ.

આ સમય દરમિયાન અમે ગીરને જે રીતે જોઈ, માણી, પામ્યા તેમાં કલ્પનાઓ અને અર્થઘટનો ઉમેરાયાં એટલે જે રચાયું તે આ લખાણ.

આટલુંક લખી શકાયું તે પછી મને કહેવા દો કે હું ગીર વિશે કશું જ જાણતો નથી. ગીરના વૈવિધ્યવૈભવને આવાં હજારો પુસ્તકોમાં પણ સમાવી શકાય તેમ હું નથી માનતો.

આ લખાણને અકૂપાર નામ શા માટે અપાયું તે વાત પુસ્તકને અંતે આપી છે. તે સિવાય, આ લખાણ વિશે મારે કંઈ કહેવું હોય તો પણ હું તેમ કરી શકું તેમ નથી.

કારણ કે પેલો અવાજ કે વિક્રમ કોઈ તરત જ બોલશે,

'રહેવા દેજે, ગીર એ ગીર છે, જાગીર નથી.'

ધ્રુવ ભટ્ટ

૧, ગોપાલ નગર,
રેલ્વેસ્ટેશન રોડ,
કરમસદ ૩૮૮ ૩૨૫
જિ. આણંદ.
(૦૨૬૯૨) ૨૨૨૬૬૨, ૯૪૨૬૩-૩૧૦૫૮

ગામ : ભાલછેલ,
પોસ્ટ : સાસણ,
તા. તલાલા, જિ. જૂનાગઢ.

`અકૂપાર' શીર્ષક વિશે

ગીર અને ઘેડને કેન્દ્રમાં રાખીને કંઈક લખવું તેવું નક્કી કર્યા પછી લખાણનું શીર્ષક શું રાખવું તે અંગે ખાસી મૂંઝવણ હતી. શ્રી મહેન્દ્ર ચોટલિયા શબ્દો સૂચવતા હતા તેમાં તેમણે 'અકૂપાર' નામ સૂચવ્યું અને તેનો અર્થ પણ કહ્યો. રેવતુભા રાયજાદાએ 'ગોમંડલ'માં આપેલા અકૂપારના અર્થો લખી મોકલ્યા. મહાભારતની અકૂપારની કથા યાદ હતી; પરંતુ તે અકૂપાર મારા લખાણ સાથે કઈ રીતે સંકળાય તે અંગે મને ઘણી મૂંઝવણ હતી. હજી તો હું શું લખવા ધારું છું અને શું લખાશે તે કશું મનમાં સ્પષ્ટ નહોતું.

દરમિયાન મેં અને દિવ્યાએ ગીરમાં રહીને ત્યાંના લોકોને મળીને પછી લખવું તેવું નક્કી કર્યું. કેટલાક મિત્રોની સહાયથી અમે ગીરમાં અમરાપર રહ્યાં. તે વખતે એક ભાભાએ ૧૯૮૨ના વાવાઝોડાની વાત કાઢતાં કહ્યું, 'પૂસો મા. ઈ કે'વાય એવું જ નથ્ય. ક્યોને કે ઊભું એટલું સ્હૂતું. ગય્રમાંથી એટલાં ઝાડવાં કાઢ્યાં'તાં કે, ક્યોને કે ગય્રની સ્હાગમટે નનામીયું જાતી'તી...

'.... મેં તો કઈ દીધું કે ગય્રનું આવરદા પૂરું. પણ આજે જોઉં તો મારી વાલી એવીને એવી દાંત કાઢતી થઈ ગઈ. હવે છાતી ઠોકીને કંઉં કે વડવા કે'તા'તા ઈ ખોટું નથ. ગય્ર તો મારી મા, અજરામર છે.'

મહાભારતની અકૂપારની કથા અને આ ભાભાની વાત વચ્ચે પાત્ર-ભેદ સિવાય કોઈ મોટો ફરક મને કે દિવ્યાને લાગ્યો નહોતો.

બીજા એક પ્રસંગે, ઘેડ માધવપુરમાં ગોવિંદભાઈ વેકરિયા અને મિત્રો સાથે વાતો કરતાં આકાશદર્શન અને પૃથ્વીના ભ્રમણ અંગે વાતો નીકળી. પહેલાં મનાતું કે પૃથ્વી શેષનાગની ફણા અને કાચબાની પીઠ પર ટકેલી છે તેવો ઉલ્લેખ થતાં કોઈએ કહ્યું, 'જો એમ હોય તો એ ટેકો જે બિંદુ પર લાગેલો હશે તે બરાબર ગીરની નીચે હશે.'

આ બન્ને કારણે આ લખાણનું નામ 'અકૂપાર' રાખવાનું અમે નક્કી કર્યું.

અકૂપાર

•

ધ્રુવ ભટ્ટ

॥ ૧ ॥

'ખમા ગય્રને.'

આઈમા બોલ્યાં તે પછી વિચારોએ મારો પીછો છોડ્યો નથી. નક્ષત્રો માથા પરથી પસાર થઈ લાખો યોજનનો પંથ કાપીને અસ્તાચલે પહોંચ્યાં ત્યાં સુધી – સવારથી રાત સુધીના બનાવોની ઘટમાળ મારા મનમાંથી વિદાય લેતી નથી.

આઈમાએ ગીરને ખમા કહ્યું તે સમયે અમે ઝોક પાસે જ બેઠા હતા. જાડી ડાળ કાપીને બનાવેલા ટેકા ઉપર લાંબાં થડિયાં ગોઠવીને બનાવેલાં આડલાં એ ઝોકની સીમા.

હું ઝોક વચ્ચે બેસવા જતો હતો પણ આઈમાએ ઝોક તો ભેંસોને બેસવાની જગા છે તેમ કહીને મારો ખાટલો બહાર મુકાવેલો.

નેસની અંદરના ભાગે કાચની શીશીમાં કેરોસીન ભરીને બનાવેલી દીવીનું ઝાંખું અજવાળું ઉંબર વળોટતાં તો ઓઝપાઈ જતું હતું. કમાડ વગરના બારણાને ટેકે બેસીને માળા ફેરવતાં આઈમાનું છાયા-ચિત્ર સરસ દોરી શકાય તેવો વિચાર પણ મને આવી ગયો.

દાનાભાઈ તારલાના આછા ઉજાશે આસપાસ જોતા એમના ખાટલામાં બેઠા બીડી પીતા હતા. કરમણ દુહા ગાતો હતો. હું થાકને કારણે મારા ખાટલા પર આડો પડીને કરમણના દુહા સાંભળતો હતો.

એવે સમયે અચાનક હરણનો ભયસૂચક દેકારો વહી આવ્યો. તે સાથે જ મોરના એકસામટા સ્વર અને વાનરોના મહાહૂંકાર. જાણે કાળ જાગી ઊઠ્યો અને આખુંયે વાતાવરણ ભયાવહ રીતે ખળભળી ઊઠ્યું. થોડી ક્ષણો સુધી ચિત્ર-વિચિત્ર અવાજો આવ્યા. પછી તરત જ ક્ષિતિજ સુધી ચળકતા નક્ષત્રલોક તળે આ ભૂખંડમાં પૂર્વવત્ શાંતિ સ્થાપિત થઈ ગઈ.

'દીપડો લાગે છે. કાં મોરને કાં પશુને પાડશે.' મેં કહેલું. કોઈએ મારી વાતમાં ખાસ રસ લઈને જવાબ નહોતો આપ્યો. માત્ર આઈમા બોલ્યાં હતાં, 'ખમા ગય્રને.'

આઈમાના શબ્દો બરાબર સંભળાયા હતા. તેનો સ્વાભાવિક અર્થ પણ સમજી શકાયો હતો. ન સમજાયું તો માત્ર એટલું કે દીપડાનો શિકાર થયેલ હરણ, મોર, સસલું, વાનર કે અન્ય જીવને ખમા કરવાને બદલે આઈમા આખી ગીરને ખમા શા માટે કરે છે !

દીપડાનો શિકાર છટકીને બચી ગયો હોય તેવું પણ શક્ય હતું; છતાં આઈમા માનતાં હોય કે દીપડાએ કોઈકને તો ઉઠાવ્યું જ હશે, તો આઈમા તે અજાણ્યા પ્રાણી માટે ખમા કે બીજું કંઈ પણ બોલી શક્યાં હોત. છેવટે માત્ર ખમા બોલીને અટકી ગયાં હોત; પણ તે બોલ્યાં તે મેં સ્પષ્ટ સાંભળ્યું છે. તેમણે આમ જ કહેલું, 'ખમા ગય્રને.'

આ શબ્દો માત્ર આદતવશ બોલાયા હતા; કે પછી આઈમાના મનમાં તેનો આગવો અર્થ હતો તે ખબર નહોતી. તો પછી... ? મારા મનમાં એક નવો પ્રશ્ન જન્મ્યો. આમ આજે સવારથી જ નહિ, અહીં આવી, રહીને ચિત્રો દોરવાનું નક્કી કર્યું ત્યારથી એક કે બીજા કારણે હું પ્રશ્નોમાં જ અટવાયા કર્યો છું.

મિતા સાથે વાત થઈ અને તેણે પૃથ્વીનાં ચિત્રો દોરી આપવાની વાત કરી ત્યાં સુધી તો બધું સરળ અને સહજ હતું. ચિત્રો કોને જોઈએ છીએ, શા કાજે જોઈએ છીએ તેની મને ખબર નહોતી અને એ વિશે મારે કંઈ વિચારવાનું નહોતું. મિતાએ તો બસ આટલી જ વાત કરી હતી, 'કાર્તિકના એક ક્લાયન્ટ છે. બહુ મોટો પ્રોજેક્ટ બનાવે છે. પ્રોજેક્ટમાં અંદરનું સુશોભન મારે કરવાનું છે.'

મેં વચ્ચે જ કહેલું, 'મિતા, મને કામ મળી રહે તેવા પ્રયત્નો બદલ આભાર; પણ આંતરિક સુશોભનના કામનો મને મહાવરો નથી.'

'મને છે. હું કરવાની છું.' મગમાં કૉફી ભરતાં મિતા દૃઢ સ્વરે બોલી, 'તને કામ મળે તેવા ઉદાર વિચારે મેં તને બોલાવ્યો પણ નથી. મારે જે કરાવવું છે તે તું કરી શકે તેમ છે, માટે તને બોલાવ્યો.'

'ઓકે, ઓકે. હું વચ્ચે નહિ બોલું.' મેં કહેલું.

મિતાએ વિસ્તારથી કહ્યું, 'કામ ઘણું મોટું છે. બજેટ પણ એટલું જ મોટું. એ પ્રોજેક્ટના એક વિભાગ માટે મારે પંચમહાભૂતોનાં પેઇન્ટિંગ્ઝ જોઈએ છીએ.'

'અઘરું છે.' મેં કહેલું.

મિતા અને કાર્તિકે એકબીજા સામે જોયું. બેમાંથી કોઈ તરત તો કંઈ બોલ્યું નહોતું. પછી કાર્તિકે કહ્યું, 'બધું તારે નથી કરવાનું. જળ, વાયુ, આકાશ અને અગ્નિ દરેક તત્ત્વ માટે મેં અલગ અલગ વ્યક્તિને કામ સોંપ્યું છે. તારે માત્ર પૃથ્વીતત્ત્વનાં ચિત્રો દોરવાનાં છે.'

'કેટલાં ચિત્રો જોઈએ ?' મેં પૂછેલું.

'પચાસેક.' મિતાએ જવાબ આપ્યો. પછી ઉમેર્યું, 'પણ એમ ધડાધડ દોરીને આપી દે એમ નહિ. હજી તો પ્રોજેક્ટની આઉટલાઇન બને છે. બાંધકામ જ એકાદ-બે વરસ તો ચાલશે.' કહીને મિતાએ – પોતાની વાતને ટેકો મેળવતી હોય તેમ – કાર્તિક સામે જોયું.

કાર્તિકે મારા ખભે હાથ મૂક્યો અને વાતને આગળ વધારતાં કહ્યું, 'તું નિરાંતે ક્યાંક રહે. બધું મનમાં ઉતાર. અત્યારે તો કૉન્સેપ્ચ્યૂઅલ ક્લૅરિટી પર કામ કર. પછી જ પીંછી પકડજે. તું જે દોરે તે ચિત્ર પ્રોજેક્ટમાં લેવાની ફાઈનલ સાઇઝ તો મોડી નક્કી થશે. એટલે તારે તારા કૉન્સેપ્ટને મોટી સાઇઝમાં વિઝ્યૂલાઈઝ કરવાનો થશે.'

'હજી બાંધકામની આઉટલાઇન ચાલે છે અને તારા ક્લાયન્ટને ઇન્ટેરિયરની તૈયારી કરાવવા માંડવી છે. કોઈ ભેજાગેપ છે કે શું ?' મેં મજાકમાં જ પૂછ્યું.

કાર્તિકને બદલે જવાબ આપતાં મિતા બોલી, 'આવાં કામો આપનારાં, કરાવનારાં અને કરનારાં બધાં, ભેજાગેપ ભેગાં થાય તો જ થાય. એટલે તો તને બોલાવ્યો છે. તું કરી શકીશ તો તારું નામ થઈ જશે. બોલ, ઓફર આપે છે કે નહિ ?'

મેં કહ્યું, 'ઓફર તો આપું. પણ મારે ત્યાં વડોદરે કે તમારે ત્યાં અહીં રાજકોટમાં બેસીને ચીતરું તો સડકો અને મકાનો. પૃથ્વી ફરવા નીકળું, દરિયે ડૂબું કે અંતરિક્ષમાં જઉં ? મારે ક્યાં જવાનું છે, તમારા મનમાં કયા સ્થળનાં ચિત્રો છે તે કંઈ ખબર પડે તો હું વિચારી શકું.'

'કામ તારે કરવાનું છે. સ્થળ તું જ નક્કી કર. મારી શરત તો એટલી કે મારે એકલા લૅન્ડસ્કેપ્સ નથી જોઈતા. આપણે પૃથ્વીને તત્ત્વરૂપા માનીએ છીએ એ તો તું જાણે છે ને ?' મિતા સ્પષ્ટ હતી.

'હા. જાણું છું.' મેં હા તો કહી પરંતુ હું અસ્પષ્ટ હતો.

ક્યાં જઈને, કઈ રીતે કામ કરવું તે વિચારે હું રાતભર ઊંઘી નહોતો શક્યો. પરોઢે સહેજ ઝોકું આવ્યું ત્યાં મને અજાણ્યો અવાજ સંભળાયો, 'તેં મિતાને હા કહી, પણ તત્ત્વરૂપે પૃથ્વી શું છે તે તું ખરેખર જાણે છે ?'

હું ઝબકી ગયો. કહ્યું, 'કદાચ હા.' પછી સહેજ અટકીને કહ્યું, 'એટલે કે એ વિશે મારી કેટલીક માન્યતાઓ છે.'

ફરીથી એ જ શબ્દો મંદ હાસ્ય સહિત સંભળાયા, 'તું તારી અંગત માન્યતાઓ પર જ આધાર રાખવાનો હો તો તો ઘરમાં બેસીને પણ કામ થશે. ક્યાંય પણ જવાનું તને જરૂરી શા માટે લાગે છે ?'

આ કોનો અવાજ છે તે હું સમજી ન શક્યો; પરંતુ તે પળે તો તે અવાજના પ્રશ્નને સમજવો જરૂરી હતો. મને દિશા મળતી લાગી. મેં પૂછ્યું, 'ચલો હું મારી તમામ માન્યતાઓ છોડીને જઉં તોપણ કહે, ક્યાં જઉં ?'

સ્વર ફરી સંભળાયો, 'ગીર, ઘેડ કે બરડો. તારું શું માનવું છે ? એક વખતની આપણી ભૂમિ...'

હવે મને અવાજની વાત પર શંકા થઈ. હું ગીર ગયો હોઉં તેવું મને યાદ ન આવ્યું. ઘેડ અને બરડાનો વિસ્તાર તો મને નકશામાં શોધું તોપણ માંડ જડે; છતાં એ વાતનું મને બહુ આશ્ચર્ય થયું નહિ. તંદ્રામાં હોઈએ ત્યારે સમજી ન શકાય તેવી વાતો ઘણી વાર સંભળાતી હોય છે.

તો પણ મેં જવાબ તો આપ્યો જ. 'હું મુંબઈમાં જન્મ્યો છું અને વડોદરા કામ કરું છું. રાજકોટ મિતાને ત્યાં પહેલી વાર આવ્યો. નાનો હતો ત્યારે એકાદ વખત સોમનાથ દર્શને ગયો છું; પરંતુ તું કહે છે તે કોઈ જગ્યાએ હું ક્યારેય ગયો નથી કે મેં કંઈ જોયું નથી.'

'અત્યારે ભલે તારા સ્મરણમાં નથી; પણ એની સાથે આપણો અનુબંધ છે. ચાલ, એ વાત છોડ. તારે જ્યાં જવું હોય ત્યાં જવાનું નક્કી કરી લે. હું તારી સાથે છું.' એનો એ સ્વર.

મેં પૂછ્યું, 'તું કોણ છે ?'

જવાબ : 'જે તું છે.'

મને નવાઈ લાગી. મેં પૂછ્યું, 'તું એમ કહેવા માગે છે કે તું મારા આત્માનો અવાજ છે ? અજન્મા, અવિનાશી, જેને અગ્નિ બાળી શકતો નથી વગેરે વગેરે. અને એવુંબધું હોય તો તું મારાથી દૂર જ...'

મારી વાત અધૂરી જ હતી અને હાસ્ય સંભળાયું. તે સાથે જ અવાજ સંભળાયો, 'આત્મા વિશે મને કંઈ ખબર નથી. છતાં આપણો સંબંધ છે. તારા વંશની

શરૂઆતથી હું તારી સાથે છું. આપણે એક-બીજામાં જ છીએ. આપણે જે જાણીએ છીએ તે બન્નેનું શીખેલું છે. અને હા, મને અગ્નિ બાળી શકે છે. હું અજન્મા નથી અને મારો તો અંત પણ છે.'

તે પછી કોઈ અવાજ ન સંભળાયો. મેં પૂછ્યું, 'એ, અરે ! એ અવાજ, જરા સાંભળ. તું મારી સાથે હો તો હું તને કયા નામે ઓળખું ?'

'તેં હમણાં જે નામ ઉચ્ચાર્યું તે જ બરાબર નથી ?' પ્રશ્ન.

ગીરમાં અને ઘેડમાં કામ કરવાનું નક્કી કરીને મેં મારી ઓફર આપી તે પછીના અઠવાડિયે જ મિતાએ મને કાર્તિકની ઑફિસે બોલાવ્યો. બધા કાગળો સોંપતાં કહેલું, 'ગીરમાં રહેવા, આવવા-જવા માટેની મંજૂરી આમાં છે. ક્યાં જઈ શકાશે અને ક્યાં જવાની બંધી છે તે તેમાં લખ્યું છે. ક્યારેક ત્યાંની કચેરીથી મંજૂરી લેવી પડે તો ત્યાંથી લઈ લેજે.'

'તો હું પહેલાં સાસણ જાઉં ?' મેં પૂછ્યું.

કાર્તિકે કહ્યું, 'એમ પણ થઈ શકે; પણ ધારી ઊતરીને પાણિયા પાછળ એક નેસ છે ત્યાં અમારાં ઓળખીતાં એક આઈમા રહે છે. તું ગીરમાં આવે છે તે અમે તેમને કહેવરાવ્યું પણ છે. એ રસ્તે જા તોપણ ચાલે.'

કાર્તિકની વાતનું અનુસંધાન કરતી હોય તેમ મિતા બોલી, 'થોડી સૂચના મારી તરફથી પણ છે. કાયદાનો ભંગ થાય નહિ તેની કાળજી લેજે. જ્યાં જવાની બંધી હોય ત્યાં જવાનો પ્રયત્ન કરતો નહિ' કહીને ભારપૂર્વક ઉમેર્યું, 'અને ગીરમાં જે જ્યાં જેમ પડ્યું હોય તેને ત્યાં તેમ જ રહેવા દેજે. ત્યાંથી કશું લઈશ નહિ, ન કશું ત્યાં મૂકીશ.'

'આ ન કહ્યું હોત તો ચાલત એવું તને નથી લાગતું ?' મેં પૂછ્યું.

'જાણું છું. આ બધી બાબતોનું ધ્યાન મારે ન રાખવું પડે તે માટે તો કામ તને સોંપ્યું છે.' મિતાએ કહ્યું, 'તોપણ ધંધા માટે અમારા કેટલાક સ્વનિર્મિત ઍથિક્સ છે. કાર્તિક પોતે જવાનો હોત તોયે હું તેને આમ કહેત. હું જવાની હોત તો કાર્તિક મને કહેત.'

મિતાની વાતમાં સૂર પુરાવતાં કાર્તિકે કહ્યું, 'જોકે એવો કાયદો પણ છે. તે ઉપરાંત અમારો પણ સીરસ્તો છે કે કામ કરતાં હોઈએ ત્યારે લોકલ એરિયામાંથી કંઈ બહાર ન લઈ જવું. અનિવાર્ય ન બને તો બહારનું અંદર મૂકવું નહિ.'

'ભલે, હું જઉં.' મેં ઊભા થતાં કહ્યું, 'હું ત્યાં હોઉં ત્યારે કોઈ વાર તમે પણ આવજો !'

'ચોક્કસ.' મિતાએ કહ્યું. 'તો તું હવે અનુકૂળતાએ નીકળ. કંઈ કામ પડે તો

ફોન કરજે.'

એ મુલાકાતના બે દિવસ બાદ જ હું નીકળ્યો. બસની બારીમાંથી સડક પરનાં કારખાનાં, હોટેલો પછી ખેતરો, ટેકરીઓ અને દૂરથી નજીક આવતો જતો ગિરનાર જોયા કરતો હતો. જૂનાગઢ આવવા જેવું થયું ત્યાં સુધી મનમાં ન તો કોઈ પ્રશ્ન હતો ન કોઈ વિચાર. શહેર નજીક આવ્યું અને મારી નજર ગિરનાર પર પડી. કોઈ અકળ કારણસર હું એ જુગજૂના કાળમીંઢ નગ પરથી દૃષ્ટિ ખસેડી ન શક્યો. ગિરનાર દૃષ્ટિપથમાં રહ્યો ત્યાં સુધી હું તેને તાકી રહ્યો. જાણે મારી નજર ત્યાં ચોંટી ગઈ હોય ! તે સાથે જ મનમાં પ્રશ્ન થયો, તત્ત્વરૂપ પૃથ્વી એટલે શું ?

ધારીમાં વનખાતાનાં કામ પતાવતાં સાંજ પડી. રાત ધારીમાં રોકાઈને આજે પરોઢિયે ટેમ્પામાં સફર શરૂ કરી હતી. છકડાવાળાએ મને પાણિયાના નાકે ઉતારીને લીલાપાણી તરફ જતો રસ્તો બતાવેલો. મેં તે તરફ ચાલવા માંડ્યું.

રસ્તામાં પેલી છોકરી ન મળી હોત હોત તો આઈમાને નેસડે પહોંચતાં સુધી મનમાં પૃથ્વીતત્ત્વની વાત જ ઘુમરાયા કરતી હોત; પણ સવારે જે કંઈ બન્યું તેમાં બધી વાતો પડતી મૂકીને તે છોકરી કોણ હશે ? તે વિચારમાં પડી જવાયું.

ખરી હતી છોકરી ! મારી બધી માહિતી લઈ લીધી અને પોતે કોણ છે તે કહ્યા વગર જતી રહી. છૂટી પડી ત્યારે જાણે આહ્વાન આપતી ગઈ, 'એટલી બધી દેન હોય તો મારી ઝાંઝરિયું પાસી લાવી દેજે. ન્યાં જ પડી હશે.'

મન જેની પાછળ પડે તે શોધીને જંપવાની મારી ટેવ ક્યારે જશે તે ખબર નથી. છોકરીને મન તો પોતે કોણ છે ક્યાં રહે છે તે ન કહેવું એ એક મજાક હશે; પરંતુ મારે તો કાલે સવારે જ તેની ઝાંઝરી શોધીને તેને પહોંચાડવાની છે. એટલે તે છોકરીને પણ શોધવી જ પડવાની !

હું તે છોકરી વિશે કોને પૂછું તે વિચારમાં હતો અને એટલું પૂરતું નહોતું તેમ નિદ્રા ટાણે આઈમાનું રહસ્ય-વાક્ય આવી પડ્યું !

આઈમા આવું શા કારણે બોલ્યાં તે એમને જ પૂછી શકાયું હોત; પણ તેઓ બોલતાં બોલતાં જ ઊભાં થઈને અંદર ચાલ્યાં ગયાં. મને ખાટલામાંથી ઊઠવાનું આળસ થયું અને એ રીતે આઈમા પાછળ જવાનું યોગ્ય પણ ન લાગ્યું.

લક્ષ્મી આડલાં પાસે ઓટલી પર સામે જ બેઠી છે. કરમણ તો મારા જ ખાટલાની પાંગતે બેઠો છે; પણ લક્ષ્મી કે કરમણને પૂછું તો શું થાય તે તો નેસમાં પગ મૂક્યો ત્યારથી સાંજ સુધીના અનુભવે મને શીખવ્યું છે. એ બન્ને જવાબ આપવાને બદલે ખડખડાટ હસવા માંડીને કહેશે, 'લે તને ખમામાં સમજ નો પડતી હોય તો તનેય ખમા, બાપ !'

હા, એક પેલો સ્વર જે મારી સાથે રહેવાનું કહેતો હતો તે મને તરત જવાબ આપી શકે; પરંતુ એ પણ સીધેસીધું કંઈ જણાવશે નહિ. એ કહેશે, 'તું ન જ કરી શકે તેવા કામ પૂરતી જ તારે મારી મદદ લેવી જોઈએ એવું તને નથી લાગતું ?'

આઈમા નેસમાં ગયાં એટલે કરમણ અને લક્ષ્મી પણ ઊભાં થયાં. મને કહે, 'તારે માલીકોય્ર રેવું સ કે આંયાં હાલસે ?'

'તું ક્યાં સૂવાનો ?' મેં કરમણને પૂછ્યું.

'હું તો આયાં સાપરી હેઠે ખાટલો નાખી દઈસ. બાપાય આયાં જ રે'વાના.' કરમણે કહ્યું, 'તને ભે લાગે તો માલીકોર સૂઈ જા.' કરમણે 'સૂઈ જા' કહ્યું ત્યારે 'સ'નો ઉચ્ચાર 'સ' સાથે કંઈક 'હ' પણ સંભળાય તેવો કર્યો.

મેં કહ્યું, 'તમને લોકોને કંઈ થવાનું ન હોય તો મને શું થવાનું ? આપણે ત્રણેય અહીં જ સૂઈ રહીએ.'

કરમણ વધારાનો ખાટલો અને ઓઢવા માટે ગોદડાં લઈ આવ્યો. છાણ-માટી અને ઘાસ ભરેલા નેસમાં ભરત ભરેલાં સુંદર ઓઢણ-પાગરણ જોઈને મને રાહત થઈ. ખાટલામાંથી ઊભા થઈને કરમણ પાસેથી ગોદડાં લેતાં મેં કહ્યું, 'નિરાંતે ઊંઘીશ.'

'તો બસ, ઊંઘ્ય નિરાંતે.' કરમણે જવાબ આપ્યો. તે પોતાનું બિછાનું તૈયાર કરતો રહ્યો. આ વખતે 'બસ' બોલતાં તેણે 'સ'નો ઉચ્ચાર બરાબર 'સ' જ કર્યો તે નોંધતાં મેં મારી પથારી કરી લંબાવ્યું ત્યારથી મને દિવસભરના બનાવો યાદ આવ્યા કરે છે.

આજે સવારે પાંચ વાગ્યાથી ઠંડીમાં નીકળ્યો હતો. થોડે સુધી છકડો મળી ગયેલો. પછી ચાલવાનું થયું. મેં માનેલું કે જંગલના રસ્તે આઈમાનો નેસ ક્યાં છે ? તેવું પૂછવા જેવું કોઈ નહિ મળે; પરંતુ નવાઈ લાગી કે આવા સ્થળે પણ કોઈ ને કોઈ તો મળી જતું.

આ સ્થળ જંગલ કહેવાય છે તેની નવાઈ પણ મને આખે રસ્તે લાગ્યા કરતી હતી. જંગલ નામે થોડાં ઊંચાં વૃક્ષો, ક્યાંક ક્યાંક બાવળની ઝાડી, ઊંચી-નીચી ડુંગરધાર પર ઘાસિયો વગડો.

હિંસક પ્રાણીઓના પ્રદેશમાં આટલાં માણસોનું સામે મળવું, મોટાં તો ઠીક, બાર-ચૌદ વરસના કિશોરોનું પણ ગાય કે ભેંસ દોરી જતાં દેખાવું. આ બધું મને નવાઈ પમાડતું હતું.

આગળ જતાં ભૂમિનું રૂપ બદલાતું લાગ્યું. સાથે તેનાં વસ્ત્રો પણ જાણે બદલાતાં ગયાં. આમ છતાં સદાબહાર વૃક્ષો સિવાયનું બધું પાંદડાં વિનાનું. પાનખરે

ઠૂંઠાં કરી મૂકેલાં વૃક્ષો અને ક્યાંક તો વૃક્ષવિહીન ખડકાળ ધાર અને ટેકરીઓ.

મેં હિમાલયની તરાઈનાં ગાઢાં વનો જોયાં છે. નર્મદાનાં વિકટ વનો, દક્ષિણનાં અંધારઘેરાં વર્ષાવનો જોયાં છે. અરે ગુજરાતમાં જ મેં મહાલના, દિવસે પણ સૂર્ય જમીનને સ્પર્શી ન શકે તેવાં અરણ્યો જોયાં છે. કંબોડિયા, મધ્યએશિયા અને આફ્રિકાનાં વનોની તસવીરો જોઈ છે. આમાંના કોઈની સાથે સરખામણી થઈ શકે એટલી વનરાજી આ સ્થળે નથી.

મનમાં પ્રશ્ન જાગ્યો, 'મારે ગીર-જંગલમાં જવાની વાત હતી. આને જંગલ કહેવાય ?'

અચાનક પેલો સ્વર સંભળાયો, 'જંગલની વાત ક્યાં હતી ? મારી સમજ મુજબ તો મિતા માત્ર ગીર જ બોલતી હતી. ખરું ? અને વિશેષણો સાથે આપણે લેવા-દેવા છે ?' પ્રશ્નો કરીને એ સ્વર મૌન રહી ગયો.

માર્ગ કપાતો ગયો તેમ-તેમ વૃક્ષોનું પ્રમાણ વધતું ગયું, ઊંચાં પર્ણહીન સાગ, પાતળા ફાટવાળી છાલથી મઢાયેલા થડના માલિક ખેર પણ નજરે ચડવા માંડ્યા. ચોમાસામાં બધું ગાઢ લાગતું હશે. પાનખરમાં નથી.

જેમ જેમ નેસ તરફ આગળ વધ્યો તેમ તેમ બાવળ દેખાતા બંધ થયા. હવે જાંબુ, કરંજ અને કેટલાંક સદાબહાર વૃક્ષોની હરિયાળી પટ્ટી શરૂ થઈ. કરમદાંની ઝાડીઓ આવી. આગળ જતાં તો વૃક્ષો અને વેલીઓ પારનું આકાશ પણ નાનું લાગવા માંડ્યું. ત્યાં જ પેલી અજાણી છોકરી મળી હતી.

છોકરી મને છેક લીલાપાણીની ચોકી સુધી વળાવી ગઈ. પછી એક માલધારીને પૂછીને આઈમાના નેસના મારગે ચાલ્યો. વચ્ચે નાનકડી નદી પાર કરવાની આવી. કિનારા પરનાં કેટલાંક વૃક્ષો હજીયે લીલાં અને જાણે સ્વ-રૂપ નીરખવા મથતાં હોય તેમ તટ પરથી નદી પર ઝૂકેલાં.

આ પ્રદેશમાં નદી પર એક સ્ત્રી એકલી બેઠી વાસણો ધોતી હતી. નદીથી ઉપરના ભાગે એક કિશોરી ડંકી ધમીને પાણી ભરતી હતી. હું ભેખડ ચડીને તે છોકરી પાસે ગયો. મેં તેને પૂછ્યું, 'આઈમાનો નેસ આટલામાં જ છે ?'

'ઊભો ઢાળ સડી જા.' તેણે પાણી ભરેલી ગોળીને જરાક ખેંચીને ડંકી નીચેથી બહાર કાઢી.

'ઉપડાવું ?' મેં સહજ પૂછ્યું. તે કિશોરીની આંખો સહિત આખો ચહેરો જાણે હસતો લાગ્યો અને તેણે કહ્યું, 'આમાં લેવડાવવા જેવું સું સે ?'

તેણે 'શું' બોલતાં જે શબ્દ કહ્યો તેમાં સ પણ નહોતો અને હ પણ નહોતો. ઢાળ ચડી જવાનું કહેતાં તેણે ચને બદલે ઉચ્ચારેલો 'સ' બરાબર ઉચ્ચાર્યો હતો;

પરંતુ અત્યારે જે રીતે સ ઉચ્ચાર્યો તે હ અને સના મિશ્ર ધ્વનિ જેવું સાંભળ્યું. કદાચ અહીં કેટલાક સ આ રીતે જ બોલાય છે !

હું તેની ભાષાના લહેકાને સાંભળું કે તેના હાસ્યને જોઉં એટલી વારમાં તો તેણે ગોળી ઉપાડી આખા શરીરને એક તરફ લચક આપીને માથા ઉપર મૂકી દીધી. બાર-તેર વરસની દેખાતી છોકરી આટલું વજન જાણે કંઈ જ ન હોય તેમ રમતાં રમતાં માથા પર ચડાવી ગઈ અને લગભગ સીધા ચઢાણ પર ચાલવા માંડી તે જોઈને હું દંગ રહી ગયો.

હું ત્યાં જ ઊભો રહીને તેને જતી જોતો હતો, ત્યાં તેણે કહ્યું, 'વાંહે વાંહે વયો આવ્વ. હું ન્યાં જ રઉં સું.'

ઢોળાવ ચડીને હું નેસ પર પહોંચ્યો તો જોયું કે એક માજી અને થોડાં નાનાં છોકરાં – એટલાં જ માણસો નેસમાં. પાછળ નદી પર એકલી સ્ત્રી, ઢોળાવ પર ચાલી જતી એકલી છોકરી. ગાર લીંપેલી દીવાલોવાળાં ઘરને બારણાં જ નથી. ભલા, કોઈ એવી જગ્યા, જ્યાં એકલાં બહાર ફરી શકાય અને જ્યાં ઘરને બંધ કરવાની દરકાર કરવી પડતી ન હોય તે જગ્યા જંગલમાં છે એમ કહીએ તોપણ માનવાનું કોણ ?

'આવ બટા.' ડોશીએ નેસમાંથી બહાર આવતાં કહ્યું અને પાસે રમતા છોકરાને કહ્યું, 'કરમણ, ગગા, ખાટલો ઢાળ્ય.'

'એ હો આઈમા.' કહેતાં એક કિશોરે ખાટલો ઢાળ્યો.

અહીં આવતાં પહેલાં હું મૂંઝાતો હતો કે અજાણી જગ્યાએ, અજાણ્યા માણસો સાથે વાત કેવી રીતે શરૂ કરવી ! આઈમાએ સામેથી વાત શરૂ કરીને મારી મૂંઝવણનો અંત લાવી દીધો. 'ક્યારુકનો નીકળ્યો ભાય ?'

સવારે વહેલો નીકળેલો. પાણિયાના નાકા સુધી ટેમ્પો મળ્યો હતો. ત્યાંથી

ચાલી નાખ્યું.'

'સારું, ભલે આવ્યો. સા પીવેસ ને, કે સાસ્ય પીવી સે ?' આઈમાએ પૂછ્યું. પેલી કિશોરી દેખાઈ નહિ. તે ક્યાંથી ઘરમાં ગઈ અને ગોળી ક્યાં મૂકતી હશે તે મને ખબર નહોતી પડી.

એટલી વારમાં છોકરો ખાટલો લઈને બહાર આવ્યો. ન ઝૂંપડી ન તો ઘર કહી શકાય તેવા બારણા વગરના રહેણાક સામે જ ખુલ્લી જગ્યા હતી. વચ્ચે જાડી ડાળના ગિલોલ આકારના ટુકડા મૂકીને તેના પર લાંબાં થડિયાં ફસાવીને તે ખુલ્લી જગ્યાને આડશ કરાઈ હતી. મેં ત્યાં જ ખાટલો મૂકવાનું સૂચવ્યું તો છોકરો હસી પડ્યો. કહે, 'આઈમા, આ તો ઝોકમાં ખાટલો મેલવાનું કે સે.'

આઈમા ઝાંપા તરફ કંઈક જોતાં હતાં તે હસી પડ્યાં. કહે, 'ન્યાં નો બેહાય. આંયાં મેલ; આયાં સાપરા હેઠ્ય.'

ખાટલો ઢળાતો હતો ત્યાં જ પેલી કિશોરી બેડું ખાલી કરીને પાછી આવી. પાસેથી પસાર થતાં ધીમેથી બબડતી હોય એમ બોલી, 'કરમણ, ઈને ઝોકમાં બેહાર તું તારે. એક કૂંઢી વધી ગય એમ ગયણ.'

કરમણ મનમાં જ હસવું દબાવતો ખાટલો લઈને છાપરા નીચે મૂકવા તે તરફ ગયો. તે બેઉએ મારી કંઈક મજાક કરી છે તે સમજાયું પણ કૂંઢી વધી ગઈ એટલે શું અને ક્યાં મજાક થઈ તે ખબર ન પડી. મેં પૂછ્યું, 'એ ચોકમાં કેમ ન બેસાય ?'

મને શું જવાબ મળે છે તે સાંભળવા ઊભી હોય તેમ પેલી કિશોરી ઝાંપે જઈને અટકી.

'ઈ ઝોક સે. ભેહું બેહારવાની જીગ્યા.' આઈમાએ કહ્યું.

'ઓહ !' મને પણ હસવું આવી ગયું.

કિશોરીએ બેડું નીચે મૂક્યું અને હાથ લાંબો કરીને, જમીનમાં ખોડેલા ટેકાને અને તેના પર મૂકેલા લાંબાં થડિયાંને ઓળખાવતાં બેધડક પૂછ્યું. 'ઝોક જુદો કર્યો સ. તોય કળાતો નથ્ય ? આ જમીનમાં ખોડ્યાં ઈ મેંઢા. ઈનીં માથે નાખેલાં આડલાં કાંય ભળાયું નૈં ?'

'મને એમ કે ચોક ચોખ્ખો, બેસવા જેવો છે.' મેં ખુલાસો કર્યો.

'સોખો નો રાખીયે તો ભેહું અંદર બેહે ખરી ? બધીયું આખી રાત્ય નિહાકા કર્યા કરે. ઊંઘવાય નો દે કોયને.' કહેતી કિશોરી ઝાંપે ઊભી હસવું સંતાડતી હોય તેમ નીચે જોઈ રહી.

આઈમા આખી વાત સાંભળતાં હતાં. તેણે કહ્યું, મારા મોટા સોકરાની સોડી સે. દાનાની. લખમી. બવ લાડકી કરી ઈ વાત્યે જરાક આખાબોલી રય.'

મેં આઈમાની સામે જોઈને હસીને કહ્યું, 'એ સાચું તો કહે છે. મને ખબર પડવી જોઈતી હતી.'

'લે રાખ્ય હવે. સાવ હાંક્યે રાખમાં.' આઈમા હસી પડ્યાં. અમીં ભેહું ક્યાં બેહારીયેં ઈનીં ખબર્ય તુંને કીયાંથી હોય ?'

'તમારે કેટલી ભેંસો છે ?' મેં પૂછ્યું.

'અઢિયાવી.' આઈમાને બદલે લક્ષ્મીએ જવાબ આપ્યો, 'તૈણ તો કૂંઢી સે.'

કૂંઢી ભેંસના એક પ્રકારનું નામ છે તે મને સંભળાવવા જ લક્ષ્મી આ બોલી તે હું સમજી ગયો.

અરે ! લક્ષ્મી હજી હમણાં જ તો મને મળી. હું તેનો મહેમાન છું. છતાં તેણે મને ભેંસ સાથે સરખાવીને મારી મશ્કરી કરવા સુધીની છૂટ લીધી. તેની આવી સહજતા મને સ્પર્શી. મારે લક્ષ્મીનું ચિત્ર દોરવું હોય તો તેની આ સહજતા શી રીતે દોરું ? સાવ અજાણ્યા માણસની સામે, તેની સાથેના વહેવારમાં કોઈ આટલું નિજમગ્ન કેવી રીતે રહી શકે ? મને પણ એટલી જ સહજતાથી તેની સાથે ભળવાનું ગમે; પરંતુ હું કંઈ વાત કરું તે પહેલાં તે ઉતાવળે પગલે ડંકી તરફ જતી રહી હતી.

જમ્યા ત્યાં બે વાગ્યા હતા. મેં ખાટલા પર થોડી ઊંઘ ખેંચી અને સાંજે ચારેક વાગે હું અને કરમણ નદી તરફ ગયા. હરણાં ડરતાં, સચેત રહેતાં પાણી પીવા આવતાં. એક સાબર પણ કિનારો ઊતરી, પાણી પીને પાછું જતું રહ્યું. અમે સામેની ડુંગરધારે ફરીને આવ્યા ત્યારે અંધારું ઘેરાઈ ગયું હતું. ભેંસો આડલા પાછળ ઝોકમાં બેસી ગઈ હતી. મને અજાણ્યો જાણીને આગળ બેઠેલી એક-બે ભેંસોએ ફુત્કાર કર્યો. આઈમાએ કહ્યું, 'વીજુ, મોરલી, મેમાન કે'વાય. ઈને ડારો નો દેવાય.'

જાણે લક્ષ્મીને કે કરમણને ટોકતાં હોય તેટલી સહજતાથી આઈમાએ ભેંસને નામ દઈને ટોકી હતી. મને લાગ્યું કે ચિત્રો વિશે વિચાર કરવા પહેલાં મારે બીજું ઘણું સમજવું પડશે.

જમીને કરમણે છાપરા નીચેથી ખાટલો લાવીને ખુલ્લામાં મૂક્યો અને તેના પર કોથળા પાથરવા માંડ્યો.

મેં કહ્યું, 'રહેવા દે કરમણ, હું અહીં ઓટલી પર બેસીશ.'

'ના હો. તારે ન્યાં નથ્ય બેહવું.' આઈમાએ બારણામાં બેસતાં મને કહ્યું, 'આયાં ગર્યમાં હજાર જાત્યના જીવ ફરતા હોય.'

'તમે તો નીચે જ બેઠાં છો. અને આ લક્ષ્મી પણ ઓટલી પર જ બેઠી છે.' મેં દલીલ કરી.

'અમીં તો જલમથી ગય્રમાં રંઈ સંઈ.' આઈમાએ કહ્યું, 'અમીં હોઈ તો જીવડાં હાય્રે આમન્યા રેય. તું અજાણ્યો કે'વા. તારાથી નોં રેય.'

આમન્યાવાળી વાત વળી શું છે તે હું બહુ સમજી ન શક્યો પણ વધુ દલીલ કરવાનું માંડી વાળીને હું ખાટલા પર આડો પડ્યો.

આઈમાએ કરમણને કહ્યું, 'એલા, તેં તારા ભાઈબંધને દુહા સંભળાવ્યા કે નંઈ ?'

કરમણ દુહા ગાતો હતો અને અચાનક હરણનો ભયસૂચક દેકારો વહી આવ્યો. તે સાથે જ મોરના સ્વર. આઈમાએ ગીરને ખમા કહ્યું.

બધાં દશ્યો તંદ્રામાં જ આંખ સામે દેખાતાં હોય તેમ આવતાં રહ્યાં. તમરાં, નિશાચર પક્ષીઓ કે વગડે વહેતો પવન. વિવિધ સ્વરોને સાંભળી ન શકું એટલી ઊંઘમાં ક્યારે સરી પડાયું તેનું ભાન મને નહોતું.

॥ ૨ ॥

સવારે વહેલાં નીકળવું હતું. હું ઊઠ્યો ત્યારે ભેંસોને ઝોકમાંથી બહાર લાવી, વાડામાં જ ઊભી રાખીને દાનાભાઈ અને આઈમા દોહતાં હતાં. લક્ષ્મી દોહવાયેલું દૂધ દૂર પડેલાં કેનમાં ઠાલવતી હતી. કરમણ હજી દાતણ કરતો હતો.

વહેલી સવારના આછા ઉજાશમાં એકલાં નદી સુધી જવું મને યોગ્ય ન લાગ્યું. હું ડંકીએ જઈને નહાયો. કપડાં ધોયાં અને નીચોવતો હતો ત્યાં દાનાભાઈ ભેંસોને દોરતા પસાર થયા. મને કહે, 'રામ, રામ.'

મેં 'રામ' કહ્યું, ઉમેર્યું, 'હું પણ હવે નીકળું જ છું'

'કાં ?' પૂછીને દાનાભાઈ ઊભા રહી ગયા અને કહ્યું, 'રોકાય જાવ ને. લખમીની મા બપોર જોગુંની તો મેંદયડેથી વળી આય્વસે. રોકાઈ જાવ. કાલ વયા જાજો.'

'રોકાવાશે તો નહિ.' મેં કહ્યું, 'જવું પડે એમ છે.'

'ઠીક ત્યારે. ગય્રમાં રેવાના હોવ તો આવતા રેજો.' કહીને દાનાભાઈ ભેંસો પાછળ ચાલ્યા.

હું નાહીને નેસ પર ગયો ત્યાં તો વાસીદાં વળાઈને આખો વાડો સાફ થઈ ગયો હતો. નેસ પર લક્ષ્મી એકલી વાસણ ઊટકતી બેઠી હતી. મેં પૂછ્યું, 'આઈમા ક્યાં ?'

'ઈ ને કરમણ કાનકડિયાને નાકે દાણ લેવા ગ્યા. હમણે આવતાં જ હય્સે. બેહ તું તારે.' લક્ષ્મીએ ઊટકેલાં વાસણો ઊંધાં પાડતાં જવાબ આપ્યો.

મેં કહ્યું, 'હું વહેલો નીકળું તે જ ઠીક થશે. બપોરનો તડકો આકરો થાય અને સડક પર કોઈ વાહન પણ ભાગ્યે જ મળે.'

'તયેં હું તો કાંય રોકતી નથ્ય.' લક્ષ્મીએ ઊભાં થતાં પોતાની ઓઢણી વતી હાથ કોરા કરતાં જવાબ આપ્યો. 'આંયાં રયે તને ખોટીપો થાતો લાગે તો પસી મારે સું કેવાનું ?'

'ના. ના. એવું નથી. મને તો અહીં કાયમ રહેવુંયે ગમે. પણ કામ ઘણું છે.' કહીને મેં પૂછ્યું, 'અહીંથી સાસણ તરફ જવું હોય તો વચ્ચે ભૂતિયો વડ આવે ?'

'કેમ, ફાટે સે ?' લક્ષ્મીએ સામે પૂછ્યું.

'ના. બીક નથી લાગતી. ઊલટું મારે તો ત્યાં થઈને ચાલવું છે.'

લક્ષ્મી ખાટલો ઊભો કરતી હતી તે અટકીને મારી સામે જોઈ રહી. તેને બીજી કંઈ મજાક સૂઝી હોય તેમ હસવું દબાવ્યું અને પછી ચિંતા થઈ હોય તેમ પૂછ્યું, 'તે તારે ભૂતિયે સું લેવા જાવું સ ? ન્યાંથી તો આઘું પડે. તરભેટેથી સીધો મોટા રોડે પોગી જા ને.'

લક્ષ્મીને કહું કે મારે પેલી છોકરીની ઝાંઝરી લેવા જવું છે; તો કદાચ તે છોકરીનું નામ પણ હું જાણી શકું. કદાચ લક્ષ્મી મારી સાથે વડલા સુધી આવે પણ ખરી. એ બધું મારે નહોતું કરવું, મારે મારી રીતે જ તેને શોધવી છે અને તેની ઝાંઝરી તેના હાથમાં મૂકીને કહેવું છે. 'લે, જો. તારી ઝાંઝરી લઈ આવ્યો.'

મેં લક્ષ્મીને કોઈ જવાબ ન આપ્યો એટલે તેણે કહ્યું, 'નદી વટીને આવ્યો ઈ કેડે પાસો વયો જાજે. સીધો ભૂતિયે પોગીસ. ન્યાંથી આથમણે સાસણનો કેડો જડસે. કાં કોકનું કોક તો ભેંસું સારતું હય્સે. પૂસી લેજે. કેડો દેખાડી દેહે.' બોલતી બોલતી જ તે નેસમાં ગઈ અને માખણ, રોટલો ને છાશ લઈને બહાર આવી કહે, 'સિરામણ કરી લે. લાંબા ફેરમાં હાલવાનો સું એટલે વેલા-મોડું થાય. આ તો ગય્રની કેડિયું. ક્યાંની ક્યાં પોગાડે !'

મેં શિરામણ કર્યું અને મારો થેલો ઉઠાવ્યો.

બપોર પહેલાં સડક મળી જાય તો સાસણ જતું વાહન મળે તે હિસાબે મેં ઝડપ કરી. ગઈ કાલે પેલી છોકરી નેસનો કેડો બતાવીને મારાથી છૂટી પડી હતી તે જગ્યા તો મળી ગઈ. આગળ ચાલતાં કાલ સવારનો પ્રસંગ મનમાં તરી રહ્યો. કાલે હું સામી દિશાએથી નેસ તરફ આવતો હતો. આઈમાના નેસનો રસ્તો પૂછી શકાય તેવા કોઈને શોધતો હતો અને પાછળથી શબ્દો સંભળાયા હતા :

'ન્યાં ઊભો રેજે.'

અવાજ એટલો ધીમો હતો કે જરા પણ કોલાહલવાળા સ્થળે, કોઈ ગામની બજારમાં, હું છકડામાંથી ઊતર્યો હતો તે નાકા ઉપર અરે કોઈના ખેતરમાં પણ કદાચ હું સાંભળી શક્યો ન હોત; પરંતુ તે નીરવ અને ખરેલાં પાંદડાંમાં નાનાં જીવડાંનો સળવળાટ કે હવાનો સંચાર પણ જણાઈ આવે તેવે સ્થળે સ્પષ્ટપણે સાંભળી શકાયા હતા. કોઈ મને થોભી જવા કહેતું હતું.

મેં પાછળ ફરીને જોયું. તરત તો કોઈ દેખાયું નહોતું. બૂમ પાડીને સામો જવાબ આપવા જઉં તે પહેલાં ઢોળાવ પરના અપર્ણ વૃક્ષો વચ્ચે માથા પર કથ્થાઈ કહી શકાય તેવા રંગની ઓઢણી, કમ્મરથી નીચે કાળી જીમી. ઉપરના ભાગે એવું જ ભરત ભરેલું કાપડું પહેરેલી છોકરી દેખાઈ. તેણે હાથ ઊંચો કરીને મને રોકાઈ જવા, પછી તરત જ હોઠ પર આંગળી મૂકીને ચૂપ રહેવા અને પોતે મારી સાથે આવે છે તેમ જણાવતી સંજ્ઞાઓ કરી.

હું આ જગ્યાએ નવો છું. આ વિકટ વીડી મારા માટે અજાણી છે. આવી જગ્યાએ અહીંનું રહેવાસી લાગે તેવું કોઈ મને કંઈક કહેતું તો મારે તે માનવું જોઈએ તે મને સમજાતું હતું. હું મૌન ઊભો. મને લાગ્યું કે કદાચ એમ પણ બને કે તે અજાણી છોકરી કંઈ મુશ્કેલીમાં હોય અને આવા સ્થળે એકલી જતાં ડરતી હોય.

નજીક પહોંચીને છોકરીએ ઢાળ પરથી ધૂળિયા કેડા ઉપર ઊતરતાં સહેજ મોટું પગલું ભરીને કૂદવાનો પ્રયત્ન કર્યો. આમ કરતાં તેના પગની ઝાંઝરી રણકી. થોડું વધુ કૂદીને તેણે ઝાંઝરી ફરી રણકાવી અને તેમ કરવામાં આનંદ આવતો હોય તેમ મારા સામે જોઈને હસી.

ક્યારેક રણકી જતી ઝાંઝરીના તાલબદ્ધ રણકા સિવાય તેની ચાલ નીરવ હતી. જો મેં તેને જોઈ ન હોત તો મારી પાછળ આટલે નજીકમાં તે ચાલી આવતી હતી તે હું જાણી શક્યો ન હોત. એકાદ પળ તે જાંબુડીના છાયામાં આવી. ત્યાંથી ફરી બહાર ખુલ્લા પ્રકાશમાં. તેના મોં પર સ્મિત જોતાં તે કોઈ મુશ્કેલીમાં હોય તેવું તો ન લાગ્યું.

હું કંઈ પૂછું તે પહેલાં તો તે છોકરીએ નજીક આવીને ગણગણતી હોય તેમ કહ્યું, 'હું મોર્યે હાલું સું. તું વાંહે રેય.'

માટે આ છોકરી શું કહેવા માગે છે તે મને ઘડીભર સમજાયું નહિ. હું થોડો બઘવાઈને ઊભો રહ્યો. મને બાઘાની જેમ ઊભો રહેલો જોઈને તેણે જરા ગુસ્સાથી કહ્યું, 'કીધુંને ? ઓલીકોર નો હાલતો. મને મોર્ય થાવા દે. જોયા કારવ્યા વગર હાલ્યો જા સ પણ ન્યાં ભૂતિયા વડલે રમજાના ને ઓલી, બેય બેઠિયું સે.'

એક તો આવી ભાષા મેં આ પહેલાં સાંભળી નહોતી. એમાં તે છોકરી એટલું ધીમે બોલતી હતી કે મારે સાંભળવાનો પ્રયત્ન કરવો પડે; આમ છતાં તે બોલતી હતી ત્યારે તેના હાથ, મોં, આંખો બધાયના લહેકાથી તેના કહેવાનો ઘણો-ખરો ભાવાર્થ સ્પષ્ટ થતો જતો હતો.

ભૂતિયો વડ સાંભળીને મને લાગ્યું કે છોકરી ડાકણ કે ભૂત-પ્રેતની વાત કરતી હશે. છતાં મેં તેના જેટલો જ ધીમો અવાજ કાઢવાની કોશિશ કરતાં પૂછ્યું, 'કોણ રમજાના ?'

જવાબમાં પહેલાં તો તે હસી પડી પછી એકદમથી બોલી, 'રમજાના. તારી હમણાં કંઉ ઈ. ન્યાં પૂગીએ કે સામી દેખાસે. કોણ તે તારી આંખ્યે જોઈ લેજે. હવે મૂંગો મય્ર.' તેણે 'સામી' બોલતી વખતે હ મિશ્રિત સ વાપર્યો તે મને યોગ્ય ન લાગ્યો પણ મીઠો તો લાગ્યો.

મારા જવાબની રાહ જોયા વિના તે આગળ ચાલવા માંડી. મને ક્રોધ આવ્યો પણ પેલી રમજાના કોણ અને તેનાથી સાવચેત રહેવા જેવું શું છે તે મારે જાણવું હતું. છોકરી પાછળ દોરાયા સિવાય તે થઈ શકે તેમ નહોતું.

આમેય બીજો ફાંટો ન આવે ત્યાં સુધી તો મારે આ જ રસ્તે જવાનું છે. રસ્તો ફંટાશે તો આ છોકરીને પૂછી લઈશ તેમ વિચારતો તેની પાછળ ચાલ્યો હતો; પણ એ રીતે મૌન રહીને દોરાયા કરવું મને ગમ્યું નહોતું. છોકરી સાથે વાત કરવાના આશયથી મેં પૂછ્યું, 'તારું નામ શું છે ?'

છોકરી ઊભી રહી. પાછળ ફરી. પળભર એકીટસે મારા સામે જોઈ રહી. પછી અચાનક હસી પડી અને હોઠ મરડીને આગળ ચાલતી થતાં બબડી, 'લે ! મોઢું ભાળ્યું નો ભાળ્યું ન્યાં નામ પૂસવા મંડ્યો !'

આવું બનશે તે મેં ધાર્યું નહોતું. તેણે મૌન રહેવાનું કહ્યું ન હોત તો મેં બૂમો પાડીને તેની સાથે ઝઘડો કર્યો હોત. તે પોતાની જાતને શું સમજે છે ! તેમ પૂછ્યું હોત. પણ એ તો જાણે કંઈ થયું જ નથી તેમ એકધારી ગતિએ આગળ ચાલી જતી હતી.

હવે મારે તે છોકરી સાથે રહેવું નહોતું. હું તેની આગળ નીકળવા ગયો કે તેણે હાથ આડો કરીને મને રોક્યો. મને ચીડ ચડી. હું કંઈ કહું કે કરું તે પહેલાં તે પાછળ ફરીને મારી સામે ઊભી – કમરે હાથ મૂકીને ડોકું એક તરફ નમાવ્યું. હોઠ જરા ભીંસીને બીડ્યા. પળમાં તો ન જાણે શું શું કરીને આંખો વિસ્તારી, ક્ષણાર્ધમાં ઝીણી કરી, ફરી વિસ્તારી. તે ક્ષણે મને સાવ ચોખ્ખું સમજાયું કે અત્યારે હું તેના શાસન હેઠળ છું અને તે મને મુક્ત ન કરે ત્યાં સુધી આમ જ ચાલવાનું

છે.

આ છોકરી શા માટે આમ કરે છે તે હું સમજી શકતો નહોતો. મારી ધીરજ ખૂટી ગઈ અને હું પૂછી બેઠો, 'આ બધું શું છે ?'

'આ બધી ગય્ર સે. ગાંડી ગય્ર. હવે બોલ્યો તો...' કહીને છોકરી આગળ ચાલી. હું તેની પાછળ રહીને આસપાસ જોતો ચાલતો રહ્યો. થોડે દૂર વિશાળ વડ ઊભો હતો. ત્યાં અમારો માર્ગ વોંકળામાં ઊતરતો હતો. બાકીનાં સ્થળોની સરખામણીએ વોંકળાના ભાગે લીલાશ વધારે હતી. વોંકળામાં કદાચ પાણી હશે તો પી શકાશે તે વિચારે મેં આજુબાજુ નજર કરી. તે જ પળે છોકરી ઊભી રહી. મને સિસકારો કરતાં પોતાની પાછળ ઊભા રહેવા સંજ્ઞા કરી અને પછી સામી દિશામાં આંગળી ચીંધીને બબડી, 'ગમે ન્યાં જોયા કરતાં આયાં, કરમદાંનાં ઢૂહાં કોય્ર જો.'

હું ખસીને તે છોકરીની બરાબર પાછળ ઊભો અને તે બતાવતી હતી તે તરફ નજર નાખી.

દશ્ય જોવાની, સહેવાની કે માણવાની ચરમ સીમાઓ હોય છે તેવું મેં સાંભળ્યું છે. પરમ મનોહર કે ભીષણતમ દશ્યો જોનારાઓનું કહેવું છે કે એવે સમયે પોતાની વાચા હરાઈ ગયાનો અનુભવ તેમને થયો હોય છે. આવાં જનોને તેમણે જોયેલાં દશ્યનું વર્ણન કરતાં કરતાં એક સીમાએ મૌન થઈ અટકી જતાં મેં જોયાં, સાંભળ્યાં છે. આમ છતાં એ પળે તે બધાંની અનુભૂતિ શી હશે તેની કલ્પના હું કદી પણ કરી શકતો નહોતો.

કરમદાંની ઝાડી તરફ જોતાં જ મને એવી સ્થિતિ અને અવસ્થાઓ તેના તમામ સ્વરૂપે સમજાઈ ગઈ. મારી સામે અચાનક ખૂલેલા આ દર્શનને રમ્ય કહેવું હોય તો મારા મન પર છવાઈ જઈ સમગ્ર દેહમાં વ્યાપેલા ભયને શું કહેવું તે હું સમજી ન શક્યો. મારા હૃદયના ધબકાર ગતિશીલ હોવાં છતાં જાણે મૌન થઈ ગયા હોય તેમ હું સાવ અવાક્, મૂઢ, પથ્થર સમો ઊભો રહીને માત્ર જોયે ગયો. જોયે જ ગયો.

સામે જ, વોંકળાના સામેના ઢોળાવ પર, રસ્તા વચ્ચે, માંડ દસેક મીટર જેટલે દૂર, ભૂખરી, ચમકતી, માંસલ દેહલતા, ચમકતી આંખો અને ભવ્ય અસ્તિત્વની સ્વામિની પૂંછડું લંબાવીને સૂતી હતી. સામે બીજી એક સિંહણ બેઠી હતી. તે બેઉની પાસે જ બે સિંહબાળ એક-બીજા ઉપર આળોટતાં જઈ રમતાં હતાં.

કેટલી ક્ષણો આમ ગઈ તે ખબર ન પડી. પેલી છોકરીએ પાછળ જોયા વગર કહ્યું, 'બેઠી સે ઈ સરયુ ને આડી પડી ઈ રમજાના.'

હું કંઈ બોલવા સક્ષમ નહોતો. છોકરી પોતાની પાછળ ઊભેલા મને જોયા વગર પણ મારી સ્થિતિને પામી ગઈ હોય તેમ આગળ બોલી, 'હવે આમ પાળિયો થઈ જા મા. હાય્લ, મારી વાંહે હાલવા મંડી જા. ઈનીં પાંહેથી જ નીકળી જાવાનું સે.'

રસ્તા પર બેઠેલી બે સિંહણો પાસે થઈને ચાલતા જવાનું મને અશક્ય લાગ્યું; તે છતાં મેં છોકરીની પાછળ ચાલવા માટે માંડ કરીને પગ ઉપાડ્યો.

અમે ત્યાંથી ધીમે ધીમે પસાર થઈને જતાં જ રહ્યાં હોત; બરાબર એ જ પળે છોકરીની ઝાંઝરી રણકી. છોકરી તત્ક્ષણ અટકીને ઊભી રહી. પાછળ હું પણ સ્થિર ઊભો. મારા મનમાંથી ભય હજી દૂર થયો નહોતો. તે હવે વધ્યો.

આ રણકારથી પેલાં બેઉ સિંહબાળની રમતમાં ભંગ પડ્યો. નવા પ્રકારનો સ્વર ક્યાંથી આવ્યો તે જાણવા તેમણે પોતાના કાન તંગ કર્યા. વળતી પળે આંખોમાં અપાર આશ્ચર્ય ભરીને બેઉ બચ્ચાં છોકરીના પગને તાકી રહ્યાં. થોડી વારે એક બચ્ચું બીજી સિંહણ ભણી ગયું અને બીજું ઊભું હતું ત્યાંથી એક ડગલું આગળ વધીને છોકરીના પગ તરફ આવ્યું.

પોતાનું સંતાન માણસ તરફ જાય છે તે જોતાં જ એક સિંહણ, સરયુ, સાવધ થઈ ગઈ. તેણે સહેજ ઘુરકાટ પણ કર્યો. રમજાના આડી પડી હતી તે માથું ઊંચું કરીને બેઠી થઈ. પોતાના પગ આગળ તરફ લંબાવીને અમારી સામે જોતી શાંત બેઠી. બચ્ચું હજી પણ આગળ આવશે તો આ બન્ને સિંહણો અમારા પર આવી પડશે તે ભયે મારાં ગાત્રો ગળવા માંડ્યાં. આસપાસ ઉપર ચડી શકાય તેવું કોઈ વૃક્ષ હોય તો મેં નજર કરી.

છોકરી સ્થિર ઊભી હતી. તેણે ખૂબ ધીમા સ્વરે મને કહ્યું, 'હવે બીતો નંઈ. અને મરી જા તોય ભાગતો તો નંઈય જ. આજ ભાગ્યો તો ઘરે પોગી ર્યો.' પછી તરત બેઠી થયેલી સિંહણ તરફ જોઈને ધીમેથી બોલી, 'રમજાના, મારી માડી. ધોડજે મા. મારે તારાં બસોળિયાંને કાંય નથ કરવું.'

પોતે સિંહણ સાથે વાત કરતી હોય એમ કંઈનું કંઈ બબડ્યે રાખતાં છોકરીએ પોતાનો એક પગ ગોઠણથી પાછળની બાજુએ વાળ્યો. તે એટલી સિફતથી પગને છેક સાથળ નજીક લઈ ગઈ કે મને લાગ્યું કે સિંહણો કે સામે ઊભેલું બચ્ચું કોઈ તેની જીભીની હલચલ સુધ્ધાં જોઈ શક્યું નહિ હોય.

થોડી વાર એક પગ ઉપર સ્થિર ઊભા રહીને છોકરી પોતાના બેઉ હાથ પીઠ પાછળ લાવી. હાથને પગ પાસે લઈ જઈને જરા પણ અવાજ ન થાય તેમ તેણે ઝાંઝરીની કડી ખોલી નાખી.

હવે સામે ઊભેલાં સિંહબાળને શંકા ગઈ કે કંઈક હલચલ થાય છે. તે આગળ વધતું અટકીને શંકાશીલ ધ્યાનથી છોકરીને જોવા લાગ્યું. હું જો અહીં ઊભો ને ઊભો પડી જઈશ તો શું થશે તે વિચાર મેં પરાણે રોકી રાખ્યો.

થોડી વારે છોકરીએ અગાઉની રીતે જ બીજા પગની ઝાંઝરી પણ કાઢી નાખી. મને હતું કે હવે અમે અહીંથી ચાલતા થશું. જેમ બને તેમ જલદી આ સ્થળ છોડી જવાની ઇચ્છા મેં કઈ રીતે દબાવી રાખી હતી તે હું પોતે સમજી શકતો નહોતો.

મારા આશ્ચર્ય વચ્ચે તે છોકરીએ બેઉ ઝાંઝરી હાથમાં રાખીને બચ્ચાનું ધ્યાન ખેંચવા માગતી હોય તેમ રણકાવી. બચ્ચું થોડું ગભરાયું, કાન ઊંચા કરીને છોકરીના હાથને જોઈ રહ્યું.

બીજી પળે છોકરીએ બેઉ ઝાંઝરીનો ઘા કર્યો. રૂમઝૂમ રણકતી ઝાંઝરી સિંહણોની પાસે થઈને દૂર જઈ પડી. બન્ને સિંહણો ઊભી થઈ ગઈ અને પૂછડાં ઊંચા કરીને હુમલો કરવાની હોય તેમ આગળ ધસી. છોકરીએ જરાય પણ થડક્યા વિના સામો હાથ ઉગામ્યો અને 'હાં. માડી. હાં.' એવું કંઈક બોલી.

ઝાંઝરીની જોડ દૂર જઈ પડી તેની પાછળ જ બચ્ચું પણ તે તરફ દોડી ગયું. રમજાના પાછી બેસી ગઈ. બીજી સિંહણ બચ્ચાંની પાછળ જતાં જતાં પણ અમારા તરફ નજર રાખતી ગઈ.

મને લાગ્યું કે હું રડી પડીશ. એ ઘડીએ છોકરીએ મારો હાથ પકડી લીધો અને કહ્યું, 'બેય જણીયે ઠાલા પૂંસડાના ઝંડા કર્યા. આપણને ડારો દઈને આઘાં રાખવા. હવે બસોળિયાં ઈનીં પાંહે છે એટલે ઈ આંય નંઈ આવે હાલ્ય, હવે મોય્ર થા. હું ઊભી સું. તું તારે આણીકોય્રથી નીકળી જા.'

હું છોકરીની પાછળથી નીકળીને બીજી દિશામાં ચાલ્યો. થોડે દૂર પહોંચીને પાછળ જોયું તો છોકરી પણ ચાલવા માંડી હતી. મારી પાસે આવીને તેણે મારો હાથ પકડ્યો અને મજાક કરતી હોય તેમ બોલી, 'તાવ સડી ગ્યો હોય તો કરિયાતું લઈ લેજે.' પછી વાતાવરણને હળવું કરતાં પૂછ્યું, 'ક્યાંથી આવ્યો ?'

'કોણ, હું ?' મેં વિચારહીન અવસ્થામાં જ સામું પૂછ્યું.

'તે આંય તને તીજો કોઈ ભળાય સે ?' છોકરી ચાલતાં ચાલતાં પણ આગળ નમી, પેટ દબાવીને હસી.

'હા. હું, બસ, ઘરેથી.' હું હજીયે સ્વસ્થ થઈ શક્યો નહોતો.

'પણ ઘર સે ક્યાં ?' છોકરીએ પૂછ્યું અને કહ્યું, 'હાલ ઘરની વાત્ય જાવા દે, બોલ, તું માસ્તર સો ?'

'ના. કેમ ?'

'તો ઓલા બબે વરસે સાવજની પીએસડિયું કરવા આવે સે, ઈનીં ઘોડે આ સોપડા હાર્યે રાખ્યા સે ઈ સું સે ? ' છોકરી કાગળમાં લખતી હોય તેવો અભિનય કરીને બોલી.

'હું ચીતરું છું. થોડું લખું. પણ રિસર્ચ માટે નહિ.'

'ઈ જી હોય ઈ;' કહીને છોકરીએ વાત પડતી મૂકી અને મને સલાહ આપી, 'સાંભળ, ગય્રમાં બારા નીકળીયે તયેં જંગલખાતાના સિકારીને હાર્યે લેવાના. સિકારી વગર એકલા કોઈ દી નો નીકળતો. કોક દી ભાર્યે પડી જાસે.' પછી ઉમેર્યું, 'ટૂરિસ્ટોને કે ભણવા આવેલાંને ગય્રમાં એકલાં જાવા દેવાનો કાયદો નથ. તું એકલો ક્યાંથી નીકળી ગ્યો ?'

છોકરીની વાતથી મને હસવું આવ્યું. મેં કહ્યું, 'હું રિસર્ચર નથી કે ટૂરિસ્ટ પણ નથી. થોડા દિવસ ગીરમાં રહેવા આવ્યો છું. બસ એટલું જ.'

'તે રેવા સારુ તો મલક પડ્યો સ. આંય ગય્રમાં તારું સું કામ સે ?'

તેણે મને 'તારે શું કામ છે' તેમ નહિ 'તારું શું કામ છે ?' તેમ પૂછ્યું. તેનો પ્રશ્ન અવગણી શકાય તેવો નહોતો. મારે ચિત્રો કરવાનાં હતાં; પરંતુ તે તો મારું કામ હતું, ગીરનું નહીં. પરમ સૌંદર્યમય, રહસ્યજગત એવી આ ગીરને મારો શો ઉપયોગ !

મેં કહ્યું, 'એનો જવાબ આજે ન આપું તો ચાલશે ?'

'લે, મેં તો તને કીધું. કાંય પૂછ્યું નથ્ય. તને તો સાંભળતાંય નથ્ય આવડતું.' છોકરી આંખો વિસ્તારીને લહેકો કરતાં બોલી.

હું સ્તબ્ધ થઈ ગયો. થોડી વાર પહેલાં મને તે જુદો સ બોલતી છોકરીની

ભાષા અણઘડ, અજ્ઞાનમય બોલી જ લાગતી હતી. પણ એક વાક્યમાં તેણે જે સ્પષ્ટ કર્યું તે સમજતાં મને લાગ્યું કે ભાષા પાસેથી યોગ્ય કામ લેવાનું તેને બરાબર આવડે છે.

'તોપણ મારે તો જવાબ આપવાનો થાય છે જ.' મેં કહ્યું, 'હું હજી અહીં રહેવાનો છું. જતાં પહેલાં તને જવાબ આપીને જઈશ.'

'જવાબ ગોતવાનો હો તો તો પાસા જાવાની વાત્યે મીંડું સમજી લે. ગય્રમાં ગર્યો ઈ ગર્યો.' છોકરી બોલી.

ત્રિભેટે અટક્યા. પછી મેં તેને પૂછ્યું, 'આઈમાનો નેસ કઈ તરફ ?'

એક રસ્તા તરફ હાથ લંબાવતાં તેણે કહ્યું, 'આણીકોર્ય વયો જા. આગળ બીજો મારગ પડે ન્યાં સીધે કેડે જાવાનું. પણ આંખ્યું બંધ રાખીને નો હાલતો.'

કહીને તે અટકી. તેના મેણાથી મને ખોટું તો નથી લાગ્યુંને એની ખાતરી કરતી હોય તેમ મારા તરફ જોઈ રહી. હું વિચારમાં જ ઊભો હતો તે જોઈને હસી પડી. કહે, 'હવે વયો જાસ કે ઠેઠ લગણ મેલી જાંવ ?' છોકરીનો બોલવાનો લહેકો એવો હતો જાણે તે મને દુનિયાના કોઈ પણ છેડે સલામત પહોંચાડવા સમર્થ હોય.

હું જવા માટે પગ ઉપાડું ત્યાં અચાનક છોકરીએ દૂર ઝાડીઓમાં પસાર થતા બે જણા પ્રત્યે મારું ધ્યાન દોરતાં કહ્યું, 'આ ધાનુ વાંહે દોરાતી હાલી જાય. ઈ બેય હાર્યે વયો જા.'

મેં છોકરીએ દર્શાવેલી દિશામાં જોયું. એ તરફથી વૃક્ષોના થડ પાછળ બે શ્યામવર્ણ યુવાનો ચાલ્યા આવતા હોય તેવું લાગ્યું. બેઉનાં કપડાં મિલિટરીની જેમ ખાખી, લીલાં, કેમોફ્લાજ જેવાં હતાં. તેની પીઠ પર લટકતી રગશૅકમાં ભારે સામાન હોય તેવું પણ લાગ્યું.

'કોણ છે ?' મેં પૂછ્યું અને તે બેઉને આવતા જોઈ રહ્યો.

'ધાનિયો'ને વાંહે સે દોરાતી.' છોકરીએ બેય પગે કૂદીને તાળી પાડતાં કહ્યું, 'હવે જોજે, ઓલીને બરાબર ખીજવું.'

કોણ દોરાતું આવે છે અને છોકરી કોને ચીડવવાની વાત કરે છે તે હું સમજતો નહોતો. તેને પૂછવા જેવું પણ નહોતું. તેનું ધ્યાન તો પેલા બેઉ તરફ જ કેન્દ્રિત હતું. મેં શાંત રહીને જોયા કર્યું.

પેલા બે જણા બીજી દિશામાં વળ્યા તે જોઈને છોકરીએ બેઉ હાથ ઊંચા કરીને બૂમ પાડી, 'ધાનુ, આણીકોર્ય, આણીકોર્ય.'

પેલા બેઉ ત્યાં ઊભા રહી ગયા; આગળના યુવાને પાછળ આવતા યુવાન તરફ ફરીને કંઈક પૂછ્યું અને પેલાએ માથું હલાવીને ના પાડી તે હું જોઈ શક્યો.

તેમની વાત પૂરી થઈ એટલે આગળ ચાલતા યુવાને ઇશારો કર્યો કે તે લોકો અહીં આવતા નથી અને સીધા જાય છે.

છોકરી ગુસ્સે ભરાઈ હોય તેમ બોલી, 'ઊભી રેય, તારી માની દોરાતી ! એક દી' તને સીધી નો કરું તો મને કે'જે.'

છોકરી મને તો જાણે ભૂલી જ ગઈ હતી. તે કોની અને શું વાત કરે છે તે હું સમજી ન શક્યો. મને લાગ્યું કે હવે મારે ચાલતા થવું જોઈએ. છોકરીને આવજો કહેવા જઉં છું ત્યાં તેણે મારી તરફ ફરીને કહ્યું, 'હાલ્ય તો ખરો. જોયા જેવું સે.'

મારા જવાબની રાહ જોયા વિના જ છોકરી પેલા બેઉ જણ ઊભા હતા તે તરફ ચાલી અને બૂમો પાડીને તેમને રોકાઈ જવા, મને સાથે લઈ જવાનું કહેવા લાગી.

અમે પેલા બન્ને જણ પાસે પહોંચ્યાં તો મેં જોયું કે જેને હું પાછળ ચાલતો યુવાન માનતો હતો તે યુવતી હતી. શ્યામવર્ણી, ઘૂઘરિયાળા વાળવાળી આફ્રિકન લાગે તેવી.

નજીક જતાં જ છોકરીએ પેલી યુવતી તરફ જોઈને પૂછ્યું, 'દોરાતી, અટાણના પોરમાં ક્યાં, સાવજના ફોટા પાડવા ગઈ'તી ?'

પેલી યુવતીને છોકરીનો પ્રશ્ન અને તેનું આગમન બહુ ગમ્યાં હોય તેવું ન લાગ્યું. તેણે છોકરી સામે જોઈને કહ્યું, 'નો દોરાતી, ડોરોથી. અન્ડરસ્ટેન્ડ ? ડો..રો..થી.'

હવે છોકરીનું હસવું સમાતું નહોતું. સાથેના યુવાનને પણ છોકરીની આ રીત

બહુ વાજબી ન લાગી. તે જરા કંટાળો દર્શાવીને બોલ્યો, 'અટાણમાં તું ક્યાં ભટકાણી ? તારે રસ્તે હાયલી જા ને.'

ડોરોથી પોતાના નામ વિશે વધુ સ્પષ્ટતા કરવા માગતી હોય તેમ બૉલી, 'ધાનુ, ટેલ હર. માય નેમ ડોરોથી. નોટ દોરાતી.'

ડોરોથીના અંગ્રેજી ઉચ્ચારો બતાવતા હતા કે આ ભાષા પર તેનું પ્રભુત્વ નથી.

ધાનુને પોતાની કાળી, તગડી સાથીદારે જે કહ્યું તેમાંથી પોતાનું નામ અને દોરાતી સિવાયનો કોઈ શબ્દ સમજાયો હોય તેવું ન લાગ્યું. તે મૂંઝાઈને ડોરોથી સામે જોઈ રહ્યો અને ડોરોથી કંઈ કહે તેનો જવાબ આપવો જ પડે એવું લાગ્યું હોય તેમ અચાનક બોલી પડ્યો, 'નો પરોબલેમ.'

'ઓહ. નો.' કહીને ડોરોથી હસી પડી. પછી થોડે દૂર જઈને એક મોટા ઝાડની ડાળે પોતાનો થેલો ટાંગીને થડ પાછળ જવા વળી. જતાં જરા રોકાઈ અને ધાનુને પૂછ્યું, 'ધાનુ, એની પ્રોબ્લેમ ?'

ધાનુનો ચહેરો ખીલી ઊઠ્યો, તેણે ઝટ દઈને છાતી ફુલાવતાં કહ્યું, 'નો પરોબલેમ.'

મને આ પ્રોબ્લેમ - નો પરોબલેમની વાત નવી લાગી. ક્યાં શું તકલીફ હોઈ શકે તે પણ મને ન સમજાયું. હું કંઈ પૂછું તે પહેલાં છોકરીએ ધાનુને કહ્યું, 'એલા, તું ભૂતિયા કોય્ર જાવાનો હો તો મારી ઝાંઝરિયું ન્યાં પડી સ ઈ લેતો આવજે.'

'તું ગમે ઈ ગમે ન્યાં ભૂલીયાવ ઈ મારે લયાવાનું ?' ધાનુએ કહ્યું,

છોકરી ગુસ્સે થઈને બોલી, 'કોય કાંય ભૂલી નથ ગ્યું. તારે ના પાડવી હોય તો સીધેસીધી ના કય દે.' પછી મારા તરફ હાથ કરીને બોલી, 'આ હાય્રે નો હોત તો મારે ઝાંઝરી ન્યાં મેલવીય નો પડત.'

છોકરીને ઝાંઝરી મારા કારણે ફેંકવી પડી છે તે કલ્પના પણ મને નહોતી. મેં તરત નવાઈ પામીને કહ્યું, 'મારા કારણે ?'

'તો કોના ?' છોકરીએ સાવ સાદી રીતે કહ્યું, 'હું એકલી હોત તો તો હાલી ગઈ હોત સીધેસીધી.'

ધાનુને લાગ્યું કે અમે બેઉ ઝઘડી પડીશું. તેણે વાત ટૂંકાવવા કહ્યું, 'જાવાનું થાહે તો લયાવીસ. અટાણે તો મારે આની વાંહે રેવાનું સે.'

'વાંહે કે મોઢા'ગળ ?' છોકરીએ પૂછ્યું, 'વાંહે દોરાતી તો ઈ હાલે સે. નામ એવાં જ લખણ જડ્યાં સ.' કહીને તેણે જે લટકો કર્યો તે જોઈને મને હસવું આવી ગયું.

એટલામાં ડોરોથી ટેકરી પાછળથી આવીને પેલા સૂકા વૃક્ષને ટેકે ઊભી. છોકરીની વાતો લાંબી ચાલી છે તેવું લાગતાં તે જરા અસ્વસ્થ થઈ. પોતાનો થેલો પીઠ પર લાદીને ડગલું ભરતાં તેણે ધાનુને પૂછ્યું, 'ધાનુ, એની પ્રોબ્લેમ ?'

'પ્રોબલેમ.' ધાનુએ કહ્યું એટલે ડોરોથી ઊભી રહી ગઈ. પછી ધાનુ ડોરોથી પાસે ગયો અને તેની આગળ થતાં બોલ્યો, 'નો પરોબલેમ.'

ધાનુ 'નો પરોબલેમ' બોલ્યો પછી જ ડોરોથી ચાલી.

એ બંને ખાસ્સાં દૂર પહોંચ્યાં ત્યાં સુધી છોકરી ડોરોથીને ચીડવવામાં મજા પડી તે માણતી હોય તેમ હસતી રહી. એકલી એકલી પણ તે એટલું હસી કે તેને ઝાડનો ટેકો લેવો પડ્યો. મેં કહ્યું, 'લે, ચાલ, હવે એમાં હસવા જેવું શું છે ?'

'લે, જાવાનું તારે સે 'ને મને હાય્લ કે સ. તે મારે ક્યાં હાલવાનું સ ? તને ઠેઠ આઈમાને નેહડે મેલી જાવાનો સે ?' છોકરી વધુ હસી.

'ના, ના, ભલે, હું જતો રહીશ. તારે ક્યાં જવાનું છે ? કહે તો હું મૂકી જઉં.' મેં કહ્યું.

છોકરીએ હસવું દબાવ્યું અને બોલી, 'તું પાસો મને મેલવા આવે ? તું તો જાણે મરદનું ફાડિયું ! એટલી બધી દેન હોય તો મારી ઝાંઝરિયું લાવી દે. ન્યાંની ન્યાં પડી હસે.'

છોકરી મારી હિંમતની ઠેકડી ઉડાડતી હતી તે જાણીને મને જરા લાગી આવ્યું. મેં ચીડ કરતાં કહ્યું, 'તો તો જોઈ લેજે, તારી ઝાંઝરીઓ કાલ બપોર સુધીમાં તને પહોંચાડું. આમેય તારી નજરે તો ઝાંઝરી ગઈ તેમાં મારો જ વાંક છે ને ? કહે ક્યાં પહોંચાડી જઉં ? '

છોકરીનું મોં પડી ગયું. તે ગંભીર થઈ અને કહ્યું, 'હું તો અમથી કંવ સું. હું તો કો'ક ડાઇવરને કે સિકારીને કઈસ એટલે ઈ લેતા આવસે. તારે નથ્ય જાવાનું.'

'તું ચિંતા કર મા. તું ક્યાં રહે છે એટલું કહે ને.' મેં કહ્યું.

'હવે તો કેવાની હોત તોય નથ્ય કેતી જા. કંઉં ને તું ક્યાંક ઝાંઝરિયું ગોતવા નીકળે.' છોકરીએ કહ્યું અને વૃક્ષો પાછળ થઈને આડબીડ ચાલતી થઈ. જરા આગળ જઈને રોકાઈ, મને સાદ પાડીને કહ્યું, 'એ સાંભળ, જાળવીને જાજે. આ તો ગય્ર કે'વાય.'

એ છોકરીએ પહેલાં કહેલું 'આ ગય્ર છે.' અત્યારે કહેતી હતી 'આ તો ગય્ર કે'વાય' હમણાં નીકળ્યો ત્યારે લક્ષ્મીએ પણ આ ભૂમિનો ઉલ્લેખ ગય્ર તરીકે જ કર્યો હતો.

અહીં, આ લોકો આ સ્થળને જંગલ ભાગ્યે જ કહે છે. શું મારી જેમ આ

લોકોને પણ આ જંગલ લાગતું નહિ હોય ! કે પછી આમ બોલવા માટે તેમને કોઈ જુદાં જ કારણો હશે ? જનગણને ભાષામાં, વર્તનમાં અને વ્યવહારમાં એક-બીજાંથી જુદાં પાડતું કારણ અને તેમની આગવી સમજ શું હોય છે તે મારે શોધવું પડશે તેવું મને લાગ્યું. તે પહેલાં શોધવું છે પેલી છોકરીનું નામ. જેણે મને મારું નામ નથી પૂછ્યું.

ગઈકાલનાં સ્મરણોમાંથી બહાર નીકળતાં મેં વડલા પાસે જઈને જોયું તો તેની ઝાંઝરી ન જડી. આસપાસ પાંદડાં ઊથલાવીને પણ જોયું; પણ કંઈ જડ્યું નહિ. કદાચ તે પોતે જ પાછી આવીને લઈ ગઈ હશે કે કોઈ સાથે મંગાવી લીધી હશે.

હવે ત્યાં રોકાવાનો અર્થ નહોતો. મારે સાસણના રસ્તે આગળ જવું જોઈએ. મેં તે સ્થળ પર છેલ્લી એક નજર નાખી લીધી. વડ તળે ઊભા રહીને થેલામાંથી શીશો કાઢીને પાણી પીધું. મને વિચાર આવ્યો કે ઝાંઝરી જ નથી મળી તો પછી ગઈ કાલે મળેલી છોકરીને શોધવાનો પણ કોઈ અર્થ રહેતો નથી.

હજી ડગલું ભરું ન ભરું ત્યાં પેલા સ્વરે મને રોકી લેતો હોય તેમ કહ્યું, 'છોકરીને શોધવાની જરૂર તને માત્ર ઝાંઝરી પાછી આપવા પૂરતી લાગે છે ?'

મેં ફરી વિચારી જોયું. ગઈ કાલે લગભગ આ સમયે અહીં એક હિંસક પ્રાણી સાથે મિત્રવત્ વાત કરતી છોકરી ઊભી હતી. તેણે સિંહણને 'જણી' કહી હતી તે મેં બરાબર સાંભળ્યું હતું. એનું કારણ મને તેની ભાષાની અધૂરપ લાગ્યું હતું. જણ કે જણી સર્વનામો માનવી માટે વપરાય છે તેની એ છોકરીને ખબર હોય તેવી આશા કરવી પણ અસ્થાને હતી.

સ્વરનો જરા હાસ્યમય જવાબ આવ્યો, 'તેની ભાષાની અધૂરપ કે તારી સમજની ? ખરેખર શું છે તે તારે જાણવું જરૂરી નથી ? યાદ રાખ, તું ચીતરે છે, તું સરજે છે. અને સર્જનના મારગે તો કશું જ આખરી નથી હોતું. આમ પણ માન્યતાઓનો ત્યાગ કર્યાનો દાવો તું કરે છે.'

મેં સામે પૂછ્યું. 'એક છોકરીના, તેને માટે સ્વાભાવિક એવાં ઉચ્ચારણોને આટલું મહત્ત્વ આપીને હું શું કરું ? ધારો કે આ ઘટનામાંથી કંઈ પમાય તેમ હોય તોપણ મારાથી એ કયા મારગે પામી શકાવાનું ?'

'તું ચીતરી શકે.' જવાબ મળ્યો, 'એક વાત સમજી લે, જગત સરે છે, ચિત્રો સરતાં નથી. એ તો બનતાંવેંત જેવાં છે તેવાં જ પટ પર સ્થગિત થઈ જાય છે.'

હું મૌન ઊભો રહીને વિચારમાં સરકી ગયેલો. જે સ્થળે કાલે બે સિંહણોના રૌદ્ર સ્વરૂપે મારી વિચાર-શક્તિ કુંઠિત કરી નાખી હતી તે જ સ્થળે મેં નવી દિશા

ઊઘડતી ભાળી.

હું વડ તળે બેસી જઉં છું. મારી ઝોળીમાંથી સ્કેચબુક કાઢું છું અને ગઈ કાલે અહીં જન્મેલા ચિત્રને અત્યારે દોરવા બેસું છું. કાગળના ફલક પર હું જોઈ શકું છું કે તે છોકરી ખરેખર રમજાનાને ઓળખતી હતી. એટલું જ નહિ; રમજાના પણ તેને બરાબર જાણતી હતી.

તો પછી તે બન્ને વચ્ચે મારી ધારણા કરતાં કોઈ જુદા પ્રકારનો સંબંધ સંભવે છે ! આ નવી ધારણા મને દોરી જાય છે એ શોધ ભણી કે એ સંબંધ ક્યાં, કઈ પળે અને કેવી રીતે ઉદ્‌ભવ્યો હશે.

આવી શોધમાંથી નીપજનાર સમજણ મારા ચિત્રમાં કે લખાણમાં હું ઉતારી શકીશ કે નહિ તે મને અત્યારે ખબર નથી. અત્યારે તો માત્ર એટલું જાણું છું કે ઝાંઝરી મળી કે ન મળી, મારે તો તે છોકરીને શોધવી છે, તેનાં કથનોના મૂળ સુધી પહોંચવા માટે.

ચિત્રો મને આટલું સ્પષ્ટ સૂચવી શકશે તે હું જાણતો નહોતો.

॥ ૩ ॥

એકાદ કલાક પછી પેન્સિલ મૂકી ત્યારે મન આનંદથી ભરાઈ ગયું હતું. ઉનાળાની બપોરે સડક સુધી જવાની ઇચ્છા ન થઈ. અહીં જ બીજો કલાકે'ક વિતાવીને પછી ચાલવા માંડું તો સાંજ પહેલાં મુખ્ય રસ્તા પર પહોંચી જઈશ તે મને ખબર છે. ત્યાં સુધી આ વોંકળામાં જ ક્યાંક ઠંડકભરી જગ્યા શોધીને શાતા માણવી વધુ સારી. આસ-પાસ પડેલાં સૂકાં લાકડાંમાંથી મેં એક મજબૂત લાકડું શોધીને લાકડી તરીકે સાથે લીધું.

ટેકરીઓને મથાળે સુકાતા પર્ણહીન સાગની આશા ટકાવી રાખવા પ્રકૃતિએ નીચે ખીણમાં રચેલો જાંબુ, કરંજ, પીલુ, કરમદાં અને વાંસની ઝાડીની લીલાશનો એક મનોહર પટ્ટો વોંકળા પર ઝળૂંબતો દૂર સુધી વહી જાય છે.

વોંકળામાં પાણી ઝીણા ઝમણરૂપે પ્રગટે છે. ભેજભરી ઠંડક છે. કોઈ પણ જીવને બપોર ગાળવા આકર્ષી શકે તેવું મનોહર સ્થાન પસંદ કર્યું; પણ વોંકળામાં ઊતરતાં થોડો ભય લાગ્યો. ઢાળ પરથી જ નમીને વોકળાની બેઉ દિશામાં ઊંડે સુધી નજર નાખી.

થોડે આગળ રેતાળ પટ છે. ત્યાં બેસવાનું નક્કી કરીને પટમાં ચાલ્યો તો કિનારા પર હરણાંનું ટોળું દેખાયું. કોઈ કોઈ જમીન પર બેઠાં છે. કોઈ ચરે છે. આમ છતાં થોડી થોડી વારે બધાં ચમકીને જોતાં હોય તેમ જુદી જુદી દિશામાં

જોઈ લે છે. ખબર છે કે સચેત રહીશું ત્યાં સુધી જ જીવન છે. પ્રકૃતિનો આ જ તો નિયમ છે. પ્રકૃતિ માટે જીવન કે મૃત્યુ ઊર્જાના રૂપાન્તરણથી વિશેષ તો શું છે ?

મારી હલચલ જોઈને હરણાં વધુ સાવધ થયાં. ચરતાં હતાં તે થોડાં દૂર ગયાં. બેઠાં હતાં તે ઊભાં થઈને મને, મારી હલચલને અને મારા ઇરાદાને પરખતાં હોય તેમ કાન અણિયાળા કરી, મોટી ચમકતી આંખો વિસ્તારીને મને જોતાં ગયાં.

હું આગળ વધતો અટકીને ત્યાં જ બેઠો; પરંતુ એથી હરણાંઓની શંકા દૂર થાય તેમ નહોતું. શાંત અને સ્થિર બેઠેલો જીવ ગમે ત્યારે અકલ્પ્ય ગતિ ધારણ કરી શકે છે એ તેમનો અનુભવ છે. સાવ અસાવધ રહેવામાં ડહાપણ નથી.

ધીરે ધીરે બધાં જ હરણાં ઝાડીઓ પાછળ અદૃશ્ય થઈ ગયાં. કોણ જાણે કેમ હરણો જતાં રહેતાં પણ મને એકલતા લાગતી હોય તેવો આભાસ થયો. રહી રહીને આછો ભય પણ લાગતો રહ્યો. થોડી વારે બીક વધી ગઈ. અચાનક ભૂખ પણ લાગી.

પ્રકૃતિના આ શાંત, શીતળ પાલવમાંથી બહાર નીકળવું ગમતું નહોતું. અહીંથી જતા રહેવું કે ડર્યા વગર બપોર અહીં જ ગાળી નાખવી તેના વિચારમાં હતો ત્યાં વોંકળાના ઢોળાવ પરથી કોઈ ઊતરતું હોય તેવો અવાજ થયો. મેં તે તરફ જોયું. કાલે ધાનુએ પહેરેલાં તેવા કપડાં પહેરેલો માણસ વોંકળામાં ઊતર્યો. તેના હાથમાં એક લાકડી હતી. કમર પર વૉકી-ટૉકીનો હેન્ડસેટ હતો.

વોંકળામાં ઊતરતા તેની નજર મારા તરફ ગઈ એટલે તે મારા તરફ આવ્યો અને જરા રોફથી પૂછ્યું, 'કેમ અંઈયાં ?'

મને તેની વર્તણૂંક ગમી નહિ. તેને અવગણતો હોઉં તેવો ભાવ દર્શાવવા મેં તરત કંઈ જવાબ ન આપ્યો. તેને નજીક આવવા દીધો, પછી કહ્યું, 'બસ. અમસ્તો જ. સાસણ તરફ જતાં જરા આરામ માટે રોકાઈ ગયો.'

મારા બોલવા પર તેને વિશ્વાસ આવ્યો હોય તેવું ન લાગ્યું. તેણે સાશંક નજરે મારા તરફ જોયા કર્યું અને થોડી વારે પૂછ્યું, 'ક્યાંથી આવ્યા ?'

'આઈમાને નેસથી. કાલ એમનો મહેમાન થયો હતો.'

તેણે સાશંક પૂછ્યું, 'પરમીટ ?'

મેં મારા થેલામાંથી કાગળો કાઢીને તેને બતાવ્યા, તે તેણે ફેરવી ફેરવીને જોયા અને મને પાછા આપતાં કહ્યું, 'સાસણ જાવું હોય તો આમ ધારીની સડકે સું કામે જાવ સો ?'

'એ રોડ પરથી વિસાવદર જતું કંઈક સાધન મળી જાય છે.' મેં કહ્યું.

'પણ એટલો બધો ફેરો ખાવા કરતાં મારી હાર્યે હાલો. અંદરના રસ્તે આડબીડ

હાલીયેં એટલે આ ર્યો કમલેસર ડેમ. વાલોદરા તરભેટે બારા નીકળીં એટલે ટૂરિસ્ટ સફારીનું કાંક ને કાંક સાધન જડસે.' કહીને તે મારા સામે બેઠો અને પોતાનું ખાવાનું કાઢ્યું અને મને પૂછ્યું, 'લેસો ?'

'હું નેસમાંથી ખાઈને નીકળ્યો છું.' થોડી ભૂખ લાગી હોવા છતાં મેં તરત સ્પષ્ટ રીતે હા ન પાડી.

'ઈ કાંય સાંજ સુધી નંઈ હાલે. હાલો લ્યો, આમેય અમારે ગય્રમાં રખડવાનું એટલે ઘરે ક્યારે પોગીયે કાંય નકી નો કેવાય. ટિફિનમાં વધારે જ હોય. આમાં મટન-મસ્સી કાંય નો મળે હો.'

મેં તેની સાથે ખાવાનું શરૂ કર્યું. ખાતાં ખાતાં જ મેં, હું ગીરમાં રોકાવા આવ્યો છું તે કહી દીધું. મારો સામાન રાજકોટથી રેલવે પારસલથી આવશે પછી ઘર શોધવું છે તે પણ કહ્યું.

વાતો ચાલતી હતી અને તેણે કહ્યું, 'તમે નેસના મેમાન થાવાની પરમીટ લીધી ઈમાં ના નંઈ; પણ આંય રે'વાના હોવ તો કઈ દઉં કે એકલા બારા નો જાવું. આંયનો કોક સોકરો હાય્રે હોય તોય હાલે. ઇને ગય્રની બધી આદત્યું હોય; તમને નો હોય. અટાણે જ લ્યો ને, તમારી હાર્યે આંયનો કો'ક જણ હોત તો ઈ તમને આંયાં બેહવા નો દેત. ઈ પોતેય આમ નો બેહી જાય.' કહીને ઉમેર્યું, 'આ ગય્ર છે. બાપાનું ઘર નથ્ય. આમ મન ફાવે ન્યાં ખોડાઈ નો જવાય.'

આ સ્થળે તે મારા કરતાં વધુ માહિતી, અનુભવ અને અધિકાર ધરાવે છે.

તે રૂએ સહજ રીતે જ મને આવું કહી શકે. વળી, અત્યારે તો તે મારો અન્નદાતા છે. તેણે મને આથી પણ કડક ભાષામાં કહ્યું હોત તો તે પણ મેં સાંભળી લીધું હોત. મેં કહ્યું, 'તમારી વાત સાચી છે. હું ખ્યાલ રાખીશ. કાયદો દરેકે પાળવો જોઈએ.'

'કાયદાની વાત તો પસી આવે. પેલી વાત તો તમારા જીવની. અમીં તો સિકારી કેવાયેં; પણ ગમે ઈનેં પૂસીયાવો કે મુસ્તુફો જોયા કારવ્યા વિના ગમે ન્યાં બેઠો કોઈ દી ?' તેણે કહ્યું.

મેં કશો જવાબ ન આપ્યો. મુસ્તુફા પોતાની જાતને શિકારી ગણાવે છે તેની મને નવાઈ લાગી; પણ તે અંગે ખુલાસો પૂછવાનો આ સમય નહોતો. મને એવો વિચાર પણ આવ્યો કે આજે દોરેલું ચિત્ર મુસ્તુફાને બતાવું તો કદાચ પેલી છોકરીનો પત્તો તે આપી શકે. પણ સાવ અજાણ્યા, આખબોલા માણસ સામે છોકરીની વાત કરવાનું મને ગમ્યું નહિ. હા. ધાનુ તો તે છોકરીને ઓળખે છે. તેણે અમને બન્નેને સાથે જોયાં પણ છે એટલે એને પૂછી શકાશે. મેં મુસ્તુફાને પૂછ્યું, 'ધાનુ સાસણમાં જ રહે છે કેમ ?'

'ઓલો નો પરોબલેમ ? ઈ વળી તમને ક્યાં ભેગો થ્યો !' મુસ્તફાએ હસતાં હસતાં પૂછ્યું.

'તમે બધા એને નો પ્રોબ્લેમ કહો છો ?'

'અમીં તો ખીજવીયે ધાનિયાને. તમે જ ક્યો, રાત દી વાત્યું કરતો, ને ગીતું ગાતો હોય ઈ છોકરાને સોવીસે કલાક 'નો પરોબલેમ' બોલતો ભાળીયેં તો ભાઈબંધું ખીજવીયેં નંઈ ?' મુસ્તુફાએ કહ્યું, 'અંગૂઠાછાપ જણ અંગરેજી બોલતો થઈ ગ્યો. પણ બસારો ભરાઈ ગ્યો સ. રાત દા'ડો, ઓલી જીયેં કેય તીયેં ઈનીં મોર્યેમોર્ય હાલી નીકળવાનું. સાવજ ભળાય ન્યાં પડી રેવાનું.'

'એ તો એની નોકરી છે. નોકરીમાં તો જે કામ મળે તે કરવું જ પડે ને ?' ખાવાનું પતાવીને ઊભા થતાં મેં કહ્યું.

'ઈ તો અમેય સમજીયે સ. સાય્બું ને કેટલુંય કીધું તયેં માંડ માંડ, રોજમદારી મળી સ. હવે બીતો ફરે સે કે ઓલી હબસણ ક્યાંક ખિજાઈ ગય ને સાય્બને આડો અવળો રિપોટ કરી બેઠી તો નોકરીમાંથી હાથ ધોઈ નાખવાના.' મુસ્તુફાએ જમીને હાથ ધોતાં કહ્યું. તે ઊભો થયો. જમ્યા હતા તે જગ્યા સાફ કરી. પાણી પીધું અને કહ્યું, 'હાલો, હવે નીકળસું ને ?'

અમે સાગ અને સાદડનાં ખરેલાં પાન અને સૂકા ઘાસ પર ચાલતાં જતા હતા. અમારા ચાલવાથી કચરાઈને તૂટતાં ડાંખળાં-પાંદડાંનો અવાજ દૂર સુધી સાંભળી શકાય એટલો મોટો હતો.

મુસ્તુફા આગળ ચાલતો વાતો કરતો હતો અને આસપાસનાં વૃક્ષો ઓળખાવતો જતો હતો. એક ઊંચી જગ્યાએ અમે થોડો આરામ કર્યો. ત્યાંથી ઊભા થતાં મુસ્તુફાએ દૂર દેખાતા કેટલાક ડુંગરોનાં નામ કહ્યાં. 'ઓલો દેખાય ઈ લાસો, સામે સોનબાઈનો સાહો, પસી કરકડી, કરકીયો...

આ બધા ડુંગરોને ઓળખાવીને મુસ્તુફાએ કહ્યું, 'આ એકે'ક ડુંગરા અમે સારેય કોય્રથી જોયેલા; પણ આંબલા જેવો રૂપાળો એકેય નઈ.'

કોઈ પણ પ્રજા સ્થળની ઓળખ માટે તેનું નામ પાડે તે સહજ છે. મને એની નવાઈ નહોતી; પરંતુ મુસ્તુફા ડુંગર માટે રૂપાળો શબ્દ વાપરે તેનું મને આશ્ચર્ય થયું. મેં પૂછ્યું, 'રૂપાળો એટલે ?'

'ઈ તો ઈનેં જુવો, માથે જઈને આખી ગય્ર ભાળો તયેં સમજાય. મારે મોઢેથી કીધે કાંય નો વળે.'

'એ તો બરાબર.' મેં કહ્યું, 'પણ અમે રૂપાળો શબ્દ તો ખાસ કરીને માણસો માટે જ વાપરીએ.'

'ઈ તો અમારી બોલી જ એવી. અને રૂપાળો કયેં તો માણાં ક્યો કે ડુંગર. વાતનો અરથ ફરી થોડો જાવાનો ? મતલબ તો ઈનો ઈ જ રેય. સું કેવું સ તમારું ?'

મેં તેને કશો જવાબ આપ્યો નહિ. એટલે મુસ્તુફા આગળ કહે, 'તમે તો બોલીની વાતું કરો સ પણ આંયાં માણસુંયે ડુંગરાનાં લગન કર્યાં સે.'

આઈમા આખી ગીરને ખમા કહે છે, પેલી છોકરી સિંહણને જણી કહે છે, મુસ્તુફા આંબલાને રૂપાળો કહે છે અને હવે ડુંગરનાં લગનની વાત આવી. ખબર નહિ કઈ કોડીલી કન્યાને પરાણે ડુંગર સાથે પરણાવી દેવાઈ હશે ! મેં પૂછ્યું, 'ડુંગર સાથે કોનાં લગન ?'

'ટેકરિયુંનાં બીજાં વળી કોનાં.'

'અહીં, ગીરમાં ?' મને ધરપત વળી. કોઈ કન્યાનાં અરમાનો વિશેની મારી ધારણા સાચી નહોતી.

હા, હા. આ સાસણને પાદર... કેય છને કે :

ઘંટલો પયણે ઘંટલીને 'ને અણવર વાંહાઢોર
હીરણ, મેઘલ જાનડિયું ને ગય્રમાં ઝાકમઝોળ

ઘંટલો અને ઘંટલી સાસણ આસપાસની ટેકરીઓનાં નામ હશે. મેં કલ્પનાઓ કરી. સાસણને પાદર થઈને વહેતી હીરણ મેં હજી જોઈ નથી. એ નદી નામથી પણ મારા માટે અજાણી છે. મેઘલ પણ નદીનું જ નામ હશે. પણ વાંહાઢોર ! મેં પૂછ્યું, 'વાંહાઢોર એટલે ?'

'ડુંગર સે. સાસણ પાસે હીરણ કાંઠે અધોડિયેથી થોડે આગળ ઢોરના વાંહા જેવો લાંબો એટલે વાંહાઢોર. અધોડિયે વહેતી હીરણ જોસો તો સાય્બ જોતાં નૈં ધરાવ એવી રૂપાળી.'

મુસ્તુફા કહે છે તે અધોડિયાની રમ્ય, પારદર્શક હીરણ, લીલા રંગની અગણિત છટા દર્શાવતી ઝાડીઓથી ઢંકાયેલી. તેને કાંઠે, પાસેના નાનકડા ડુંગરોએ મળીને સરજેલી અબોલ રમ્ય શાંતિ ઉપર ભૂરા આકાશનો ચંદરવો કલ્પીને ભવ્ય લગ્નમંડપની રચના વિચારી શકનાર કેવી કેવી સૃષ્ટિની કલ્પના કરવા સમર્થ હશે ! અને તેને સાકાર કરવા પણ.

નાનપણે અમે ઢીગલા-ઢીંગલીનાં લગ્નોમાં મન ભરીને મહાલ્યા છીએ. રમતોમાં એટલાં તલ્લીન થઈ જતાં કે અમારી તલ્લીનતા એ નિર્જીવ રમકડાંમાં પ્રાણ ભરી દેતી. ઘંટલા-ઘંટલીના લગ્નની કલ્પના કરનારનો અનુભવ શો હતો તે હું નથી જાણતો; પણ એણે ક્યારેક બનાવેલો કે કલ્પેલો લગ્નમંડપ ચીતરવાનું મને મન થાય છે.

આ વિચાર આવતાં સાથે જ મને યાદ આવે છે કે મેં બીજે ક્યાંક પણ પરસ્પર પરણેલી ટેકરીઓ વિશે વાંચ્યું છે... અરે હા ! મેં આવી તસવીર પણ જોઈ છે. જાપાનના કોઈ ગામ પાસે આવા બે ડુંગર પવિત્ર દોરડાથી પરસ્પર બંધાયેલા છે.

મેં કાલ સવારે જ ઘંટલા-ઘંટલીના લગ્નનું ચિત્ર દોરવાનું મનોમન નક્કી કરી લીધું ત્યાં અચાનક પેલો સ્વર મારા કાને પડ્યો, 'તને નથી લાગતું કે તું ઉતાવળ કરે છે ?'

'કેમ ?' મેં સામો પ્રશ્ન કર્યો.

'તારી પીંછી એ સમયને સ્પર્શી શકશે ? કે જ્યારે આ સચરાચરમાં માનવીએ અન્ય પદાર્થો અને જીવથી પોતાનું અલગ સ્થાન શોધવાની શરૂઆત નહોતી કરી.'

મેં તરત કંઈ જવાબ ન આપ્યો. અવાજ કહે છે તે રીતે ચીતરવાનું વિચારું તો લાગે છે કે ગિરિકંદરાઓ અને નદી, ઝરણાં સહિત આ સજીવ નિર્જીવ સૃષ્ટિને પણ પોતાના જેવી જ કલ્પી લેવાની સહજતા આ જનોના લોહીમાં હજી પણ વહે છે તેનું કારણ કદાચ એ છે કે એમના પૂર્વજો અહીં આવ્યા હશે ત્યારે તે તો બસ આવ્યાં હશે અને તે સમયે જેવી હતી તેવી ગીરમાં સમાઈ ગયાં હશે. હું એ રીતે અહીં આવ્યો નથી.

કાલ સવારે અધોડિયાની લીલી કુંજાર ઝાડી પાર વહેતી હીરણનું જળ રંગપાત્રમાં લઈને જ્યારે તેમાં, રંગ ઓગાળવાને બેસું તો હું તે ઘંટલા ઘંટલીને પરણાવનારાની કલ્પનાને આંબી શી રીતે શકીશ !

તે લોકો કેવા હશે તે વિચારું છું તો આછું આછું ઊપસે છે કે અહીં પ્રથમ આવનારા માનવીએ ગીરને અને ગીરે તેમને તેઓ જેવાં હતાં તેવાં જોયાં સ્વીકાર્યાં હશે. તે જનોનો ગીરમાં અને ગીરનો તે જનોમાં પરસ્પર પ્રવેશ કેવો સહજ-સરળ હશે !

મનુવંશે પોતાની પ્રાકૃતિક અવસ્થાથી અસંતુષ્ટ થઈને 'હોવા'માંથી 'બનવા'નો માર્ગ નહોતો લીધો તે સમયના અંશો તે માનવીના લોહીમાં હોવા જ જોઈએ. એ સિવાય આટલી ઝાકમઝોળથી ઘંટલા ઘંટલીનાં લગ્નો શક્ય નથી.

મને એ પણ લાગ્યું કે આ સત્ય જો મારાં ચિત્રોમાં લાવી ન શકું તો હમણાં જ દોરવા બેસવાનો કોઈ અર્થ નથી.

ઘંટલા ઘંટલીના કવિત પાછળ કોઈ ઇતિહાસ હશે કે કેમ તે મુસ્તુફાને પૂછું તે પહેલાં તેના હેન્ડસેટ પર અવાજ આવ્યો, 'હલો, હલ્લો ઈગલ કોલિંગ, કોલિંગ ઈગલ. થોડા ખરખરાટ પછી ફરી કોઈ બોલ્યું, હલો ઈગલ, હલો હલો ઈગલ, પીકોક સાથે વાત કરો.'

મુસ્તુફા કમરેથી હેન્ડસેટ કાઢીને મને ત્યાં જ રોકાઈ જવાનો ઇશારો કરીને પોતે દૂર જઈને સંદેશો સાંભળવામાં પડ્યો. હું એક ઝાડને થડે ટેકો દઈને આરામથી બેસવા ગયો કે મારી નજર ઉપર ગઈ.

બરોબર ઉપર એક મોટું પક્ષી બેઠું હતું. તેની ચાંચ અને પગ જોતાં તો શિકારી પક્ષી હોય તેવું લાગ્યું. તે એકીટસે સામેના સૂકા વૃક્ષની ટગલી ડાળ તરફ જોતું હતું. મેં પણ ત્યાં નજર કરી તો મને કંઈ દેખાયું નહિ.

અચાનક તે પક્ષી ઊડ્યું અને તેના લક્ષ્ય ભણી ગયું. તેણે ટગલી ડાળ પર

પંજાની ઝપટ મારીને કંઈક પકડ્યું તેવું લાગ્યું. હવ પકડેલી ચીજને આ વૃક્ષ પર લાવીને નિરાંતે ખાશે.

તેના શિકારને અને તેની ખાવાની આખી પ્રક્રિયા જોઈ શકાય તે રીતે મેં મારી જાતને ગોઠવી. તે ઉપર આવ્યું. ત્રણ ડાળીઓ છૂટી પડતી હતી તેવી જગ્યા ગોતીને પક્ષી બેઠું અને પંજામાં હતું તે ચાંચમાં લઈને ડાળ વચ્ચે મૂક્યું. હવે મને ખ્યાલ આવ્યો કે તે સામેના વૃક્ષમાં શિકારની શોધ નથી કરતું. એ શોધે છે એક એવી ડાળી જે તેના મજબૂત પગના એક ઝટકાથી પોતે તોડી શકે. આ રીતે ઝપટીને તોડેલી ડાળખીઓ તે અહીં લાવીને ગોઠવે છે અને પોતાનો માળો રચે છે. અહીં રહીને હું તે પક્ષીને બરોબર જોઈ શક્યો. તેની છાતી પર સફેદ-ભૂખરાં છાંટણાં જેવાં ટપકાં હતાં. હું પહેલી જ વાર આવું પક્ષી જોતો હતો. વિશાળ પાંખો, મજબૂત દેહ, પહોળા શિકારી પંજા, તીક્ષ્ણ, વળેલી ચાંચ અને અરે ! માથા પર છોગા જેવી કલગી. તેની ગતિ-વિધિ જોવામાં મગ્ન થઈ જવાય છે.

મુસ્તુફા પાછો મારા તરફ આવે છે. હું તેને પેલું પક્ષી બતાવું છું તો તે કહે છે, 'મોરબાજ સે. માળો કરે સ. થોડાંક સાંઠીકડાં ગોઠવ્યાં સે.'

મોરબાજવાળું વૃક્ષ મેં યાદ રાખ્યું. હું અહીં રહીશ તો તેના માળામાં જન્મેલાં બચ્ચાંને ઉછેરતી મોરબાજની જોડી ચીતરવા આ સામેના ઝાડ પર ચડવું પડે તોપણ ચડીશ.

આગળ ચાલતાં મેં મુસ્તફાને પૂછ્યું, 'શું સંદેશો હતો ?'

'કાંઈ નઈં.' મુસ્તુફાએ જવાબ આપ્યો, 'મારો નો'તો. હું તો ખાલી કાંય કામનું હોય તો સાંભળવા ઓણીકોર્ય ગ્યો'તો'

'આ પીકોક અને ગરુડ કોણ ?' મેં પૂછ્યું.

'ગરુડ એટલે ગિરનાર માથે મૂકેલું વાયરલેસ ટેસન.'

'પીકોક ?' મેં સહસા પૂછ્યું.

આગળ ચાલતા મુસ્તુફાએ નકારમાં માથું ધુણાવતાં કહ્યું, 'ઈ બધું બધાને નો કે'વાય. ખાતાના અધિકારીયુંનાં નામ હોય. એકના સંદેશા બીજાયે લેવાયેય નંઈ. આ તો ફીકવનસીમાં પકડાય ગ્યું એટલે ઓલી કોર્ય જઈને સાંભળ્યું. કાંક આગ-બાગના ખબર હોય તો ધોડિયે. ખડ સુકાઈ ગ્યાં સે. માથે સૂકાં પાંદડાં ખરે સે. કાંય કેવાય નંઈ.'

અમે વાતો કરતા જતા હતા ત્યાં કાચી ગાડા-કેડી જેવો રસ્તો આવ્યો. મુસ્તુફા પોતાની લાકડીને ટેકે એક તરફ નમીને ઊભો રહ્યો. મને કહે, 'લ્યો, નસીબ પાધરાં સે. એમદની ગાડી હાલી આવે સ. જીગ્યા હસે તો બેયનો નંબર લાગી જાહે. નિકર

તમને તો માલીકોર્ય ઠઠાડી જ દઈસ.'

મને ગાડી કે કોઈ વાહન દેખાયું નહિ. મેં પૂછ્યું 'ક્યાં છે ગાડી ?'

'આ અવાજ આવે. હમણાં આવી જાસે.' કહીને મુસ્તુફા રસ્તા પર જોતો ઊભો. થોડી પળોમાં સફેદ જિપ્સી આવતી દેખાઈ. ખુલ્લી જિપ્સીમાં આધેડ વયનાં પતિ-પત્ની અને તેમનાં પુત્ર-પુત્રી એમ ચાર પર્યટકો જ હતાં. એક ગાર્ડ આગળ બેઠો હતો. અમને ઊભેલા જોઈને ગાડી રોકાઈ. મુસ્તુફાએ ડ્રાઇવરને કહ્યું, 'ઓહો ! રમેસ, તે તું આ ગાડી માથે ક્યાંથી ?'

'મારી ગાડી રીપેરિંગમાં પડી સે. આ એમદ કાંક કામે તાતકાલી જામવાળે નીકળી ગ્યો તે મેં એની માગી લીધી. નવરા બેહીને સું કરવાનું. આમેય અટાણે સીજન સે. મળ્યો ફેરો કરી નાખીયે.'

હવે મુસ્તુફા પર્યટકો તરફ ફર્યો અને પૂછ્યું, 'કાંય મળ્યું ?'

બેઉ બાળકો ઉત્સાહથી કહે, 'ચાર સિંહ અને બીજું તો ખૂબ બધું. હરણ, સાબર, સૂવર, ધોળાં થડવાળાં ઝાડ બધું.'

'ઈ બધાં આયાં ભેગાં સે ઈમાં ગય્ર ટકી સે.' મુસ્તુફાએ કહ્યું. પછી ઉમેર્યું, 'આ એક મેમાનને તમારી ભેગા બેહારી દઉં ? જણ આંઈનો અજાણ્યો સે.'

'ભલે આવે અને તમારે આવવું હોય તો તમે પણ આવી જાવ. બેન તું આગળ આવી જા' કહીને માતાએ દીકરીને વચ્ચેની સીટમાં પોતાની પાસે બેસારી. ગાઇડ આગળ બેઠો હતો તે ઊતરીને પાછળ જતાં મને કહે, 'તમેં આયાં બેહો. હું વાંહ્યલી સીટમાં જાંવ – મુસ્તુફા હાર્યે.'

હું હા-ના કરું ત્યાં તે પાછલી સીટ પર ચડી ગયો અને કહે, 'મુસ્તુફા હાલો, આવી જાવ.'

જીપ ચાલી ને અમે રસ્તાની બન્ને તરફ જોતા ગયા. ગાઇડ જે કંઈ નવું આવે તે ઓળખાવતો જતો હતો. તેણે સીસમ અને ગૂગળ ઓળખાવ્યા તે આજ અગાઉ હું ઓળખતો નહોતો.

બહાર નીકળવાનું નાકું થોડે દૂર હતું અને જિપ્સીમાં કંઈક ખરાબી આવી. રમેશ નીચે ઊતર્યો અને બોલ્યો, 'એમદભાયની ગાડી એનું જ કીધું માને. આ બીજી વાર બંધ પડી ગઈ.'

રમેશે બોનેટ ખોલ્યું અને મને કહ્યું, 'ખાનામાં પેસિયું હસે. આણીકોરા નાખો તો.'

મેં ડેશબોર્ડનું ખાનું ખોલ્યું. સ્ક્રૂ-ડ્રાઇવર કાઢ્યું તે સાથે છાપામાં વાળેલું નાનું પડીકું પણ બહાર સરી જઈને મારા પગ પાસે પડ્યું. સ્ક્રૂ-ડ્રાઇવર રમેશને અંબાવીને

મેં પેલું પડીકું ઉઠાવ્યું તો અંદરથી ઝાંઝરીની જોડ સરી નીચે પડી.

રમેશ અંદર આવ્યો કે તરત મેં પૂછ્યું, 'આ ઝાંઝરી કોની છે ?'

'કઈ ?' પૂછીને તેણે ઝાંઝરી તરફ નજર કરી અને બોલી પડ્યો, 'મારી નથી. એમદ મિયાં ક્યાંકથી લાવ્યા લાગે સે. એની દીકરી સારુ હોય કે પછી કો'કની સગાઈ-શાદીમાં દેવાની હોય. ઈ કાં'ક આવા કામમાં જ જામવાળા કોર ગ્યા સે. ને આ ઝાંઝરી તો આયાં પડી રઈ.'

'કોઈને આપવા જેવી તો નથી. ચાંદી ઝાંખી પડી ગઈ છે. હમણાં લાવ્યા હોય તેવી, નવી નથી.' મેં રમેશનું ધ્યાન દોર્યું.

'આંયાં આમ જ હાલે. દેવા ટાણે ગોતવા બેહે તો આંયાં તો કાંય નો મળે. નવું લેવા જાવું પડે મેંદયડે કે કેશોદ. મેળ આવ્યે જૂનાગઢેય ધોડવાનું થાય. આંયાં અમારે તો ઘરમાંથી કાઢીને ટાણાં સાંસવી લેવાં પડે.'

રમેશનો ખુલાસો મને ગળે ઊતરતો નહોતો. કોણ જાણે કેમ મને એમ જ લાગતું હતું કે પેલી છોકરીએ એહમદને ટૂરિસ્ટ જિપ્સી લઈને અભયારણ્યમાં જતાં જોયો હશે અને ઝાંઝરી લેતા આવવાનું કહ્યું હશે. નક્કી આ એ જ ઝાંઝર છે જે ગઈ કાલે ભૂતિયા વડ તળે પડ્યાં હતાં.

મેં કહ્યું, 'તો હવે ?'

'હવે કાંય નંઈ. નજમા-બુ ઘેર હસે. ન્યાં આપી દેશું. કાલ કોક જાતા-આવતા હાર્યે જામવાળે મોકલી દેસે. એમદનો વેવાર સસવાઈ જાસે.' કહેતાં રમેશે ગાડી સાસણ તરફ લીધી.

સાસણ ઊતરીને મેં પહેલું કામ ગેસ્ટહાઉસમાં કમરો મેળવીને તેમાં ગોઠવાવાનું કર્યું. પછી બજારમાં આવીને ધાનુ વિશે પૂછપરછ કરી તો ખબર પડી કે તે અને ડોરોથી બે દિવસ દેવાડુંગર બાજુ ક્યાંક રહેવાનાં છે.

રમેશ હજી ચોકમાં જ હતો. મેં તેને એહમદ વિશે પૂછ્યું તો કહે, 'હાલો, એને ઘેર જાંઈ. મારેય ગાડી દેવા જાવાનું જ છે.'

એહમદનું ઘર બંધ હતું. પડોશીએ કહ્યું, 'બપોર જોગુનાં ઘરનાં બધાં જામવાળે ગ્યાં સે. ગાડી રમેશના ઘરે જ રાખે એવું કીધું સ.

રમેશ કહે, 'આવ બલા પકડ ગલા. ઝાંઝરિયું પોગાડવી તો પડે. કોની હાર્યે મોકલવી ?'

મેં તક ઝડપી લીધી. કહ્યું, 'કાલે મારે કંઈ કામ નથી. મારે એ તરફ જવાનો વિચાર પણ છે. વાંધો ન હોય તો હું લઈ જઈશ.'

રમેશે થોડો વિચાર કરીને ઝાંઝરી મારા હાથમાં સોંપી અને કહ્યું, 'જામવાળામાં એમદ ક્યાં જડે ઈ ભગુકાકાને ખબર હસે.' બસસ્ટેને એની દુકાન છે ન્યાં પૂછો એટલે ઈનેં બધી ખબર હોય.'

રમેશે ઘરે જતાં મને સિંહ-સદન ઉતાર્યો અને છૂટાં પડતાં કહ્યું, 'તમારો પોગરામ બદલાય તો પાછા તરત કેજો એટલે બીજી ગોઠવણ કરીએ.'

મારો આ કાર્યક્રમ તો કોઈ હિસાબે બદલાવાનો નહોતો.

॥ ૪ ॥

જામવાળા જેવા નાના ગામમાં ભગુકાકાની દુકાન વિશે પૂછવું ન પડ્યું. બસ સ્ટૅન્ડની સામે એક જ દુકાન પર ચા, દૂધ, દહીંથી માંડીને ખાદ્ય ચીજોનાં પૅકેટ્સ, થોડુંઘણું કરિયાણું કે થોડાં પ્લાસ્ટિકનાં ડોલ-ડબલાં બધું હતું. સીધું ત્યાં જઈને જ મેં ભગુકાકા વિશે પૂછ્યું.

દુકાન પર ભગુકાકાનો છોકરો હતો. કાલ બપોરે એહમદ જામવાળા આવેલો તેની તો તેને ખબર હતી. તેણે કહ્યું, 'આવ્યા છ તો ખરા; પણ ગામમાં નથી. બથેશ્વર ગ્યા છ. ન્યાં ગોપાલભાય ને રવિબાપુનો કૅમ્પ છે. એ લોકોએ જ એમદભાયને બોલાવ્યા'તા.'

'ને એહમદભાઈનાં ઘરનાં ?' મેં પૂછ્યું.

'ગીરગઢડે. ન્યાંથી બધાં ક્યાંક ઉરુસમાં જાવાનાં છ. પણ તમે બથેશ્વર જ જાવ ને એમદભાય ન્યાં મળી જાસે.'

'બથેશ્વર ક્યાં આવ્યું ?' મેં પૂછ્યું.

છોકરાએ કહ્યું, 'આ આયાં યું. ગામ પાર હાલ્યા જાવ. તણેક કીલામીટર જેવું થાય. છોકરાં ન્યાંથી હાલતાં ભણવા વયાં આવે છ.'

અમારી વાત સાંભળતા એક જણે કહ્યું, 'ઈવડાં ઈ બથેશ્વરવાળાં તારી મોટી દુકાને કરિયાણું બંધાવતાં'તાં. ગ્યાં નો હોય તો હજી જાતાં હચ્સે.'

મોટી દુકાનની દિશા પૂછીને મેં પગ ઉપાડ્યા. નાનકડી બજારમાં પસાર થતાં એક જગ્યાએ દસ-બાર વરસની બે છોકરીઓ અને એક યુવાન ખરીદી કરતાં મળ્યાં. મેં પૂછ્યું, 'તમે બથેશ્વરથી આવ્યાં છો ?'

'હા.'

'મારે બથેશ્વર જવું છે. રવિભાઈ અને ગોપાલભાઈનો કૅમ્પ છે ત્યાં.'

'ચાલો અમારી સાથે.' જવાબ મળ્યો, 'બસ, આ થોડું પૅક કરી લઈએ પછી ચાલીએ. પણ કોઈ વાહન નથી હોં.'

'ભલે.' કહીને હું એક તરફ ઊભો રહ્યો. એ ત્રણેઉ થેલીઓ ભરતાં હતાં. થોડી વારે એક છોકરી બોલી, 'ગોપાલભાય, થય ગ્યું.'

'લે. તમે જ ગોપાલભાઈ ?' મેં પૂછ્યું.

'હા.' તેણે કહ્યું અને છોકરીઓ તરફ જોઈને પૂછ્યું, 'રાજી, મુક્તિ ચાલો. તૈયાર ને ?'

'અમીં તો ત્યાર જ સીવીં. તમીં હાલવા મંડો એટલે વે'તાં થાવીં.' અત્યાર સુધી સાંભળેલી બોલી કરતાં સાવ નિરાળી બોલી સાંભળતાં જ મારું ધ્યાન તે બેઉ છોકરીઓ તરફ ગયું. તેમનો પહેરવેશ પણ અહીં જોવા મળે છે તેનાં કરતાં જરા જુદો હતો.

એક છોકરી દુકાનમાંથી બહાર આવીને થેલીનાં નાકાં બાંધવા માંડી. મેં તેને પૂછ્યું, 'તું કૅમ્પમાં આવી છે, કે અહીં જ રહે છે ?'

તેણે થેલામાં નજર રાખીને જ જવાબ આપ્યો, 'હું કાંય આયાં નથ્ય રેતી. હું તો સુદામડાથી આવી સું.'

સુદામડા ક્યાં આવ્યું તે હું જાણતો નહોતો. મેં તે વિશે વધુ પૂછ્યું હોત; પરંતુ અત્યારે એહમદને મળીને પેલી, પેલી અજાણી છોકરીનું ઠેકાણું જાણવાની ઇચ્છા બળવત્તર હતી. મેં ગોપાલને પૂછ્યું, 'એહમદભાઈ બથેશ્વરમાં છે ?'

'એ તો અમદાવાદ ગયો. અમારા એક મિત્ર શિબિરમાં આવેલા. તેમને તાત્કાલિક પાછા જવાનું થયું. એની ગાડી હતી પણ ચલાવનાર નહોતો. એટલે એહમદને બોલાવ્યો અને કહ્યું, મૂકી આવ.'

'ઓહ !' હું થોડો નિરાશ થયો.

'કેમ કંઈ કામ હતું ?'

મારું અહીં સુધી આવવાનું કારણ અને એહમદ સાથેનું મારું કામ હજી અપરિચિત કહેવાય તેવા યુવાનને કહેવું મને યોગ્ય ન લાગ્યું. મેં કહ્યું. 'ના, ના. ખાસ કંઈ નહિ.'

છોકરીઓએ થેલા ઉપાડ્યા. વજનવાળો થેલો ગોપાલે લીધો. એક નાની થેલી મને થમાવતાં કહે, 'ચાલો.'

હવે બથેશ્વર જવું કે નહિ તે વિચારમાં હું જરા અચકાયો. મને ઢીલો પડતો જોઈને ગોપાલે કહ્યું, 'અહીં સુધી આવ્યા જ છો તો ચાલો. રવિભાઈ પાસે અમદાવાદનો નંબર હશે તો એહમદ સાથે વાત પણ થઈ જશે. આમેય અત્યારે તમને પાછા જતાં મોડું થશે. જવું જ પડે એવું હોય તો જમીને બપોર પછી નીકળી જજો. '

અમે ચાલ્યા. ગોપાલ છોકરીઓ સાથે વાતો કરતો, તેમને ઝાડ-પાન ઓળખાવતો જરા આગળ ચાલતો હતો. હું તે બધાંથી થોડો પાછળ હતો. બેઉ છોકરીઓ બોલે ત્યારે શબ્દને નિરાંતે બોલતી હોય તેમ લાંબા લહેકાથી બોલતી હતી.

બથેશ્વર પહોંચવાની ઉતાવળ હતી છતાં નવું વૃક્ષ આવે ત્યાં ગોપાલ ઊભો રહીને તે છોકરીઓને કહેતો, 'આ જોયું ?'

'અમીં ક્યાંથી ભાળ્યું હોય ?' બેઉ બાળા આંખો વિસ્તારીને પૂછી બેસતી. 'અમીં રેવી સીવી ન્યાં કણે આવાં ઝાડવાં નો હોય. વડલા, પીપર હોય' ત્યાં વળી, એકાદને યાદ આવી જતું તો તે 'બીજાંય થોડાંક હોય...' કહીને એકાદ બે નામ ત્યારે ગણાવતી.

ગોપાલ છોકરીઓને જે રસથી બધું બતાવતો હતો તે મને ગમ્યું. મેં કહ્યું, 'તમે સારું એવું જાણો છો. આ બાળકો દર વરસે આવે છે ?'

'આ તો પહેલી વાર આવ્યાં. બીજા જિલ્લાનાં બાળકોને તક મળે તે માટે આ કૅમ્પ ખાસ ગોઠવ્યો છે. સામાન્ય રીતે અમે ગીરની આસપાસનાં ગામનાં બાળકોને બોલાવીએ.'

મેં પૂછ્યું, 'એવું શા માટે ?'

ગોપાલ જરા હસ્યો, 'આ પ્રદેશના લોકોને ગીર સાથે રોજનો પનારો પડવાનો. અહીંનાં બાળકો મોટાં થાય ત્યારે તેમના મનમાં ગીર પ્રત્યે લાગણી રહે તે માટે, એમને ગીર સાથે જોડી રાખવાનો આશય. એટલું જ.'

'સુદામડા ગીરમાં નથી ?' મેં પૂછ્યું.

'ના. સુદામડા તો સુરેન્દ્રનગર પાસે,' ગોપાલે કહ્યું.

'આ છોકરીઓ કઈ શાળાની છે ?' મેં પૂછ્યું.

'અમીં ક્યાં નિસાળે જાવી સીવી. નંઈ રાજી ?' એક છોકરીએ કહ્યું.

'હંકઅ. હુંય નથ્ય જાતી, મુક્તિય નથ્ય જાતી, આયાં આવીયું સે ઈમાંથી

કોય કે'તાં કોય સોકરીયું નિશાળે નથ્ય જાતી.' રાજીએ કહ્યું, 'અમીં ડોળિયે સનસ્થા સે ન્યાં જાવી સીવી. એક વરહ ન્યાં રંઈ એટલે સનસ્થાવાળા અમારાં નામ નિસાળે દાખલ કરાવી દેસે. પસી જાસું.'

એમની બોલી માંજેલી નથી. કોઈ માંડ સમજે તેવી. છતાં લહેકે કેટલી મીઠી છે. જાણે કે સાંભળ્યા જ કરીએ !

પાનખર હમણાં જ વીતી છે છતાં તાપમાં ચાલતાં જાણે આવતો ઉનાળો એંધાણી આપતો હોય તેમ નવ-સાડાનવે પણ ગરમી લાગતી હતી. જળહીન ભૂમિ પર રસ્તાની બેઉ તરફ સૂકાં વૃક્ષોને કારણે ઊંડે સુધી જોઈ શકાતું હતું. સિંહ આ તરફ આવતા હોય છે કે નહિ તે મને ખબર નહોતી. છતાં એકાદ વૃક્ષ તળે અચાનક સિંહ નહિ તો દીપડો; પણ જોવા મળે તેવી ઝંખના તો મનમાં રહેતી હતી.

મેં ગોપાલને પૂછ્યું, 'આ બાજુ સિંહ આવે છે ?'

'હોય જ ને. આ તો એનો વિસ્તાર છે. પણ હવે તાપમાં બહાર ન નીકળે. સૂરજ ઊગે કે એક-બે કલાકમાં તો કરમદાં કે બોરડીના છાંયા ગોતીને બેસી ગયા હોય. ફરી સાંજે છ-સાત આસપાસ ઊભા થાય.' ગોપાલે કહ્યું.

મેં પૂછ્યું, 'તમને લોકોને દેખાયા ?'

'હંકઅ,' ગોપાલને બદલે એક છોકરીએ કહ્યું, 'અમીં તો અંધારામાં જોયા'તા. બોલો, બે સાવજું હતા. એયને મોટા જબર. રવિભાબાપુયે ને ગોપાલભાયે અમને જગાડીને, રાત્યે, તંબુ બારાં કાઢીને બતાવ્યા'તા. તૈણ તો બેટરિયું જગવી'તી.'

ગોપાલે તે છોકરીનો ખભો થાબડતાં કહ્યું, 'તંબુની સામે જ, ધાતરડીમાં પાણી પીતા'તા કેમ ? અને ચાંદની પણ કેટલી બધી હતી !'

અમે ચાલતાં જતાં હતાં ને રાજીને ઠેસ વાગી તે થેલી સહિત નીચે પડી અને ગોઠણે સારું એવું છોલાઈ. તે ગભરાઈ ગઈ અને ચીસો પાડીને રડવા માંડી.

ગોપાલે રાજીને તરત જ ઊભી કરી. તેનો ઘા પોતાના ઝભ્ભાની ચાળથી જ સાફ કર્યો અને કહ્યું, 'બીવાય નહિ. આ તો જરાક અમસ્તું વાગ્યું છે. હમણાં ઘરે પહોંચીએ એટલે સાફ કરીને દવા લગાડી દઈશું.'

મુક્તિ ડઘાઈને મૌન ઊભી હતી. ગોપાલે રાજીને સંભાળી એટલે તે સ્વસ્થ થઈ અને બોલી, 'સુદામડે તો કાંય્ક વારૂની પડતી હસે. આયાં તમીં લાડ લડવો ઈમાં વાયડી થાય સી. અમથી અમથી રોવા બેઠી સી.'

'હશે.' ગોપાલે કહ્યું. 'રાજી પડી ગઈ એટલે નથી રોતી. એને તો મા યાદ આવી ગઈ એટલે રડે છે. કેમ રાજી ?'

રાજી પાસે હતી તે થેલી મેં લઈ લીધી. અમે થોડું ચાલ્યા ત્યાં રાજી ફરી ઊભી રહી ગઈ અને કહે, 'ગોપાલભાય, હલાતું નથ્ય.'

મુક્તિ ખિજાઈ, 'લે, તું તો બવ સાગલીના પેટની થાવા મંડી ? સાનીમૂની હાલતી થા. આંયા કોય તારો...'

'મુક્તિ, મુક્તિ, એને વઢ મા ! પડી ગઈ તો ન ચાલી શકે. કંઈ વાંધો નહિ.' ગોપાલે પોતાની થેલી નીચે મૂકતાં રાજીને ઊંચકી અને કહ્યું, 'ચાલ, મારા ખભા પર આવી જા.'

ગોપાલ આવા તાપમાં દસ વરસની છોકરીને ખભે તેડીને બે કિલોમીટર ચાલતા જવા તૈયાર થયો તે જોઈને મને નવાઈ લાગી. એમાંયે હાથમાં કરિયાણાની થેલી તો ખરી જ. મેં કહ્યું, 'થેલી હું લઈ લઉં છું.'

'ના રે ના.' ગોપાલે કહ્યું, 'જતા રહેવાશે.'

એટલામાં માલધારી જેવો દેખાતો માણસ નીકળ્યો અને અમને પૂછ્યું, 'કાં ?'

'કંઈ નહિ. છોકરીને વાગ્યું છે એટલે તેડવી પડશે.' ગોપાલે કહ્યું.

'ઈ તમે રેવા દ્યો.' માલધારી બોલ્યો અને રાજીને પોતાના ખભે લીધી પછી અમને કહ્યું, 'તમીં બથેસર પોગો ઈ પેલાં તમારી સોકરીને ન્યાં પોગાડી દેઈસ. લ્યો, હાલો તંયે. રામરામ.' કહીને તે તો ઝડપથી ચાલતો થઈ ગયો.

કેમ્પમાં આવેલી પારકી છોકરીને આ રીતે સાવ અજાણ્યા માણસ સાથે મોકલી આપવામાં મને ડહાપણ ન લાગ્યું. મેં કહ્યું, 'તમે જોખમ લો છો.'

'કંઈ થાય નહિ. ભાઈ.' ગોપાલે કહ્યું, 'એ અજાણ્યો હતો પણ હવે તો એણે ને રાજીએ તો દોસ્તી કરી લીધી હશે. અત્યાર સુધીમાં તો એ બે જણાએ એક-બીજાનું નામ, ઠામ ઠેકાણું ને બીજું કેટકેટલુંય જાણી લીધું હશે. ઊલટાનું આ

છોકરીઓ ઘરે જશે ત્યારે રાજી તેના નવા દોસ્તની વાતો યાદ કરશે.'

'પહેલાં આવું ક્યારેય બન્યું છે ખરું ?' મેં પૂછ્યું.

'કેટલીયે વાર. અમારો કેમ્પ દર ડિસેમ્બર કે જાન્યુઆરીમાં હોય.'

'અત્યારે તો ફેબ્રુઆરી પણ પૂરો થવા આવ્યો છે.' મેં કહ્યું.

ગોપાલે સહમત થતાં કહ્યું, 'આ તો ખાસ ગોઠવેલો કેમ્પ છે.'

'કેમ્પ માટે શિયાળો જ અનુકૂળ પડે. અત્યારે તો આ જંગલ હોય તેવું જ નથી લાગતું.' મેં કહ્યું.

ગોપાલ ઊભો રહ્યો. હું તેની નજીક પહોંચ્યો એટલે કહે, 'જંગલ છે કે નહિ એ તો તમે અહીં રહો તો સમજાય. ગીરનો મિજાજ દર બબ્બે મહિને બદલે. ચાન્સ મળે તો હવે ચોમાસાની ગીર જોજો. પછી શરદની ગીર. ઋતુ-ઋતુની ગીર જેને જોવા મળે એને તો બખિયા થઈ જાય.'

'હં.' મેં કહ્યું.

ચાલતાં ચાલતાં વાતો થતી રહી. રસ્તાની એક તરફથી ત્રણેક હરણાં બીજી તરફ દોડી ગયાં. અમે બધાં ઊભાં રહી ગયાં.

'જોયાં ?' મેં મુક્તિને પૂછ્યું

'આંયાં આવ્યાં તે દીનાં રોજ જોવી સીવી. આંયાં આવતાં'તાં તયેં બસમાંથીય નકરાં જોયાં'તાં' મુક્તિ બોલી અને અમે ચાલતાં રહ્યાં.

વાતો ચાલતી રહી. અમે કેમ્પ સાઈટ પર પહોંચ્યાં ત્યારે અગિયાર વાગવા આવ્યા હતા. સામે લાંબો ચણેલો ઓટલો અને તેના પર હારબંધ છ તંબુ. તંબુમાંથી જોઈ શકાય એમ સામેથી નાનકડા ધોધ રૂપે વહેતી નદી.

કેમ્પ સાઈટ પર કોઈ હતું નહિ. રાજી એકલી તંબુમાં સૂતી હતી. ગોપાલે કહ્યું, 'સવારથી બધાં ટ્રેકિંગમાં હશે. રસ્તામાં જ નહાઈ-ધોઈને જમવાના સમયે પાછાં આવશે.'

'આપણે પણ નહાઈ લઈએ. આગળ, જરા વધારે પાણી હોય ત્યાં જઈએ.' મેં કહ્યું.

'નહાવું તો અમારે પણ બાકી જ છે. પહેલાં આ રેશન રસોડે આપી દઈએ. સામે જ છે. ચાલો, બથેશ્વરનું મંદિર પણ સરસ છે. આમ તો દેરી જ કહેવાય પણ મજા આવશે.'

રાજી ઊઠી એટલે બંને છોકરીઓ તો થેલી મૂકવા સીધી રસોડે ચાલી ગઈ. હું નહાવાનાં કપડાં સાથે રાખી, મારો થેલો એક તંબુમાં મૂકીને ગોપાલની પાછળ ચાલ્યો.

થોડે દૂર જતાં જ અચાનક આંખ સામે આવ્યો હોય તેમ વિશાળ ખુલ્લો નરદમ કાળા પથ્થરનો નદીપટ દેખાયો. ગોપાલ કમર પર હાથ રાખીને ઊભો રહ્યો. મને પટ બતાવતાં કહે, આ શિંગોડા નદીનો પટ. પણ ચોમાસા પછી આવો તો જોજો. એયને આખા પથરાળ પટ પર રેલાઇને વહેતી શિંગોડા જોવા જેવી હોય.'

મેં જોયું તો પટમાં ક્યાંય પાણી નહોતું દેખાતું. મેં પૂછ્યું, 'આમાં પાણી તો નથી. તો તંબુ સામે ધોધ છે તે ?'

'એ બીજી નદી. ધારતડી. એક તરફ ધાતરડી અને બીજી તરફ આ શિંગોડા. બે વચ્ચે બથેશ્વર.' ગોપાલે કહ્યું. અને ઉમેર્યું, 'શિંગોડામાંય પાણી તો છે. પેલી તરફ નીચાણમાં છે. એટલે અહીંથી દેખાતું નથી. ચોમાસે આખા પટમાં વહેતું હોય.'

રસોડામાંથી અમારા તરફ આવતાં બહેને અમારી વાત સાંભળી અને કહ્યું, 'ધાતયડી કોઈ દી સુકાઈ ભાળી નથ્ય. ગમે એવો કાળ પડે તોય ઈ વે'તી હોય. શિંગોડો તો ડેમમાં પાણી હોય ન્યાં લગણ હાલે. અટાણેય ફુલ પાણી જાય. પણ ઈ ઓલા કાંઠે થોડું હેઠે રઈને જાય એટલે આંયાંથી નો કળાય.'

કહીને તે બહેન ગોપાલ તરફ ફર્યાં અને કહ્યું, 'પાણી તો આ પાંહે જ સે. સું ? કાલ તમીં છોકરીયુંને ના'વા લઈ ગ્યા 'તા ઈ ઘૂનામાં. ઓણ મે જાજો પડ્યો એટલે ન્યાં તો હજીય લાટ પાણી હાલ્યાં જાય છ.'

'આજે પણ બધાં ત્યાં જ ગયાં છે ?' ગોપાલે પૂછ્યું.

'આજ તો રવિભાય ક્યાં લઈ ગ્યા છ ઈ ખબર નથ્ય. સવારે નીકળ્યા તયેં તો 'આજનું નાવાનું તો ધાતયડીમાં' એમ કે'તા 'તા.' બહેને કહ્યું.

'સારું, એ બધાં હમણાં આવશે. તમારું બધું રેડી છે ને ? આજ તો છેલ્લો દી' એટલે લાડવા બનવાના છે કેમ ?'

'હોવ, આયાં તો રેડી જ હોય. આવો કે બેહારી દઉં.'

'મુક્તિ અને રાજી ક્યાં ગયાં ?' ગોપાલે પૂછ્યું.

'ઈ ઓલીને દવા લગાડી દીધી કે ગઈ. બીજી હમણેં જ ગઈ. બેય જણીયું પાસી ગઈ હશે તંબૂયે 'ને ન્યાંથી જાસે ધાતયડીયે નાવા.'

અમે ઘૂના તરફ ચાલ્યા. ચારે તરફ ગાઢ વનરાજીથી ઘેરાયેલા પ્રાન્ત વચ્ચે આટલો લાંબો, પહોળો, ખુલ્લો પથરાળ ખાલીપો અહીં જ બેઠા રહી જોયા કરીએ તેમ થતું હતું. કાળો પથરાળ પટ એટલો વિશાળ છે કે જો જરા ઊંડા ઘૂનામાં નહાવાની ઇચ્છા ન હોત તો મેં ચાલવાનું પસંદ કર્યું ન હોત.

નહાઈને અમે પાછા આવતા હતા ત્યાં કૅમ્પ સાઈટ પર છોકરીઓનો કલબલાટ સંભળાયો. ગોપાલે કહ્યું, 'એ લોકો આવી ગયાં.'

અમે પહોંચ્યા ત્યારે પંદરેક બાળાઓ વચ્ચે દોરી પર ભીનાં કપડાં સૂકવવાની હોડ લાગી હતી. દોરીઓ પર જગ્યા ન રહી એટલે છોકરીઓ ઝાડવાં કબજે કરવામાં પડી. પાછળ રહી ગયેલી એક છોકરીએ આસપાસ ક્યાંય ખાલી જગ્યા હોય તો જોયું. પછી એક કરંજ પર જગ્યા જોઈને દોડતી તે તરફ જતાં બોલી, 'ઓલી કરંજ માથે હું મારાં કપડાં નાખવાનીં સું. ન્યાં બીજું કોઈ નાખે ઈની માંને સાવજ ખાય.'

આ રીતે આરક્ષણ કરવાનો અનુભવ મને બાળપણે હતો. તોપણ અત્યારે આ છોકરી આવું બોલતી બોલતી દોડી તે જોઈને મને હસવું આવી ગયું. ગોપાલ પણ તેને જોઈ રહ્યો હતો. મારી સાથે નજર મળી ત્યારે તેણે મને કહ્યું, 'જોયું ? કૅમ્પની આ એક અલગ મજા છે.'

અમે અમારાં કપડાં સૂકવ્યાં અને બેઠા. એક છોકરી ચા લઈ આવી. અમે ચા પીતા બેઠા અને કંઈક વાત શરૂ કરવામાં જ હતા ત્યાં એક બાળા પાસે આવી અને બોલી, 'ગોપાલભાય, કાલ આપડે નાતાં'તાં ન્યાં મોટો કાળો પાણો હતો ને ?'

ગોપાલે પૂછવા આવેલી બાળાનો હાથ પકડીને પોતાની પાસે બેસારતાં કહ્યું, 'પહેલાં શાંતિથી બેસ. મને કહે, તારી બેનપણીઓ ક્યાં ?'

બાળાને ગોપાલની વાતમાં રસ નહોતો. તેને તો પોતાના પ્રશ્નનો જવાબ સત્વરે જોઈતો હતો. તેણે ઉતાવળે કહ્યું, 'ઈ બધાં હજી કપડાં ધૂવે છ. પણ તમીં હાલ ને હાલ મારી વાત્યનો જબાપ દઈ દયો કે કાલ નાતાં'તાં ન્યાં ઊંચો એક પાણો હતો ને ?'

'હતો ને. એની ઉપર ચડીને તો તમે બધાં ધુબાકા તો મારતાં હતાં.' ગોપાલે કહ્યું.

'આજ ન્યાં ઈ પાણો નથ્ય.' પેલી બાળાએ કહ્યું.

આ સાંભળીને બીજી એક બાળા દોડી આવી અને પૂછનારીને દૂર ખેંચી જવાની કોશિશ કરતાં કહે, 'રેખલી, તને સાત વાર કીધું કે આય્જ બીજે ના'વા લૈ ગ્યા'તા. તોય ગાંડાં સું લેવા કાઢી સી ?'

'જાને હંસાડી, કઉં છું બીજે નોતા લૈ ગ્યા. તું તારું કામ કય્ર.' રેખા પોતાની લીધી વાત મૂકવા માગતી નહોતી.

મેં એ લોકોની વાતમાં ભાગ લેતાં કહ્યું. 'જો, રેખા, સાંભળ. હવે કાલ તમે જતાં રહેવાનાં ને ? એટલે હવે પાણો એકલો રહીને શું કરે ? એ પણ જતો રહ્યો હશે.'

રેખાને ખેંચી રહેલી છોકરી, હંસા હસી પડી અને રેખાને છોડીને દૂર જતાં બોલી, 'રેખલી, આનું કાંય સાસું માનતી નંઈ હોં. ઈ તને હસે સે.' પછી મારી તરફ જોઈને કહ્યું, 'નાની સોકરીયુંને સું લેવા પટવતા હય્સે ! પારેવાં ઊડી જાય. કોઈ દી કૂવો ઊડી ગ્યો ભાળ્યો ?'

હું શું સાંભળું છું તે સમજતાં મને થોડી વાર લાગી. પાંચાલના કાળમીંઢ પથ્થરો વચ્ચે ઊછરતી, મસ્તીખોર અને અલ્લડ દેખાતી, કદી શાળાએ ન ગયેલી એક નાની બાળકી આવડી મોટી વાત સાવ સરળતાથી કરી ગઈ તે મારા કાને સાંભળ્યા અને આંખે જોયાં છતાં હું માની ન શક્યો.

રેખા જરા છોભીલી પડી ગઈ. ગોપાલે તેને પાસે બેસાડીને કહ્યું, 'જો રેખા, કાલ આપણે શિંગોડામાં નહાયાં હતાં. આજે તમે ધાતરડીમાં નહાયાં. એટલે તને કાલવાળો પાણો ક્યાંથી જડે ?'

રેખા આ ખુલાસાથી સંતુષ્ટ થઈ કે નહિ તે તરફ મારું ધ્યાન જ નહોતું. હાથમાં રહેલાં ભીનાં કપડાંમાંથી સરીને શરીર ભીંજવતા પાણીની પરવા કર્યા વગર ઊભી રહેલી હંસાને હું જોઈ રહ્યો. તે નાનકડી, કદી શાળાએ ન ગયેલી છોકરી પોતે રોજ જોતી હશે તે હકીકતને પોતાની અભિવ્યક્તિમાં કેટલી સરળ રીતે ઢાળી ગઈ !

હું વિચારમાં જ હતો અને પેલો સ્વર સંભળાયો, 'એ ઉપરાંત તેણે પોતાની જાતને અને આપણને બધાંને પારેવાં કહેવામાં જરા પણ સંકોચ નથી કર્યો તે તને ન સમજાયું ?'

મને ખરેખર નહોતું સમજાયું. આ રીતે બોલવાની કળા હંસા કોઈ શાળામાં જઈને શીખી નથી. પોતે જે જોયું છે, જે સમજી છે તેને જીવન સાથે જોડવાની તાલીમ તેને કોઈએ આપી નથી. ખુલ્લાં ખેતરોમાં, કાળમીંઢ પથ્થરોમાં રખડતાં, પેઢી-દર-પેઢી સચવાતી કહેવાતી આવેલી વાત – વાર્તાઓ, કહેવતો સાંભળીને, સીધીસાદી રીતે જ, સાવ સહજતાથી, શીખવાની એક ખરી રીત તેના લોહીમાં ઊતરી છે. આદિ

માનવે શીખવાનું શરૂ કર્યું તે સમયથી.

હું હજી વિચારોમાં ગૂંથાયેલો રહેત ત્યાં સામેથી બાકી રહેલાં શિબિરાર્થીઓ એક પછી એક આવવા લાગ્યાં. બધાં પાસે ધોયેલાં, ભીનાં કપડાંનું વજન હતું. બે-ચાર છોકરીઓની ટોળી સાથે એક ચાલીસ-પિસ્તાલીસ વરસનો સાદા દેખાવનો ભૂરું પેન્ટ અને ખાખી જેવું શર્ટ પહેરેલ માણસ આવતો દેખાયો.

તે સીધો જ ઓટલા તરફ આવ્યો અને મને લાગલું જ પૂછ્યું, ‘લે, ઝાંઝરિયું પહોંચાડવા ઠેઠ અહીં સુધીનો ધકો ખાધો ?’ પછી હાથ મેળવતાં કહે, ‘રવિ.’

હું આશ્ચર્યમાં પડી ગયો. આ માણસ મને ઓળખે શી રીતે ? ઓળખે તો પણ ઝાંઝરીની કોઈ વાત મેં અહીં કોઈ ને કરી નથી. તો મારી હકીકત અહીં સુધી પહોંચી કઈ રીતે ?’

મને બઘવાઈને ઊભેલો જોઈને રવિ કહે, ‘તમે આમ રસોડે ગયા. મુક્તિ અને રાજી નદીયે આવ્યા. એમણે કહ્યું કે તમે એહમદને શોધો છો.’

‘હું એહમદને શોધું છું એ તો બરાબર, પણ ઝાંઝરીની તો કાંઈ વાત પણ નથી થઈ.’ મેં નવાઈ પામતાં કહ્યું, ‘તમને શી રીતે ખબર પડી ?’

‘ગીરમાં બધાંને બધીય વાતના જવાબ જડે.’ રવિભાએ મજાક કરતા હોય તેમ કહ્યું, ‘બધામાં તમેય આવી જાવ ને ?’

હું રવિભાની વાત સમજવાની કોશિશ કરું તે પહેલાં તેણે નદી તરફથી ચાલી આવતી નાનકડી છોકરીઓ સાથે રહેલી મોટી છોકરી તરફ હાથ ચીંધીને મને કહ્યું, ‘આ હાલી આવે ઈ તમારી ઝાંઝરીવાળી કે બીજી ?’

ઢોળાવ ચડીને આવતી તે છોકરીને ઓળખતાં મને વાર ન લાગી. એ જ કથ્થાઈ જેવા રંગની ઓઢણી આજે તેણે ગળે વીંટી છે. વાળને વીંટો વાળીને માથાની બરોબર વચ્ચે બાંધ્યા છે. એ જ ભરત ભરેલું કાપડું અને જીમી પહેરીને હાથમાં ધોયેલાં કપડાં લઈને ચાલી આવે છે. કાલે લાગતી હતી તે કરતાં વધુ નમણી.

મેં તરત જાત સંભાળી અને મારું વાક્ય પૂરું કર્યું, ‘પણ હું ઝાંઝરી લઈને આપવા આવ્યો છું તે તમને કેવી રીતે ખબર ?’

‘એ તો આ સાંસાઈ કાલ એમદ હારે કાંક ઝાંઝરીની માથાકૂટ કરતી’તી.’ રવિભાએ ઓટલે બેસતાં કહ્યું, ‘એમદ ઝાંઝરી સાસણ ભૂલીને આવ્યો હતો. એટલે ન્યાંથી આવતું-જતું કોઈક તો ઝાંઝરી લાવવાનું જ એ અમને ખબર હોય ને !’ કહીને રવિભાએ ગોપાલ સામે જોઈને હસી લીધું અને આંગળાં આશ્ચર્ય દર્શાવતાં હોય તેમ વાળ્યાં પછી આગળ કહ્યું, ‘આ સિવાય બાકીની કાંઈ વાત હોય તો અમને ખબર નથી.’

રવિભાએ કંઈ મજાક કરી હોય તો હું સમજ્યો નહિ. મેં મૂંગા રહેવું પસંદ કર્યું. થેલો લઈને ઝાંઝરી કાઢી અને સાંસાઈ સામે ધરતાં કહ્યું, 'લે. આ ઝાંઝરી, હું નથી લાવ્યો તોયે મારા હાથે જ તને પહોંચવાની હશે.'

સાંસાઈ કંઈક બોલવા ગઈ પણ જોરથી હસી પડી અને જવાબ આપ્યા વગર ઝાંઝરી લઈ અને તંબુ પર કપડાં સૂકવવા માંડી. એટલામાં રસોડેથી કહેણ આવ્યું અને અમે જમવા ચાલ્યા.

બથેશ્વર નેસની બહાર ચોગાનમાં કંતાન બાંધીને છાંયો કરાયો હતો ત્યાં બધા ગોઠવાયા. ગોપાલ અને થોડી છોકરીઓ પીરસવા રહ્યાં. સાંસાઈ અંદરથી શાક-દાળનાં કમંડળ ભરીને અંબાવતી હતી. રવિભા બધાને બેસારવા અને 'એય, જો, ઊભી થા મા. તારી થાળીમાં ધૂળ પડે છે' જેવી બાબતોમાં પડ્યા હતા. હું એક તરફ ઊભો હતો. મેં કહ્યું, 'લાવો, હું પીરસું. તમે બધાં બેસી જાવ.'

'ના.' કહીને હસતાં હસતાં ઉમેર્યું, 'અમે મહેમાનોને અડધો દિવસ તો સાચવી લઈએ છીએ. કેમ ગોપાલભાઈ, ખરુંને ?'

'તો સાંજે કામ સોંપજો.' મેં કહ્યું.

'તમારા માટે સાંજનું કામ તો તૈયાર જ છે. સાંજે તમારે કેમ્પનું ચિત્ર દોરવાનું છે. અમારી છોકરીઓને શીખવો તો વળી વધારે સારું.'

હું પળ બે પળ સ્તબ્ધ ઊભો રહ્યો. પછી મારાથી હસી પડાયું. થોડી વાર પહેલાં રવિભાએ 'આ સિવાય બાકીની કાંઈ વાત હોય તો અમને ખબર નથી.' એમ કહ્યું હતું અને હવે તે ચિત્રોની વાત પણ કરે છે. મારે ત્યારે જ સમજી જવું જોઈતું હતું કે સાંસાઈએ બધીયે વાત અહીં કરી જ હોય.

મેં કહ્યું, 'લો, આ તો નિરાંત થઈ ગઈ. સાંસાઈએ મારો પૂરો પરિચય તમને બધાને આપી દીધો છે.'

ગોપાલે રસોડામાંથી બહાર આવતાં કહ્યું, 'તમારો પરિચય નથી આપ્યો. એ કંઈક રમજાનાની વાત કરતી હતી એમાં તમારો રેફરન્સ આવ્યો હતો એટલું જ. બાકી તમારું કાંઈ બોલી નહોતી. કેમ રવિભા, આપણે સાંભળ્યું કંઈ ?'

હું સમજી ગયો કે તે દિવસે બનેલી ઘટનાની રજેરજ માહિતી આ બેઉને છે. એ સામે તો મારે કંઈ કહેવાનું નહોતું. હું ડરી ગયો હતો તે વાત સાંસાઈએ બરાબર મલાવીને કહી હશે. જોકે મને તે સ્વીકારવામાં જરાય વાંધો નહોતો. તોપણ સાંસાઈએ જરૂર કંઈક એવું કહ્યું હોવું જોઈએ જેથી આ બન્ને મારી મજાક ઉડાવવા જેવું કરે છે.

પીરસતી હતી તે છોકરીઓમાંથી એક મુક્તિનું ધ્યાન ગોપાલની વાતમાં હતું.

તેણે રમજાના શબ્દ સાંભળ્યો કે તરત જ તેણે મારા તરફ હાથ કરીને જમતી છોકરીઓને કહ્યું, 'એલીયું, આ ઓલા ભાય. સાંસાઈબેન કે'તાં'તાં ઈવડા ઈ.'

બધી જ છોકરીઓએ મારા તરફ જોયું અને જાણે કોઈ નવતર ચીજ જોતી હોય તેમ જોઈ રહી.

રસોઈ કરતાં બહેન પણ રસોડામાંથી બહાર આવી ગયાં અને કહે, 'ગીરમાં પે'લવારકા આવે ને સિંહણ ઝંડો કરી જાય તયેં ભાગ્યા વિના ઊભા રેય ઈ જણ અમારા મેમાન થાય એવું ક્યાંથી !' પછી ગોપાલ તરફ ફરીને કહે, 'તમેય પાછા બોલતા નથ્ય. આવા જણને બા'રે ઊભા રખાય ? હાલો, ઘરમાં આવો. ખુરસી છે, ખાટલો છે. બેહો નિરાંતે.'

'ના, ના. અહીં જ બરાબર છે. બધાની સાથે.' મેં કહ્યું.

છોકરીઓ જમી લઈને જગ્યા સાફ કરવામાં પડી. હું રવિભા અને ગોપાલ સાથે વાતોએ વળગ્યો.

રવિભા કહે, 'મને પહેલી વાર ગીર બતાવનાર આ ગોપાલભાઈ. એલઆઈસીમાં કામ કરે છે. હું શિક્ષક છું. સદ્‌નસીબે એવી નિશાળમાં છું જ્યાં નાહી શકાય એવો પહેલો વરસાદ પડે એટલે છોકરાંવને છોડી મૂકવાનો રિવાજ છે.'

મેં કહ્યું, 'હું કંઈ નથી કરતો. ચિત્રો કરું છું. કામ મળે તો નભે.'

રવિભાએ પૂછ્યું, 'હમણાં તો સાસણ છો ને ?'

'હા. હમણાં તો ખરો. પણ સાસણ મોંઘું પડશે. સસ્તી જગ્યા જોવા ધારી ગયો હતો; પણ ત્યાંથી ગીરની અંદર જવાની તકલીફ. થોડું દૂર પડે.'

રવિભાએ કહ્યું, 'ગોઠવીએ કંઈક'

અમારે જમવાની તૈયારીઓ થઈ ગઈ. છોકરીઓ તંબુ તરફ દોડી કે સાંસાઈએ કહ્યું, 'એય, સોકરિયું, ન્યાં પોગીને તંબુ સાફ કરવા મંડો. હું નો આવું ન્યાં લગણ કોય આઘીયું નો જાતીયું.'

પછી રવિભા સામે જોઈને કહે, 'સવારે ઓલી બે જણીયું પૂસવા આવી'તી, 'અમીં હાલ ને હાલ સાવજ જોવા જાંયે ? મેં કીધું કે ક્યાંક હાલવા નોં મંડે.'

સાંસાઈએ વાત કરતાં 'સ' જે રીતે ઉચ્ચાર્યો તે સાંભળીને મેં રવિભાને કહ્યું, 'તમે તો શિક્ષક છો. અહીં 'સ'નો એક ખાસ ઉચ્ચાર જે રીતે કરાય છે તેવો સ આપણા મૂળાક્ષરોમાં નથી. એવું કેમ ?'

'હં.' રવિભાએ ટૂંકો જવાબ આપ્યો.

મેં વાત વિસ્તારતાં કહ્યું, 'અમુક વખતે સાચો સ પણ બોલાય છે; પરંતુ

કેટલાક શબ્દો બોલતી વખતે 'સ'નો ઉચ્ચાર જરા જુદી રીતનો કરાય છે.' કહીને ઉદાહરણ રૂપે મેં ઉમેર્યું, 'દાખલા તરીકે અત્યારે સાંસાઈ સાવજ બોલી તે લખવું હોય તો 'હાવજ' લખું તો કૃત્રિમ લાગે અને 'સાવજ' લખું તો એવું તો એ બોલી નથી.'

મારા આશ્ચર્ય વચ્ચે મને જવાબ આપવાને બદલે રવિભાએ સાંસાઈ તરફ જોઈને કહ્યું, 'સાંભળ સાંસાઈ, આ કલાકાર શું કહે છે તે.'

'સું કેય સે ? બોય્લ.' સાંસાઈએ મને પૂછ્યું.

'કંઈ નહિ. તને નથી કહેતો.' મેં કહ્યું. રવિભાએ આવું શા માટે કર્યું તે હું સમજી ન શક્યો. મને થોડો અણગમો પણ થયો.

હજી એ અણગમો શમે તે પહેલાં રવિભાએ મારા બદલે જવાબ આપતાં કહ્યું, 'તે એમ કહે છે કે સાંસાઈ બોલે તે લખી શકાતું નથી.' તો હવે તું કંઈક સરખું બોલતાં શીખ. અમારા કક્કામાં ન જડે એવા ઉચ્ચારો ક્યાંથી ગોતી લાવે છે ?'

સાંસાઈ હસી પડી. કહે, 'ઈને ક્યો કે મલક આખો બોલે ઈ અક્સર ઈનેં લખતાં નો આવડે તો ભોગ લાગ્યા. મને સું લેવા કેય સે ? તમતમારે પોત્યપોતાનું લખવાનું સરખું કરો. બીજાની બોલીનું કાંય કરવું રે'વા દીયો.'

સાંસાઈએ તેની બોલી સુધારવી જોઈએ એવું હું કહેવા માગતો જ નહોતો. તેની કે અન્ય કોઈની બોલી સુધારવાનું કોઈ કહી પણ શી રીતે શકે ? માટીમાંથી સર્જાયેલું આ જગત જે રીતે વિકસતું રહ્યું છે તે રીતે મનુજોની બોલીઓ વિકસતી રહી છે. હું એને બદલવાની કે સુધારવાની કલ્પના કરું તો એનો અર્થ એ કે આ રમ્ય, મનોહર ગીર ખસેડીને અહીં મારી ઇચ્છા મુજબનાં ઉપવનો રચવાની કલ્પના પણ કરી શકું. મારી આવી ચેષ્ટા પૃથ્વી કદી પણ માફ કરે નહિ.

આ વાત રવિભા સારી રીતે જાણતા હતા; તે છતાં તેમણે સાંસાઈને આવું કહ્યું. રવિભા કે ગોપાલ બન્ને આવી ઉપરછલ્લી મજાક કરવામાં પડે એવું તો નથી લાગતું.

આ બેઉનો લાંબો પરિચય મને નથી. તોપણ જામવાળાથી આવતાં ગોપાલનો અને અહીં રવિભાનો આ અભણ, નાની બાળાઓ સાથેનો વ્યવહાર જોઈને મને સમજાય છે કે રવિભાએ આમ કહ્યું તે માત્ર મજાક નથી. તેમાં ટકોર પણ છે.

તો સાંસાઈ પણ ખરું કહે છે. અહીં ઉચ્ચારાય છે તે 'સ' હું લખી-વાંચી નથી શકતો તો તે પ્રશ્ન મારો છે. કંઈ બદલવાનું હોય તો તે મારી લિપિમાં છે. મેં મનોમન નક્કી કર્યું કે મારી લિપિ પૂરતો તો અહીં ઉચ્ચારાય છે તે 'સ' હું શોધી

કાઢીશ. બીજા સ્વીકારે કે ન સ્વીકારે, વાપરે કે ન વાપરે; હું મારાં લખાણોમાં એ સ વાપરીશ પણ ખરો.'

બપોરે મેં થોડાં આલેખનો કર્યાં. સાંસાઈનું ધ્યાન ગયું તો જોવા આવી. કહે, 'આંયાં એકલાં બેહીને સીતર કરસ તે સોડીયુંને સીખવતો હો.'

પછી મારા જવાબની રાહ જોયા વગર છોકરીઓ તરફ ફરીને કહ્યું, 'હાલો, સોકરીયું, તમારી નોટું ને પેનસીલું લઈને બેહી જાવ. સીતરતાં સીખવાડે સે.'

રવિભાએ પણ કહ્યું, 'હા, હા. ચાલો છોકરીઓ. બધા આવી જાવ.

છોકરીઓ નોટબુકનાં પાનાં લઈ આવી. કેટલીક બાળાઓ પાસે નોટ નહોતી તેમને ગોપાલે કાગળ પેન્સિલ આપ્યાં. થોડાં ક્રેયોન્સ મેં મારી પાસેથી આપ્યાં.

એક દિવસમાં, અરે અડધા-પોણા કલાકમાં બાળકોને ચીતરતાં કેવી રીતે શીખવી શકાય ? અને તે પણ નોટબુકના લીટીવાળાં કાગળો પર ! હું જરા મૂંઝાઈને ઊભો.

સાંસાઈ મારા સામે જોઈ રહી. મને લાગ્યું કે તે મારી મૂંઝવણ પારખી રહી છે. થોડી વારે તે મારી પાસે આવી અને પીઠ પર હાથ મૂકતાં બોલી, 'આ સોડીયું આપણે કંઈ ઈનાં કરતાં સારું કરી બતાવે ઈમાંની સે.'

સાંસાઈ શું કહેતી હતી તે હું સમજ્યો. મેં છોકરીઓને ટુકડીમાં બેસાડી અને કહ્યું, 'આંખો મીંચો અને મનમાં શાંતિથી તમે અત્યાર સુધી ગીરમાં જે જોયું હોય તે યાદ કરો.' બધાંએ આંખો મીંચી અને થોડી વારે ખોલી.

મેં કહ્યું, 'હવે તમને જે સહુથી વધુ ગમ્યું હોય તેનું ચિત્ર કરો. જેને નહિ આવડે તેને હું શીખવીશ.' કહીને મેં ચિત્ર કઈ રીતે કરવાથી સહેલું પડશે તે વિશે થોડી વાતો કરી અને મારા કાગળો પર દોરી બતાવ્યું.

થોડી વાર મૂંઝાઈને બાળકીઓએ ચીતરવાનું શરૂ કર્યું. પોતાના કામમાં મશગૂલ દેખાતી બાળાઓ ક્યારેક એક-બીજાનું જોઈ પણ લેતી. અહીં કોઈ પરીક્ષા નહોતી. નહોતું કોઈ બંધન. કંઈ હતું તો માત્ર સર્જનનો આનંદ. મેં પણ એક કાગળ લીધો. એક તરફ બેસીને એક નાનકડું ચિત્ર દોર્યું અને રવિભાને બતાવ્યું.

ચિત્ર જોતાં જ રવિભાએ ગોપાલને બોલાવતાં કહ્યું, 'આ જુઓ સ્હ. ગોપાલભાઈ, આ તો અહીં બોલાય છે તેવો 'સ' બની ગયો.' પછી સાંસાઈને બતાવતાં કહ્યું, 'લે, તું કેતી'તીને એટલે આણે અમારું લખવાનું સુધાર્યું.'

મને હતું કે સાંસાઈ આનંદથી મને પ્રમાણશે; પરંતુ તેણે ધ્યાનથી જોયું પણ નહિ. જરાક નજર કરી અને બોલી, 'ઈનેં કામ આવે ઈ એણે કર્યું. નવું સ્હું કર્યું ?'

અમે ખડખડાટ હસી પડ્યા. ચિત્રો દોરાઈ ગયા પછી સાંસાઈને અચાનક

નવું સુઝ્યું અને કહ્યું, 'હાલો બધી સોકરીયું બાવળિયાની અકે'કી સૂળ ગોત્યાવો જોઈ.'

છોકરીઓ બાવળની શૂળો વીણી લાવી હતી. સાંસાઈએ એ બધાંને પોતાનાં ચિત્રો તંબુ પર ભરાવતાં શીખવ્યું. થોડી વારમાં જ તંબુ પર પ્રદર્શન ગોઠવાઈ ગયું હતું. છોકરીઓનો ઉત્સાહ સમાતો' નહોતો. પોતે કંઈક કર્યું છે તેને જગત સામે મૂકવાનો આનંદ તેમને જુદા જ વિશ્વમાં લઈ જતો હતો.

પ્રદર્શન જોવા બહારથી તો કોઈ આવવાનું નહોતું. અમે જ હતાં. બધાં એક-બીજાંએ દોરેલાં ચિત્રો જોતાં હતાં અને વાતો કરતાં હતાં. બાળાઓએ જે જોયું હતું એની પોતાના કુમળા મનમાં જે કલ્પનાઓ જન્મી તે સાકાર કરવાનો પ્રયત્ન કર્યો હતો તે નવાઈ પમાડે તેવો હતો. મુક્તિએ તો બસ એક મોટો પોપટ દોરેલો અને તેની નીચે ચિત્રને નામ આપતી હોય તેમ લખેલું : 'મુક્તિયે દોરેલો પોપટ.'

અમે રેખાએ દોરેલા ચિત્ર પાસે પહોંચ્યા તો એણે સિંહની પીઠથી થોડે ઉપર ગોળ મીંડાં કરીને ઢીંગલી જેવું દોર્યું હતું. એક છોકરીએ રેખાને પૂછ્યું, 'રેખલી, આ સ્હાવજ માથે તેં સ્હું સીતર્યું સી ?'

રેખાએ એક પછી એક બેઉ રેખાંકનો પર આંગળી મૂકીને બતાવતાં કહ્યું, 'આ સ્હાવજ 'ને આ માતાજી.'

હંસાએ ગઈકાલની જેમ જ રેખાની ભૂલ સુધારવાની કોશિશ કરતાં કહ્યું, 'આંયાં ભાળ્યું હોય ઈ જ સીતરવાનું કીધું'તું. તેં માતાજી ભાળ્યાં'તાં ?'

'ભાળ્યાં'તાં. જા. કંઉં સું, હજાર વાર ભાળ્યાં'તાં.' શિંગોડાનો પાણો ધાતરડીમાં શોધનારી રેખા તેના દર્શનને દૃઢતાથી વળગી રહી હતી.

હું રેખાને 'માતાજી ન હોય' તેમ કહેવા જતો હતો પણ પેલા સ્વરે મને પૂછ્યું, 'એને ના પાડવાનું આપણું ગજું છે ?'

ગીરના છેડે, અધરાતે થાકભરી ઊંઘમાંથી જાગીને, ચળકતા ચંદ્રનો ઉજાશ અને કિનારાના પડછાયા ઝીલતાં, ધાતરડીનાં ખળખળ વહી જતા ઝરણમાં મોઢું ઝબકોળતા સિંહોને, ચાંદની અને બેટરીના અજવાળે જેણે જોયા છે તે, દસ-અગિયાર વરસની બાળા જે દર્શન રજૂ કરે તેને પડકારવાનું તો ઠીક, આંબવાનું પણ ગજું કોનું હોય ?

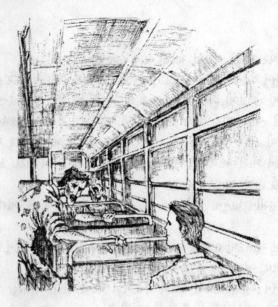

॥ ૫ ॥

રવિ અને ગોપાલે છોકરીઓને વળાવીએ ત્યાં સુધી રોકાવાનો આગ્રહ કર્યો. બાળાઓ પણ રોકાઈ જાવ ને કહેતી ઘેરી વળી. મેં ના પાડી. મારે હજી સાસણમાં ઘર શોધવાનું છે. રાજકોટથી થોડો સામાન રેલવેમાં આવશે તે લેવાનો છે. બધાંને આવજો કહીને હું નીકળ્યો. ધાતરડીનો ધોધ વટાવ્યો ત્યાં સુધી ગોપાલ વળાવવા આવ્યો. સાંસાઈને આવજો કહેવા ગયો તે કહે, 'જાવું સે ? જા.'

ત્યાંથી નીકળ્યાને બે કલાક જેવું થયું. અહીં ઘાસ અને પતરાંના છાપરાવાળી દુકાનો પર ચા પીવા બેઠેલાં માણસો અને ક્યારેક પસાર થતાં ટ્રેક્ટર કે છકડો-રિક્ષા વાતાવરણ ક્વચિત્ ઘોંઘાટિયું બનાવી મૂકે છે તોપણ મારા કાનમાં હજી નિતાંત શાંતિમાં વહી જતા ધાતરડીના ઝરણાનો ખળખળાટ હજી યથાવત્ ગુંજ્યા કરે છે. જાણે કેમ્પનું વાતાવરણ હજી મનમાં છે.

ઉના જૂનાગઢની બસ આવી એટલે હું ઊભો થયો. બસમાં ભાગ્યે પાંચેક પેસેન્જર હશે. હું અને એકાદ-બે બીજા મુસાફર બસમાં ચડ્યા કે તરત બસ ઊપડી. મેં સાસણની ટિકિટ માગી. કન્ડક્ટર ટિકિટ આપીને પોતાની સીટ પર બેસે તે પહેલાં બસ ફરી ઊભી રહી. બારણું ખૂલ્યું અને મેં ડોરોથીને બસમાં ચડતી દીઠી. હાથ હલાવીને તેનું ધ્યાન ખેંચ્યું તો જરા હસીને તરત ગંભીર થઈ ગઈ. પછી નજર ફેરવીને છેક આગળની સીટમાં જઈને બેઠી. ડોરોથીની પાછળ જ તેનો સામાન

પગથિયા પર મૂકીને બસમાં ચડેલો ધાનુ દેખાયો.

ધાનુનું ધ્યાન મારા તરફ નહોતું. પગથિયેથી સામાન લઈને અંદર ક્યાં મૂકવો તે વિચારમાં તે ઊભો. એટલામાં બસ ચાલી એટલે તેણે થેલા અને હેન્ડબૅગ પોતે ઊભો હતો ત્યાંની સીટ પર જ ગોઠવી દીધાં. સામાન મૂકીને તે પાછળની સીટમાં બેસવા ગયો ત્યારે તેની નજર મારા પર પડી. તરત જ તે હોંશભેર મારી પાસે આવ્યો અને મારી આગળની સીટમાં, પણ મારા તરફ ફરીને બેઠો. કહે, 'ઓલે દી સાંસાઈ હાર્યે જાતા'તા ઈ જ ને ?'

મેં હસીને ધાનુના ખભે હાથ મૂક્યો અને કહ્યું, 'એ જ. તેં ઓળખી લીધો ખરો !'

ધાનુ આનંદમાં લાગ્યો. તેણે હસીને કહ્યું, 'જણ એક ફેરા મળે ઈનું ઓળખાણ તો રઈ જાય. એમ કાંય તરત ભૂલી નો જવાય.'

ધાનુને આમ ખીલેલો જોઈને મને મજા પડવા માંડી. મેં કહ્યું, 'તમે બન્ને તો દેવાડુંગર તરફ હતાં ને ? અહીં ક્યાંથી !'

ધાનુએ એક નજર ડોરોથી તરફ કરી. એ તો આગળની ત્રણ જણા બેસે તેવી સીટ પર જરા ઢળીને બારીના કાચ પર માથું ટેકવીને સૂતી હતી. ધાનુ પાછો મારા તરફ ફરીને કહે, 'દેવાડુંગરથી જાણવડલા ને ન્યાંથી આયાં નીકળ્યાં. બે દી' થ્યા ઓલા કાનકટા વાંહે ફરીયે સીયે.'

કાનકટો કોઈ સિંહનું નામ હશે તે સમજતાં મને વાર ન લાગી. મેં કહ્યું, 'સ્હાવજના નામ પાડવાનો ખાતામાં કોઈ નિયમ છે કે તમે લોકો બસ એમ જ નામ પાડો છો ?'

'બધાય સ્હાવજૂનાં કાંય નામ નો હોય. આનો તો ક્યાંક બાઝણાંમાં કે ક્યાંક ભરાઈને કાન કપાય ગ્યો એટલે ઈ ઓહાણે કાનકટો નામ પડી ગ્યું. કોણે પાડ્યું ઈ તો રામ જાણે.'

'તો રમજાના ?' મેં પૂછ્યું.

'ઈ તો સાંસાંયે દીધેલું નામ.' કહીને ધાનુ અટક્યો અને કહ્યું, 'ગય્રમાં રમજાના જેવી રૂપાળી બીજી કોઈ નો જડે.'

હું ધાનુના કથનમાં સચ્ચાઈ શોધી રહ્યો. મેં રમજાના અને સરયુ બન્ને સિંહણને સાથે જોયેલી તોયે બેઉ પ્રાણીઓ વચ્ચે મને કોઈ ફરક દેખાયો નહોતો. આ લોકો ડુંગર-ડુંગર અને પ્રાણી-પ્રાણી વચ્ચેનો ફરક સ્પષ્ટ સ્વરૂપે જોઈ શકે છે તે ક્યા કારણે તે હું નથી જાણતો. એ કારણ જાણી શકું તો મને લાગે છે કે આઈમાએ ગીરને ખમા કહ્યું તેને સમજવાને રસ્તે હું આગળ જઈ શકું. એ માટે મારે ઘણું

શીખવાનું થશે.

ધાનુ વાત કરવામાં મશગૂલ હતો. તેણે કહ્યું, 'ઈવડી ઈ રમજાના બસોળિયું હતી તે ઘડીથી સાંસાઈ ઈનીં હાર્યે રમતી. રમજાનાની મા સ્હામી બેઠી હોય ને સાંસાઈ રમજાનાને ઉપાડી લેય એમ રમી સે.' કહીને ધાનુ પોતાની વાતને બળ મળે તેવું પ્રમાણ વિચારતો હોય તેમ અટક્યો અને પછી કહ્યું, 'કો'ને કે રમજાના સું કે ઈની મા સું, સાંસાઈ સિંહણ્યું હાર્યે મોટી થઈ.'

ધાનુના ચહેરા પરનું ભોળપણ તેની સચ્ચાઈ દર્શાવવા માટે પૂરતું હતું. તોપણ તેની આ વાત માનવી મને મુશ્કેલ લાગી. મેં કહ્યું, 'તે દિવસે આપણે ભેગા થયા તેની થોડી વાર અગાઉ અમે રમજાનાને જોઈ હતી. ત્યારે તો તે સાંસાઈની સામે થઈ ગઈ હતી. પૂંછડું ઊંચું કરીને ઊભીયે થઈ ગયેલી. જાણે હમણાં આવી પડશે !'

'ઈ તો તમીં હાર્યે હોવ ને અજાણ્યાં પડ્યા એટલે ઈવડી ઈ ઝંડો કરી ગઈ હય્સે. બાકી રમજાના સાંસાઈને મોઢે ઝંડા કરતી હશે ! સાંસાઈ ઈનાં મોઢા'ગળ જઈને ઊભી રેય તોય રમજાના ઈને ઝંડો નો કરે.' ધાનુએ દૃઢતાથી કહ્યું.

ચિત્રો દોરતાં મને હંમેશાં લાગ્યું છે કે મને દેખાતા રંગો અને મેં જોયેલાં દશ્યો હું જેવાં હોય છે તેવાં ફલક પર ઉતારી શક્યો નથી. આટલા સમયથી ચિત્રો કરતો હોવા છતાં આમ કેમ બને છે તે હું સમજી શકતો નથી. અત્યારે જરા-તરા આભાસ થાય છે કે આવું થવાનું કારણ માત્ર નજરથી જોઈને કામ કરવાનો પ્રયત્ન હોઈ શકે. દૃષ્ટિ સિવાય પણ રંગો જોતાં શીખવાનું મારે બાકી છે.

અત્યારે ધાનુએ સાંસાઈની જેમ જ સિંહણને 'એવડી એ' કહી. તેણે રમજાનાને રૂપાળી પણ કહી હતી. અન્ય સિંહણ માટે 'બીજી કોઈ' શબ્દ પણ તે બોલ્યો. આ બોલીની લાક્ષણિકતા છે, ભાષાની અસ્પષ્ટતા છે કે પછી આની પાછળ કોઈ સમજ છે તે મારે સમજવું છે. કદાચ આ બધા આ પ્રદેશને સ્પર્શ, ગંધ, શબ્દ, શ્રવણ અને દૃષ્ટિ તમામથી જાણે છે.

અત્યારે આ વાતનો વિચાર કરવા કરતાં ધાનુની વાત સાંભળવામાં મને વધારે રસ હતો. મેં કહ્યું, 'એમ તો તું પણ સાંસાઈની જેમ સિંહો સાથે તો રહે જ છે ને ?'

'તોય હું સાંસાઈની વડ્ય નંઈ.' ધાનુએ કહ્યું, 'મારા બાપા જંગલ ખાતામાં. એટલે અમીં સાસણમાં રેતાં હોઈં. સ્હાવજું નો ભાળ્યા હોય એમ નંઈ, જોયાય હોય. હવે આ નોકરી થઈ એટલે સેંન્સરીની માલીકોર સ્હોત ફરીયે, પણ સ્હાવજુંની હાર્યે થાવાની અમારી દેન નંઈ. આઘા રેવું પડે. આમન્યા રાખવી પડે. ઈ તો રાજા સે. ઈનોં માનમતરબો રાખવો પડે. ઈમાં સ્હાવ ભાઈબંધી નો હાલે.'

મેં પૂછ્યું, 'તારી નોકરી નવી જ છે ?'

ધાનુ હસી પડ્યો. કહે, 'નવી સું. પેલવેલી. આ દોરથી આવી નો હોત તો આપણને કોઈ રાખત નંઈ. ઈ પીએસડી કરવા આવી ઈથયોપાથી. હવે, ગય્રમાં બારનું માણાં આવે ઈ પોતે જણ હોય, મરદ હોય તોય ઈનેં એકલું જાવા નો દેવાય. પસી આ તો બાઈ માણાં. કો'કે સોવી કલાક ઈનીં હાર્યે રેવું પડે. આંયાં કોય ગાર્ડ નવરો નો મળે. પસી સાય્બે મને બરક્યો.'

ધાનુને પોતાની નવી નવી નોકરીની વાત કરવાની મજા પડતી હોય તેમ લહેરમાં આવીને તે વાત કરતો હતો. મેં તેનો ઉત્સાહ ટકે તે રીતે વાત જોડતાં કહ્યું, 'અને આપી દીધો ઓર્ડર.'

'ના રે ના. ઈમ કાંય ઓડર રેઢાં પડ્યાં સે ! પે'લાં ટ્રેનિંગ લેવી પડી. જૂના જોગીયું હાર્યે ગય્રમાં રખડવું પડ્યું. સ્હૌથી અધરું આ નો પરોબલેમવાળું સીખવું પડ્યું. પસી કાંક મેળ બેઠો. ઈય હજી જેવો-તેવો.' ધાનુએ કહ્યું.

'નો પ્રોબ્લેમ શું છે ?' મેં ધાનુને પૂછ્યું.

ધાનુ હસી પડતાં કહે, 'ઇ અમારું તૂત.'

મને ધાનુ શું કહે છે તે સ્પષ્ટ ન થયું. મેં પૂછ્યું, 'તૂત પણ શું ?'

ધાનુ થોડું વિચારતો હોય તેમ બારી બહાર જોઈ રહ્યો. પછી વારતા માંડતો હોય તેમ ખોંખારો ખાઈને ગળું સાફ કર્યું અને કહ્યું, 'આવડી આ ઈથયોપાવાળીને અંગરેજી બવ આવડે નંઈ. અને આ, તમારી સ્હામે બેઠો ઈને તો અંગરેજી સું કે ગૂજરાતી સું. કાળા અકસર કુવાડે માર્યા. હવે સાય્બે તો મને સોવી કલાક બાઈનીં હાર્યે રેવાનું કીધું.'

'પછી ?' મેં પૂછ્યું.

'મેં સાય્બને કીધું કે બાઈમાણાંનીં હાય્રે વાત્ય સું કરવી ? એમાંય આવડી આ બોલે ઈમાં તો કાંય ટપો નંઈ પડે. સ્હમજણ જ નથ્ય પડતી. આનો કાં'ક નિવેડો લાવો.'

ધાનુની દશા કેવી હશે તે સમજતાં મને હસવું આવી ગયું. ધાનુ પણ હસ્યો અને કહ્યું, 'ગય્રનાં નસીબ પાધરાં તે ગય્રને પેલેથી જ સાય્બું હુસિયાર મળ્યા. પાસાં ગય્રને માથે હેતવાળાં. વિસારે કે કાંય કરતાંય ગય્રમાં બધું સ્હરખું હાલવું જોઈ.'

મને લાગ્યું કે ધાનુ એકાદ સાહેબની વાત કાઢશે તો મૂળ વાત રહી જશે. તેને મૂળ વાત પર લાવવા મેં કહ્યું, 'એ તો બરાબર. પણ સાહેબે રસ્તો શો કાઢ્યો ?'

ધાનુ સહેજ અટકીને બોલ્યો, 'ઈમાં સાય્બે મારગ એવો કાઢ્યો કે અમને બેયને હાર્યે ઑફિસમાં બરક્યા. મને કીધું 'ધાનુ, જો, આ બેન સ્હાવજનું ભણવા

આવી સે. તારે ઈનેં સેન્સરીની માલીકોર લઈ જાવાની; પણ તને પૂસ્યા વિના ઈ એક ડગલુંય ભરે નંઈ ઈનું ધિયાન સ્હોતેન તારે રાખવાનું, તારું કયું ઈ નો માને તેદી ઈનેં સોપડા, કાગળું સ્હોતી આંયથી તગેડવાની જવાબદારી મારે માથ્યે; પણ તારે સૂકવાનું નંઈ. સૂક્યો તો તારી નોકરી ગઈ સ્હમજવાની.'

'તો તો તું આ છોકરીનો સાહેબ થયો.' મેં ધાનુને પોરસ ચડાવ્યો.

'ઈ વાત ખોટી. અમીં સેના સાય્બ ? અમે તો ગય્રનાં સોકરાં. અમારે ગય્રને પે'લી સ્હાસવવાની. પસી આ બાઈને.' ધાનુએ કહ્યું. પછી જરા બારી બહાર જોઈ લીધું અને વાત આગળ ચલાવી, 'સાય્બે મને કીધું ઈ પાસું દોરથીનેય સ્હમજાવ્યું, કે ઈણે મને પૂસીને પસી જ આગળ હાલવાનું.'

'પણ વાત કેવી રીતે કરવાની ?' મેં પૂછ્યું,

'મને કીધું કે ડગલુંય હાલતાં પેલાં દોરથી બોલસે કે એની પરોબલેમ ? ઈવડી ઈ પૂસે પસી મારે સ્હરખાઈથી સારેકોય્ર જોઈ લેવાનું કે ઈ હાલે ઈ મારગે કે ઈનાં કોય કામમાં, કાંય જોખીમ તો નથ્ય ને !'

'પછી ?'

'પસી જોખીમ હોય તો મારે કે'વાનું પરોબલેમ. જોખીમ નો હોય તર્યે મારે કેવાનું નો પરોબલેમ. હું પરોબલેમ કંઉ એટલે ઈણેં આગળ નંઈ જાવાનું. નો-પરોબલેમ કંઉ તો જ તો ઈવડી ઈ જી કરતી હોય ઈ કરી હકે. નિકર પરોબલેમ કઉં તો કાંય નો કરી હકે.'

'સરસ ઉપાય શોધ્યો.' મેં કહ્યું.

'સરસ તો ઠીક મારા ભાય, અમારું કામ રડી ગ્યું. સાય્બે આખા બે દી' આ પરોબલેમ, નો-પરોબલેમવાળું સિખવાડ્યું. ઓલા ભવાયા પરેકટિસ કરે ઈનીં ઘોડે એકનું એક કર્યા કર્યું, પસી રાગે પડી ગ્યું. બસ આ તે દીનાં હરામ જો આનીં હાર્યે બીજી એક અક્સરનીય વાત થય હોય તો. દા'ડામાં સ્હોવાર બોલવાનું થાય તોય એક આ પરોબલેમ કે નો પરોબલેમ.' કહીને ધાનુ બારી બહાર જોતો રહ્યો.

ધાનુ સાસણમાં બોલકા, ગાતા મિત્રો વચ્ચે ઊછર્યો છે. આંબલી-પીપળી રમતાં કે વાંહાંઢોરની કઠિન કેડીઓ પર રખડ-પટ્ટીએ નીકળતાં તેણે દુહા લલકાર્યા હશે. હીરણના ખળખળતા નીરમાં નહાતી વખતે ભરપૂર ઉલ્લાસથી નાચ્યો હશે. એ, આટલો બધો વાતોડિયો ધાનુ ચોવીસે કલાક મૂંગો મૂંગો અઘોર ઝાડીઓમાં અને અબોલ કંદરાઓમાં ભટકે છે. રાત રોકાય છે. સદા શબ્દરહિત, મૌન, અબોલ. પોતાની એક માત્ર સંગી વિદેશિની સાથે વાત કરવા માટે તેને ફક્ત બે જ શબ્દો મળ્યા છે : પ્રોબ્લેમ અથવા નો પ્રોબ્લેમ.

ઋષિઓએ તપની વ્યાખ્યામાં આવી બાબતોનો સમાવેશ કર્યો છે કે નહિ તે હું જાણતો નથી. તેમણે તેમ ન કર્યું હોય તોપણ 'તેમણે તેમ કરવું જોઈતું હતું' તેવું કહેવાનો મારો ઇરાદો નથી. મારી પાસે તો મારી સીધીસાદી લાગણી છે જે મને એવું માનવા પ્રેરે છે કે ધાનુની આ અબોલ નોકરીને તપની કક્ષાએ મૂકતાં મારે સહેજ પણ અચકાવું જોઈએ નહિ.

બસ ઊભી રહી એટલે અમારી વાતોમાં ભંગ પડ્યો. એકાદ જણ ઊતર્યું અને બે છોકરાઓ ચડ્યા. ધાનુ હવે સરખો ગોઠવાઈને બારી બહાર જોઈ રહ્યો હતો. હું ઊઠીને તેની સીટ પર ગયો અને કહ્યું, 'સાસણમાં તારા ઘર બાજુ કોઈ કમરો ખાલી છે ? મારે ભાડે રાખવો છે.'

'અટાણે તો મળીરેય પસી સીજન હોય તયેં મોઘું પડે. ઈનાં કરતાં ક્યાંક બીજે ગોતીયે. કેટલુંક રોકાવું સે ?'

'લાંબું.' મેં કહ્યું અને પૂછ્યું, 'સાંસાઈ પણ સાસણમાં રહે છે ?'

'સાંસાઈ ક્યાંય રેતી નથ્ય. આજ આયાં તો કાલ ક્યાંક બીજે. ઈનેં આખી ગય્રનો નેડો લાગેલો સે. ઈનું ઠેકાણું નૈં. ગમે ન્યાં જડે.'

મને ધાનુની વાતમાં સાંસાઈ સાવ નવા જ સ્વરૂપે આવતી દેખાઈ. મેં સહસા પૂછ્યું, 'એટલે ?'

ધાનુએ મારા સામે નવાઈથી જોયું અને કહ્યું, 'તે દી તો તમારી હાર્યે જ હતી. તમે ઈનું ઠેકાણું પૂછ્યું નો'તું ?'

'તે દી' તો એનું નામ પણ મને ખબર નહોતી' મેં કહ્યું. તે સવારે નામ પૂછતાં જે જવાબ મળેલો તે ધાનુને કહી બતાવવા જેવો નહોતો.

'આલે ! ખરું કે'વાય.' ધાનુ બોલ્યો.

'એ જે કહેવાય તે.' મેં કહ્યું, 'પણ સાંસાઈનું ક્યાંક ઘર તો હશે ને ?'

'હોય જ ને.' ધાનુએ કહ્યું.

હું નવાઈથી ધાનુ સામે જોઈ રહ્યો. ઘડીભર પહેલાં તો તે કહેતો હતો કે સાંસાઈ ક્યાંય રહેતી નથી.

મને નવાઈ પામતો જોઈને ધાનુએ કહ્યું, 'સાંસાઈના બાપનું ખોયડું મોટું. ઈની વૈડનું ખોયડું ગોતીને ઈનીં વાત સ્હોતેન થયેલી; પણ કંવ છું ને કે....' કહીને ધાનુ અટકી ગયો. તે આગળ કંઈ બોલે તે પહેલાં ડોરોથીએ બૂમ પાડી, 'ધાનુ, કમ.'

ધાનુ સીટમાંથી ઊભો થઈ ગયો અને મને કહ્યું, 'લ્યો હાલો.'

ધાનુ શું કહેતાં અટકી ગયો તે હું સમજતો નહોતો. બસમાં જાહેરમાં આવી ચર્ચા કરવાનો કંઈ અર્થ પણ મને ન લાગ્યો.

બસ સાસણનો વળાંક વળી. ડોરોથીએ ફરી ધાનુ તરફ જોયું. ધાનુ ઝડપથી ડોરોથી બેઠી હતી તે તરફ ગયો અને સામાન સંભાળવા લાગ્યો.

બસ ઊભી રહી એટલે અમે ઊતર્યાં. ડોરોથીએ મારા સામે જોયું ન જોયું કર્યું અને તોરમાં જ નીચે ઊતરી. હું સ્ટેશને મારો સામાન આવ્યો છે કે નહિ તેની તપાસ કરવા ગયો. સ્ટેશન પર કોઈ હતું નહિ. કાલ સવારે ટ્રેનના ટાઇમે અહીં આવવાનું નક્કી કરીને હું ઉતારે ગયો.

સિંહસદનમાં જમ્યો. પછી વિચાર્યું કે બજારમાં આંટો મારીને ધાનુને થોડી પૂછપરછ કરું તો સાંસાઈનું કંઈક નક્કી થયાની વાત તે કરતો હતો તેને વિશે વધુ માહિતી જાણી શકાય.

હું ઊભો થઉં તે સાથે જ પેલા અજાણ્યા શબ્દો કાને પડ્યા, 'આપણે માત્ર માહિતી જોઈએ છીએ ?'

મને ભાન થયું કે સાંસાઈના અંગત જીવન વિશે કે તે ક્યાં રહે છે તે જાણવાની મારે જરૂર નથી. મેં કંઈ જવાબ ન આપ્યો એટલે ફરી એ શબ્દો ગુંજ્યા, 'આપણે જે જાણવું છે તે તને અહીંનું કોઈ પણ કહી શકશે. સવાલ માત્ર ધીરજનો છે.'

'કોઈ પણ ?' મેં પૂછ્યું.

'કોઈ પણ અને કંઈ પણ. આપણે – સાંભળવા, સમજવાની આવડત કેળવવી જોઈએ – એવું નથી લાગતું ?'

મેં બજારે જવાનું માંડી વાળ્યું. ઊંઘવાની તૈયારી કરું છું ત્યાં જ બહારથી કોઈ મારા કમરા વિશે પૂછપરછ કરતું હોય તેવું લાગ્યું. હું પરસાળમાં આવ્યો. જોયું તો મુસ્તુફા સાથે તેના જેવડો જ લાગતો પાતળો ખાખી કપડાં પહેરેલો માણસ મારા કમરા તરફ આવતો હતો.

'આવો.' મેં તેને આવકાર આપ્યો.

તે બેઉ પગથિયા પર રોકાયા. મુસ્તુફાએ કહ્યું, 'આ એમદ.'

મેં તેને કમરામાં બાલાવ્યો. અંદર આવીને બેઉ એક તરફ ઊભા. મેં બેસવા કહ્યું તોપણ બેઠા નહિ. એહમદે કહ્યું, 'રવિબાપુયે તમારી ભલામણ કરી. કાંય કામકાજ હોય તો આપણે જિપ્સી રાખી છે. સ્હાંજ - સ્હવાર બજારમાં જ હોય.'

'જરૂર પડશે તો તમને જ કહીશ.' મેં કહ્યું, 'તમારી જિપ્સીમાં તો હું બેઠો છું. રમેશે બેસાડેલો.'

મુસ્તુફાએ એહમદને કહ્યું, 'મેં નો'તું કીધું વાલોદરેથી બેહાર્યા'તા ?'

એહમદ હસીને કહે, 'બેહવા સ્હારુ તો ગાડી છે. બીજું કાંય પણ કામ તમતમારે કે'વું.'

'બીજા કામમાં તો મારા માટે ભાડાનું ઘર શોધવાનું છે.' મેં કહ્યું.

'કેમ ? આંય સિંહસદનમાં સ્હું ખોટ લાગી ?' એહમદે કહ્યું. પછી મારા જવાબની રાહ જોયા વગર કહ્યું, 'ઘર તો ગોતી કાઢિયે.' પછી મુસ્તુફા સામે જોઈને કહે 'પારસલનું કઈ દે.'

એહમદને 'હા.' કહીને મુસ્તુફાએ મને કહ્યું, 'માસ્તર કે'તા'તા રેલમાં આપણું કાં'ક પારસલ આવ્યુંસ.'

'ક્યારે ?' મેં પૂછ્યું, 'સાંજે હું ગયો ત્યારે સ્ટેશને કોઈ નહોતું.'

'અઢીની ગાડીયે.' મુસ્તુફાએ કહ્યું, 'હું ગ્યો'તો મેમાનને મૂકવા. ઈવડા ઈ કાં'ક બે-તણ દાગીના ઉતારીને ઑફિસમાં મૂકતા'તા. મેં પૂછ્યું તો કે રાજકોટથી આવ્યું સે. તમેં તે દા'ડે વાત કરી'તી, એટલે જાણ્યું કે આપડું જ હય્સે.'

થોડી બીજી વાતો થઈ અને બેઉ જણ ગયા.

પરોઢિયે જાગીને અજવાળું થાય ત્યાં તો હું બજારમાં આવ્યો. દુકાનો ખૂલી રહી છે. જીપકારો સાફ-સૂફ થઈને સફારીમાં જવા તૈયાર થાય છે. કેટલાંક લોકો લારી પર ચા પીએ છે.

આજે સામાન છોડાવી લાવતાં પહેલાં મારે અહીં નહિ તો બાજુના ગામડામાં

પણ એકાદ ઓરડો શોધી લેવો જોઈએ. સામાન વધુ નથી તોપણ ડ્રોઇંગબોર્ડ અને પાગરણ જેવી ચીજો તો છે જ. અત્યાર પૂરતું તો સિંહસદનમાં લઈ અવાય; પરંતુ ઘર મળે એટલે ફરી બધું ફેરવવું પડે.

ઘર શોધવાનું ધાનુને કહ્યું હતું પણ એ તો તેની નવી નોકરીની સાચવણમાં વ્યસ્ત છે. થયું કે અત્યારે જ એહમદને કે મુસ્તુફાને શોધું અને ઘર શોધવામાં જરા ઉતાવળ રાખવાનું કહું.

તપાસ કરી તો એહમદ સફારી માટે નીકળી ગયો છે. મુસ્તુફા ચાની લારી પાસે ભેગો થઈ ગયો. મેં તેને પૂછ્યું. 'મુસ્તુફા, સામાન છોડાવી લાવતાં પહેલાં સાસણમાં કે આસપાસ ગામડાંમાં મકાન મળે ? ઓરડી જેવું પણ ચાલે.'

મુસ્તુફા જરાવાર વિચારમાં પડ્યો. પછી કહે, 'કેમ ? સામન આંયાં સિંહસદનમાં લયાવોને સું વાંધો છે ?'

'ના.' મેં કહ્યું, 'અને આમેય હવે ટૂરિસ્ટ લોજમાં લાંબું રોકાવું તો ન પોસાય. આજ બને તો કાલ નથી કરવી.'

મુસ્તુફાએ ગરદન પર હાથ મૂક્યો, આળસ મરડતો હોય તેમ માથું એક તરફ નમાવ્યું અને કહ્યું, 'એમ ઊભા ને ઊભા તો ઠેકાણું નંઈ જડે. પેલાં તપાસ કરવી પડે. તમને ગમે એવી સગવડ જડે તયેં મેળ પડે.'

'સગવડ તો ઠીક, એકાદ ઓરડીથી વધુ નહિ જોઈએ; પણ એનીયે તપાસ તો કરવી પડશે ને ?' મેં પૂછ્યું.

મુસ્તુફા પોતાની લાકડી બાજુ પર ટેકવીને તેના ટેકે ઊભો હોય તેમ એક તરફ નમીને ઊભો. થોડી વાર વિચાર્યું. મારા સામે જોઈ રહ્યો. પછી મને કહ્યું, 'તો એમ કરો, આપણી એક ઓયડી ખાલી સે. સામાન ન્યાં લયાવિયે. 'રે'વું હોય તો મઈનોદા'ડો ર્યો. અટલા લગણમાં બીજે ગોતી લંઈ. પણ સાસણથી આઘા નો રે'તા. આમેય પરમીટું લેવા સ્હારુ તમારે આંયાં ઑફિસમાં જાવું પડવાનું સે.'

'તને વાંધો ન હોય તો હમણાં તારે ત્યાં રહેવામાં મને પણ વાંધો નથી. ચાલો.' મેં કહ્યું.

મુસ્તુફાએ કહ્યું, 'હાલો તે એમ કાંય હલાય એમ નથ. અટાણમાં કાંય મેળ નો પડે. મારે જાવું લોકેસનમાં. તમે ક્યો તો સ્હાંજે ગોઠવી દંઈ.'

સાંજ સુધી રહેવું એટલે આજનું ભાડું પણ ચડવાનું. મારો ઇરાદો ચેક-આઉટના સમય પહેલાં કમરો ખાલી કરી દેવાનો હતો. મેં કહ્યું, 'બપોર પહેલાં કંઈ વ્યવસ્થા થઈ જાય તો મારું આજનું ભાડું બચે.'

મુસ્તુફાને મન તો આ જાણે કોઈ સમસ્યા જ ન હોય તેમ તે હસ્યો અને

કહ્યું, 'સિંહસદન ખાલી કરી નાખિયે. લયાવો તમારા બૅગ ને થેલો મેલી દ્યો આંયાં લારીયે. સ્હાંજુકનો હું વળી આવું તયેં ઘેર લઈ જાંવ.' કહીને મુસ્તુફા ચાવાળાને મારો સામાન સાચવવાની સૂચના આપવા માંડ્યો.

'ત્યાં સુધી હું ?' મેં પૂછ્યું, 'બજારમાં આંટા મારું ?'

મુસ્તુફા મારા પર નારાજ થયો હોય તેમ જરા મોં બગાડીને બોલ્યો, 'ઈ તો તમારે કરવું હોય એમ. પણ બજારમાં આંટા સ્હું કરવા મારવા ? અધોડિયે જઈને બેહો. આયાં સાસણથી ગમે ઈ દશ્યે હાલ્યા જાવ. ગય્રમાં દી' નો નીકળે એવી એકેય જીગ્યા હોય તો દેખાડો !'

'સારું, તો પછી સાંજે મળશું' કહીને હું કમરા પર ગયો. નહાઈને સામાન પૅક કરીને બિલ ચૂકવવા બહાર નીકળ્યો. અડધાએક કલાકમાં હું બૅગ અને થેલો લઈને દરવાજા બહાર નીકળ્યો.

બૅગમાં કપડાંની બે-ચાર જોડ, અને નહાવાનાં સાધનો, કેનવાસના બંડલ, ડ્રૉઇંગશિટ, પેન્સિલો, રંગની ટ્યૂબ અને પીંછીઓ. આમાંથી ડ્રૉઇંગશિટ્સ અને પેન્સિલો થેલામાં ફેરવીને મેં બૅગ ચાની લારીવાળાને સોંપી. ચા-નાસ્તો ત્યાં જ પતાવ્યા. થોડી વાર છાપું વાંચીને ખાવાની ચીજોનાં પડીકાં ખરીદ્યાં અને જવા તૈયાર થયો.

ચાવાળો આગ્રહ કરતો હોય તેમ બોલ્યો, 'બેહોને. ક્યાં હાલ્યા ?'

'ના. જઉં.' મેં કહ્યું, 'અધોડિયે જતો આવું.'

ચાવાળાએ કાઉન્ટર છોડીને બહાર આવતાં કહ્યું, 'રોડે હાલજો મા. અટાણમાં ન્યાં ગાડિયું ધૂળ ઉડાડશે. ઈ કરતાં રેલના પાટે પાટે હાલ્યા જાવ તો પુલ માથે જ જઈને ઊભા રે'શો. નીચે ઊતરો એટલે અધોડિયા.'

સાસણનું શાંત રહેતું સ્ટેશન સ્કૅચ કરવા લોભાવે તેવું તો છે, પણ દસ સાડા દસ થતાંમાં તો તડકો ત્યાં બેસવા નહિ દે તે ખબર હતી. હીરણનો પુલ વટાવીને જમણી બાજુ ઊતરી ગયો.

અધોડિયા તરફ આગળ વધું ત્યાં મેં ધાનુને કોઈ માલધારી સાથે રકઝક કરતાં જોયો. ધાનુ કંઈક કહેતો હતો અને પેલો માથું હલાવીને ના પાડ્યે જતો હતો.

ધાનુની નજર મારા પર પડી. તરત જ તેણે ચર્ચા પડતી મૂકી અને લગભગ દોડતો હોય એમ પુલ તરફ આવ્યો. નજીક આવતાં જ તેણે કહ્યું, 'ભાઈસાબ જલદી જાવ ને, વાંહાંઢોરને ઢાળે ઓલી બેઠી છે ન્યાં પૂગી જાવ.'

ધાનુ ડોરોથીની વાત કરે છે તે હું સમજ્યો પણ તેને એકલી મૂકીને ધાનુ

ક્યાં જાય છે અને મને ત્યાં શા માટે મોકલે છે તે ન સમજાયું. ઘડીભર તો મને કંઈક અમંગળની આશંકા પણ થઈ. મેં પૂછ્યું, 'પણ છે શું ?'

'કાંય નથ્ય બાપલા. હું રૂમે જ્યાવું ન્યાં લગણ ઈનીં હાર્યે રેવાનું સે. ન્યાં કણે ખાલી બેહવાનું સે. બીજું કાંય નથ.'

મારે ધાનુનું કહેવું માનવું કે નહિ તે વિચાર કરવાનો સમય આપ્યા વગર તે 'જાવ તમતમારે ન્યાં બેહી જ રે'વાનું સે. હું હમણે વયો આવું.' કહીને ઝડપથી પુલ પર ચડી ગયો.

વાંહાઢોર પાસે ડોરોથી ક્યાં બેઠી છે તે હું જાણતો નહોતો. રસ્તા પરથી દેખાય તેમ જ બેઠી હશે તેમ માનીને મેં ચાલવા માંડ્યું.

પેલા માલધારી પાસેથી પસાર થતાં મેં તેને પૂછ્યું, 'ડોરોથીને શું થયું છે ?'

'કાંય નય. ધાનિયો મને કેય કે સોકરી વાંહાઢોરને પાણે એકલી સે ન્યાં જય ને બેહ.' માલધારીએ કહ્યું.

'કેમ ?'

'કેમ તે ઈ તો ઈનેં જંગલમાં એકલી નય મૂકવાનો ધાનુને ઓડર સે. પણ તમીં જ ક્યો. હું આ ભેહું મેલીને કાંવ જાંવ ?' માલધારીએ કહ્યું, પછી ઉમેર્યું, 'જંગલ ખાતાની વાત્યમાં અમારાથી નો પડાય.'

મેં કહ્યું, 'બરાબર. પણ એ છોકરી છે ક્યાં ?'

માલધારી થોડે સુધી મારી સાથે આવ્યો અને મને કેડી બતાવીને પાછો ગયો. હું દસેક મિનિટ ચાલ્યો હોઈશ ત્યાં ઢોળાવ પર ઊંચા પથ્થરને પીઠ ટેકવીને બેઠેલી ડોરોથી દેખાઈ. હું તે તરફ ગયો.

ડોરોથીના કહેવા પરથી હું એટલું સમજ્યો કે ધાનુ ગેસ્ટહાઉસ ગયો છે. હમણાં પરત આવશે. એટલો સમય તે એકલી બેસી શકશે, મારે તેની પાસે રોકાવાની જરૂર નથી.

મેં કહ્યું, 'મને ધાનુએ અહીં રહેવા કહ્યું છે માટે હું રહીશ.'

પછી ધાનુ આવ્યો ત્યાં સુધી અમે એક-બીજા સાથે કંઈ બોલ્યાં નહિ. ધાનુ ઢાળ ચડતો હતો ત્યાં જ હું નીચે ઊતરવા માંડ્યો. ધાનુ પાસેથી પસાર થતાં મેં પૂછ્યું, 'શું થયું હતું ?'

'કાંય નંઈ. આ લેવા ગ્યો'તો.' ધાનુએ હાથમાં થેલી બતાવતાં કહ્યું.

મેં વધુ કંઈ પૂછ્યું નહિ. નીચે ઊતરીને હું અધોડિયા પહોંચ્યો.

॥ ૬ ॥

અધોડિયાની હીરણ ભલે કોઈ મહાનદી નથી; પરંતુ એક વાર પણ જેણે તેને જોઈ છે, તેના રેતાળ પટમાં પગ મૂક્યો છે તે તેને કોઈ દિવસ ભૂલી શકવાનો નથી. નદી, પર્વત, સમુદ્ર, જેને આપણે નિર્જીવ ગણીએ છીએ તેમની પાસે એવું શું છે જે આપણા મન પર શાસન કરવા સમર્થ છે તે હું ક્યારેય સમજી શક્યો નથી.

અધોડિયે બેસીને મારે થોડા સ્કેચ કરવા હતા પણ બધી વસ્તુ તો ચાની લારીએ પડી છે. થોડી વાર બેઠા પછી રેતીમાં ચાલવાનું મન રોકી ન શક્યો. સીધો ઉપરવાસ ચાલ્યો. કેટલોયે સમય ગયો હશે. મને તરસ લાગી. થેલો એક બાજુએ રેતી પર મૂકીને હું પાણીમાં પ્રવેશ્યો. કાંડાબૂડ વહેતું જળ થોડું ડહોળાયું. પાણી ચોખ્ખું થાય તે રાહ જોતો હતો ત્યાં કોઈ સ્ત્રીએ બૂમ પાડી, 'એ.. આયાં વીયડે વયો આવ. તાંહળી ભરી દંઈ.'

જોયું તો બે સ્ત્રીઓ પાણી ભરવા આવેલી લાગી. એક બાજુ તાંબાનાં બેડાં પડ્યાં હતાં. હું તે તરફ ગયો. બેઉ સ્ત્રીઓ વહેણથી થોડે દૂર કિનારાની રેતીમાં ઉભડક પગે બેસીને રેતીમાં ગોળાકાર, છીછરો ખાડો કરતી હતી. એક જણી હાથ વડે રેતી ખસેડીને ખાડાને ઊંડો કરતી હતી. બીજી કાંસાની તાંસળી વડે ખાડામાંથી ડહોળું પાણી બહાર ઉલેચતી હતી.

ડહોળા ખાડામાં નદી બાજુએથી વહી આવતી નિર્મળ જળની સરવાણી સ્પષ્ટ દેખાતી હતી. હું તે જોતો ઊભો. બેમાંની એક સ્ત્રીએ કહ્યું, 'ઘડીક ઊભો રેય. આઘડી વીયડો નીતરી રેસે.' પછી સાથેની સ્ત્રીને ઉદ્દેશીને બોલી, 'મેના, જરાક તાંહળી વીંસળી લે.'

મેના તાંસળી વીંછળીને લાવી અને બીજી સ્ત્રીને કહ્યું, 'લે, હાલ રાયાં, તું ઉલેચવામાં ઉતાવળ્ય રાખ. મારે હજી બોવ કામ પડ્યાં સે.'

મેના બોલી રહી ત્યાં સુધી મેં તે બેઉની ક્રિયા જોયા કરી. રાયાંએ રહ્યા-સહ્યા ડહોળને વીરડામાંથી ઉલેચી દીધો પછી વીંછળેલી તાંસળી ભરીને મને પાણી આપતાં કહ્યું, 'નદીનું પાણી સીધેસીધું નો પીયેં વીરા. ભેહું, ગાયું ને કંઈક જનાવર નદીયે ઊતરે પસી પાણી સોખ્ખું નો રેય. ઈ કરતાં કાંઠે વીયડો ગાળ્યો સ્હારો. રેતીમાંથી ગળાઈને નીતર્યું પાણી પીયે તો નરવાઈ રેય.'

પછી બેઉ જણીઓએ પોતપોતાની તાંસળીથી પોતાની હેલ ભરી. હવે તે બેઉ સખીઓ સામસામે ઊભી રહી. બેઉએ પોતપોતાની ઈંઢોણી માથા પર મૂકી પછી મેનાએ રેતી પર પડેલો હાંડો અને ગાગર રાયાંને માથે ચડાવ્યાં. રાયાંને માથે બેડું મુકાઈ ગયું એટલે તેણે સીધા ઊભા રહીને ગરદન હલાવીને બેડું માથા પર બરાબર ગોઠવ્યું.

હવે મેના નીચે વળી અને રેતી પરથી પોતાનો હાંડો ઊંચકીને માથે બેડું લઈને ઊભેલી રાયાંના હાથમાં પકડાવ્યો અને તેની બરાબર સામે ઊભી. પછી પોતાનું શરીર સીધું રાખીને જ ગોઠણ વાળીને નીચી થઈ અને રાયાંએ પોતાના માથા પર આખું બેડું હોવા છતાં ટટ્ટાર રહીને હાથમાંનો હાંડો સામે નીચી થઈને ઊભેલી મેનાની ઈંઢોણી પર સહજતાથી ગોઠવી દીધો.

હવે બેઉને માથે વજન હતું અને હજી મેનાને માથે ઘડો મૂકવાનો બાકી હતો એટલે હું મદદ કરવા ગયો તો મેનાએ કહ્યું, 'રે'વા દે વીરા. ઈ તો અમીં સડાવી લેસું.'

હાંડો પોતાને માથે બરાબર મુકાઈ ગયો તે ચકાસીને મેનાએ ફરીથી માથું અને શરીર ટટ્ટાર રાખતાં જઈ, ગોઠણને સહેજ વધારે વાળીને રેતીમાં પડેલો ઘડો ઊંચકી લીધો અને રાયાંના હાથમાં આપ્યો. ફરીથી એ જ ક્રિયાનું પુનરાવર્તન થયું.

આ અદ્ભુત દશ્ય હતું અને મારી પાસે પીંછી કે રંગ, કશું જ નહોતું. મેં ખેતરોમાં લણણી થતી હોય તેવાં ચિત્રો દોર્યાં છે. ઊંચાં મકાનો ચણાતાં હોય ત્યારે એક-બીજાના હાથમાં ઈંટો કે તગારાં સરકાવતાં મજૂરોને પણ ચીતર્યાં છે. સાથે મળીને કામ કરતાં મનુષ્યોનું તાલબદ્ધ હલનચલન જે લય સર્જે છે તેને ફલક પર

ઉતારવા હું હમેશાં આકર્ષાયો છું. આ બધું કરવા છતાં મારી નજરે મેં એવું ક્યારેય નથી જોયું જે આજે હીરણને કાંઠે આ બે સ્ત્રીઓએ એકબીજાંનાં બેડાં ચડાવ્યાં ત્યારે મને દેખાયું.

આ પળ અંકિત કરી લેવાની અદમ્ય ઇચ્છાથી મેં મારો થેલો ફંફોસીને એક નાનું ડ્રૉઇંગશિટ અને પેન્સિલ કાઢ્યાં. કિનારે જ એક જાંબુના ઝાડ તળે બેસી ગયો.

જેમ જેમ પેન્સિલ ચાલતી ગઈ તેમ તેમ મને આભાસ થતો ગયો કે મારી પીંછીએ કોઈ એક વાર, ક્યાંક સ્ત્રીદેહની આ હલકને ઝીલી છે.

હું અહીંથી તે બેઉ સ્ત્રીઓને જતી જોતા રહીને તેમનો સ્કેચ બનાવી રહ્યો છું. ઘડી પહેલાંની, તેમની બેડાં ઉપાડવાની, માથા પર મૂકવાની, માથા પર બેડું હોવા છતાં જમીન પરથી ભરેલો ઘડો ઉઠાવવાની અને પછી ભરેલી હેલ સહિત રેતીમાં સમતોલ, ટટ્ટાર ચાલવાની. આ સમગ્ર દશ્યાવલીમાં મને અવર્ણનીય, અજાણ્યો લય સંભળાય, દેખાય છે જે મેં અગાઉ ક્યાંય જોયો, સાંભળ્યો નથી; છતાંયે મારા અનુભવમાં ક્યાંક પડઘાય છે. એ કયા લયનો પડઘો હશે ? આગોચર અંતરીક્ષમાં ધબકતાં બ્રહ્માંડનાં સ્પંદનોનો કે પછી માતાના ગર્ભમાં અનુભવેલા સર્વવ્યાપી હિલ્લોળનો !

ચિત્ર પૂરું કરીને ઊભો થતો હતો ત્યાં સામેથી ચાલ્યા આવતા મુસ્તુફાને જોયો. મને નવાઈ લાગી કે સવારે લોકેશન માટે ગયેલો માણસ અત્યારે હજી અહીં, સાસણની નજીકમાં જ છે !

મને જોઈને મુસ્તુફા મારા તરફ આવ્યો. કહે, ‘અધોડિયે નો બેઠા ?’

મેં ઊભા થતાં કહ્યું, ‘બેસત. પણ પછી અહીં પહોંચી જવાયું. તું તો લોકેશન માટે જવાનો હતો ને !’

મુસ્તુફાએ જવાબ આપ્યો, ‘પટણીસર ભણી કાનકટા હાર્યે બીજાં તૈણ જનાવર સે. આ ઈ સ્હમાસાર ધાનુને કેવા ગ્યો’તો. ન્યાંથી થ્યું કે તમારા ખબર્ય લેતો જાઉં એટલે અધોડિયે ગ્યો. માલધારીએ કીધું કે તમીં આણીકોર્ય હાલ્યા સો એટલે તમને જોવા આવ્યો. તમારુંય ધીયાન રાખવું પડને ?’

‘હું પણ ધાનુને મળ્યો હતો.’ મેં કહ્યું.

મુસ્તુફા જરા હસી પડ્યો અને કહે, ‘ઈ તાયફો સ્હોત મને ખબર્ય સે. તમને દોરતી પાંહે રોક્યા’તા ને ?’

‘હા, પણ એમાં તાયફો શું ?’ મેં પૂછ્યું.

‘હવે આયાં ઊભા ઊભા જ વાત્યું કરવી સે ? મારે નેસમાં હાલો.’ કહીને મુસ્તુફા મને પેલી સ્ત્રીઓ ગઈ હતી તે તરફ દોરી ગયો. ચાલતાં ચાલતાં તેણે

વાત કરી, 'ધાનુ 'ને દોરતી બેય જણાં ન્યાં વાંહાઢોરની ઓલીકોર મારણ થ્યું સે ઈ જોવા નીકળ્યાં સે. નાનો દેખાય પણ વાંહાઢોર સડવો સ્હેલો નથ્ય. ઈમાં એક લપસણો પાણો વટવો તો બવ આકરો.'

મુસ્તુફા એટલી સરસ રીતે વાત કરતો હતો કે મારી નજર સામે આખું ચિત્ર ઊભું થતું રહ્યું. જાણે સ્પષ્ટ દેખાય કે આ સામે ડુંગર ચડતાં ધાનુ અને ડોરોથી પેલા ખડક પાસે અટક્યાં. ધાનુએ ઉપર જઈને મદદ કરવા ડોરોથી તરફ હાથ લંબાવ્યો પણ ડોરોથીએ ના પાડી અને તે પોતે એકલી જ ચાર પગે થઈને ચડવા ગઈ. જરા વધારે નમી પડી અને તેનું ટાઈટ પેન્ટ પાછળથી ચિરાઈ ગયું. આગળ જવાને બદલે ડોરોથી ત્યાં જ ચપ્પટ બેસી ગઈ. ધાનુને સમજાયું નહિ કે તે કેમ ત્યાં બેસી ગઈ. તે નીચે તરફ આવ્યો.

ડોરોથી એની ભાંગીતૂટી અંગ્રેજીમાં ધાનુને કહે, 'ધાનુ ગો ગેસ્ટ હાઉસ. બ્રીંગ માય પેન્ટ.'

ધાનુ બઘવાઈને ઊભો રહ્યો. સાહેબે આવું તો કંઈ શીખવ્યું નથી. ડોરોથી ફરી જરા ચિડાઈ અને તેણે પોતાનો હાથ પાછળ લઈ જઈને પેન્ટ ફાટ્યાની સંજ્ઞા કરી. ને કહ્યું, 'માય પેન્ટ બેક સાઈડ ફી..સ.સ.. ગો ગેસ્ટ હાઉસ. અનધર પેન્ટ.'

આવું બે વાર થયું ત્યારે ઇશારાને કારણે અને ડોરોથીના સંભાષણમાં આવેલા ગેસ્ટ હાઉસ અને પેન્ટ આ બે શબ્દો સમજીને ધાનુને બધું સાફ સમજાયું.

આ સમજણ આવતાં જ ધાનુ મૂંઝાયો. હાસ્તો, સાહેબે સ્પષ્ટ કહ્યું તો છે કે ડોરોથીને જંગલમાં એકલી મૂકીને ક્યાંય જવું એટલે નોકરીથી હાથ ધોઈ નાખવાના. લક્ષ્મણરેખા પાર તો સીતામાતાએ પણ જવાનું નહોતું. ધાનુ ક્યાંથી જઈ શકે ?

ગભરાટમાં કે મૂંઝવણમાં ધાનુએ ગુજરાતીમાં જ હાંક્યું, 'પણ તમને એકલાં મેલીને જાવાનો ઓડર નથ્ય ઈનું સ્હું કરસું ?'

ડોરોથી ગુજરાતી સાંભળીને જરા મૂંઝાઈ; પણ 'ઓર્ડર' શબ્દથી ડોરોથી ધાનુના કથનનો મર્મ પકડી શકી અને બોલી, 'નો પ્રોબ્લેમ. યુ ગો.'

ધાનુને વળી એક નવી મુશ્કેલી. સાહેબે શીખવ્યું છે તેમાં ડોરોથીએ 'નો પ્રોબ્લેમ' બોલવાનું ક્યાંય આવતું નથી. તેણે તો 'એની પ્રોબ્લેમ ?' એટલું જ બોલવાનું હોય. ધાનુએ સામે પૂછ્યું, 'ઈ તો મારે બોલવાનું સે. તમારે ક્યાં કેવાનું સે ?'

ડોરોથી ગુજરાતી સમજવાની નહોતી. તેણે કહ્યું, 'નાઉ શટઅપ એન્ડ ગો. આઈ વીલ કિક યુ.'

ધાનુને સહુથી વધુ ડર ડોરોથી ના ગુસ્સાનો છે. અંતે હારી, થાકીને ધાનુએ કોઈ બીજાને ડોરોથી પાસે બેસારીને પેન્ટ લેવા જવું તેમ નક્કી કર્યું. પેલો માલધારી પોતાનો માલ છોડીને ડોરોથી પાસે બેસવા તૈયાર નહોતો. હું મળી ગયો તે ધાનુને સારા નસીબ જેવું લાગેલું.

આખીયે વાત કરવામાં મુસ્તુફાને અને સાંભળવામાં મને રમૂજ તો પડી જ, એક સંતોષ પણ થયો જે મુસ્તુફાએ વ્યક્ત કર્યો, 'હાલોને ઈ બા'નેય બે જણને કાં'ક બીજી વાત તો થઈ !'

પૂરું હસી લઈએ તે પહેલાં અમે નેસને ઝાંપે પહોંચી ગયા. હું અંદર જતાં અચકાયો. આઈમાના નેસમાં ગયો ત્યારે તો આગળ લક્ષ્મી હતી એટલે મને કોઈ બીક નહોતી. અહીં માલધારીનાં કૂતરાં હશે તેમ માનીને મેં મુસ્તુફાને કહ્યું, 'તું આગળ જા. કૂતરાં હશે તો હું અજાણ્યો પડીશ.'

'નેસમાં કૂતરું નો જડે. ગય્રમાં કૂતરું રઈ જ નો હકે. દીપડો તરત ઉપાડી લેય.' મુસ્તુફાએ કહ્યું અને અમે અંદર પ્રવેશ્યા. નેસમાં ક્યાંક ઊકળતા ઘટ્ટ દૂધની સુગંધ આવી ને અમે ઊભા હતા ત્યાં સુધી ફેલાતી હતી.

'આવો ભાય.' કહેતાં એક આધેડ વયની રબારી સ્ત્રીએ ખાટલો ઢાળ્યો. 'બેહો. સા મેલું.'

'અટાણે નંઈ કડવીબેન. હમણે જ હાલવાનું છે.' મુસ્તુફાએ કહ્યું.

કડવીબેને લગભગ સામે આવી જતાં અમારો રસ્તો રોક્યો અને કહ્યું, 'તે બે મીલટ બેહો એમાં કાંય ખોટીપો નથ્ય થાવાનો. કાનો પેડા બનાવે સે. લગીર સાખતા તો જાવ.'

કહીને કડવીબેન ઝૂંપડીની જમણી તરફ લીંપણવાળી દીવાલ અને જાડી, વાંકી-ચૂકી ડાળોની થાંભલી પર ટેકવેલા વાંસ ઉપર ઘાસ નાખીને છાયેલા એકઢાળિયા તરફ મોં કરીને બોલ્યાં, 'કાના, તારું પૂરું થાય તો આવ્ય. મુસ્તુફા 'ને હાર્યે એક મે'માન સે.'

મેં નમીને એકઢાળિયા તરફ જોયું તો લાંબી કોઢ કે ગમાણ જેવી તે જગ્યામાં એક આધેડ વયનો પુરુષ માટીના ચૂલા પર લોખંડની કડાઈમાં તવેથો હલાવતો, અમારા તરફ પીઠ કરીને બેઠો હતો.

'લ્યો, બેહો. સા નોં પીવી હોય તો હું સાસ્ય લેતી આવું.' કહીને કડવીબેન ઝૂંપડીમાં ગયાં.

અમે ખાટલા પર બેઠા. મેં નેસમાં નજર દોડાવી તો ચારે તરફ કાંટાની વાડથી ઘેરાયેલા સ્વચ્છ ચોગાનમાં એક તરફ પાણીનો હેન્ડપમ્પ હતો. એક બાજુ ગાર-

માટીની, નળિયાથી છવાયેલી નાની ઝૂંપડી જેવી ઓરડી. ઓરડીના તળિયે અને આંગણામાં છાણ-માટીનું લીંપણ કરેલું હતું.

કડવીબેન ગયાં તેવાં તરત, પિત્તળની બોઘરણી અને કાંસાની ચમકતી તાંસળીઓ લઈને પાછાં આવ્યાં. ખાટલા સામે જમીન પર બેસીને કાંસાની તાંસળીમાં છાસ રેડતાં કહે, 'માવો ત્યાર જ સે. જરાક ખાતા જાવ.'

'માવાનું અટાણે રેવા દ્યો.' મુસ્તુફાએ કહ્યું, 'અમારે મોડું થાય. હમણે જીપ આવી જાસે.'

અમે છાસ પી રહ્યા ત્યાં સુધી કડવીબેને મુસ્તુફા સાથે વાતો કરી. પછી એકઢાળિયા તરફ ફરીને બોલ્યાં. 'કાના, તારું પત્યું કે નંઈ ? આ ભાય વયા જાવાની ઉતાવળ કરે સે.'

પેલા ઢાળિયામાં કડાઈ સાચવતા કાનાએ અમારા તરફ જોયું અને કહ્યું, 'હવે થઈ જ ગ્યું સ. ન્યાં જ આવું સું.' કહેતાં તેણે માવાની કડાઈ એક તરફ મૂકી અને તેના પર એક કપડું ઢાંક્યું. પછી પોતે બેઠો હતો ત્યાં બેઠાં બેઠાં જ ચૂલામાંથી અંગારા અને લાકડાં કાઢીને તેના પર પાણી રેડ્યું.

આમ કરવાથી છમકારા સાથે જ ઊડીને રાખ માવામાં પડી હશે અને કાનાના મોઢા પર પણ ઊડી હશે. મને બહુ ગમ્યું નહિ. ઘડીભર થયું કે કાનાને કહેવું જોઈએ કે તે લાકડાં કોઢની બહાર લાવીને કે જરા દૂર જઈ રહીને પણ ઠારી શક્યો હોત; પણ હજી તો હું તેને મળું જ છું એટલામાં તેને સલાહ આપવાનું મને બરાબર ન લાગ્યું.

મારી નજર ઢાળિયા તરફ જ હતી. કાનો બેઠો બેઠો જ અમારા તરફ ફર્યો. મેં જોયું કે તેના પગ પાતળા અને ઘૂંટણથી વળેલા છે. નાનપણે થયેલા પોલિયોનું પરિણામ હોય. ઉતાવળ કરીને હું કંઈ બોલી ન ગયો તેની રાહત કાનાના પગ જોઈને થયેલા આઘાત તળે દબાઈ રહી.

કાનાએ કડાઈનું એક કડું પકડ્યું અને બહાર આવવા ઘસડાયો. કડાઈ તેને અડી જશે તો તે દાઝશે તે વિચારે હું સફાળો ઊભો થઈ ગયો અને કહ્યું, 'અરે, ત્યાં જ રહો. અમે ત્યાં આવીએ છીએ.'

મુસ્તુફાએ મારો હાથ પકડ્યો અને કહ્યું, 'તમ તમારે બેહો. હું લયાવું સું.' દરમિયાન કડવીબેને જ કાના પાસેથી લઈને કડાઈ ઘરમાં મૂકી. કાનો હાથની મદદથી જરા ઘસડાતો લાગે તેમ ખસીને અમારા તરફ આવ્યો અને સામે ધૂળમાં જ બેઠો.

થોડી વારમાં કડવીબેન રકાબીમાં માવો લઈ આવ્યાં અને અમને આપ્યો. ગીરની કેસર કેરી વિશે તો મને ખબર હતી. ગીરની ગાય વિશે પણ થોડુંઘણું

સાંભળેલું અને છાપાંમાં વાંચેલું. હવે આ ગીરના પેડા. મેં માવો ચાખ્યો અને પૂછ્યું, ‘તમે વેચવા માટે બનાવો કે ઘરમાં કોઈ પ્રસંગે ?’

કાનાએ જવાબ આપ્યો, ‘વેસવા સ્હારુ બનાવીયે. ઘરની ભેંહુંના દૂધમાંથી પેડા બને સે. ગર્યનાં દૂધ ઘી પેડા, બધું મલકમાં વખણાય.’

કડવીબેન પણ કાનાની વાતને ટેકો કરતાં કહે, ‘કાનો સાસણ જઈને વેસીયાવે. ઈ મારે મોટો. ઈને પગ નંઈ. એટલે બેઠે બેઠે પેડાનું કર્યે રાખે. ઈના હાથના પેડા સંધાયને ભાવે એટલે ટૂરિસ્ટ તરત લય જાય.’

મેં સહજ પૂછ્યું, ‘પેડા શા ભાવે વેચાય ?’

‘પાંતરીના શેર.’

કડાઈમાં માવો બે કે ત્રણ કિલોથી વધારે નહિ હોય તેવો અંદાજ બાંધ્યો. રોજ આટલા પેડા બને અને સિત્તેર રૂપિયે કિલોના ભાવે જતા હોય તોપણ આવક ખાસ કંઈ નહિ હોય.

મારા જેવો જ વિચાર મુસ્તુફાને પણ આવ્યો હોય તેમ તેણે કહ્યું, ‘કાના, જૂનાગઢ, રાજકોટમાં પેડાના ભાવ ખબર્ય સે ? તું સાસણમાં ઈનાંથી દોઢાં લેય તોય ટૂરિસ્ટ ગર્યના પેડા સ્હાટે તો ગમે એટલા રૂપિયા આપી દેય.’

કાનો કંઈ બોલ્યો નહિ. મને લાગ્યું કે તે કંઈક વિચારમાં છે. મેં તેને કહ્યું, ‘મુસ્તુફા સાચું કહે છે. તમારા તો ચોખ્ખા દૂધના, જાતે બનાવેલા પેડા હોય. એટલે મોંઘા પડે તોયે લોકો તરત ખરીદી લે.’

કાનો મારા તરફ જોઈ રહ્યો. કંઈ કહેવું કે ન કહેવું એમ વિચારતો હોય તેમ નીચું જોઈને ફરી મારા સામે જોયું અને બોલ્યો, 'હકનું મળે ઈ ખાવું. તમીં ક્યો છ ઈમ ટૂરિસ ભાળીને લોભ કરું તો આ જલમમાં તો પગ વયા ગ્યા; આવતા જલમે હાથ સ્હોતેન નો હોય.'

હું સ્તબ્ધ થઈ ગયો. આ સમજ માનવજાતની ચેતનામાં કઈ રીતે ઊતરી હશે ?

મને વિચારમાં પડી ગયેલો જોઈને મુસ્તુફાએ કહ્યું, 'હાલસું ? મારે હજી આઘું જાવાનું સે.' પછી કંઈક યાદ આવ્યું હોય તેમ કહે, તમીંય ભેગા હાલો, કડેલી ઊતરી જાજો. આજ ન્યાં કાંક મેળા જેવું સે. મોજ આવસે.'

'ગીરમાં મેળો ?' મેં નવાઈથી પૂછ્યું.

'મેળો એટલે ઓલો મેળો નંઈ. આમાં તો માતાજીનું કાં'ક હોય. સ્હગાને ને ભાયબંધુને નોતરે. ભેગાં થાય, ભજનું ગાય. એવું બધું. '

'તે તું ત્યાં જાય છે ?' મેં પૂછ્યું.

'મારે જાવું કેરંભા. જીપ આયાં વિસાવદરના રોડ માથે જ આવસે. તમને કડેલી ઉતારતા જાસું. વળતાં લેતાં જાસું.'

અમે નેસની બહાર નીકળ્યા. વિસાવદરને રસ્તે હજી પહોંચ્યા ત્યાં જ જીપ આવી. પાછળની સીટ ઉપર ત્રણેક ગાર્ડ જેવા દેખાતા યુવાનો બેઠા હતા. વચ્ચેની અને ડ્રાઇવરની બાજુની સીટ ખાલી હતી. મુસ્તુફા ડ્રાઇવર પાસે બેઠો અને મને વચ્ચેની સીટ પર આવી જવા કહ્યું.

ડ્રાઇવરે આંખના ઇશારાથી મુસ્તુફાને મારા વિશે પૃચ્છા કરી. મુસ્તુફાએ કહ્યું, 'ટૂરીસ નથ્ય. ને પરમીટ સ્હોત છે. ઈ વન્યાં હું એને હાર્યે લેતો હોઈસ ?'

જવાબમાં ડ્રાઇવરે હસીને મુસ્તુફાને ખભે ધબ્બો લગાવ્યો અને કહ્યું, 'ઈ સ્હાચું, પણ અજાણ્યા જણને ગાડીયે લેતાં અમારે પૂસવું તો ખરુંને ? કોક સાય્બ ભેગો થૈ ગ્યો તો મને તો માલીકોર આવતો બંધ કરી દેય.'

જીપ ચાલી. પાટાની ડાબી તરફના ફાંટે વળી અને એકાદ કલાકે એક ત્રિભેટે ઊભી રહી. અમે નીચે ઊતર્યા. મુસ્તુફાએ પાછળ બેઠેલા ગાઇડ તરફ ઇશારો કરતાં ડ્રાઇવરને કહ્યું, 'આ બધા નવા નિસાળિયાને સ્હરખું સીખવજે. નવી નોકરી સે ને જંગલમાં ક્યાંક દેવાઈ નો જાય.'

જવાબમાં ડ્રાઇવરે કહ્યું, 'ગીરમાં આવ્યો એટલે સ્હીખી જ જાવાનો. એમ તો અબલો બાપોય ક્યાં સ્હીખીને આવ્યો 'તો.'

'તે તું એમ કેય સ કે આ બધા અબુ જાફરની હાર્યે બેહે એમાંના સે ?

નાખી દેવાની વાત્યું કચ્ચરમાં. સોકરા ખોટા પોરહમાં આવી જાહે.'

'બધા અબુ જાફર નો ય હોય. પણ કો'ક પાકેય ખરો. હું તો એટલું જ કંવ કે કોય સ્હીખીને નથ આવતું.' ડ્રાઇવરે જીપ આગળ લઈ જતાં કહ્યું.

હું અને મુસ્તુફા ચાલતા થયા. મેં તેને પૂછ્યું, 'આ બધા જુવાનિયા હમણાં જ નોકરીમાં રહ્યા છે ?'

'હા. જૂના સિકારીયું રીટાયર થાતા જાય એટલે હવે આ બધા નવા સિકારી.' મુસ્તુફાએ કહ્યું.

'શિકારી ?' મુસ્તુફાએ તે દિવસે મારી સાથે ચાલતાં પોતાને માટે અને આજે પેલા ગાર્ડ બનેલા છોકરાઓ માટે શિકારી શબ્દ વાપર્યો એટલે મેં પૂછ્યું.

'સિકારી નામ નવાબના વખતથી હાલ્યું આવે સ. એ ટેમે સિકાર થાતા. અમારા જેવા, કૂકવો કરીને સાવજને હાંકી લાવે ઈ બધા સિકારી કે'વાતા. સિકારી બોલાવે 'ને સાવજ આવે એટલે નવાબું 'ને સાય્બું બંધૂકું ફોડે. કૂકવો સ્હાંભળીને સ્હામે હાલી આવેલાનો સિકાર કરીને ફુલાય.'

'નવાઈ કહેવાય.' મેં કહ્યું, 'પણ હવે તો તમને શિકારી ન કહેવા જોઈએ. ગાર્ડનું કામ રક્ષણનું અને નામ શિકારી !'

'કાયદેસર નોકરીમાં તો અમે સિકારી નો કે'વાઈએ. બીટગાર્ડ નિકર ફૉરેસ્ટર કે'વાઈએ.' મુસ્તુફાએ કહ્યું, 'આ તો જૂનાં વખતનાં નામ હાલ્યાં આવે એટલે જાણકાર માણસું સિકારી બોલે. અમારા અફસર અને ટૂરીસ તો અમને ગાર્ડ જ કેય.'

'તમે બધાં ફક્ત લાકડી લઈને જાવ અને સિંહ મળે તો બીક ન લાગે ?' મેં પૂછ્યું. તે સાથે મને રમજાનાવાળો પ્રસંગ યાદ આવી ગયો. ત્યારે લાગી હતી એટલી બીક મને આજ સુધી ક્યારેય લાગી નહોતી.

'આમ તો બીવાય નંઈ. કેહેવત સે ને કે 'ગચ્ચરમાં ગર મા ને ગર તો ડર મા.' એટલે બીવાની વાત કરે ઈનેં તો મર્યો જ સ્હમજવો. સ્હાવજની બીક રાખીયેં તો ગચ્ચરમાં રે'વું કેમ ? તોય દીપડાથી સેતવું પડે. ઈનો ભરોહોં નો કરાય.' મુસ્તુફાએ કહ્યું.

'એટલે કે સિંહ હુમલો ન કરે એમ ?' મેં પૂછ્યું.

'સ્હાવજની વાત જ નોખી. ઈનું માન નોખું. ઈનીં આમન્યા નોખી. ને તોય કાંય કે'વાય નંઈ. ઈ તો રાજા છે. ઈનો મોભો નો રેય તો પછી તો અમારાથીય સું થાય ? આ તો ગચ્ચરનો મામલો.'

'હજી સુધીમાં કોઈ ટૂરિસ્ટને કંઈ થયાના દાખલા છે ?' મેં પૂછ્યું.

મુસ્તુફા આ બાબતે વિચાર્યા વગર કંઈ કહેવા માગતો ન હોય તેમ થોડી

વાર બોલતો અટકી ગયો. પછી કહે, 'અમે હારે હોંઈ એટલે ટૂરીસને તો ગાડી હેઠ ઊતરવા જ નો દંઈ. કો'ક વાર સ્હાવજને પાંજરે કરવો હોય કે મોટા માણસુંને બતાડવાનું હોય ઈવે વખતે સિકારી હાર્યે સાવજની મો'બત કેવી છે ઈનાં ઉપર આવીને વાત ઊભી રેય.'

'પાંજરે શા માટે પૂરવો પડે ?' મેં પૂછ્યું.

મુસ્તુફા સહેજ હસીને કહે, 'સ્હાજે-માંદે જૂનાગઢ સકરબાગ દવાખાને લય જાવા કે પસી ક્યાંક ગામમાં ગરી ગ્યો હોય તો પાસો જંગલમાં લય આવવા પાંજરે કરવો જ પડે ને ?'

'ને મોટા માણસને બતાવવા ?' મેં ફરી ચકાસ્યું.

મુસ્તુફાએ હું મજાક તો નથી કરતો ને ? તેવા ભાવે મારી સામે જોયું પછી કહ્યું, 'ગમે એવો મોટો સમરબંધી હોય તોય નંઈ.'

'તેં કહ્યું ને કે કોઈ મોટા માણસને દેખાડવાનું હોય ત્યારે...'

'મોટા માણસુંને જંગલમાં લય જયને બતાડવાનું હોય ઈવે વખતે સિકારી હાર્યે સાવજની મો'બત કેવી છે ઈનાં ઉપર આવીને વાત ઊભી રેય. હું એમ કે'તો'તો'

'તમે આવું જોયું છે ?' મેં મુસ્તુફાને વાતમાં ખેંચી રાખવા કહ્યું.

'કેટલીય વાર. સિકારીનું તો જીવવાનું સ્હાવજ હારે. પસી હેત લાગી જાય. બેય એક-બીજાનું માન રાખતા થઈ જાય. ઈની એક હદ હોય. ઈ નો વટાય.' મુસ્તુફા બોલ્યો અને હસ્યો. પછી ગળું જરા ખોંખારીને આગળ બોલ્યો, 'તમને કંઉ, હમણાં નામ લીધું ને ? ઇ એક અબલા બાપા હતા. ઈ માણાંને સ્હાવજની એકએક વાત્યની ઓળખ. એકેએકને જુદો, નામ દઈને બોલાવે. ધૂળમાં સ્હગડ જોઈને કઈ દેય કે કયા સ્હાવજનું પગમાર્ક સે. ઈવી ઈનીં જાણકારી. ઈ અબલા બાપાના કે'વાથી તો મને રોજમદારીમાં દાખલ કરેલો.

'તે શું થયેલું ?' મેં પૂછ્યું.

બનેલું એવું કે મૂળે ગુજરાતના પણ બીજા રાજમાં રેય એવા કો'ક મેમાન આવ્યા'તા. સાય્બે અબલા બાપાને કીધું, 'આ આવ્યા સ ઈ કવિરાજ સે. અબલાભાય, સ્હમજ્યા ને ? તમીં ઈની હાય્રે રેજો 'ને જીપમાં નો લઈ જાતા. બને તો હુંય હારે આવીસ. મારી ગાડી લઈને જાસું.'

'હં.' મેં સૂર પુરાવ્યો.

'ક્યાંક, ઠેઠ ગુજરાત બા'રથી આવ્યા'તા.' મુસ્તુફાએ દોહરાવ્યું. તે કોણ હશે તે બાબત મને બહુ જિજ્ઞાસા ન થઈ. મેં પૂછ્યું, 'પછી ?'

'પસી અબલા બાપાએ મને બરક્યો, 'મુસ્તા, તુંય હારે હાલ્ય, તારો ફૂકવો

સ્હારો પડે સ.' કરીને મને હારે લીધો. ઓલા મેમાન, સાય્બ પોતે, અબલા બાપા, ને હું.

'આગળ અબલા બાપા બેઠા. વચાળેની સીટ માથે મેમાન ને સાય્બ. અને ઠાંઠિયે હું સડી બેઠો. સાય્બ કેય અબલાભાય બોલો, ક્યાં જાવાનું સે ? અબલા બાપા કેય કે કમલેસર ભણી લઈ લ્યો.'

મસ્તુફાની વાત જામતી જતી હતી. મેં તેને હોંકારો આપ્યા કર્યો. તેણે આગળ કહ્યું, 'ડેમ આવું આવું થાય ને બરાબર રોડ માથે સ્હાવજ, તૈણ સિંહણ 'ને બે પાઠડા હાલ્યા આવે. મેમાન તો પમ્મર થઈ ગ્યા.'

'પમ્મર ? એટલે ?' મેં પૂછ્યું.

મારો પ્રશ્ન મુસ્તુફા સમજ્યો નહિ કે તેણે પ્રશ્ન અવગણ્યો. ગમે તે હોય તેની વાતોમાં ભંગ પડાવીને મારે મારો પ્રશ્ન દોહરાવવો નહોતો. 'મેમાન સાય્બને કેય, 'ઓહો, આ તો નરસીં ભગવાન. આપ રજા આપો તો નીસે ઊતરીને પ્રાથના કરી લઉં.' કહીને મુસ્તુફા મારા સામે જોઈને હસ્યો અને કહ્યું, 'ઈવડા ઈ પોતાની અગરબત્તી ય હાય્રે લાવ્યા'તા.'

'પછી ?'

'સાય્બ મૂંઝાણા.' કહીને મુસ્તુફા હસી પડ્યો. 'પણ મેમાન જેવા મેમાનનેય કઈ દીધું : 'આપને ભલે ઈમાં નરસિં ભગવાન કળાતા હોય. પણ કાં'ક આઘું-પાસું થાહે તો ઈવડા ઈ આપનામાં કવિરાજ કે મારામાં ડી.એફ.ઓ. જોવા ઊભા નંઈ રે. એટલે આ વિધિ રે'વા દઈયે તો ઠીક.'

મુસ્તુફાની બોલવાની ઢબ જોઈને મને હસવું આવી ગયું.

મુસ્તુફાએ પણ હસી લીધું અને આગળ કહ્યું, 'ઈ ટાણે અબલાભાયે સાય્બને કીધું, 'આપણે ગય્રમાં હોઈં 'ને આપડાં સ્હાવજમાં નરસિં અવતાર ભાળે એવા મેમાન એમને'મ પાસા જાય તો ગય્રમાં અબુ જાફરનું કામેય સ્હું સે ? ઊતરવા દ્યો તમતમારે મેમાનને. હું આડો ઊભો રઉં છ.' કે'તા અબલા બાપા ઊતર્યા. આગળ જઈને સ્હાવજના મોઢા'ગળ જઈને ઊભા ર્યા.

મેમાન ગાડીમાંથી ઊતર્યા. ન્યાં ગાડી પાંહે જ રઈને ઊંધા પડીને સ્હાવજુંને પગે લાગ્યા. ધૂળની ઢગલીમાં અગરબત્તી ખોસતા'તા 'ને અબલાભાયે કીધું 'મેમાન, તમતમારે આંયાં આવી જાવ. આંયાં પાંહે વયા આવો.'

મેમાનને જોખમ લાગ્યું. કેય, 'તમીં ઊભા સો એટલે લગણ તો નો આવું.' પસી ગાડી પાંહે બેસીને અગરબત્તી કરી. બોલો, મેમાન પાસા ગાડીયે નો બેઠા ન્યાં લગી અબલા બાપા સ્હાવજનો મારગ રોકીને ઊભા'તા.

કહીને મુસ્તુફાએ મારા સામે જોયું અને ઉમેર્યું, 'અબલા બાપા હટ્યા નંઈ ઈ ઘડી લગણ ઓલા સ્હાવજુંય ન્યાં ને ન્યાં ખોડાઈ ર્યાં. અબલા બાપા ગાડીયે બેઠા પસી હાલ્યા ગ્યા. મો'બત આવી હોય.'

વાત પૂરી થતાંમાં તો કડેલીનેસ સામે દેખાયો. મુસ્તફા મને છેક નેસના ઝાંપા સુધી મૂકી ગયો અને બૂમ પાડીને કહ્યું, 'આઈમા, આ મેમાનને મેલી જાંવ છ.'

'એમ મેમાનને મેલીને તારાથી વયું નો જવાય. આજ તો મેળો સે. રોકાય જા.' નેસમાંથી કોઈનો સાદ આવ્યો.

મુસ્તુફા રોકાયો નહિ. કહે, 'મારે લોકેસનમાં જાવાનું સે.'

॥ ૭ ॥

હું ઝાંપે જ ઊભો રહ્યો. બહાર થોડે દૂર, વડને છાંયડે ખાટલા નાખીને કેટલાક પુરુષો વાતોએ વળગ્યા હતા. નેસમાંથી એક ઢળતી વયની સ્ત્રી બહાર આવી અને મને આવકારતાં કહ્યું, 'આવ ભાય.'

મેં હાથ જોડ્યા અને સહેજ નમ્યો. તરત મારા માથા પર હાથ મૂકીને કહ્યું, 'આઈ ખોડિયાર તને ક્રોડ વરહનો કરે.'

'કોઈ એટલી ઉંમરનું થયું છે ?' મેં તેની મજાક કરતાં કહ્યું.

સ્ત્રીએ કહ્યું, 'તું નંઈ થા તો તારો વંશ તો થાહે. ઈ તું જ થ્યો કેવાય.'

વૃદ્ધાની વાત પર હસીને હું બીજી મજાક કરવા જતો હતો ત્યાં મને પેલો સ્વર સંભળાયો, 'થોડી વાર પહેલાં કાનો કહેતો હતો તે અને અત્યારે આ વૃદ્ધા જે કહેવા માગે છે તે તેમને અચાનક સૂઝેલી વાત નથી. માનવી માટે આવું વાક્ય બોલવાનું સહજ બન્યું તે શું આજ-કાલમાં જ બન્યું છે ? આ પૃથ્વી પર માનવજાત ઉદ્‌ભવી, વિકસતી ગઈ અને આજે જ્યાં છે ત્યાં સુધી પહોંચી એ સમય દરમિયાનના અનુભવે માનવીને કોઈ વાત સમજાઈ હોય અને આજે એક મનુવંશીને મોઢે બહાર આવી હોય એવું નથી લાગતું ?

હું મૌન રહી ગયો.

મને ઊભો રહેલો જોઈને તે સ્ત્રીએ નેસની અંદરના ભાગે નજર કરીને જરા

મોટેથી કહ્યું, 'નાગલા, ખાટલો આણીકોય્ર લાવ્ય. આ છાંયડે.'

એક નાનો, દસેક વરસનો બાળક ખાટલો લઈને ઝાંપા બહાર નીકળ્યો. મેં તેને કહ્યું, 'અહીં લાવ. બધા વડ નીચે બેઠા છે. એમની સાથે હું બેસીશ.'

'હાલો, ન્યાં નાંખીયે.' કહેતાં નાગલાએ બધા બેઠા હતા ત્યાં પાથર્યો. ત્યાં બેઠેલામાંથી બેત્રણ મોટી વયના પુરુષોએ મારા સામે જોઈને હાથ ઊંચો કરતાં કહ્યું, 'એ.. રા..મ. બેહો, આયાં વયા આવો.'

'રામ.' મેં જવાબ આપ્યો અને તેમનાથી થોડો પાછળ બેઠો. એ લોકોની કૌટુંબિક ચર્ચા ચાલતી હોય તેવી વાતો થતી રહી. હું મૂંગો રહીને સાંભળતો બેઠો.

મારી સામે બેઠેલો બીજો એક પુરુષ પણ વાતોમાં ખાસ કંઈ ભાગ લીધા વગર સાંભળે છે. જોકે તે સાવ મૌન નથી. કોઈ કોઈ વાતમાં હોંકારો આપે છે. તે માણસનો પહેરવેશ માલધારી જેવો જ છતાં થોડો અલગ છે. તેણે ચોરણી ઉપર કેડિયાને બદલે લાંબી ચાળવાળું ખમીસ પહેરેલું છે. ક્યારેક કંઈક બોલે પણ છે તો ભાષા પણ જરા જુદી લાગે છે. કદાચ તે આ લોકોનો કુટુંબી નહિ હોય. મિત્ર કે, મારી જેમ મહેમાન હોય.

હું તો ધારું તોયે આ લોકોની અંગત વાતોમાં ભાગ લઈ શકું તેમ નથી. મેં ખાટલો જરા ખસેડ્યો અને મારી નાની સ્કૅચબુક કાઢી. ચિત્ર દોરાતું ગયું. હું સામે બેઠેલા ડાયરાને કાગળ પર આંકતો હતો અને નાગલો ચાની કીટલી અને રકાબીઓ લઈને આવ્યો. ઘડીભર તેણે મહેમાનો પર નજર કરી અને પછી કોઈ નક્કી ક્રમમાં જ ચા આપવાની હોય તેમ એક પછી એક મહેમાનોને તેણે રકાબીઓ પકડાવી. અને ચા પણ જેને પહેલી રકાબી આપેલી તેને પહેલી એમ ક્રમમાં આપી.

મારો વારો છેલ્લો આવ્યો. મને ચા આપતી વખતે નાગલાએ મેં બાજુ પર ખસેડેલાં રેખાંકનો પર નજર કરી અને પૂછ્યું, 'મને જોવા દેહો ?'

મેં કહ્યું, 'હા, બેસ. પણ ચિત્ર પૂરું થાય પછી જો તો વધુ મજા આવે.'

'હમણેય મજા જ સે.' કહેતો નાગલો જલદી જલદી ખાલી રકાબી ભેગી કરવા માંડ્યો. પછી રકાબી અને કીટલી નેસમાં મૂકી આવીને મારી પાસે બેસી ગયો. થોડી વાર તો તેણે મૌન રહીને સ્કૅચ જોયા કર્યો. પછી કહે, 'હમણેં આઈમા આવે તયેં ઈને બતાવજો. ઈય સીતર કાઢે સ.'

'ચોક્કસ.' મેં કહ્યું, 'એમનાં ચિત્રો પણ જોઈશું.'

નાગલો હસી પડ્યો. કહે, 'ઈ કાંય સીતર આયાં નો લાવે. ઈનાં ઘરે, ઈનાં મજૂસમાં રાખે. લીલાપાણીયે જાવ તો જોવા જડે.'

'લીલાંપાણી તો હું ગયેલો. ત્યાં તો આઈમાએ કે કરમણે કોઈએ મને કંઈ

બતાવ્યું નહિ.' મેં કહ્યું.

ધીમે ધીમે હસતો રહીને નાગલો મારા સામે જોઈ રહ્યો. પછી કહે, 'તે આઈમા કાંય એમ-ને'મ થોડાં બતાવે ? ઈંને પૂસો તો કેય. તમીં તો કાગળિયાં માથે સીતર પાડો પણ આઈમા તો કપડાં માથે પાડે. બોલો !'

નાગલાની વાત સાંભળવા સિવાય મારે કંઈ બોલવાનું નહોતું. જેમ બને તેમ જલદી આઈમાને મળવું કરવું પડશે તે વિચારે મેં પૂછ્યું, 'આઈમા ક્યારે આવવાનાં છે ?'

'અટાણે તો આવી જાવાનાં હોય. પણ કાંક મોડું થ્યું લાગે.' નાગલાએ જવાબ આપ્યો અને આઈમાનાં ચિત્રોની વાત આગળ ચલાવી, 'બોલો, આઈમા સીતરે ઈ તો રાજકોટવાળા સ્હોતેન વેસાતા લઈ જાય. બાણાવળી અરજુનનાં, ભીમનાં, દ્રૌપદીનાં, કૃષ્ણ ભગવાનનાં, સ્હંધાયનાં સીતરું જડે. બોલો, ઠેઠ રાજકોટની માલીકોર વેંસાય.'

નાગલો રાજકોટથી બહુ પ્રભાવિત છે તે જોતાં મને મોજ પડી, મેં કહ્યું, 'છેક રાજકોટમાં વેચાય ! તો તો મારે એ ચિત્રો જોવાં જ છે. તું આવજે આપણે બન્ને સાથે લીલાપાણી જઈશું.'

'મેં તો મારગ ભાળ્યો નથ. લીલાપાણીયે ગ્યો સું પણ મારગનું ઓહાણ નથ યું.' નાગલાએ કહ્યું, 'તમીયે કેડો ભાળ્યો સે ? નો ભાળ્યું હોય તો ગય્રમાં કાંય જડે નૈં. કોક જાણીતાની હાર્યે જાવું પડે. ક્યાંક ભૂલા પડીયે તો કમઠાણ થ્યા વગર નો રે'ય.'

'એ તો કોઈને સાથે લઈ લેશું.' મેં કહ્યું.

નાગલાએ કહ્યું, 'ઈનાં કરતાં કાલ આઈમા જાય તયેં ઈનીં હાર્યે જ વયા જાહું. તમીં ઈનાં સીતર જોજો તો ખરા, પમ્મર થઈ જાસો.'

'પમ્મર ! એટલે શું ?' સવારે મુસ્તુફાને પૂછેલો પ્રશ્ન મેં અત્યારે નાગલાને પૂછ્યો.

'પમ્મર.એટલે...' આગળ કેવી રીતે સમજાવવું તે નાગલો નક્કી ન કરી શક્યો. તે થોડું અટકીને કહે, 'મને બોલતાં નો ફાવે. ઊભા ર્યૉ, દેખાડું.' કહીને દોડતો નેસમાં ગયો. નાગલો બોલીને વર્ણવી ન શક્યો તેવું શું બતાવવાનો હશે તે વિચારતો હું તેની રાહ જોતો બેઠો.

નેસમાંથી એક બાળા તાંસળી ભરીને છાસ આપી ગઈ. હજી પી રહું ત્યાં નાગલો પાછો આવ્યો. તેના હાથમાં લાકડાનો ભમરડો અને દોરી હતાં. આવતાં વેંત તેણે ખાટલા સામે થોડી જમીન સાફ કરી અને મને કહ્યું, 'જોજો, આ ગરિયા

સ્હામે જોઈ રે'જો. બીજે ક્યાંય જોતા નંઈ હો.'

'હો.' મેં કહ્યું.

નાગલાએ ભમરડા પર દોરી વીંટી ને તેને જોરથી ફંગોળ્યો. થોડી વાર આમ તેમ ભાગીને ભમરડો સ્થિર થઈને ડોલતો રહ્યો. તે પળે તેણે કહ્યું, 'ગરિયાને આવું થાય તંયે ઈ પમ્મર થઈ ગ્યો કે'વાય. જોય લ્યો, ઈનેં લાગી ગઈ ને સમાધ ?'

નાનપણે અમે ભમરડા ફેરવ્યા છે. આજે પણ ભમરડો મળે તો ફેરવવાનું મન તો થાય જ; છતાં હું આ 'પમ્મર' શબ્દથી પરિચિત નહોતો. એથીએ વિશેષ વાત તો એ કે, આ ગીરનિવાસીને લાકડાંના ભમરડાં સાથે રમતાં, વનોમાં રહેતાં જે સીધીસાદી સમજ મળી છે તેવી સમજની તો હું આજ સુધી ક્યારેય કલ્પના પણ કરી શક્યો નથી.

નાગલો તે કરી શકે છે. સાવ સહજ રીતે, આ સતત ગતિશીલ, સ્થિર છતાં સભાન મસ્તીમાં હોય તેમ ડોલતા ગરિયામાં, નિર્જીવ લાકડાના રમકડામાં તે એક અવસ્થાને જોઈ શકે, દર્શાવી શકે, ઓળખી શકે, અને તેનાથી વિશેષ કોઈ અદ્દભુત દશ્યાવલી જોઈને ક્ષણિક સર્જાતી મનઃસ્થિતિ સાથે તેને સરખાવી પણ શકે છે.

નાગલાનો ગરિયો ફરતો અટક્યો ત્યાં સુધી તે અને હું બન્ને એકધારું તેને જોતા રહ્યા. પછી નાગલો ગરિયો હાથમાં લઈને ચડ્ડીના ખિસ્સામાં ભરાવીને જતાં જતાં કહે, 'હવે સ્હમજી ગ્યા ને ?'

ઉત્તર આપી શકું તેટલી સમજથી હજી દૂર હતો; છતાં મેં કહ્યું, 'હા.'

તે સાથે જ મને હંસા સાંભરી. તેણે કહેલું, 'પારેવાં ઊડી જાય, કોય દી કૂવો ઊડી જાતો જોયો ?'

આ અસીમ બ્રહ્માંડમાં કોને, ક્યાં, ક્યારે અને કેવું દર્શન થશે તે કહી શકવું અઘરું છે. જડ પદાર્થોમાં પણ અવસ્થાઓ જોઈ શકનારા જો, સિંહણને 'જણીઓ' કે 'બીજી કોઈ' કહે તો મારે એ સમજવું જોઈએ કે તે માત્ર ભાષાનો પ્રશ્ન નથી. તેમની માન્યતાનો પણ છે. હા, તે આમ માને છે. પૂરી સભાનતાથી. સાદા, પોતીકા સત્ય તરીકે.

જે કોઈ આવું માની શકે છે તે લોકો કંઈક એવું શીખ્યા છે જે તેમને તમામ પ્રાણીઓમાં, અરે, નિર્જીવ રમકડામાં, પથ્થરો અને પહાડોમાં પણ જીવન જોવાની દૃષ્ટિ આપે છે. પોતાની આસપાસના જગતની તમામ ચીજોમાં સજીવારોપણ કરવાની આ ટેવ તેમને માટે સહજ છે. મારાં ચિત્રોમાં હું આ લાવી નહિ શકું તો મને સોંપાયેલું કામ પૂરું થઈ શકે ખરું !

હું આગળ વિચારું તે પહેલાં વડતળે બેઠેલા પુરુષોમાં હલચલ થઈ. કેટલાક

જણ ઊભા થઈ ગયા અને કેટલાક નમીને વડ પાછળ જોતાં બેસી રહ્યા. ઊભા થયેલામાંથી એક જણે જરા આગળ જઈને કહ્યું, 'જે માતાજી, આઈમા, પોગી ગ્યાં ખરાં !'

'સ્હંધાયને જે માતાજી. પોગવું તો પડે જ ને ?' આઈમાનો અવાજ સાંભળાયો, 'દેય પોગસે ન્યાં લગણ પોગસું. પછી ક્યાં પોગવાનું ?' પછી કહે, 'દૂધનો ટીમ્પો જડી ગ્યો એટલે આવી હકી. નિકર તો નો અવાત.'

આઈમાના અવાજને ઓળખીને હું ઊભો થયો. વડ તરફ જઈને જોયું તો આઈમા પોતાની સામે ઊભેલાં માણસોના હાથ વારાફરતી પોતાની હથેળીઓ વચ્ચે લઈને સ્વાગત સ્વીકારતાં ઊભાં હતાં. આઈમાની બરાબર પાછળ હાથમાં ભરત ભરેલી થેલી લઈને ઊભી હતી સાંસાઈ.

મેં આગળ જઈને આઈમાને હાથ જોડ્યા. આઈમાએ મારે માથે હાથ મૂક્યો અને સાંસાઈનો હાથ પકડીને નેસ તરફ ચાલવા ગયાં. આ વખતે સાંસાઈએ પેલી થેલી આઈમા સામે ધરી.

આઈમા આગળ વધતાં અટક્યાં. થેલીમાંથી એક લાંબા સીધા મૂળ વાળો અને નાની પાંદડીઓવાળો છોડ કાઢીને ત્યાં ઊભેલાં પુરુષો સામે ધર્યો અને કહ્યું, 'આ ભાળો સો ?'

કોઈ કંઈ બોલ્યું નહિ. આઈમા શું કહેવા માગે છે તે મને સમજાયું નહિ. મને તો લાગ્યું કે આઈમા એ છોડના કોઈ ઘરગથ્થુ દવા કે બીજા કાંઈ ઉપયોગ વિશે કહેવાનાં હશે. તેઓ શું કહે છે તે સાંભળવા હું જરા આગળ ગયો ત્યાં

આઈમાએ જરા કડક પણ ધીરા અને સ્પષ્ટ શબ્દોમાં પૂછ્યું, 'આ પંથકમાં આને કોઈ દી ભાળ્યો'તો ?'

'ના. આ બે વરહથી થ્યો છ.' એક માલધારીએ જવાબ આપ્યો.

આઈમાએ બધા સામે જોયું. તેમના ચહેરા પર દૃઢતાનો ભાવ જાગ્યો અને તેમણે કહ્યું, 'ગય્રમાં કુંવાડિયો થાય એવું મેં તો જલમ ધરીને સ્હાંભળ્યું કે જોયું નથ્ય. બે વરહથી થ્યો છ ઈય મને કોયે કીધું નો'તું. આ ટીમ્પામાંથી ઊતરી ન્યાંથી હાલતાં જોતી આવું સું. નર્યો કુંવાડિયો ને કુંવાડિયો' કહીને આઈમાએ સાંસાઈનો ટેકો લઈને ચાલવા માંડ્યું અને જતાં જતાં આદેશાત્મક સ્વરે બોલ્યાં, 'ગય્રથી ખમાય નૈં ઈવું કામ નો કરીયે તો ઠીક.'

આઈમાની વાત સાંભળીને બધા એકબીજા સામે જોઈ રહ્યા. અંતે આઈમા દૂર ગયા પછી કોઈ બોલ્યું, 'ન્યાં કુંવાડિયો ઊગી ગ્યો ઈમાં આપડે સ્હું કરીયે ?'

એક ઘરડા દેખાતા માણસે કહ્યું, 'એમ સ્હાવ આપડે સ્હું કરીયે કરીને સૂટી તો નો જ પડાય. બાપ, બીજું નો કરીયેં; પણ આપડો વાંક સે ઈ તો માથે લેવો પડે.'

ગીરમાં ક્યાંક એક અલગ પ્રકારનો છોડ ઊગે તેમાં આ લોકોનો વાંક શું હોઈ શકે તે કોઈકને પૂછી જોવાનું મન થયું પણ એ બધા કંઈક ઉગ્ર ચર્ચામાં પડ્યા.

કોઈ બોલ્યું, 'આ બધું તરકટ સાંસાઈનું. ઈણેં જ આઈમાને કાં'ક કીધું હોય. નકર આઈમા કોઈ દિ કોઈને કાંય ભઠ્યાં કે કાંય બોલ્યાં સે ?'

આ વિસ્તારમાં કુંવાડિયો ઊગવાથી આઈમા ચિંતિત છે તે મને સમજાયું. તેમના કથનમાં કોઈ સંદેશ કે ઠપકો હોય તેવું પણ મને લાગ્યું. ન સમજાયું તો તે કે કુંવાડિયાને કારણે આઈમા આ લોકોને વઢ્યાં શા માટે.

આ લોકોને પૂછું તોપણ મને સ્પષ્ટ ઉત્તર મળવાની શક્યતા ઓછી હતી. આઈમાને પૂછું તો વિગતે જવાબ મળે.

મેં મનમાં નક્કી કર્યું કે મારે આઈમાને જ મળવું છે. તેમની સાથે વાત કરવી છે. તેઓ શા માટે આ છોડ ભાળીને ચિંતા કરે છે તે પણ જાણવું છે. આમ કરતાં જ મને પેલો અજાણ્યો સ્વર સંભળાયો હોય તેવું લાગ્યું, 'આઈમાએ ગીરને ખમા કહ્યું હતું તેનું કારણ પૂછ્યું નથી. આપણે આ પણ પૂછવું નહિ પડે. વાત વાતમાં કદાચ આપોઆપ જડશે.'

આઈમા કેટલું રોકાવાનાં છે તે મને ખબર નથી. હું નેસમાં જવા ઊભો થઉં છું ત્યાં મુસ્તુફા આવી ચડ્યો અને કહ્યું, 'હાલો. ઘેર પોગવું સે ને ?'

મારો સામાન હજી ચાની લારી પાછળ જ પડ્યો હશે. સાસણ ગયા વગર

છૂટકો નથી. હું મુસ્તુફાની પાછળ ઢોળાવ ઊતરી ગયો.

મુસ્તુફાના ઘરની એક વધારાની ઓરડી, ઘરથી છૂટી, ફળિયામાં બાંધેલી છે. નાની પણ બે તરફ બારીઓ વાળી અને આસ-પાસ વૃક્ષોથી ઘેરાયેલી જગ્યામાં રહેવાની મજા આવે. થોડી અગવડ પડે તોપણ ગમે. મેં ભાડાનું પૂછ્યું તો મુસ્તુફાએ કહ્યું, 'હજી ર્યો તો ખરા. માફક આવે 'ને લાંબું રોકાવ તો નકી કરસું.'

મેં બહુ દલીલ ન કરી. મારી પાસે સ્લીપિંગ બૅગ સિવાય ઓઢવા પાથરવાનું બહુ નહોતું. મુસ્તુફા પાઈપની ફ્રેમ પર પાટી ભરેલો ખાટલો મૂકી ગયો. પાગરણ જોઈતું હોય તો પૂછ્યું; પણ મારી સ્લીપિંગ બૅગ છે એટલે જરૂર નહિ પડે કહીને મેં ના પાડી. તોપણ મુસ્તુફા એક ચાદર તો આપી જ ગયો.

કડેલી નેસથી તરત પાછા નીકળી જવું પડ્યું તે મને બહુ ગમ્યું નહોતું. મારે ત્યાંના મેળામાં પૂજા અને બીજી વિધિ બધું જોવું હતું. તેમનાં ગીતો સાંભળવાં હતાં. અને ખાસ તો આઈમા પાસેથી કુંવાડિયા વિશે જાણવું હતું.

સાંસાઈને પણ મળવું હતું. કોઈકે સાંસાઈના તરકટની વાત શા માટે કરી તે પણ જાણવું હતું. મેળો કેટલા દિવસનો હોય છે તે મને ખબર નહોતી.

મેં બહાર આવીને મુસ્તુફાને પૂછ્યું, 'કડેલીમાં એ લોકોનો મેળો કેટલા દિવસ ચાલવાનો છે ?'

'ઈ તો એક દીનું હોય. રાત્યે રાસડા લેય. બીજા દી' માતાને વળાવે. પસી પૂરું. માલધારીને લાંબું નો પોહાય. લાંબું રેય તો ઈનો માલ રજળી જાય. કેટલાંક તો અડધી રાત્યે જ રવાના થૈ જાહે.'

'એટલે કાલે બધાય જતા રહેશે ? આઈમા પણ !' મેં ફરી પૂછ્યું.

'ઈ તો હવે ન્યાં જયને પૂછીયે તયેં ખબર પડે. આયાં મને સું ખબર્ય કે કોણ જાવાનું ને કોણ રોકાવાનું. કદાસ આઈમા રોકાણાંય હોય. ઈનેં સોકરાં માલ સ્હાંસવે, સ્હંભાળે ઈ વાત્યે ઈનેં માલની ફિકર બવ નો હોય.'

મુસ્તુફાને આગળ કંઈ પૂછવાનું માંડી વાળીને મેં મનોમન નક્કી કર્યું કે આઈમા કડેલીમાં જ હોય તો મારે કાલે સવારે ફરી કડેલી જવું છે.

'બજારમાં આંટો મારી આવું' કહીને હું પેટપૂજા માટે હોટલ તરફ નીકળી ગયો.

બજાર હજી ઝળાંહળાં હતું. આખા અભયારણ્યમાં આટલી રોશની અહીં જ હશે. હું એક હોટલ પર ગયો અને રોટલી-શાક મગાવીને રાહ જોતો બેઠો. કાલ સવારે વહેલો અહીં આવી જઉં તો દૂધના ટેમ્પામાં કે કોઈની બાઈક માગીને પણ કડેલી આંટો મારવાનું વિચારતાં મેં ટેબલ પર મુકાયેલું ભાણું પાસે ખેંચ્યું.

॥ ૮ ॥

સવારે નહાયા વગર જ બસસ્ટેન્ડે પહોંચી ગયો દૂધવાળા તો નીકળી ગયેલા. હવે કોઈ ફૉરેસ્ટર કે ટૂરિસ્ટ જીપની લિફ્ટ મળે કે કોઈની બાઈક માગી લઉં તો કડેલી જવાય.

મેં લારી પર ચા માગી. નાસ્તો પણ માગ્યો. ચા બને અને ટેબલ પર પહોંચે તે પહેલાં સામે આવેલી છકડો રિક્ષામાંથી મેં કાલે કડેલીમાં જોયો હતો તે અજાણ્યા પુરુષને ઊતરતો જોયો. તેની નજર પણ મારા પર ગઈ. મેં હાથ ઊંચો કર્યો તો તે પણ હાથ ઊંચો કરીને મારા તરફ આવ્યો.

મેં કહ્યું, 'આવો, ચા પીઓ.'

તેણે હસીને કહ્યું, 'હું તો ઘેર પોગું એટલે સા તીયાર જ હસે.'

'ઘેર પહોંચતાં તો વાર થશે ને ?' તેનું ઘર ક્યાં છે તે મને ખબર નહોતી; છતાં મેં કહ્યું.

'વાર તો સું થાય !' તેણે કહ્યું, 'સાસણ પૂરું થાય એટલે મેંદયડા રોડેથી આથમણે ઊતરી જાંઈ એટલે પાનસો મીટર જેટલે અમારો નેસ. રોડે ઊતર્યો હોત તો અટાણે ઘેર સા જ પીતો હોત. આ તો મારે કો'કની ગાડી જૂનેગઢ જાતી હોય તો પૂસવાનું હતું તે હું વળી આયાં ઊતર્યો. આઈમા ને ઈ રોડે ઊતર્યાં ઈ હંધાંય તો અટાણે ઘેર પોગવા આવ્યાં હસે.'

'આઈમા અહીં આવ્યાં છે ?' મેં સહસા પૂછ્યું અને ઉમેર્યું, 'તો તો મારે એમને મળવા આવવું છે.'

'તો હાલો. આ એક-બે જણને જૂનાગઢનું પૂસી લવ, પસી જાંઈ.' કહીને તે આગળ ગયો. જતાં જતાં કહે, 'આંયાં બેહજો. આઘડી આવું, પસી હાલીયે.'

મેં ચા-નાસ્તો પતાવ્યાં ત્યાં પેલો પાછો આવ્યો. મેં પૂછ્યું, 'ગાડીનું ગોઠવાઈ ગયું ?'

'આજ તો મેળ પડે એમ નથ. હવે કાલ જાયેં કે પસી બપોર જોગા એસટીમાં વયા જાસું. ઘેરે જઈને નકી કરસું. લ્યો, હાલો.'

હું સાથે ચાલ્યો. બજારમાંથી નીકળતાં તે કહે, 'હું સોથી સોપડી ભણતો તયેં આપણે હાલીયેં છ ઈ રોડ માથે સ્હાવજ ગામ સ્હોંસ્હરવો નીકળ્યો'તો. બસ, ઈ પસી કોઈ દી સાસણમાં સ્હાવજ ભાળ્યો નથ.'

આવા ભરચક બજારમાં સિંહ આવ્યો હતો તે વાતથી મને નવાઈ લાગી. મેં પૂછ્યું, 'અહીં સાસણની બજાર વચ્ચેથી ?'

'ઈ ટાણે આવું બજાર ક્યાં હતું ? બસ આ સિંહસદન' 'ને એકાદ-બે સાપરી રેખી હોટલું. માંણાં ઓછું. એકાદોક ટૂરિસ તો હોય તો હોય.'

વાતો ચાલતી રહી અને અમે હીરણના પુલ પરથી પસાર થયા. ખડકાળ, કાળા તળવાળી, મનમોહિની હીરણ જાણે ગામને બાથ ભીડવા મથતી હોય તેમ સાસણને ઘેરીને વહે છે. ઉપરવાસથી તેનું પારદર્શક જળવહેણ વિસાવદર તરફ જતી રેલવેના પુલ તળેથી વહીને સાસણને અડે. ત્યાંથી સાસણ ફરતે અર્ધપરિક્રમા કરીને મેંદરડા જતા માર્ગ નીચેથી સરકતી સાગર તરફ વહી જાય છે. હજી તો તે જળવંત છે અને વહી રહી છે. ઉનાળે તેની આ સફર કદાચ થોડે આગળ જઈને અટકી જતી હોય !

કિનારા પર કપડાં ધોતી સ્ત્રીઓ, થોડે દૂર છીછરા પાણીમાં નિજાનંદે આળોટતી ભેંસો, ક્યાંક ઊંડા, નાના ધરા જેવા ભાગમાં ધુબાકા મારીને નહાતાં બાળકો. પુલ પરથી પસાર થતાં મેં આ દૃશ્ય જોયા જ કર્યું. નેસમાંથી પાછા આવતાં આ સ્થળે નહાવું પડશે.

નેસ પર પહોંચ્યા તો કાંટાળી વાડથી ઘેરાયેલા આગણામાં ખાટલા પાથરેલા હતા. સામે એક ઓસરી પર બેત્રણ ઓરડી. લીંપેલી પરસાળમાં એક તરફ કૂકડાંનું નાનકડું ટોળું ચણતું હતું. બીજી તરફ આઈમા અને એક સ્ત્રી બેઠાં હતાં. મારા સાથીદાર સામે જોતાં તે સ્ત્રીએ આઈમાને કહ્યું, 'આ, તમારા દીકરા આવી ગ્યા.'

આઈમા પાછળ ફર્યાં અને પેલા પુરુષ સામે જોઈને બોલ્યા, 'જુસબ, કાંય

નકી થ્યું ?'

માલધારીમાં જુસબ ! મને નવાઈ લાગી. હું તો માનતો હતો કે માલધારીઓ ચારણ, આયર કાં તો રબારી કોમના જ હોય.

જુસબે આઈમા બેઠાં હતાં તે તરફ જતાં કહ્યું, 'કાલ સ્હોરા એમદભાય જાય એવો જોગ છે. ને ક્યો તો બપોરની એસટીમાં બેહી જાયેં. નકર આજનો દી આંયા રોકાય જાવ.'

આઈમા કંઈ બોલે તે પહેલાં મેં સાંસાઈને ઘરમાંથી પરસાળમાં આવતાં જોઈ. બહાર નીકળતાં તે બોલી, 'એ... હું આઈમાને એસટીમાં નંઈ લેઈ જાંવ. અમીં આંયા રોકાય જાસું. તું સ્હાંજુકનો જયને એમદભાય હાર્યે પાકું કરી લે. 'ને દાક્તરનેય ફોન કરી દે. કાલ આવસું એમ કે'જે.'

જુસબે જવાબ આપ્યો, 'હકમ કરવામાં તો તું આપડે આલાવાણીયે રે'તાં તયેં હતી એવી જ રઈ. લે હાલ્ય, અટાણે જ પાસો જાતો આવું. સ્હાંજ લગણ તો તારો જીવ જાલ્યો નંઈ રેય.' કહીને જુસબ એક ખૂણામાં પડેલી મોટર સાઇકલ તરફ વળ્યો.

'પણ સા તો પીતા જાવ.' પેલી સ્ત્રીએ કહ્યું. જુસબે અને મેં ઓટલા પાસે ઊભા રહીને ચા પીધી પછી એક ખાટલો મારા તરફ ધકેલતાં 'બેહો, હું જાતો આવું.' કહીને જુસબ ગયો.

મને સીધું આઈમા પાસે જઈ બેસવાનું મન હતું પણ ઘરના માલિકે જ મને ખાટલો બતાવીને અહીં બેસવા કહ્યું, એટલે હું ખાટલા પર બેઠો અને બોલ્યો, 'આઈમા, ડૉક્ટરનું કામ હોય તો મોડું ન કરાય. આજે જ જવું જોઈએ. એવું હોય તો ખાસ ગાડી બાંધી લાવું. તમને શું થયું છે ?'

આઈમા જવાબ આપે તે પહેલાં સાંસાઈએ મારા તરફ ફરીને કહ્યું. 'એ ઈનેં કાળા ભૂતે ઝાલી સે. પણ હું સ્હંધાયના ભૂત ઉતારું એવી બેઠી સું. તું ફકય્ર કય્રમાં બોલ, હવે કાંય કેવું સે ?'

સાંસાઈની વાત કરવાની લઢણથી જુસબની પત્નીને સહેજ હસવું આવી ગયું; પરંતુ હસવું દબાવીને બોલી, 'તુંય સાંસાઈ ! કાં'ક માણાં જોયને તો બોલતી હો. ઈ તારા ભાયનો મેમાન સે એટલું તો સ્હમજ.'

સાંસાઈ કળશો ભરીને મને પાણી આપવા આવતી કહે, 'આ કાંય જુસબાનો મેમાન નથ્ય. કોયનો મેમાન નથ્ય.' કહીને કળશો મને આપ્યો અને માત્ર હું સાંભળી શકું એટલું ધીરેથી બબડી, 'ગય્રમાં નવરો ફરે સ.'

મેં ચમકીને સાંસાઈ સામે જોયું તો તેણે મોઢું આઈમા તરફ ફેરવી લીધું.

મેં પાણી પીને કળશો પાછો આપતાં ધીમેથી કહ્યું, 'નહિ તો શું અહીં નેસડામાં રહીને તારી ભેંસો ચારું ?'

મને હતું કે આવા બોલ સાંભળીને સાંસાઈ રોષે ભરાશે કે ઝઘડો કરશે. પણ તેણે તેવું કંઈ ન કર્યું. મારા હાથમાંથી કળશો લીધો અને જતાં જતાં કહ્યું, 'તારે સ્હમજવું હોય તો સ્હમજ. નકર તને ગમે ઈ કય્ર.'

તો સાંસાઈએ મને નવરો કહ્યો તે ઉપાલંભ હતો કે તે ખરેખર કંઈક કહેવા માગે છે ? કદાચ તે જે બોલી તે મજાક નહોતી, સ્પષ્ટ રૂપે મેણું હતું !

સાંસાઈની કહેવાની રીત આવી જ છે. એની એકલીની જ નહિ. મેં બીજા લોકોને પણ આ રીતે વાત કરતા સાંભળ્યા છે. તે દિવસે રવિભાએ, પોતે ખોટું કહે છે તે જાણીને પણ 'સ'ના ઉચ્ચાર વિશે સાંસાઈને કેવું કહેલું !

સાંસાઈએ સામો જવાબ પણ કેવો આપેલો, જે મને અહીં ઉચ્ચારાય છે તેવો સ્હ લિપિમાં લાવવા સુધી લઈ ગયો.

આજે આ રીતે વાત કરીને પણ સાંસાઈ કશું સ્પષ્ટ કરતી નથી. ઉપરથી મને ગમે તે કરવાનું કહે છે. મને ખબર છે કે સાંસાઈ હવે આગળ કંઈ કહેવાની નથી. એ તો બસ, મેણું ભાંગવાનું મારા પર છોડીને ઘરમાં ચાલી ગઈ છે.

આ ઘડીએ તે શું કહી ગઈ કે મારે શું કરવાનું છે તેનો વિચાર કરવા કરતાં આઈમાની તબિયત વિશે પૂછવું મને વધુ જરૂરી લાગ્યું. હું ઊભો થઈને આઈમા પાસે ગયો અને કહ્યું, 'કેમ છો આઈમા !'

'મોજમાં છું બટા.' આઈમાએ મારા તરફ જોતાં મને પાસે બેસવાની જગા કરી આપી. હું બેઠો એટલે કહ્યું, 'જો, તારી આઈમાને વગર દાક્તરે સાર વીસું 'ને માથે તૈણ વરહ થ્યાં. હવે કંયેક આંખે ઓસું ભળાય એટલામાં તો ભૂરી વાંહે પડી ગય કે હાલો જૂનેગઢ. મોતિયોય હોય; નકર કેય સસમા હોય તો સસમા લાવી દેહું.'

'ભૂરી ?' મેં પૂછ્યું. હું ભૂરીને ઓળખતો નહોતો.

'આ. સાંસાઈ. ઈ જલમી તયેં રોઈ નોતી. સવાસ જ નો લેઈ હકી. આખી ભૂરી પડી ગઈ'તી. પસી નામ ભૂરી પડી ગ્યું. નાની હતી તયેં તો અમીં તો સ્હંધાય ભૂરી કેતાં. પસી સાંસાઈ નામ તો ઈનાં કરમે પડ્યું.'

'કરમે ?' કરમ જેવો ઉલ્લેખ મને કંઈક નકારાત્મક બાબતની જ શંકા પ્રેરે છે. મારાથી પુછાઈ ગયું, 'એમાં કરમ શું ? સાંસાઈ તો સારું નામ છે.'

આઈમા મને જોઈ રહ્યાં. કહે, 'તે નામ તો સ્હારું જ સે. 'ને ઈવડી ઈય ક્યાં ખોટી સે ? નામ પરમાણે નથ્ય ભળાતી ? ગમે ઈવા લાટનેય ઊભો ને ઊભો લય

નાખે ઈવી તો સે.'

'તમારી બોલીમાં સાંસાઈ એટલે મગજની તેજ ?' મેં મારા સાંસાઈ સાથેના અનુભવને આધારે હસતાં હસતાં પૂછ્યું.

આઈમા હસી પડતાં બોલ્યાં, 'ના. અમારી કે બીજાની, ગમે ઈનીં બોલીમાં સાંસાઈ એટલે સાંસાઈ. આઈ ખોડિયારની બેન.'

'ખોડિયાર માતાની ?' આ મને નવું જાણવા મળતું હતું.

'હા. માલધારી ચારણ મામડિયાની ને ઈનાં ઘરનાં દેવળબાની દીકરી. દેવળબા મીણબાઈ સ્હોતેન કે'વાતા. ઈની દીકરીયું. બધીયું થયને સ્હાત બેનું. ઈમાં સ્હઉથી મોટી આવડ, પસી જોગડ, તોગડ, બીજ, હોલ, સાંસાઈ 'ને સ્હાત્યમી ખોડી પોત્યે.' કહીને આઈમા વાત આગળ ચલાવતાં બોલ્યાં, 'ખોડીનુંય સ્હાસું નામ તો જાનબાઈ. જાનબાઈ પતાળમાં કૂંપો લેવા ગ્યાં 'ને ઈને ખોડા થાવું પડ્યું ઈ કરમે આઈ જાનબાઈનાં નામ લાંગી કે ખોડી પડ્યાં. ઈ ઉપરથી ખોડલ કે ખોડિયાર પડ્યાં. આમ માણાંનાં નામ ઈનાં કરમે બોલાય.'

આઈમાની વાત રસ પડે તેવી હતી. આગળ વધે તો ખોડિયારનો ઇતિહાસ જાણી શકાય તેમ છે; પરંતુ અત્યારે તો મને સાંસાઈના વર્તમાનમાં રસ પડ્યો છે.

હું વાતને વાળું કે સાંસાઈનું કંઈ પૂછું તે પહેલાં માજી બોલવા માંડ્યાં, 'તે આ ભૂરી જાગતી થાહે ઈવાં લખણ જોયને ઈનાં બાપે સાંસાઈ કીધી.'

મને ધાનુ સાંભર્યો. એણે પણ સાંસાઈ વિશે આને મળતો અભિપ્રાય વ્યક્ત કરેલો. હું કંઈ પૂછું તે પહેલાં જુસબની પત્નીએ આઈમાની વાતને ટેકો કરતાં કહ્યું, 'આ તમનેય ઠેઠ કડેલીથી આંયાં તાણીયાવી ને !'

આઈમા હસી પડ્યાં. કહે, 'અમથી મંડાણી સે. કાય્લ માતાજીના થાપનમાં સ્હાથિયો સીતરતાં આંખે સ્હરખું દેખાણું નંઈ ન્યાં તો મંડી કે હાલો દવાખાને. આંખ બતાવીયે. મારે ડોહીને વળી સ્હું દવા ને દારૂ ? સાર વિસુ માથે થ્યાં. હવે તો જીવ વયો જાય તોય સ્હું ? ને આંખેય કાંય સ્હાવ વઈ ગય તો નથ્ય. પસી સ્હું લેવા દાખડો કરતી હસે ?'

'પોતાના ઘરના વડીલની ચિંતા તો એને થાય જ ને ?' મેં કહ્યું.

'હું ઈનાં ઘરની કાંય થાતી નથ્ય. આ તને કીધું.' આઈમા બોલ્યાં.

સાંસાઈ આઈમાની કોઈ સગી નથી તો પછી કોણ છે ? ઘડીભર થયું કે તેની ઓળખ પૂછી જ લઉં; પણ સાંસાઈની હાજરીમાં ! ના રે ના.

આઈમા અધૂરી વાત પૂરી કરવામાં જ હતાં. તેમણે કહ્યું, 'ઈનેં ગય્રના પાણાથી લયને માણાં સ્હુધીના સ્હૌની સંત્યા. ગય્રમાં કુંવાડિયો ભાળે તોય મારાથી વધીને

સંત્યા ભૂરીને.'

કુંવાડિયાનો ઉલ્લેખ થતાં મેં આઈમાને પૂછ્યું, 'કુંવાડિયાની વાત તમને સાંસાઈએ કરી હતી ?'

'ઈણેં જ વળી. બીજાં કોણે ?' આઈમાએ જવાબ આપ્યો. 'ને ભૂરીની વાતેય ખોટી નથ્ય. ખડની આમન્યા નો રાખે ઈ માલધારી ગય્રની આમન્યા સૂક્યો ગણાય. આ તો આવડની આગ્યના ઉથાપી ગણાય.'

પછી અચાનક કંઈક યાદ આવ્યું હોય તેમ આઈમા જુસબની વહુ તરફ જોઈને બોલ્યાં, 'જો. બાઈ, સ્હાંભળ. માલધારી એટલે માલધારી માતર. ઈમાં સારણ, આયરું, રબારી કે પસી તમારી મુસલમાની નાત્ય. ધરમ-કરમ ભલે જુદાં, પણ ગત્ય-મત્ય તો આપણી બધાંની એક કેવાય. આપડું રેવાનું હાર્યે સે. આંયાં પોતાનો માલ સ્હંધાયને સારવો સે. ગય્રની આમન્યા તો સ્હંધાયે રાખવી પડે.'

જુસબની પત્નીએ હોંકારો ભણ્યો.

મેં પૂછ્યું, 'આવડની આજ્ઞા એટલે ખોડલનાં બહેનની ?'

'ના.' આઈમાએ માથું હલાવીને સ્પષ્ટ ના પાડી અને બોલ્યાં, 'ખોડિયાર તો બઉ મોડાં. પે'લાં ચારણ થીયાં પસી ચારણની પેઢીયું થઈ ને ગઈ. ઈમાં એક પેઢીયે મામૈયાને ઘેર ખોડિયાર થીયાં. હું તો પેલવેલી આવડની, કેય સેને કે ઉત્યપતિ આવડ, ઈ.ની વાત કરું સું.'

'એટલે ?' મેં પૂછ્યું,

'એટલે કોય કેતાં કોય નોતું, આ દુનિયાય નોતી ને સૂરજબાપોય નો'તો. ઈ ટાણે એક આવડ થઈ. ઈ ઉત્યપતિ આવડ.'

હું દંગ રહી ગયો. 'આ સૂરજબાપોય નો'તો.' આ અજાણે ખૂણે, એક નેસમાં બેસીને, એક વયોવૃદ્ધ સ્ત્રીએ રંગહીન, કાળા વિશ્વની કલ્પના અને તે કાળે વિશ્વનું સર્જન કરવા બેઠેલી એક શક્તિસ્વરૂપા, ઉત્પત્તિ આવડનું શબ્દચિત્ર મારી સામે ધરીને અને મારા મનમાં અંધારા, અરંગ વિશ્વની કલ્પના મૂકી છે. તેનું ચિત્ર દોરું તો કેવું દોરાય તે વિચારે જ મને રોમાંચ થાય છે. ધીરજ ગુમાવી બેઠો હોઉં એટલી ઉતાવળે હું પૂછી બેઠો, 'હા, પણ એમની આજ્ઞા શું હતી ?'

ઉત્યપતિ આવડે દુનિયાની સરજત કરી. બધુંય બનાવ્યું. ઈ ટાણે આઈયે ગય્ર બનાવી. માલધારીય બનાવ્યો. ભેહું ને ગવરિયું ને બધો માલ બનાવી ને માલધારિયું ને સ્હોંપ્યો. પસી આઈ વસન બોલ્યાં'તાં કે, 'કોઈ દિ' ઢાળ માથે ઢોર નો સારતા. જાવ ગય્રમાં થાહે ઈવું ખડ બીજે ક્યાંય નંઈ થાય; પણ ખડની આમન્યા રાખજો. તમારાં માલ-ઢોર ડુંગરે નો સરે એટલું જોજો. ખીણ્યુંમાં ને જમીન માથે જ સારજો.

જાવ વીરા.'

'બધાએ માન્યું ?' મેં પૂછ્યું.

'એમ સ્હટ દઈને માની લે તો તો માણાં કોને કીધો સે ? આઈનેય પૂસે તો ખરાં ને ? પૂસ્યું, કે મા, ઢાળ મેલીને માલને નીસે સારિયેં તો આઘેથી આ તમીંયે બનાવ્યો ઈ સ્હાવજ આવતો હોય તો અમને ભળાસે નંઈ. ભાળિયેં નંઈ તો ગાયું સ્હાંસવીયેં કેમ રીતે ? તમે જ ક્યો આનું સ્હું કરસું ?'

કોઈ બાળક વાર્તા સાંભળતો હોય એટલા રસથી હું સાંભળી રહ્યો. આઈમા કહેતાં ગયાં, 'ઈ ટાણે આવડ માયે સ્હાવજને બરક્યો ને વસન કીધું, 'જા તારામાં બાર ગોધાનું બળ આવસે.' આમ વર દઈને પસી માયે આગ્યના દીધી, 'પણ માલધારીની ગાયુંની આમન્યા રાખજે. ઈને મારતો નંઈ.'

સિંહ ગાયને મારતો નથી એવું તો નથી; પરંતુ આઈમા સાથે દલીલ કરવા કરતાં તેમની વાત સાંભળવાનો રસ મને વધુ આકર્ષતો હતો. મેં પૂછ્યું, પછી ?

પસી સ્હું ? સ્હાવજ તો માડીનો હકમ ને વરદાન લૈને વયો ગ્યો જંગલુંમાં. માલધારિયું માને સોંટ્યા. કે, 'માડી સ્હાવજ અમારી ગાયું નંઈ મારે ઈ તો હમજ્યાં પણ ઈ બારગોધાનું જોર લઈને અમારી માથે આવે તો ? અમને કોણ બસાવે ? અમને સ્હો ગોધાનું બળ દે.'

'વાત તો સાચી.' મેં હોંકારો ભણ્યો.

'સ્હું સ્હાસું ?' સાંસાઈ સમારવાનું શાક લઈને બહાર આવતાં ઊભી હતી ત્યાંથી જ તાડૂકી. 'સ્હું સ્હાસું ? જગધાતરી માને આવા સ્હામા સવાલ કરતાં સીખી ગ્યા હોય ઈનેં પાસું સ્હો ગોધાનું બળ સ્હોતેન દેવાનું એમ ? અરે ઈ માણાનું તો હોય ઈ બળ સ્હોતેન ઓસું કરવું પડે.'

સાંસાઈ કંઈ બીજી વાત કાઢશે તો મારી વાત અટકી જશે તે ભયે મેં આઈમાને જ કહ્યું, 'આઈમા, પછી શું થયું ?'

આઈમાએ વાત આગળ ચલાવી, 'આવડ આઈ કેય, તમે માણહજાત કે'વાવ. તમને બળ તો નો દેવાય. પણ જાવ, તમીં સ્હાવજને રંજાડો નૈં ન્યાં લગણ સ્હાવજ તમારી માથે નંઈ આવે ઈ વસન દંવ. અને તોય બીક લાગતી હોય તો જાવ, તમને વસન દીધું કે તમારી વા'ર તમારી ભેહું કરસે.'

કહીને આઈમાએ પાણી પીધું અને પછી બોલ્યાં, 'આજેય ભેહું હોય ન્યાં ભે નો હોય. જીની હાર્યે ભેંહું ઈનેં ભે સ્હું ?' કહીને આઈમા પળભર અટકીને આગળ બોલ્યાં, 'હવે વખત બદલાઈ ગ્યા. માણાં સ્હંધાયની મત્ય ફરી ગઈ. ઈમાં તો ગય્રમાં કુંવાડિયા ઊગી ગ્યા.'

'માણસની મતિને અને કુંવાડિયાને શું લેવાદેવા ?' મેં પૂછ્યું, 'કુંવાડિયો મગજને કંઈ નુકસાન કરે ?'

જુસબની પત્નીએ હસવું દબાવ્યું અને આડું જોઈ ગઈ. આઈમા પણ વાત કરતાં અટકીને સહેજ હસી પડ્યાં; પણ સાંસાઈ તો ખડખડાટ હસતી જમીન પર બેસી જ પડી. કહે, 'હા, કરે. જોને, કાલ તો તેં કુંવાડિયો ભાળ્યો ને આજ થાતાંમાં તો મગજને નુકસાન થઈ સ્હોત ગ્યું ને ?'

સાંસાઈની વાત સાંભળીને આઈમા ફરી હસી પડ્યાં. કહે, 'ઢોર કુંવાડિયો ખાય નંઈ 'ને કુંવાડિયો બીજું કાંય ઊગવા નો દેય.'

'ઓહ.' મેં કહ્યું, 'પણ એમાં પેલી આમન્યા વાળી વાત ક્યાં આવી ?' મેં પૂછ્યું.

'માલને ગમે ન્યાં સારવા મંડ્યા. અટલે કુવાડિયા ફૂટી નીકળ્યા. ખડનો મલાજો ભૂલવા બેઠા સે. ઈ તો કીધું.' આઈમા બોલ્યાં. 'ને તું ય કે, આયાં માલધારી કે એનો માલ એકલા થોડા રેય સે ? હજાર જાત્યનાં પહુડાંય આ ગય્રનાં ખડ માથે જીવે. 'ને ઈ પહુડાં સે તો ગય્રમાં સ્હાવજનાં પૂસડાં સે. ભાય, ગય્ર તો જીવતા રે'વાની ને જીવતાં રાખવાની સરતે ઊભી રઈ સે. એકબીજાની આમન્યા નો રાખીયે તો પસી આયાં રેવા રેખું કાંય નથ્ય.'

સૃષ્ટિ-સંતુલનશાસ્ત્રની કેટલીક આશ્ચર્ય પમાડતી, અદ્દ્ભુત વાતો મેં વાંચી છે. સાંભળી છે. નજરે કે ટેલિ-કાસ્ટ થતી જોઈ પણ છે. લગભગ દરેક વખતે આશ્ચર્ય પામવા કે અભિભૂત થઈ જવાથી આગળ ન વધવા છતાં મને લાગ્યા કર્યું છે કે પ્રકૃતિના આ ઋતને મહદ્દ અંશે જાણનારામાં હું પણ એક છું. તોપણ આજે આઈમાની વાતને સમજવા મારે પ્રયત્ન કરવો પડે છે. હું જે જોતો હતો, સાંભળતો હતો તે માત્ર શિક્ષણ હતું, માહિતી હતી. આઈમાને આ બધું સમજના સ્તરે પહોંચ્યું છે.

હું આગળ કંઈ વિચારું તે પહેલાં મને પેલા શબ્દો સંભળાયા, 'મનુષ્યમાં કે કોઈ પણ જીવમાં, આવી સમજ પોતાની આસપાસના વિશ્વને જોતાં, સમજતાં અને તેની પ્રકૃતિ સાથે રહેતાં, વંશાનુગત રીતે પરાપૂર્વથી વિકસતી જાય છે. આપણા વંશનો પૂરો ઇતિહાસ મને ખબર નથી. એ ઇતિહાસમાં આ ઋતના સ્વીકારના, એનો આદર કરવાની ટેવના કેટલાક અંકોડા કદાચ ક્યાંક ખોવાઈ ગયા હોય તેમ બન્યું પણ હોય.'

મારાથી મનોમન જવાબ અપાઈ ગયો. 'આઈમા અને તેના પૂર્વજો હરહંમેશ માલધારી તરીકે રખડતા કે અરણ્યોમાં રહ્યા હોય તો તેમણે મારા કરતાં ઘણું જુદું

જોયું, સાંભળ્યું અને માન્યું હશે. પણ એમાં ઋતને સમજવાની વાત ક્યાં આવી ?'

તે સ્વર ફરી સંભળાયો, 'એ તને આઈમા પાસેથી જ સમજવા મળે તેમ છે. ન સમજાય તે હું તને કહીશ.'

મેં આઈમાને પૂછ્યું, 'માડી, તમે કહો છો તેમ આપણે સમજીએ. ડુંગરા પર ઢોર ન ચરાવીએ; પણ હરણાં અને બીજાં પ્રાણીઓ તો ડુંગર પર ચરે ને ? એ પણ ઘાસ જ ખાય છે. એ ક્યાં માલધારીનાં પાળેલાં ઢોર છે કે એને ચરાવો ત્યાં જ ચરે. એ તો ગમે ત્યાં ચરે.'

આઈમાએ નકારસૂચક માથું હલાવ્યું, 'તું ગય્રમાં રે'તો નથ્ય એટલે આવું બોલ્યો. નિકર નો બોલત. પહુડાંને તો કુદરતે ઢોર કરતાં જાજી સ્હમજ દીધી સે. ઈ તને ખબય્ર નથ.'

હવે મને નવાઈ લાગી. મેં પૂછ્યું, 'ઢોર સિવાયનાં પ્રાણીઓ ડુંગર ઉપર ન ચરે એમ ?'

'નો સ્હું કામ સરે ? સરે. ઈનેં ફાવે ન્યાં સરે; પણ ઈ પહુડાનેં સ્હંધી સ્હમજ હોય. ઈનેં ખબર હોય કે ખડના મૂળિયાં ખાઈ જાસ્હું તો આવતી વેળામાં ખાવા જોગું કાંય જડસે નંઈ. એટલે પહુડાં ખડના મૂળની આમન્યા પે'લી રાખે.'

'કેવી રીતે ?' મેં પૂછ્યું.

સાંસાઈ ઘરમાં હતી તે ત્યાંથી ચિડાઈને ફરી વચ્ચે બોલી, 'એ.... તું ખા છ ઈનીં કરતાં સ્હારી રીત્યે.' પછી આઈમાને કહ્યું, 'તમેય ઠીક આઈમા આને ભણાવવા બેઠાં ?'

મને ખરાબ લાગ્યું તોપણ મેં સાંસાઈની વાત પર ધ્યાન ન આપ્યું. આઈમાએ પણ પોતાની વાત ચાલુ રાખી, ' પહુડાં ખાય તોય ઉપરનું ખાય ને મૂળિયાંને એવાં ને એવાં ઊભાં રાખે; પણ ઢોરની ખાવાની રીત્યું નોખી. ઢોર જાણે કે માલિક ગમે ન્યાં લઈ જઈને સારવાનો. કાં તો લાવીનેય ખવરાવાનો. અટલે ઈ સ્હંધુય ખેંસી ખાય. મૂળિયાંય નો રાખે. પાળેલાં ઢોરને કાલની સંત્યા સ્હું ?'

વન્ય પશુ ઘાસની આમન્યા રાખે : પ્રાણીઓને કુદરતે સમજ આપી છે : આઈમા એ રીતે વાત કરે છે કે જાણે કોઈ ઘરના માણસો વિશે બોલતાં હોય. તેમને આ રીતે બોલવાની ટેવ કેમ છે તે પૂછવા જઉં તે પહેલાં સાંસાઈ ઘરમાંથી ચા લઈને બહાર આવી. મને અને આઈમાને ચા આપીને તેણે જુસબની પત્નીને પૂછ્યું, 'તમે પીવાનાં રેસમાભાભી ?'

'ના.' કહીને રેશ્મા ઊઠી. અને અંદર જતાં બોલી, 'હવે તમે બેહો. હું બકાલું ચૂલે લઈ જાંવ ને વઘારતી આવું. પસી ડુંગળી કાપીયે.'

સાંસાઈ આઈમા સામે બેસતાં બોલી, 'માડી, આ બધું આને કઈને કાંય થાવાનું નથ્ય. તમારે માલધારિયુંને ભેગા કરીને કે'વું જોવે.'

'ઈય કંવ સું. કાલ બધાને કીધું ને ? હવે એકદાણ સ્હંધાયને ભેગા કરીને કઉં કે તમે ઢોર સારો ઈનો વાંધો નૈં. દકાળના ને તાણ્યના વરહમાં બા'રનું ઢોર આવે ઈય ખાય. કોયને ના નથ્ય. પણ સ્હાવ આમ તો કાંય નો હાલે ! બધાં સરિયાણ કરી મૂકે તો બસારી પ્રથમીંનું સ્હું ? ઈ ક્યાં જાય ?'

આઈમાએ કહ્યું તે સાંભળીને મને મનમાં જ ઓહો ! થઈ ગયું. તે રાતે આઈમાએ 'ખમા ગય્રને' કહેલું તેનું અનુસંધાન આ જ વાતોમાં ક્યાંક મળશે તે આશાએ હું તેમની વાત સાંભળતો રહ્યો.

આઈમા વાત કરતાં હતાં ને રેશ્મા સમારેલો ભીંડો અને થાળી લઈને ચૂલા તરફ ગઈ. જતાં જતાં મને કહે, 'ન્યાં વાંહે દાતયડું પડ્યું સે. જરાક અંબાવી દ્યો.'

મેં દાતરડું અંબાવ્યું. રેશ્મા શાક વધારીને દાતરડા વડે મરચાં કાપવા બેઠી. સાંસાઈ કહે, 'એટલી વારમાં સરી ક્યાં ખોય નાખી ?'

રેશ્માએ કહ્યું, 'ખોઈ નાખી. હવે તારા ભાય નવી લાવે તયેં.'

'તે ભાય નવી લાવવાની વાત્યું કરે સે ?' સાંસાઈએ ધીમે અવાજે મજાક કરી. રેશ્માએ નીચું જોઈને 'સરીની વાત કરું સું' કે એવું કંઈક કહી મરચું સમાર્યે રાખ્યું.

આઈમા હજી પોતે કરેલી વાતમાં જ હતાં. નિસાસો નાખતાં હોય તેમ ઊંડો શ્વાસ લઈને તેમણે આગળ કહ્યું, 'કાંય કાળ પડે કે ઓસું-વત્તું થાય તો માણા ન્યાંથી બીજે વયો જાય. ઢોરનેય બીજે લૈ જૈ હકે. પણ પ્રથમી ક્યાં જાય ? એની તો અસ્ત્રીની જાત. ઈનેં ઉઘાડી કરો પસે પોતાની જાત ઢાંકવા તો મથે ને ! બસારી કાંય ઉઘાડી થોડી પડી રેય ?'

મારાથી સંમતિસૂચક હોંકારો દેવાઈ ગયો. સાંસાઈએ ચમકીને જોતી હોય તેમ મારા તરફ જોયું. આઈમા આગળ બોલ્યાં, 'એટલે બવ થાય તયેં પ્રથમીં વસારે કે ખાવા રેખું ઉગાડીસ તો આ પરજા કાંય રે'વા નંઈ દે એટલે કોય ખાય નો હકે એવું જ ઉગાડું.'

બોલીને આઈમા અટક્યાં. કહ્યું, 'એટલે ગય્રે આ કુંવાડિયો ઉગાડ્યો. હવે સ્હમજ પડી ? ઈનેં કોય ખાય નંઈ.'

મેં હા કહી એટલે આઈમાએ સાંસાઈ તરફ ફરીને તેને કહ્યું, 'તો ભૂરી, તને કે મને કુંવાડિયો નો ગમે, ગય્રનેય નો ગમે. પણ થાય સ્હું ? નેવકું કાંય પેરણું નો રેય ઈનાં કરતાં કુંવાડિયો પેર્યો સ્હારો. વસ્તર પેર્યું તો કે'વાય !'

સાંસાઈએ તેમને અટકાવતાં તરત જ કહ્યું, ‘ગય્રમાં કુંવાડિયો વસ્તર નો કે’વાય માડી, આયાં તો ઈ ધોળું કફનનું કપડું કે’વાય. ગય્રમાં તો શણિયાર, ઝીંઝવો ’ને ધ્રપ વસ્તરમાં આવે. ઓછું ગણિયેં તો લાપડું કે રાતડું ય ગણાય. વસમા કાળે ભાતડું ને ફોફલુંય કામ આવે; પણ આ કુંવાડિયો બીજે ગમે ન્યાં, ગમે એટલો સ્હારા કામે લાગતો હોય, ગય્રમાં ઈનીં ગણતરી નંઈ.’

‘તારી વાત સ્હાસી મા.’ આઈમાએ જવાબ આપ્યો અને મૌન બેઠાં.

સાંસાઈ શું કહી ગઈ તે મને ખબર ન પડી. કદાચ વનસ્પતિની જાતો વિશે કહેતી હોય. અગત્ય પ્રમાણે અગ્રતાક્રમ પણ તેણે જાળવ્યો હશે. તે ખરેખર કેટલું જાણે છે તેની મને ખબર નથી. તેણે કોઈ અભ્યાસ કર્યો હોય તેવું મને લાગતું નથી. પણ તે જે કહેતી હતી તેનું મહત્ત્વ ઓછું તો નહોતું જ. મેં કહ્યું, ‘તું તો ઘણાં બધાં નામ બોલી ગઈ.’

આઈમાએ તરત જ કહ્યું, ‘ઈ વગડે રખડતી મોટી થય. ઈને નો આવડે તો કીને આવડે ? અમે માલ સારિયે એટલે અમારો માલ તો સ્હું ખાય સે સ્હું નથ્ય ખાતો એટલી ખબય્ર હોય; પણ સાંસાઈને તો પહુડાં સ્હું ખાય સે ઈનીંય ખબય્ર હોય. ઈ બધુંય જોતી ફરે સે એટલે ઈનેં ખબય્ર નો પડે ?’ કહીને માજી અટક્યાં. સાંસાઈના બરડે હાથ મૂકીને કહે, ’ને છોડી રોજ ખડમાં જ હાલતી હોય. ઈને રોજ ખડને અડવાનું. અડે ઈને આવડે જ.’

હું આગળ કંઈ કહું તે પહેલાં ઝાંપા પાસેથી એક વડીલ અને એક તેમની જ ઉંમરની લાગતી સ્ત્રી, એક છોકરો અને અને બે કિશોરી પ્રવેશતાં દેખાયાં.

તેમની પાસે એકાદ થેલી સિવાય વધારે સામાન નહોતો છતાં દેખાવમાં અને પહેરવેશ પરથી તે લોકો ગીરનાં નહિ, ક્યાંક બહારગામથી આવતાં હોય તેમ લાગ્યું. રેશ્મા એકદમ લાજ કાઢતી ઊભી થઈને અંદર જતાં કહેતી ગઈ. ‘માડી, આવે સે ઈ અમારા મુંબઈવાળા સ્હગા. કાલના મેંદયડે હતા.’

સાંસાઈ બહાર આવી અને પેલી બે કિશોરીઓ તેને ઓળખી ગઈ હોય તેમ તરત સાંસાઈ પાસે દોડી ગઈ. છોકરો વડીલ પાસે રોકાયો.

રેશ્માએ પાણીની બોઘરણી અને પ્યાલા લઈને આવતાં લાજમાં રહીને પુરુષને મામુર અને સ્ત્રીને પરવીનબુવા કહીને આવકાર આપ્યો. બીજા કોઈના ખબર પૂછ્યા. એટલામાં જ જુસબ આવ્યો. પુરુષવર્ગ બહાર ઝાડ તળે ખાટલાઓ પર બેઠો અને સ્ત્રી પરસાળમાં આઈમા અને રેશ્મા પાસે બેઠી. કિશોરીઓ સાંસાઈ સાથે ઘરમાં ગઈ.

ફરીથી કીટલી ભરીને ચા આવી અને જુસબે રકાબી રકાબી બધાને પાઈ.

મને લાગ્યું કે મારે નીકળવું જોઈએ એટલે હું જવા ઊભો થયો.

જુસબે કહ્યું, ‘ક્યાં હાલ્યા ? આવ્યા તો રોટલા-પાણી કરીને જવાય.’

મેં જમવાની ના પડતાં કહ્યું, ‘મારે તો હજી નહાવાનુંય બાકી છે. કપડાં પણ ધોવાનાં છે.’

‘તે હિરણ્ય ક્યાં આઘી પડી સે ?’ રેશમા લાજમાંથી જ બોલી, ‘કે પસી અમારું, મુસલમીનનું નંઈ ખાવ ?’

હું જમવાની ના પાડું એનો અર્થ આવો થતો હોય તો મારે ના ન પાડવી જોઈએ તેવું લાગતાં મેં કહ્યું, ‘તો નહાઈ-ધોઈને પાછો આવું છું. અત્યારે તો જઉં. મારે આવતાં વહેલું-મોડું પણ થાય. તમે રાહ ન જોતાં જમી લેજો. હું તો આવીને જે હશે તે ખાઈ લઈશ.’

‘જી હોય ઈ જ ખાવાનું સે. આંય બીજું કાંય હોય સું ?’ જુસબે કહ્યું, ‘પણ આવજો ખરા. ભૂલી નો જાતાં.’

જુસબના નેસથી નીકળીને હું મુસ્તુફાની ઓરડી પર ગયો. મારાં કપડાં લીધાં અને નદી તરફ ચાલ્યો. હીરણનું તળ લીલવાળું છે, પણ પાણી હજી ગંદું થયું નથી. થોડા દિવસોમાં વહેણ સુકાશે પછી પથ્થરો વચ્ચે ભરાઈ રહેલું પાણી નહાવા જેવું નહિ રહે.

એક ખડક નીચે નાનો રેતાળ ખાડો શોધીને હું નહાવા પડ્યો. વધતા જતા તાપમાં શીતળ જળના સ્પર્શથી આખા શરીરમાં હળવાશ ફેલાતી લાગી. મેં ડૂબકી મારી. પછી બહાર આવીને વહેતા વહેણમાં સૂતાં સૂતાં આઈમા પાસે સાંભળેલી વાતો વિશે વિચાર્યા કર્યું.

આઈમા કહેતાં હતાં કે ઢાળ પરના ઘાસની આમન્યા રાખવાનો આદેશ છે. આમાં કોઈ તર્ક હશે કે અમસ્તી માન્યતા ? ઢોળાવ પરનું ઘાસ સચવાય તો તે પાકે અને તેનાં બીજ પવન કે વરસાદ સાથે વહીને ફરી તળભૂમિ પર પથરાય તેવો ખુલાસો હોઈ શકે. જો એમ હોય તો આમન્યાની કથા તે પ્રાકૃતિક સમતુલા જાળવી રાખવાના એક પ્રયત્નરૂપે જ રચાઈ હશે ? તે સ્પષ્ટ કહી શકાય તેમ નથી.

તેમની બીજી વાત હતી આમન્યાની. મારા મનમાં આમન્યાનો અર્થ – આપણાંથી મોટા હોય તેનું અપમાન ન થાય તેવો વ્યવહાર – તેવો કંઈક હતો. આઈમાને મન તે જુદો છે.

આઈમા જે રીતે આમન્યા શબ્દ વાપરે છે તેમાં પરસ્પરની ચેતનાને પ્રમાણવાની, સ્વીકારવાની વાત સંતાયેલી છે. એટલું જ નહિ આવો સ્વીકાર માત્ર માણસ-માણસ વચ્ચે ન રહેતાં ઢોર, પશુ-પક્ષી, ઘાસ અરે પર્વત, પવન કે વરસાદની

ઊર્જા સુધી વિસ્તરે છે. એ વૃદ્ધાને કોઈ ઋત કે ઋતંભરા-પ્રજ્ઞા વિશે પૂછે તો એ ભલે એક અક્ષર પણ ન કહી શકે. છતાં તે વાત તો તે પ્રજ્ઞાની જ કરે છે. તે પણ વિદ્વાનો કરતાં વધારે સહજતાથી. સામાને સ્પષ્ટ સમજાય તે રીતે.

હવે મને સાંસાઈનું મેણું પણ સમજાય છે. જો હું અહીં માત્ર ચિત્રો કરવા રહું તો હું નવરો છું. ગીરને જોવા, સમજવા અને જાણીને જ્ઞાનમાં વધારો કરવા રહેતો હોઉં તો નવરો છું. હું જોઉં, સાંભળું, સ્પર્શું કે અનુભવું છું તેને સમજમાં પલટી ન શકું તો હું સાંસાઈના મેણાંને પાત્ર રહેવાનો. મારે આઈમા કહેતાં હતાં તેમ 'ગયરના પાણાથી માણાં' સૌને જાણવા રહ્યાં.

પાણીમાંથી બહાર નીકળતાં મારાથી મનોમન બોલાઈ જાય છે, 'મારે નવરા રહેવું નથી.' એ સાથે જ મને ભાન થાય છે કે સાંસાઈનું મેણું ભાંગવું તે મારા માટે સહજ વાત નથી. એ કરવું હોય તોપણ કેમ કરીને કરીશ તે ખબર નથી. કારણ કે મારે તો પૃથ્વીતત્ત્વ શોધીને તેને કેનવાસ પર લાવી મૂકવાનું મારું મૂળ કામ કરવાનું તો હજી બાકી છે.

નદીમાંથી નીકળ્યા પછી તાપ આકરો લાગે છે. છાંયે છાંયે ચાલીને ઓરડીએ પહોંચ્યો. કપડાં બહારની દોરી પર સૂકવીને મેં મારું નાનું બોર્ડ, કાગળ, પેન્સિલ સાથે લીધાં. જુસબના નેસ તરફ જવા નીકળું છું તો રસ્તામાં જ મોટર સાઇકલ પર ઘરે આવતો મુસ્તુફા મળ્યો. તેણે મને ચાલતાં જતો જોઈને પૂછ્યું, 'રોટલા ખાધા ?'

મેં રસ્તા પર મકાનનો છાંયો શોધીને ઊભા રહેતાં જવાબ આપ્યો. 'જુસબને ત્યાં જમવા જ જઉં છું.'

મુસ્તુફા મોટર સાઇકલ પરથી નીચે ઊતરતાં બોલ્યો, 'તડકે હાલીને ક્યાં જાસો. લ્યો, ગાડી લેતા જાવ. આમેય મારે સ્હાંજ લગણ આનું કાંય કામ નથી.'

મેં મોટર સાઇકલ લીધી એટલામાં મુસ્તુફાએ ફરી કહ્યું, 'તલાલા એક જણને રાજદૂત ગાડી કાઢવાની સે. લેવી હોય તો તમારે ફરવામાં હાલે. ઉનાળો આવે સે. બધે હાલતા નંઈ પોગાય.'

મને મુસ્તુફાની વાત યોગ્ય લાગી. મેં કહ્યું, 'વાત કરી રાખજે. કેટલામાં કહે છે ? બાઈક કેવી છે ? બધું જોઈને નક્કી કરીએ.' કહીને હું જુસબના ઘર તરફ રવાના થયો.

થાળીઓ તૈયાર થતી હતી. પુરુષ મહેમાનો ગોઠવાતા હતા. જુસબ એક તરફ ઊભો રહીને ઘરમાંથી અપાતી વસ્તુઓ પીરસવાની તૈયારી જોતો હતો. આઈમા ઓટલા પરથી દૂર ઝાડને છાંયે બેઠાં હતાં.

અમે જમીને ઊભા થયા પછી સાંસાઈ આઈમાને દૂધ આપી આવી. પછી સ્ત્રીઓ અંદર સાથે જમવા બેઠી હશે તેમ લાગ્યું. થોડી વારે એઠાં વાસણ લઈને રેશ્મા અને સાંસાઈ નેસની પાછળના ભાગે ગયાં. પેલી બે કિશોરી પણ તેમની સાથે ગઈ. મેં મામુર સાથે વાત કરીને પરિચય કેળવવા પ્રયત્ન કર્યો પણ તે જરૂરથી વધારે કંઈ બોલ્યા વગર ખાટલા પર લંબાવીને સૂતો.

મેં વાંસની ઝાડીમાં બેસીને નેસનું રેખાંકન કર્યા કર્યું. તડકો નમવા આવ્યો એટલે ફરી ચા પીવાનો આગ્રહ થયો. અમે બધાએ ના પાડી તોપણ ચા તો આવી જ.

ચા પીને મારે જવું હતું ત્યાં મહેમાન જવા તૈયાર થયા એટલે જુસબે કહ્યું, 'ઊભા યોં. બે તૈણ ફેરા કરીને બધાને બસસ્ટેને પોગાડી દઉં.'

છોકરાઓને તો ચાલીને જ જવું હતું. મારી બાઈક પર પરવીનબુવા બેસે, જુસબની બાઈક પર મામુરભાઈ બેસે અને છોકરાંઓ ચાલતાં આવે એમ બધાંને મૂકી આવવાનું નક્કી થયું.

છોકરીઓ સાંસાઈને ભેટી અને બોલી, 'અપણે પૂરાને નેસવાલી સબ સહેલી કો હમારી દુઆ-સલામ કે'ણાં.'

'ઈ બધીયું તો ગઈ પોતપોતાને ઘેરે. મળશે તયેં કઈસ.' સાંસાઈએ કહ્યું.

અમે નીકળવાની તૈયારીમાં જ હતા અને મામુરે રેશ્માને પાસે બોલાવીને કહ્યું, 'દેખો, બુરા મત માનના પર કેહના પડતા હૈ. અબ બોમ્બેમેં આને કા સોચો. હમારા હાથ બટાવો. તુમ લોગ જંગલમેં પડે રેય કે અપણી લાઈફ ખામખા ખરાબ કર રહેલે હૈં. જુસબ કો સમજા સમજા કર થક ગયે. '

પરવીને પણ પતિની વાતમાં સૂર પુરાવતાં કહ્યું, 'અપણી જાન-પેચાનવાલા યહાં કૌન ? સાજે-માંદેમેં કીસકો બુલાવેંગે ?'

જુસબનું મોં પડી ગયું. તેની પત્નીને બધાની વચ્ચે આવું સાંભળવું પડ્યું તે તેને ગમ્યું નહિ હોય.

રેશ્માએ લાજ ઢાંકી રાખીને પરવીનનો હાથ હાથમાં લઈને ધીરે અવાજે કહ્યું, 'તમીં હર વખત આ જ વાત કાઢો સો; પણ સ્હાજેમાંદે ગામ આખાનું ને નેસ માતરનું માણાં કામ આવે. આ માડી અમારે ઘીરે છે ઈ નો જોયું ? કાલ અમારે ઈને ન્યાં જાવું પડે તો ઈ ટાણે કોય નાત્ય-જાત્ય જોવા નો બેહે. આયાં મુંબય જેવું નો હોય.'

મામુરે પોતાની વાત પકડી રાખતાં કહ્યું, 'ફીર ભી તુમ લોગ કોમસે દૂર પડ ગયેલે હૈ. મેન ઇસ્ટ્રમસે અલગ હો ગયેલે. બુરા મત માનના. મુઝે તો જો લગતા હૈ વો કે'તા હું.'

રેશ્મા હવે દલીલ કરવા માગતી ન હોય તેમ મૌન રહી. જુસબ હજીયે નીચું

જોઈને ઊભો હતો.

સાંસાઈ કિશોરીઓને આવજો કહેતી પરસાળની થાંભલી પાસે ઊભી હતી તે અચાનક અમારા તરફ આવી. રેશ્માની પડખે જઈને ઊભી અને કહ્યું, 'પરવીન ફૈ, જુસબો કોમથી નોખો પડી ગ્યાની વાત કરો તો હવે મારે કેવાનું સે. તમેય ખોટું નો લગાડતાં. મામુર ફુવા તમેય સ્હાંભળો, સિટીમાં તમારા સોકરાં ઘેર નો હોય તો તમને દવાખાને લય જાવાવાળું કોય નો જડે ઈ ખબર નથ્ય ?'

મામુરે પરવીન તરફ જોઈને કહ્યું, 'જાણે દે ને. ઈણ કુ સમજણાં નંઈ ફીર ખાલીપીલી અપણાં ભેજા કાયકુ ખરાબ કરણાં ?'

હવે સાંસાઈનું આખું રૂપ બદલાઈ ગયું હોય તેમ તેનું મોં લાલ થઈ ગયું. મહેમાનને સ્પષ્ટ સંભળાવી દેતાં તે બોલી, 'જાણે દે...' વાળી વાત રેવા દીયો. ઈણકું સ્હમજણાં નંઈ...' ઈ વાતેય મૂકી દીયો. વાત્ય તો સ્હમજવાની જ સે.'

સાંસાઈ ગરમ થઈ ગઈ. રેશ્મા તેને રોકવા ગઈ તો તેને બાજુ પર કરીને સાંસાઈ બોલતી રહી, 'ફઈ, ફુવા, તમે બેય સ્હાંભળો, ગય્રમાં ગમે ઈ નેહડે જઈને..' સાંસાઈ જાણે શબ્દો ભૂલી જતી હોય એટલી ગુસ્સામાં હતી. તેણે અટકીને આગળ કહ્યું, 'ગય્રના નેહડાની વાતેય જાવા દીયો. મેંદયડું આંયથી બાવી કિલોમીટર ને કેસોદ પસા કિલોમીટર થાય. ન્યાં જયનેય ગમે ઈ વેપારી પાંહે જુસબ માલધારીના નામે ઉધારી માગો 'ને પાંસ-દહ હજાર સ્હુધી કોઈ ના પાડે તો મને કે'જો.'

કહીને સાંસાઈ અટકી. પછી પરવીન તરફ જોઈને બોલી, ને મુંબઈમાં યોં સો ને ? તો જયને પાડોશીને ઘેરથી પાંસ રૂપિયાની ઉધારી કરીયાવો તો ખરાં કવ.

હવે ક્યો, નોખાં પડી ગ્યા, નોખાં પડી ગ્યા કરો સો તે અમીં કે તમીં ?'

મહેમાને કંઈ જવાબ ન આપ્યો. 'ચલો, ખુદા હાફીઝ.' કહીને મોટર સાઇકલ પર બેસી ગયા.

મહેમાનોને ઉતારીને ઘરે પહોંચતાં જ મેં બાઈક મુસ્તુફાને સોંપી.

મુસ્તુફાએ કહ્યું, 'સાય્બ યાદ કરતા'તા. હું તમને બરકવાય આવત પણ ગાડી તમીં લઈ ગ્યા'તા.'

'ડી.એફ.ઓ ?' મેં પૂછ્યું.

'મોટા સાય્બ. સી.એફ. તમી ગ્યા ઈના કલાકમાં ધાનુ કે'વા આવ્યો કે સાય્બની ગાડી આવી સે.' મુસ્તુફાએ કહ્યું.

'કંઈ ખાસ બોલ્યા હતા ?' મેં પૂછ્યું.

'ખાસ તો કાંય નંઈ. ઈવડા ઈ ડીએફો સાય્બને પૂસતા'તા કે ઓલા સીતરે સે ઈ ક્યાં સે ? ડીએફો સાય્બે અંગરેજીમાં કાં'ક કીધું.'

'સાહેબ ગયા કે છે ?' મેં પૂછ્યું.

'નાઈટ સાસણમાં સે.' મુસ્તુફાએ કહ્યું, 'ફોન કરી જુવો, બોલાવે તો જાવું.'

ફોન કરવા માટે બજારમાં તો જવું જ પડે તેમ હતું. હું સિંહસદન ગયો. રિસેપ્શનમાં તપાસ કરવા જઉં ત્યાં સાહેબ અને ડી.એફ.ઓ.ને લોનમાં બેસેલા જોયા. હું તેમની પાસે ગયો.

પોતાની વાત સહેજ અટકાવીને ડી.એફ.ઓ.એ કહ્યું, 'આવો.' પછી સી.એફ.ને મારો પરિચય આપતાં કહે, 'હી ટૂક ધેટ પ્રોજેક્ટ.'

સીએફએ કહ્યું, 'તમારું કામ બરાબર ચાલે છે ને ?'

'જી.' મેં જવાબ આપ્યો, 'કેટલીક જગ્યાઓ જોઈ છે. બે-ચાર પેન્સિલ સ્કેચ થયા છે; પણ પેઇન્ટિંગ શરૂ નથી કર્યું.' કહેતાં મારા મનમાં પડઘાયું, 'ગય્રમાં નવરો ફરે સ.'

'એક વખત આપણે સાથે જઈશું. અમારી નજરે પણ તમે ગીર જુઓ.' સી.એફ.એ કહ્યું. પછી ડી.એફ.ઓ. સામે જોઈને બોલ્યા, 'એકાદ-બે સારા પેઇન્ટિંગ આપણા માટે પણ રાખી લેજો. ઓરિએન્ટેશન સેન્ટરમાં અને કૉન્ફરન્સ રૂમમાં મૂકી શકાય.'

'ચોક્કસ આપીશ.' મેં કહ્યું, 'અને કોઈ વાર આપની સાથે ગીરમાં જવાનું પણ નક્કી.'

॥ ૯ ॥

વસંત પૂરી થતાં જ સૂરજે જાણે માજા મૂકી હોય તેમ નવ વાગ્યા પછી તો ઘરની બહાર નીકળવું આકરું પડે છે. હવા સવારથી થંભી ગઈ હોય. કેટલાંક સદાબહાર વૃક્ષો, ડુંગરના પડછાયા અને વાદળો આ બધાં મળીને અલપ-ઝલપ છાંયડો કરતાં રહે; તોપણ પવનરહિત તાપ જીરવીને પગે ચાલતા કેટલે જઈ શકાય ? શાન્તિથી બેસીને કોઈ ચિત્ર દોરવું હોય તો ખંડિત-છાંય વૃક્ષો વચ્ચે ચાલીને ડુંગર-ગાળી ખૂંદતા એકાદ કિલોમીટર તો જવું જ પડે છે.

સારું છે કે મુસ્તુફાએ તાલાલાથી જૂની બાઈક અપાવી દીધી છે. નહિતર તો ઘરમાં જ પુરાઈ રહેવું પડત.

વન સંરક્ષક સાથેની પહેલી મુલાકાત વખતે તો મારે કહેવું પડ્યું હતું કે મેં ચિત્રો દોરવાનું શરૂ નથી કર્યું. હવેની મુલાકાતમાં મળવાનું થશે તો મારે એમ કહેવું નહિ પડે. છેલ્લા દસેક દિવસમાં મેં સારું એવું કામ કર્યું છે. એકાદ વખત તેમને નિરાંતે મળું તો સારું. છેલ્લા બે માસમાં તેમની સાસણની બે-ત્રણ મુલાકાતો ગોઠવાઈ ગઈ; પરંતુ અમે મળી શક્યા નહિ. ક્યારેક હું સાસણમાં ન હોઉં ક્યારેક તેમને અરજન્ટ મિટિંગ પતાવીને ચાલ્યા જવાનું હોય.

મારું અહીં આવવાનું નક્કી થતું હતું ત્યારે કાર્તિક અને મિતા અહીં આવશે તેવી વાત થઈ હતી; પણ આવા ઉનાળામાં બોલાવું તો, તેમને રાખું ક્યાં તે કરતાંય

લઈ ક્યાં જઉં તે પ્રશ્ન મોટો છે. વિચારું છું કે ચાર-પાંચ ચિત્રો ટપાલથી મોકલી આપું તો તે પોતાનો અભિપ્રાય મને જણાવી શકે.

બધાં ચિત્રો એક વાર જોઈ જવા બેઠો છું. અચાનક મને લાગે છે કે અમરાપરના લૅન્ડસ્કેપ સિવાયનાં ચિત્રો મિતાને મોકલવા જેવાં નથી. ચેકડૅમના જળમાં મોં ઝબોળીને પાણી પીતાં હરણાં દોર્યાં પછી તો હું મારા ચિત્ર પર મોહી પડેલો. આજે મને એ ચિત્રમાં કંઈક ખૂટતું લાગે છે. મારાં દોરેલાં ચિત્રો મને આટલાં બધાં ન ગમ્યાં હોય તેવું તો ક્યારેય થયું નથી.

કદાચ હું હરણના ચિત્ર માટે હું 'એ લોકોનું ચિત્ર' શબ્દો વાપરી શકું તો મારાં ચિત્રો વધારે સુંદર બને ? એવું બોલતાં શીખવાનો પ્રયત્ન હું કરી જોઈશ એમ વિચારતાં જ મને પેલા શબ્દો સંભળાયા.

'શીખીને બોલવું અને માનતા હોઈએ એટલે બોલવું એમાં ફરક છે.'

મને યાદ આવ્યું કે તે દિવસે ભૂતિયા વડલે બેસીને મેં કરમદાંના જાળામાં બેઠેલી બે સિંહણોનો સ્કેચ કર્યો હતો; પરંતુ તે વખતે બેમાંથી એક સિંહણને રમજાના તરીકે દોરવી તેવી કોઈ કલ્પના મને નહોતી. મને લાગે છે કે એ રીતે દોરવાનો પ્રયત્ન કરું તો કદાચ જ્યાં રહીને સાંસાઈ અને બીજાં સિંહણને 'જણી' કહીને સંબોધે છે ત્યાં જઈને ઊભો રહી શકું.

આવું ચિત્ર દોરવું હોય તો અત્યારે, ઝાડી પાંખી છે અને દૂર સુધી નજર પહોંચે તેમ છે તેવા સમયે સારી રીતે થઈ શકે. એકાદ જળસ્રોત આસપાસ રમજાના મળી જાય તો સોએક ફૂટ દૂરથી પણ તેને સ્પષ્ટ જોતા રહી, તેના પૂર્ણ ગૌરવ સાથે ચીતરી શકાય. માણસ દખલ ન કરે તો સિંહો પોતાની શાન્તિમાં કે સ્થિતિમાં ફેર કરતા નથી એ તો અનુભવ્યું પણ છે.

મેં એહમદ, મુસ્તુફા અને ધાનુ સહિત ઘણાંને કહી રાખ્યું કે રમજાનાના સગડ કે કંઈ ખબર મળે કે તરત મને જાણ કરે. પાંચ દિવસ થયા. હજી સુધી મોકો મળ્યો નથી.

ચોમાસા પહેલાં નહિ મળે તો પછી છેક દિવાળી સુધી વાટ જોવી પડશે. કારણ કે ચોમાસામાં હું બહુ થોડાં સ્થળોએ જઈ શકીશ. પંદર જૂનથી તો અભયારણ્યમાં પ્રવેશનિષેધ લાગુ થઈ ગયો હશે. પહેલા વરસાદે જ આ રમ્ય ભૂલોક વરસાદી સ્નાન કરીને લીલો શણગાર સજવા માંડશે. તેની રમ્યમાંથી રમ્યતર થવા તરફની ગતિનો હું સાક્ષી હોઈશ; પણ મારાથી રેલવેના પાટે કે ખુલ્લા હોય તે રસ્તે જવા સિવાય ક્યાંય જઈ શકાશે નહિ.

આજે દેવો ડુંગર ચીતરવા જવાનું નક્કી કરીને હું નીકળ્યો તો સામે એહમદની

જિપ્સી આવતી દીઠી. નજીક આવતાં એહમદે કહ્યું, 'હાલો, પરમીટ કઢાવી લ્યો.'

'અરે પણ હું તો દેવા...' પૂરું બોલી લઉં તે પહેલાં જ મને સમજાયું કે એહમદ શું કહેવા માગે છે. હું બોલતો અટકી ગયો અને પૂછ્યું 'ક્યાં ?'

'હાલો તો ખરા. પછી જોશું. પગે હાલવાની તિયારી રાખજો.'

'હા. હા. વાંધો નહિ.' મેં કહ્યું અને પાકીટ કાઢીને એહમદને પૈસા આપતાં કહ્યું, તું પરમીટ કઢાવ ત્યાં હું આવું છું.'

એહમદે જીપ જરા આગળ ખસેડતાં કહ્યું, 'હાલોને, ભેગા જ નીકળીયે સંઈ. હું ગાડી રીવસ કરતો આવું. તમારે કાંય લેવાનું હોય ઈ તમ-તમારે લઈ લ્યો.'

'ગાર્ડ કોણ છે ? ધાનુ ?' મને થયું કે કોઈ જાણીતું સાથે હોય તો સારું.

'મુસ્તુફા.' એહમદે કહ્યું, 'ધાનુને બરકી લેત. આમેય દોરતી આજ ક્યાંય જાવાની નથ્ય એટલે ધાનુ આવેય ખરો; પણ ઈનેં માંડ નવરાશ મળી હોય ન્યાં પાછો ક્યાં ભગાડવો ?' કહીને એહમદે ગાડી આગળ લીધી.

અધોડિયા પાસેના નાકે પહોંચીને એહમદે જિપ્સી નાકાથી થોડે દૂર છાંયડે ઊભી રાખી. પોતે પરમીટના કાગળો લઈને ચોકી પર ગયો. મુસ્તુફા પણ નીચે ઊતર્યો અને નાકા પરના ચોકીદાર સાથે વાતો કરતો ઊભો. થોડી વારે એહમદ ચોકીમાંથી બહાર નીકળ્યો તો મેં જોયું કે તેની સાથે સાંસાઈ પણ હતી.

સાંસાઈ પાસે આવી એટલે મેં પૂછ્યું, 'તું અહીં ક્યાંથી ?'

'એયને... હું ઓલા જાંબુડે સડીને બેઠી'તી. તને ભાળ્યો એટલે ઊતરી ગઈ.'

સાંસાઈએ અવળવાણી પણ ખૂબ જ ગંભીરતાથી ઉચ્ચારી અને મારી પાસે વચ્ચેની સીટ પર આવી ને બોલ્યા વગર બેઠી.

મુસ્તુફાએ આગળની સીટ પર ગોઠવાતાં કહ્યું, 'સીધું બોલે તો સાંસાઈ નંઈ.' પછી મારા તરફ મોં કરીને કહ્યું, 'આ તમારી રમજાની વાલોદરે પડી સે ઈ વાત સાંસાઈયે તો અમને કરી. લોકેશન વાળાઉં તો હજી રાયડી ભણી આંટા મારે સે.'

મેં સાંસાઈ સામે જોયું તો તે હસી પડી. કહે, 'હવે તને નવરો રાખવો પોહાય એમ નથ.'

મેં પણ હસીને જવાબ આપ્યો, 'તને ખબર પડી ખરી.'

ચોકીદારે ફાટક ખોલ્યું અને જિપ્સી નાકામાંથી પસાર થઈ. અમે અભયારણ્યમાં જઈ રહ્યા છીએ. અમારી જમણી બાજુએ રાષ્ટ્રીય ઉદ્યાનની લીલા રંગે રંગેલા પથ્થરોથી આંકેલી સરહદ સાથે ને સાથે ચાલી આવે છે. લીલા પથ્થરોની પાછળ એ ભૂભાગ માત્ર વન્ય જીવો માટે રક્ષિત છે. ત્યાં માનવીનો પ્રવેશ વર્જ્ય છે.

હરણાં નાનીમોટી ટોળી બનાવીને ચરે છે. ક્યાંક એકલ-દોકલ સાબર ડોક ઊંચી કરીને કૂણી ડાળો કે થોડાં-ઘણાં પાન ચાવે છે. એક સ્થળે શાહુડી દોડીને પસાર થતી દેખાઈ. આસપાસ ફેલાયેલા આ રમ્ય જગતે અમને એટલાં ધ્યાનમગ્ન કરી મૂક્યાં છે કે અમે અંદર અંદર વાતો પણ કરતાં નથી.

અચાનક એહમદે જિપ્સી રોકી. મને થયું કે કંઈક જોવા જેવું છે એટલે મેં જરા ઊંચા થઈને ચારે તરફ જોયું તો કંઈ દેખાયું નહિ.

મુસ્તુફા નીચે ઊતર્યો અને અમે જ્યાંથી આવ્યા હતા તે દિશામાં ચાલ્યો. થોડે જઈને તેણે જમીન પરથી કંઈક લીધું અને પાછો આવીને જિપ્સીમાં બેસી ગયો. તેના હાથમાં પ્લાસ્ટિકનું નાનું રેપર હતું. કોઈ ટૂરિસ્ટના હાથમાંથી પડી ગયું હોય કે પછી કોઈ આવતા-જતાએ નાખ્યું હોય.

હું પોતે એ ટુકડાને, મુસ્તુફાએ ઉપાડ્યો તે પછી પણ, થોડી વાર સુધી બરાબર જોઈ શક્યો નહોતો. મને લાગ્યું કે આગળ બેઠેલા બેયની નજરની કદર કરવી જોઈએ. એનાથી વધુ કદર તેમની નિષ્ઠાની કરવી જોઈએ. જોકે હું શબ્દોમાં કંઈ વ્યક્ત કરી શક્યો નહિ. મેં માત્ર બેઉને ખભે હાથ મૂક્યા. સાંસાઈએ આડી નજરે મારા તરફ જોયું અને પાછી દૂર જોતી બેસી રહી.

આગળ જતાં એક સ્થળે ત્રિભેટો આવ્યો. એક ચીલો રાષ્ટ્રીય ઉદ્યાનને સીમાડે વળગીને પટણીસર તરફનો વળાંક લે છે. એક ચીલો કમલેશ્વર ડેમ તરફ ચાલ્યો જાય છે.

થોડે આગળ જઈને એહમદે ગાડી ધીમી કરીને સાંસાઈ તરફ જોયું તો સાંસાઈએ કહ્યું, 'આંય ક્યાંક રાખી દે. સ્હાંઢિયા-ગાળી જાવાનું સે.'

અમે બધાં નીચે ઊતર્યાં. મુસ્તુફાએ જિપ્સીમાંથી પાણીનો જગ અને એક થેલી લઈ લીધાં. મારો થેલો અને નાનું ડ્રૉઇંગ-બોર્ડ અને એનું ખાસ બનાવેલું નાનું સ્ટૅન્ડ મેં લીધાં. એહમદે મારા હાથમાંથી થોડું વજન પોતાની પાસે લઈ લીધું. સાંસાઈએ મુસ્તુફા પાસેથી જગ માગ્યો તો તેણે જગને બદલે થેલી સાંસાઈના હાથમાં આપી.

અમે મુખ્ય માર્ગની જમણી બાજુએ ફંટાતી કેડી પર ચાલતા થયા. મુસ્તુફા ચાલતો ચાલતો પણ ધૂળમાં લાકડી વડે ગોળ કૂંડાળું દોરીને અમને ઠેક-ઠેકાણે જુદાં જુદાં પ્રાણીઓનાં પગલાં ઓળખાવતો હતો.

થોડી વારે મુસ્તુફાએ સાંસાઈને કહ્યું, 'હજી સ્હગડ જડ્યા નથ્ય હો !'

'ઓલી કોરથી આવે ઈનાં સ્હગડ આયાં ગોત તો ક્યાંથી જડે ? સ્હામા કાંઠે જા. ન્યાં સ્હગડ સે.' સાંસાઈએ ચાલતા રહીને ઉત્તર આપ્યો, 'હું કાઠીતડથી હાલી આવતી'તી તયેં મેં ઈનેં મારણ પાંહે ભાળી. હવે એક-બે દી તો ઈ સ્હાંઢિયા-ગાળીમાં જ રે'વાની. બીજે તો પાણી નો જડે.'

હું સાંસાઈની અને મુસ્તુફાની વાતો સાંભળું છું. એહમદ કંઈ બોલ્યા વગર એકધારો ચાલ્યો જાય છે. સાડાનવ-દસ થયા હશે. પીળા ફૂલના શણગારે લથબથ ગરમાળા પર, લાલ રંગી ફૂલોથી લદાયેલા ગુલમહોર પર અને એકાદ માસ પહેલાં મોરથી લદાયેલી આંબલી પર ધીમે ધીમે નવાં પાન પ્રગટી રહ્યાં છે. એ નવપર્ણો હજી છાયા આપી શકે તેમ નથી. અમે જાંબુ અને કરંજના છાંયા શોધીને ચાલ્યા કરીએ છીએ. મુસ્તુફા વચ્ચે વચ્ચે ક્યાંક જાંબુ વીણી આપે છે અને કહે છે, 'ખાવ. લૂ નો લાગે.'

'ડસૂરા સડે ઈનું સ્હું ?' સાંસાઈ કહે છે પણ જાંબુ ખાય તો છે જ.

અમે એક ધાર ચડ્યા તો ત્યાંથી નીચે ડુંગરગાળીમાં લીલાં વૃક્ષોથી ખીચોખીચ નાનકડો વિસ્તાર દેખાયો. સાંસાઈ તે તરફ ચાલી અને અમે તેની પાછળ ચાલ્યા અને થોડી જ વારમાં વનરાજી વચ્ચેથી હીરણનો રેતાળ- પથરાળ પટ દેખાયો.

મુસ્તુફાએ એહમદને કહ્યું, 'આવાં લોકેશનું સાંસાઈ વિના કોયને નો જડે. સ્હંધાય રોડની આજુબાજુ ગોતે, ન્યાં અટાણે સ્હું હોય ?'

હીરણ ઊતરીને અમે સામે કાંઠે ચાલ્યા. હીરણમાં ભળતાં કોઈ ઝરણાંમાં જરા આગળ ગયાં, ન ગયાં ત્યાં એક નવું વિશ્વ નજરે પડ્યું.

હીરણના કિનારાથી થોડે દૂર, તળથી પચીસેક ફૂટ ઉપરથી માત્ર ભેજરૂપે

સરકતું પાણી પથ્થરો ભીંજવતું નીચે સુધી ઝમે છે. અદશ્ય લાગે તેવું આ ઝમણ એક ગોળાકાર ખાડામાં ભરાઈને પોતાની લીલા સંકેલી લે છે. ચોમાસામાં તો અહીં ધોધ પડતા હશે; પરંતુ અત્યારે થતું ઝમણ એનો ખાડો છલકાવીને હીરણમાં ભળવા જેટલું જળવંત પણ નથી.

અહીં હતું મેં આજ સુધી ન જોયેલું, ન કલ્પેલું ભવ્ય દર્શન. ખાડા પાસેના પથ્થરોની ભીનાશ માણતી, ઉપરથી ઝૂકેલા જાંબુડાની છાયામાં આડી પડીને સૂતેલી રમજાના. તેનું માથું અમારી તરફ છે. બળતા બપોરે, મોટા વૃક્ષની છાયામાં સિંહણ એકલી સૂતી હોય તેવું મેં સાંભળ્યું નહોતું. સિંહોને સ્વાભાવિક એવાં બોરડી કે કરમદાંનાં જાળાંમાં ભરાઈને ઠંડકમાં દિવસ ગાળવાની ટેવ તજીને રમજાના આ રીતે દર્શન દેશે એવું તો મેં ધાર્યું પણ ક્યાંથી હોય !

મુસ્તુફાએ પણ કહ્યું, 'નસીબવાળા છો. નિકર આમ કોઈ દી' નો હોય.' કહીને તે પચીસેક ડગલાં આગળ જઈને એક વૃક્ષના બહાર ઊપસેલા મૂળ પર બેઠો અને મને કહ્યું, 'આ તમારી લખમણરેખા. આંયથી આગળ તમે નો જાતા.'

સાંસાઈ જમીન પર નીચે જ બેસી ગઈ. એહમદે એક ડાળ પર થેલી ભરાવી અને જગ ખોલીને બધાને પાણી આપ્યું. પછી જગ ત્યાં જ મૂકીને પાછળની ઝાડીમાં છાંયડો શોધીને સૂવા માટે જગ્યા સાફ કરવા માંડ્યો.

રમજાના પોતાના મિજાજમાં જાણે ભરઊંઘમાં હોય તેમ સૂતી રહી. અમારી આટલી હલ-ચલ કે બોલાશની તેના પર કોઈ અસર ન થઈ.

મેં આસપાસ થોડું ફરીને સારી જગ્યા શોધવા પ્રયત્ન કર્યો પણ રમજાના સૂતી રહે તો ક્યાંયથી પણ તેને આખી ચીતરવી તે શક્ય નહોતું લાગતું. મેં મુસ્તુફાને પૂછ્યું, 'શું કરીએ તો તે બેઠી થાય ?'

'ઈનીં મરજી થાય તો. બીજું કાંય નો થાય. સ્હાંજ લગણ બેહી રે'વાનું થાય તોય ઈને વતાવવાનું કાંય કરવા નો દઉં. જે સે ઈ આ સે.'

મેં સારી જગ્યા શોધી અને સિંહણ સહેજ ખસે તેની રાહ જોતો બેઠો. અડધાએક કલાકે સાંસાઈએ થેલી ખોલીને નાસ્તો કાઢ્યો. એક જગ્યા સાફ કરીને તેણે મને અને એહમદને બોલાવ્યા. મુસ્તુફા પોતાનું સ્થાન છોડીને આવ્યો નહિ. સાંસાઈ તે જ્યાં બેઠો હતો ત્યાં જઈને નાસ્તો આપી આવી.

નાસ્તો કરીને પાણી પીને હું પાછો મારી જગ્યાએ જતો હતો ત્યાં મેં જોયું કે રમજાના માથું ઊંચું કરીને અમને જોઈ રહી છે. વળતી પળે તે બેઠી થઈ. આગળના પગ અમારા તરફ લંબાવીને ત્રાંસી રહીને બેઠી. મોટું બગાસું ખાઈને સાંસાઈ તરફ તાકી રહી.

તે પળે જ મને સમજાઈ ગયું કે તેના કુદરતી વાતાવરણમાં, મુક્ત અવસ્થા માણતી સિંહણને તેના પૂર્ણસ્વરૂપે ચીતરવાનું તો ઠીક, વર્ણવી બતાવવાનું પણ મારાથી કદી બનવાનું નથી. પ્રથમ વાર મેં અનુભવ્યું કે શ્રેષ્ઠ ચિત્રો બનાવી નથી શકાતાં. એ તો નીપજે છે. સર્જક ગણાતો હોય તોપણ માનવી આખર માનવી છે. બનતો પ્રયત્ન કરવા સિવાય તે કંઈ કરી શકતો નથી.

સાંજના ચાર વાગતાં સુધી રમજાના કોઈ નિષ્ઠાવાન મોડેલની માફક ત્યાં જ રોકાઈ રહી. વચ્ચે વચ્ચે કમર પર પૂછડું પછાડીને માખીઓ ઉડાડવા સિવાય તેણે પોતાની સ્થિતિમાં ખાસ ફેરફાર કર્યો નહિ.

આ આખાયે સમય દરમિયાન મુસ્તુફા પેલા મૂળિયા પર બેસી રહ્યો, સાંસાઈ મારી જમણી તરફ બેસીને રમજાનાને જોતી એકધારી મૌન બેસી રહી. એહમદ ઊંઘ્યો અને વચ્ચે જાગ્યો ત્યારે બેએક વખત પાણી આપી ગયો. મેં ચિત્ર પૂરું કરીને રૂમાલથી હાથ સાફ કર્યા ત્યાં સુધી આમ ચાલ્યું.

મેં મારા સાથીઓને ચિત્ર બતાવ્યું, 'આ આપણે બધાંએ દોર્યું છે.'

આમ કહેતાં વેંત સાંસાઈએ કહ્યું, 'સ્હાસું બોલ સ ?'

મેં સાંસાઈનું કહ્યું સ્વીકારી લીધું અને કહ્યું, 'મને એમ કહેવાનું મન થાય છે. જોકે મુસ્તુફા, એહમદ અને તું રહ્યાં હતાં એટલો સ્વસ્થ હું રહી શક્યો નહોતો.'

આ વખતે મને પેલો સ્વર સંભળાતો લાગ્યો, 'એ પણ અર્ધ સત્ય છે; મૂળ વાત એ છે કે આપણે એ લોકો જેટલા સ્વાભાવિક પણ નહોતા. કંઈક કરી રહ્યાનો રોમાંચ આપણા રુંવે રુંવે સતત હતો. હજીયે ક્યાંક અહેસાસ છે. કે આ મહાન

કામ મેં કર્યું છે. કદાચે તેં કોઈ જન્મમાં સ્વયં અગ્નિજન્મા પાંચાલીનું ચિત્ર દોર્યું હશે તોપણ તારી જાતનું તેં નહિ કર્યું હોય એટલું ગૌરવ આજે કર્યું હતું. હું શું કહેવા માગું છું તે સમજાય છે ?'

હું કંઈ જવાબ આપી શકું તેમ ન હતો. પછી મને કશું જ યાદ નથી કે અમે કયે માર્ગે પાછા ફર્યા, ક્યારે જીપમાં બેઠા, ક્યારે અધોડિયા નાકું આવ્યું. કંઈ જ નહિ.

નાકાવાળાએ કેબિનમાંથી બહાર આવીને મને પૂછ્યું, 'કાં, કેવું રયું ?' ત્યારે માત્ર હસીને હકારમાં ડોકી હલાવ્યા સિવાય કંઈ કહેવાના હોશ પણ મને નહોતા.

નાકેથી સાસણ તરફ જતાં પહેલાં એહમદે સાંસાઈને પૂછ્યું, 'ક્યાં, સાસણ ?'

'ના મને તું દાધિયે ઉતારી દે ને. જરાક કાનાને મળતી જાંવ.' સાંસાઈએ કહ્યું. અમે દાધિયા તરફ વળ્યા.

સાંસાઈ ઊતરી અને અમને બધાને કહેતી હોય તેમ બોલી, 'લ્યો ત્યારે, સ્હંભાળીને જાજો.'

'સાંસાઈ...' હું આભાર માનું તે પહેલાં જ સાંસાઈ નેસના ઝાંપા તરફ જતાં કહેતી ગઈ, 'બોલવું રેવા દે. મને ખબર સે.'

મુસ્તુફા સાસણ પહોંચીને અમે પરત આવી ગયાની નોંધ કરાવવા ગયો. એહમદે મને જીપમાં જ રોક્યો અને કહ્યું, 'બેસ્હી ર્યો. મારે એણીકોરથી જ હાલવાનું છે.'

'તો ઊભો રહે, બજારમાંથી કંઈક ખાવાનું લઈ લઉં. પાછા અહીં આવવું નહિ.' મેં કહ્યું અને નાસ્તો બંધાવ્યો.

ઘરે પહોંચ્યો ત્યારે સંધ્યાકાળ થઈ હતી. મુસ્તુફાનું ઘર બંધ હતું. સામેના ઘરને ઓટલે મુસ્તુફાની પત્ની કોઈ માજી સાથે બેઠી ભાજી સાફ કરતી હતી. હું મારી ઓરડીમાં ગયો, બધું બરાબર મૂક્યું અને નાસ્તો કર્યો.

વહેલી સવારે મુસ્તુફાએ કામ પર જતાં પહેલાં મને જગાડ્યો. કહે, 'હાલો, આબેદાયે સા મૂકી છ.'

'કેમ ?' મારાથી પુછાઈ ગયું.

'કેમ તે નો મૂકે ? અમારી સા પીવામાં કાંય વાંધો પડે સ ?' મુસ્તુફા લાગલો ઘા કરતો હોય તેમ બોલ્યો. 'અમથા તો કોય દી ઘીરે આવ્યા નથ્ય.'

આટલા સમયથી હું મુસ્તુફાની ઓરડીમાં રહું છું. આબેદા કામ કરતી હોય, ઝીનત કે ઇબ્રાહિમ રમતાં હોય તે જોતો રહું છું. પ્રસંગોપાત્ત તે બધાં સાથે વાતો પણ કરી છે. ઇબ્રાહિમે તો મારાં ચિત્રો જોયાં પણ છે. ક્યારેક કાગળ પેન્સિલ લઈને

મારી બાજુમાં જ ચીતરવા બેસી જાય છે. આમ છતાં મુસ્તુફાને ઘરે કંઈ ખાવા-પીવા જવાનો પ્રસંગ હજી બન્યો નથી.

હું હસી પડ્યો અને કહ્યું, 'જા. આવું છું. મારો તો સમય બચશે. પાછું આજે કેશોદ જવા નીકળવું છે.'

'જી છે ઈ બધી ટેમની જ મારામારી છે.' મુસ્તુફા બોલ્યો, 'મારે તો દી' હજી ઊગ્યામાં હોય 'ને નોકરીયે વયા જાવાનું. તમીંય ઘેરથી નીકળો પછી કાંય ઠેકાણું નંઈ. પણ એક ઘરમાં રેતા હોંઈ ને સા પીવાય નો આવો તો મને સાસણ આખું નપાવટ નો કેય ?'

મેં બ્રશ હાથમાં લેતાં કહ્યું, 'કોઈ કંઈ ન કહે. તેં કોઈ જુદારો રાખ્યો હોય તો કહે ને !' મુસ્તુફા ચાલતો થાય તે પહેલાં મેં પૂછી લીધું, 'મારે આ ચિત્રો પારસલ કરવાનાં છે. કેશોદથી કોઈ કરી દે અથવા પારસલ લઈને મારી સાથે બાઈક પર કેશોદ સુધી આવે એવું કોઈ મળે ? આ ચિત્રો રાજકોટ મોકલવાનાં છે.'

'તમતમારે બસ્ટેને આવો ને. પારસલનું તો કાં'ક થઈ રે'શે.' કહીને મુસ્તુફા પોતાના ઘરમાં ગયો.

ઉતાવળે પરવારીને હું મુસ્તુફાને ઘરે ગયો. આબેદાએ ઘરમાં રહ્યે રહ્યે આવકાર આપ્યો. બહાર પરસાળમાં જ નાનકડું ટેબલ અને પ્લાસ્ટિકની બે ખુરસી સજાવીને ગોઠવ્યાં હોય તેમ મૂક્યાં હતાં.

હું એક ખુરસીમાં બેઠો કે ઘરમાંથી એક ઘરડાં, રબારણ જેવાં કપડાં પહેરેલાં માજી કાંખમાં જિનતને લઈને બહાર આવ્યાં. આ પહેલાં મેં આ માજીને ક્યાંય જોયાં નહોતાં એટલે મેં ખુરશીમાંથી સહેજ ઊભા થતાં હાથ જોડ્યા તો તેમણે કહ્યું, 'બેહો, બેહો, હમણે આવે સે. સોકરો જરાક ગાંઠિયા લેવા ગ્યો સ.'

'એવી કંઈ જરૂર નહોતી.' મેં કહ્યું, 'ચામાં બધું આવી જાય.'

માજી મારી સામે બેસતાં કહે, 'ઈમ બધું આવી જાતું હસે ? પાછા ક્યારે કેસોદ પોગો ને ક્યારે ખાવા ભેગા થાવ ઈનોં કાંય ધડો નંય.'

હું માજી સાથે વાતોએ વળગ્યો તો જાણ્યું કે તે ધાનુનાં બા છે. નામ રતનબા. નાનપણે દેવળિયા પાસે જાલંધરમાં રહેતાં. પરણીને મછુન્દ્રી ડેમ તરફ, મોરસૂપડા ગયેલાં. હવે ધાનુ સાથે સાસણમાં રહે છે. આબેદા ફરીથી મા બનવાની છે એટલે તે અહીં ખબર જોવા અને મદદ કરવા આવ્યાં છે.

મેં તેમને કહ્યું, 'મારે કદાચ રાજકોટ જવાનું પણ થાય. ચાલો મારી સાથે. ધાનુ કહેતો હતો કે રાજકોટ પાસે તમારું રબારીઓનું યાત્રાધામ છે.'

'હંકઅ્. ન્યાં રાજકોટ પાહેં સે.' ખોળામાંથી ઊતરી જઈને ગારના લીંપણ

પર આળોટતી જિનતને ઊભી કરીને પાસે બેસાડતાં રતનબાએ કહ્યું, 'અમારી માતાનું થાનક સે. હું તો જ્યાવીય સું. અમારાં વેવાણ્ય રાજકોટ રેય. ઈનીં હાર્યે અમીં બધાંય ગ્યાં'તાં. પણ રાજકોટમાં મને નો સ્હોરવે.'

'વેવાઈને ઘેર ને પાછા શહેરમાં તો પછી શું કામ નો સોરવે ?' મેં કહ્યું, 'મને તો રાજકોટ ગમે.'

'વેવાણ હાર્યે તો બવ સ્હારું. પણ ગય્રમાં સ્હોરવે ઈવું અમને શેર્યુંમાં નો સ્હોરવે. કાંય ઝાડવું જોયાંમાં નો આવે. માણહું ને સાધનું જોયામાં આવે.' માજીએ કહ્યું અને વિવિધ દિશામાં હાથ ફેલાવીને પોતે વાહનોથી કેવાં ઘેરાઈ જાય તે સમજાવતાં આગળ બોલ્યાં, ' જ્યાં જોઈ ન્યાં સાધન. આડું નો નીકળાય. તર્યેં ઈમ થાય કે આ સાધનુંમાંથી બાયણે નીકળી જાંઈ તો સ્હારું.' કહીને માજી અટક્યાં પછી જરા હસી પડતાં બોલ્યાં, 'આમ તરવું કે આમ તરવું, કીનીં કય્ર જાવું કીની કય્ર નો જાવું ! કાંય ખબય્ર નો પડે. ઈ તો અમારી વેવાણ્ય હાથ પકડીને આમ નીકળાવે ને આમ નીકળાવે તર્યેં. મેં કયું, બાપા ના રે, આંયાં નો અવાય હો ! ઈનાં કરતાં તો ઘીરે યું જ સ્હારું. ઝાડવાં તો જોયામાં આવે.'

મુસ્તુફા આવ્યો ન હોત તો વાત હજીયે આગળ ચાલત. પણ મુસ્તુફાએ આવતાંવેંત નાસ્તાનું પડીકું માજીને સોંપતાં કહ્યું, 'રતનબા, હાલો, તમેય લ્યો.'

'ના રે બાપ. તમીં ખાવ. હું તો મારે આ હાલી.' કહેતાં રતનબા ઘરમાં ગયાં.

નાસ્તો પતાવીને હું જવા તૈયાર થયો ત્યાં કહે, 'સીલથી પંડિત આવ્યો સે. ઈ પાસો જાવાનો માંગરોળ ભણી. તમારો સામન ભેગો લઈ જાસે. કો તો કેસોદમાં ટાંકને સ્ટૂડિયે પોગાડી દેસે.'

મેં ચિત્રો ભરેલું ખોખું મુસ્તુફાને સોંપતાં પૂછ્યું, 'કોણ પંડિત, એ સંભાળીને લઈ જશે ને ?'

મુસ્તુફાએ પંડિતનો પરિચય આપતાં કહ્યું, 'સે એક સોકરો. કોળી સે. માંગરોળ પાંહેં સીલમાં રેય સ. ન્યાં ઈને તેલની ઘાણી સે.'

કોળીમાં પંડિત અટક હોય તે સાંભળીને મને થોડી નવાઈ લાગી પણ મેં કંઈ પૂછ્યું નહિ. કહ્યું, 'જે હોય તે. ચિત્રો સાચવી, સંભાળીને લઈ જાય એટલે ઘણું.'

'બેફિકર.' મુસ્તુફાએ એક શબ્દમાં જવાબ આપ્યો અને મેં આપેલું ખોખું લઈને બહાર તરફ જતાં પૂછ્યું, 'આમાં રમજાના આવી ગય ?'

'હેં ? હા.' મેં કહી તો દીધું અને બીજી જ પળે મને લાગ્યું કે મેં તો ખડક ઉપર ભવ્ય અદાથી બેઠેલી એક સિંહણનું ચિત્ર જ મૂક્યું છે.

॥ ૧૦ ॥

રેલના પુલ પરથી હીરણના સાસણ તરફના કાળા ખડકાળ કિનારાનાં ચિત્રો પૂરાં કર્યાં. હીરણના કિનારે વન વિભાગની કચેરીની પીળી દીવાલ, સિંહસદનના મેંગ્લોરી નળિયે છવાયેલાં છાપરાં, થોડે આગળ સફેદ અને લીલા રંગે રંગેલા મસ્જિદના મિનારા, ગામનાં મકાનોની પાછલી ખડકીઓ અને ત્યાર પછી મંદિરની ધજા નીચેથી નદીમાં સરકી આવતી ઢોળાવવાળી બજાર. રંગો અને રેખાઓ સાસણના અસ્તિત્વને શણગારે તો છે જ; તેને ચીતરવાના મારા આનંદને પણ ઝંકૃત કરે છે.

આજે પુલની પાછળના ભાગે અધોડિયા તરફની હીરણ અને તેની ઝાડીઓ દોરાઈ રહેશે. કાલથી આંબલો, દેવા, હૈણકીવાળી હોડી, લાસો અને બાણાસુર એટલા ડુંગરોનાં ચિત્રો દોરવાનું હાથ પર લેવું છે. પરમીટ માટે ડી.એફ.ઓ. સાથે વાત થઈ ત્યારે તેમણે સમયપત્રક માગ્યું અને પૂછ્યું, ‘ક્યારથી શરૂ કરો છો ?'

‘બસ, કાલથી. પણ ક્યાં કેટલો સમય જશે તે સાવ ટાઇમ-ટેબલ બનાવી શકાય એટલું નક્કી ન કરી શકાય.' મેં કહ્યું.

ડી.એફ.ઓ.એ થોડું વિચારીને કહેલું, ‘એમ કરો, કાલે સવારે કોઈ એક સ્થળ નક્કી કરીને ત્યાંની પરમીટ લઈ લેજો. હું સૂચના આપી-દઉં છું. પછી શું કરવું તે વિચારી લઈશું.'

પછી થોડી સામાન્ય વાતો થઈ. ડી.એફ.ઓ.એ લૅન્ડસ્કેપ માટે બાબરા રેન્જનાં ઘાસિયાં મેદાનો, કનડાની તળેટીમાં આવેલી સાતવીરડી અને ટીંબરવા પાછળના નોન-ક્લાસિફાઈડ ફૉરેસ્ટમાં પણ જવાનું સૂચવ્યું. 'સાણાના ડુંગર થોડા દૂર પડે; પરંતુ જવાય તો જઈ આવવું' એમ પણ કહ્યું.

સવારે પુલ પર આવીને ચીતરવાનું શરૂ કર્યું તેની થોડી વારમાં ઝાડી પાછળથી પેલો માલધારી છોકરો ભેંસો લઈને કિનારા પર આવ્યો.

તે રોજ આવે છે. હું બેસું ત્યારે મને જુએ પણ કંઈ બોલે નહિ. લાકડીને ટેકે ઊભો રહીને તેની ભેંસોનું ધ્યાન રાખે અને વચ્ચે વચ્ચે મને જોયા કરે. સામાન્ય રીતે ઢોર ચરાવતા હોય ત્યાં એક કરતાં વધારે માલધારી હોય છે. આ છોકરો એકલો આવે છે. કદાચ તેનું સંગાથી સાજું-માંદું હશે કે બહાર ગયું હશે.

અત્યારે તે સાવ પુલ પાસે જ બેઠો બેઠો દુહા ગાય છે. મેં તેને દાદ આપતી સંજ્ઞા કરીને તેની સામે હાથ હલાવ્યો તો તેણે પણ સામે 'એ રામ રામ.' કહ્યું અને પૂછ્યું, 'ન્યાં બેહીને સ્હું સીતરે સો ?

જેટલો વિસ્તાર ચિત્રમાં આવતો હતો તે મેં તેને કહી બતાવ્યો.

છોકરો ખુશ થતો કહે, 'માલીપા મારું સીતર આવે સે ?'

'હા' મેં કહ્યું, 'તારું, તારી ભેંસોનું બધાનું આવે છે. જોવું હોય તો અહીં ઉપર આવ.'

'માલ રેઢો મેલીને નો અવાય. નૈં ને સ્હાવજ ઉપાડે તો ક્યાં જાવું ? કો'ક હાય્રે હોય તયેં આવીસ. બે દાડા કેડે.'

'પણ મારું કામ તો આજે પૂરું થઈ જશે.' મેં કહ્યું.

'કાંય વાંધો નંઈ. કાસિયાનેસ ભણી જાવ તયેં ન્યાં જોય લૈસ.'

'તને કોણે કહ્યું કે હું કાસિયાનેસ જવાનો છું ?' મેં પૂછ્યું.

'તે જાવાના જ હોને ! અમીં ય ન્યાં જાતાં.'

'ચિત્રો કરવા ?' મેં પૂછ્યું. મને મજા પડી.

'ના. અમને જંગલ હાય્રે બોલતાં ફાવે. રંગ હાય્રે વાતું કરવાનું અમારું કામ નૈં. અમારે સીખવું પડે.' તેણે કહ્યું.

વનો સાથે કે રંગ સાથે વાત કરવાનું કથન મને સ્પર્શ્યું. છોકરો મનમોજી લાગ્યો. હું કંઈ બોલું તે પહેલાં તેણે આગળ કહ્યું, 'અમીં તો ન્યાં કાસિયે રમ્મા જાતાં. આખો દિ રમીયેં. ન્યાં ગાડીનું ટેસન સે. પાટા માથે ડગડગ હાલવાની મોજ આવે.'

આ છોકરાના મનમાં કાસિયાનેસનું સ્ટેશન વસી ગયું લાગે છે. મેં ગીરના

કોઈ રેલવે સ્ટેશનનું ચિત્ર કરવાનો વિચાર કર્યો જ નહોતો. આજે વિચાર્યું કે કાસિયાનેસ જોવા તો જવું. મેં પૂછ્યું, 'તું ત્યાં ક્યારે હોય ?'

છોકરો મૂંઝાયો અને કહે, 'ઈ નકી નય. પણ તમતમારે આવજો ને. વિકરમને ન્યાં જાવું સે એમ કેસો એટલે જડી જાસે.'

કાલ પરમીટ કઢાવવાનું માંડી વાળીને કાસિયાનેસનું સ્ટેશન દોરવા જવાના નિર્ણય સાથે સાંજે હું સાસણ આવ્યો તો વનકચેરીમાં એક પછી એક ઘણાં સરકારી વાહનો આવતાં-જતાં ભાળ્યાં. ઑફિસ તો બંધ થઈ ગઈ હશે. તો પછી અત્યારે આટલાં વાહનો ! કદાચ અગત્યની મિટિંગ હશે કે કોઈ મોટા સરકારી મહેમાન સિંહદર્શન માટે આવવાના હશે તેમ વિચારતાં હું ઘર તરફ વળ્યો.

ખડકી ખોલી તો આબેદા આંગણામાં બેસીને બાજરીના રોટલા ટીપતી હતી. મને કહે, 'અટાણે તમે કાંય જફા નો કરતા. રોટલા આયાં ખાઈ લેજો.'

બાઈક એક તરફ મૂકતાં મેં કહ્યું, 'ના, ના. મારું ન રાંધશો. હું બહાર જઈશ, કાં તો ખીચડી બનાવી લઈશ.'

'ખીસડી ખાવી હોય તો ઈય બનાવી નાખું.' આબેદાએ ટીપેલો રોટલો તાવડી પર નાંખતાં જવાબ આપ્યો.

'કંઈ ન બનાવશો. રોટલો ચાલશે.' મારાથી જવાબ અપાઈ ગયો અને આબેદા હસી પડી.

મેં નાવણિયામાં જઈને હાથપગ ધોયા પછી ઘરમાં જઈને કમરાની સફાઈ કરી ત્યાં ગલીમાં મુસ્તુફાની બાઈકનો અવાજ આવ્યો એટલે હું બહાર આવ્યો. મુસ્તુફા બાઈક ઘરમાં લેવાને બદલે ખડકી બહાર રાખીને અંદર આવ્યો એટલે આબેદાએ પૂછ્યું, 'પાછે કંઈ જાણા હે ?'

'વો તો સાય્બ કેં'ગે તો જાણા ભી પડે. રસૂલપરા કે આગે ફાંહલા કર કે મારા હે.' મુસ્તુફાએ જવાબ આપ્યો અને 'જલદી ખાણાં લગાદે. દો રોટી ડીબ્બેમેં ભી ડાલ દેણાં.' કહેતો મુસ્તુફા ઘરમાં ગયો.

આબેદાએ જરા નમીને ઘરમાં જોતાં મોટેથી કહ્યું, 'દો થાલી લાણાં' પછી મારા સામે જોઈને બોલી, 'તમીંય હાલો. બેય જણ બેહી જ જાવ.'

મેં 'હા.' કહ્યું અને પાણિયારેથી બે કળશા ભરીને મૂક્યા.

મુસ્તુફા બહાર આવ્યો. તેના મોં પર ચિંતાનો ભાવ જોઈ શકાયો. તેણે આબેદાને શું કહ્યું તે હું બહુ સ્પષ્ટ સમજ્યો નહોતો; પરંતુ જેણે પોતાની પત્નીને પણ ચોખવટપૂર્વક વાત નહોતી કરી તેને મારાથી કંઈ પૂછી શકાય તેવું મને ન લાગ્યું.

અમે જમતા હતા ત્યાં જ ધાનુ અને સાંસાઈ ખડકીમાં આવ્યાં. તેમને જોઈને આબેદાએ કહ્યું, 'હાલો ભાણે બેહી જાવ.'

'વાળુ આજે ધાનુને ઘેરે. રતનબાયે સ્હમ દીધાં સે.' કહેતી સાંસાઈ સીધી મુસ્તુફા પાસે જઈને ઉભડક પગે બેઠી અને તેના ખભે હાથ મૂકીને લાગલું જ બોલી, 'આ સ્હાંભળ્યું ઈ સ્હાસું ?'

મુસ્તુફા થાળીમાં ધ્યાન રાખીને બોલ્યો, 'સ્હાંભળ્યું ને ? પસી મને સું લેવા પૂસે સે ?'

સાંસાઈ મૌન રહીને ત્યાંની ત્યાં જમીન પર બેસી ગઈ. પછી થોડી વાર આબેદા સામે અને મારા સામે જોઈ રહી. મુસ્તુફા જમીને ઊભો ન થયો ત્યાં સુધી તે કંઈ બોલી નહિ.

મુસ્તુફા જમીને હાથ મોં ધોવા નાવણિયા તરફ ગયો ત્યારે સાંસાઈએ મને કહ્યું, 'તને ખબય્ર પડી ?'

મેં કહ્યું, 'મેં ખાતાની ઑફિસે ધમાલ જોઈ. પછી મુસ્તુફાએ આવીને આબેદાને કહ્યું અને હમણાં તેં કહ્યું. પણ પૂરી વાત શું છે મને કંઈ ખબર નહોતી.'

સાંસાઈએ સ્પષ્ટ કહ્યું, 'કો'કે સ્હાવજ માર્યા સે. કાલ્યથી તારે મારી હાય્રે રે'વાનું સે. બીજાં જી કામ હોય ઈ ભૂલી જા.'

'એમાં હું શું કરી શકું ?' મેં સહસા પૂછ્યું.

'તું કાંય નથ કરવાનો ઈ તો મને ક્યારની ખબય્ર સે.' સાંસાઈ લગભગ

ગુસ્સે થઈને બોલી, 'તને ગય્રમાં ભાળ્યો ઈ ઘડીથી જાણું સું કે આ મૂરતી ગય્રને કાંય કામની નથ્ય.'

સાંસાઈ બધાની હાજરીમાં મને ગમે તે કહી ગઈ તેનું મને દુઃખ થયું હતું. હું કંઈ જવાબ આપું તે પહેલાં તો તે મુસ્તુફા તરફ ફરીને બોલી, 'મુસ્તા, તું મને ફટફટિયું સિખવાડી દે. મારે ડાઇવરું ગોતવા નો પડે.'

નાવણિયામાંથી બહાર આવતાં મુસ્તુફા ચેતવણીના સ્વરે બોલ્યો, 'જો સાંસાઈ તને કઈ દઉં. અટાણે એણીકોર જાવા રેખું નથ્ય. નકામી મોકાણ્યું થાહે.' પછી ઉમેર્યું, 'અટાણે તમને પરમીટું યે કોય નંઈ આપે.'

'મારે ન્યાં જાવુંય નથ્ય.' સાંસાઈએ કહ્યું, 'મારે જાવું રોડે રોડ. ન્યાં ક્યાં કોય પરમીટ માગવાવાળો સે ?' પછી મનમાં ને મનમાં બોલતી હોય તેમ બબડી, 'સારે કોર રોડ બાંધી બાંધીને આખી ગય્ર ઉઘાડી કરી મૂકી. પસી બીજું સ્હું થાય ? હજી તો મારા વાલાઉંને સાસણ વિસાવદર રોડ સ્હોતેન પાકો કરવો સે.'

'તો તને ના કે'વાનોય મતલબ નથ્ય. મન ફાવે એમ કય્ર.' જવા માટે તૈયારી કરતાં મુસ્તુફા બોલ્યો.

હવે મેં કહ્યું, 'સાંસાઈ, કોઈનેય અચાનક કહી દઈએ કે કાલથી તારાં બધાં કામ બંધ કરી દે તો એને શું સમજ પડે ? તારે શું કામ છે તે હું જાણતો નથી. મારે શું કરવાનું છે તે પણ તેં મને કહ્યું નથી. '

'સ્હું કામ સે ઈ આંયાં ખબર નો પડે. બારાં નીકળિયે તયેં સ્હુઝે.' સાંસાઈએ જવાબ આપ્યો.

મેં કહ્યું, 'મને વાંધો નથી. કહે ક્યારે જવું છે ?'

સાંસઈએ થોડો વિચાર કરીને કહ્યું, 'કાલ સ્હવારે ધાનુને ઘેર આવી જા. કાં તો હું આંયાં આવું.'

મેં કહ્યું, 'હું આવી જઈશ.'

સવારે બાઈક લઈને ધાનુને ઘરે ગયો અને બાઈક ચાલુ રાખીને જ હૉર્ન માર્યું. રતનબાએ ખડકી ખોલી અને કહ્યું, 'એમ ચડ્યે ઘોડે હાલી નો નીકળાય. ફટફટિયું હોલવી નાખ્ય 'ને હેઠો ઉતય્ર. સા પીધા વગર આંયાંથી ખહવાનું નથ્ય.'

હું નીચે ઊતર્યો, ખડકીમાં ગયો અને ઓટલી પર બેઠો. ધાનુ ઘરમાં હોય તેવું લાગ્યું નહિ. સાંસાઈ અંદર કંઈક કરતી હતી. રતનબા ઘરમાં જઈ ચાની સામગ્રી ફળિયામાં લઈ આવ્યાં. તલની સૂકી સાંઠી વડે ચૂલો સળગાવ્યો અને ચા બનાવતાં મને પૂછ્યું, 'તે સોડીને ક્યાં લય જાવાનો ?'

હું હસી પડ્યો. કહ્યું, 'હું એને નથી લઈ જતો. એ મને લઈ જાય છે. ડ્રાઇવર

તરીકે.'

'હોતાં હય્સે ?' રતનબાએ સાશંક કહ્યું, 'ઈ તો કે'તી'તી કે તારી હાય્રે જાવાની સે.'

ઘડીભર મને લાગ્યું કે રતનબા મજાક કરે છે. મજાક ન કરતાં હોય તો તેમને વાત સમજાવવાનું અઘરું પડશે. એટલે મેં ટૂંકાવ્યું, 'હા. અમે સાથે જ જવાનાં છીએ. હું તેની સાથે જ છું. ચિંતા ન કરતાં.'

રતનબાના ચા અને રોટલો ખાઈને અમે નીકળ્યાં ત્યારે સાંસાઈએ કહ્યું, 'જામવાળા રોડે લય લે.'

તાલાલા પહોંચતાં છકડો-રિક્ષાના સ્ટેન્ડ પાસે સાંસાઈએ મને રોક્યો અને પોતે નીચે ઊતરી. હું મોટર સાઇકલ ચાલુ રાખીને બેસી રહ્યો.

એક રિક્ષાવાળાને બોલાવીને સાંસાઈએ પૂછ્યું, 'બાબુ, તમીં સ્હંધાય સ્હાંજકનાં ભેગા થાવ કે નંઈ ?'

'ભેગાં તો થાંઈ, પણ વારા પરમાણે સ્હૌ પાસા નીકળી જાય.' રિક્ષાવાળાએ જવાબ આપ્યો અને મજાક કરતો હોય તેમ પૂછ્યું, 'કેમ ? તારે સ્હામટાં ભાડાં બાંધવાનાં સે ? તો રોકાયેં.'

'મારી બધીય ભેહુંનાં લગન લીધાં સે ભાય. ઈ બધીયુંને તારે એક સકડે બેહારું તો માલીકોર સ્હામે નંઈ. પસી સ્હામટાં સકડાંના ભાડાં જ બાંધુને ?' સાંસાઈને સીધી રીતે વાત કરતી મેં બહુ ઓછી વાર જોઈ છે.

આ જવાબ સામે બાબુ કંઈ બોલી શકે તેમ નહોતું. સાંસાઈ ગુસ્સે થઈ તેમ પણ તેને લાગ્યું. તેણે ગંભીર થઈને પૂછ્યું, 'બોલ, સ્હું કામ પડ્યું ?'.

મેં બાઈક બંધ કરી પણ બાઈક મૂકીને નીચે ન ઊતર્યો. સાંસાઈ અને બાબુ ધીમે અવાજે વાત કરતાં હતાં તે મારાથી સાંભળી ન શકાઈ.

થોડી વારે સાંસાઈ બાઈક તરફ આવી ત્યારે બાબુ તેને મૂકવા બાઈક સુધી આવ્યો. બાઈક પર બેસતાં સાંસાઈએ કહ્યું તે મેં સાંભળ્યું, 'ગય્રમાં ફાંહલા ગોઠવનારો કોણ પાક્યો ઈ ગોતવું તો પડે.'

બાબુએ મોં બગાડીને કહ્યું, 'તે ઈ સકડાવાળાયે ગોતવાનું ? ગોતસે જંગલ ખાતાવાળાઉં. ઈનોં તો પગાર લેય સે.'

સાંસાઈ ગાંજી જાય તેમ નહોતી. તેણે તરત જ કહ્યું, 'છકડા ગય્રમાં જ ફેરવો સો ને ? એક સકડે વીહ વીહ જણાં બેહારીને ગય્રનો રોટલો ખાવ સો. પસી ગય્રનું દેવું કાંક તો વાળો તો ખરાં ને ?'

અમે આગળ વધ્યા ત્યારે સાંસાઈએ રિક્ષાવાળાને કહ્યું, 'બાબુ, હું જાંવ

રસુલપરે. વળતાં સ્હાંજે આવું સું. પસી વાત કરીયે.'

બાબુએ કહ્યું, 'ભલે, સ્હાંજે ભેગી થા. કાં'ક કરીયે.'

આગળ જ્યાં જ્યાં હોટલ કે રિક્ષાસ્ટેન્ડે કોઈ પરિચિત મળે ત્યાં સાંસાઈએ આ વાત કરી. લગભગ બધેથી જવાબનો સૂર એક આવતો કે ગીરમાં છકડા ફેરવીએ એટલે કોણ ક્યાં અને શા માટે જાય એની ખબર પણ રાખવી જરૂરી નથી.

એક ચાર રસ્તા પર આઠ-દસ રિક્ષાઓ ઊભી હતી. અહીં બાઈક રોકાવીને સાંસાઈ ઊતરી. હું હજી બાઈક પર જ હતો ત્યાં મને પેલો અવાજ સંભળાયો, 'આપણે આ કામે માટીમાં ઊતરવું જોઈએ એવું તને નથી લાગતું ?'

મેં બાઈક બંધ કરી. નીચે ઊતર્યો અને સાંસાઈ ટોળા સાથે વાતો કરતી હતી ત્યાં પહોંચ્યો.

એક જણ કહેતો હતો, 'તારી સ્હંધીય વાત્ય સ્હાસી. પણ અમીં પેસીન્જરને ઈ કોણ સે કોણ નંઈ એવું થોડું પૂસીયેં ? નો પૂસીયેં અટલે ઓળખીયે ક્યાંથી ? બવ બવ તો ઈ કેય ન્યાં ઉતારી દંઈ. કો'ક કથોરી જીગ્યાયે ઊતર્યો હોય તો જીગ્યા કાંકેય યાદ રેય. ઊતરનારો આદમી થોડો યાદ રેય ?'

સાંસાઈ કંઈ જવાબ દે તે પહેલાં મેં તેને રોકી. પછી રિક્ષાવાળા સામે જઈ ઊભો અને પૂછ્યું, 'તમારામાંથી કોઈ મને ઓળખે છે ?'

થોડી ગુસપુસ થઈ. લગભગ બધાએ નકારમાં ડોકી હલાવી. વળતી જ પળે કોઈ બોલ્યું, 'એક વાર જામવાળે બસ્ટેન માથે જોયા'તા.'

તે લોકો કહેતા ગયા અને મેં શાંતિથી સાંભળ્યા કર્યું. કોઈકે કહ્યું કે 'તમીં તો સાસણ ર્યોં સો.' કોઈ બોલ્યું 'આ ઓલા સે. સ્હું કઉં ? હા, જનાવરનાં સીતર કરવા આવ્યા સે ઈ....' વગેરે સહિત આ લોકોને મારો હતો તેટલો પરિચય ત્યાં રજૂ થઈ ગયો.

હવે મેં કહ્યું, 'હું તમારી રિક્ષામાં કોઈ દિવસ બેઠો નથી. નથી હું આ તરફ બહુ આવ્યો. તોપણ તમે મને ઓળખો છો. એનો અર્થ એ કે આ વિસ્તારમાં કોઈ નવું આવે તેની તમને ખબર પડે છે. તો પછી કોઈ અજાણ્યો જણ તમારી રિક્ષામાં બેઠો હોય તેવાને તો તમે ઓળખો જ ને ?'

જરા હસાહસી થઈ પછી જવાબ આવ્યો, 'બાય્રના ની ખબય્ર રેય. કાં'ક નવતર ભાળિયેં તો ઈય યાદ રેય. આંયના ને આંયના યાદ નો રેય.'

'અમે પણ નવું કંઈ જોયું હોય તો યાદ કરવાની વાત જ કરીએ છીએ.' મેં કહ્યું, 'દાખલા તરીકે કોઈ ને ફાંસલો બનાવવાના સાધન લઈને જતો જોયો હોય તો તમને ખબર પણ પડે અને યાદ પણ રહે. બરાબરને ?'

હવે વાત ગંભીર થતી હોય તેમ બધા મૌન રહ્યા. સાંસાઈએ કહ્યું, 'પેસીન્જરનો સામાન જોઈને ઈ માણાં હટાણે જાય સે કે બીજા કામે ઈ તમીં બધાં વરતી જાવ સો. તો આ વાત્યમાં તો તાર, સ્વાંકળ 'ને છડિયું લઈને જાવું પડે. જી ગ્યો હય્સે ઈ કાંય ખાલી હાથે તો નંઈ હોય. 'ને ઈને સાધનમાં બેઠા વિનાં સૂટોકોય નંઈ. રસૂલપરે આણી કોય્રથી પૂગ્યો હોય કે જામવાળા કોય્રથી. સાધનમાં બેહીને જ ગ્યો હોય.'

મેં સાંસાઈની વાતને ટેકો કરતાં કહ્યું, 'અને એકલો હશે પણ નહિ. ત્રણ-ચાર જણા તો હશે જ.'

'ઈનીં ક્યાં ના સે ? પણ અમારી ગાડીમાં કોય બેઠું નથ્ય.' એક જણે કહ્યું, 'રાત્ય-વરત બસુંમાં 'ને ખટરામાંય ગ્યા હોય.'

મેં જવાબ આપ્યો, 'આપણે જાણીતા ડ્રાઇવર કંડક્ટરને પણ પૂછવાનું કે એમની બસમાં આવો, ટ્રેપનો સામાન લઈને કોઈ બેઠું હતું ? તમને તો એટલું જ કહીએ છીએ કે તમારામાંથી કોઈએ કે તમારા કોઈ ભાઈબંધે આવું કંઈ જોયું હોય તો કહે. ન જોયું હોય તો ક્યાં વાત જ છે !'

'તો એમ ક્યો ને ! કરસું વાત. કો'ક ને કો'ક તો કઈ જાહે. આદમી જો આંયા અંદર-અંદરનો હોય તો કદાસ કોય નો બોલે. સું કે નકામાં વેર થાય. પણ અજાણ્યો હસે તો સો ટકા.' રિક્ષાવાળા વતી એકે જવાબ આપ્યો.

મેં કહ્યું, 'કંઈ ખબર પડે તો સાસણ ચાની હોટલે એટલું કહેશો કે 'મળી જવાનું કહ્યું છે' તો હું અહીં આવી જઈશ.

હું અને સાંસાઈ આઠ-દસ દિવસ ફર્યાં. અમે કેટલાં ગામો ફર્યાં, કેટલી મિટિંગો

કરી તે પણ યાદ ન રહે એટલો પ્રવાસ મેં આ દિવસોમાં કર્યો છે. અભયારણ્યની સરહદ પર આવેલાં ગામોમાં ફરતાં સમજાયું છે કે ગીરભૂમિ એક પટ્ટે કેટલી લાંબી-પહોળી પથરાયેલી છે.

હું અહીં પ્રવેશ્યો તે સમયે મને લાગતું હતું કે આ જંગલ ન કહેવાય. આજે મને ખાતરી છે કે આ જંગલ નથી. હું આને અરણ્ય પણ નથી કહી શકતો. ન તો આ અટવી છે ન તો વન. અરે વિપિન, ગહન, ગુહિન, કાનન, ભિરુક, વિક્ત, પ્રાન્તર ... ભાષા પાસે વનના જેટલા પણ પર્યાય-વાચક હશે તેમાંના એક પણ શબ્દ પાસે આ પ્રદેશના પૂર્ણ સ્વરૂપને વર્ણવવાનું સામર્થ્ય નથી.

હા. આ ગીર છે. માત્ર ગીર. રૈવતાચલની પરમ મનોહર પુત્રી, જગતના તમામ ભૂ-ભાગોથી અલગ, આગવું અને પોતીકું વાતાવરણ ધરાવતી, હંમેશાં જીવતી, સદાસોહાગણ સદામોહક ગીર. સાંસાઈની ગાંડી ગીર. જગસમસ્તમાં નારીવાચક નામે ઓળખાતી આ એકમાત્ર વિકટ-ભૂને પોતાના નામ સિવાયનાં બધાં જ વર્ણનો, બધાં જ સંબોધનો અધૂરાં પડે.

અનેક પ્રકારનું ભૂપૃષ્ઠ ધરાવતી આ ધરા પર પ્રકૃતિનાં અનેક સ્વરૂપો, તત્ત્વો એક જ સ્થળે પરિશુદ્ધ સ્વરૂપે કઈ રીતે વિકસે છે તે વિચાર મને સતત આવતો રહ્યો છે. હું સાંસાઈના કામમાં જોડાયો ન હોત તો હું ગીરને સમજવાના માર્ગે આગળ વધી શક્યો ન હોત.

સાંસાઈ અને હું દરેક ગામડે રોકાઈએ છીએ. કોઈ ને કોઈ બહાને લોકોને એકઠા કરીએ છીએ. હવે અમારી વાત ફક્ત ટ્રેપ ગોઠવનારાને શોધવા પૂરતી સીમિત નથી રહી. હવે ગીરને તેના આજે છે તે સ્વરૂપે સાચવવાની સામાજિક જવાબદારીની વાત થાય છે.

એક સ્થળે કોઈકે વાત વાતમાં કહ્યું કે 'આ ગામ જંગલની હદમાં નથ્ય. નકસા પરમાણેય આયાં ગય્ર નથ્ય લાગતી. પેલાં તો સ્હાવજુંય આયાં નો આવતાં. ઈ તો હમણેં ગય્રમાં વધી ગ્યા એટલે બારા આવતા થ્યા.'

આના જવાબમાં શું કહેવું તે મને સમજાયું નહોતું. સાંસાઈએ તરત કહ્યું, 'નકસાવાળી ગય્ર આપડે નથ્ય જોતી. ઈનેં ટૂરિસ સ્હારુ રાખો. આપડે તો જ્યાં સ્હાવજ હાલ્યો ઈ બધીયે ગય્ર. પસી ભલે ઈ ઘેડને દરિયે પોગે કે બયડાના ડુંગરે જાય.' કહીને સાંસાઈએ જરા ખિજાઈને પૂછ્યું, 'અને ગય્રને નામે તમારી કેરીયું વેસો, ગય્રના નામે ઘી વેસો તયેં આયાં ગય્ર નો લાગે ઈ કેમ યાદ નથ રે'તું ?'

એક જણે સાંસાઈની વાતને પ્રમાણતાં કહ્યું, 'આ ગય્ર જ સે. કોણ કેસે કે આયાં સ્હાવજું નો'તાં ? અસલના જમાને આમ ઠેઠ દ્વારકા ને આમ ગોહલવાડમાં

ઠેઠ સિહોરની કાંટ્યમાં સ્હાવજ જડતો ઈય સ્હાંભળ્યું સે.'

સાંસાઈએ કહ્યું, 'સ્હાવજું વધી ગ્યા એટલે બારા નીકળી ગ્યા સે ઈ બધી વાત્યું છાપાની. ગય્ર ક્યાં લગણ કેવા'ય ઈનીં બાય્રનાંવને સ્હું ખબર પડે ? સ્હાસું તો ઈ સે કે ગય્રની માલીકોય્ર આપડે રે'વા મંડ્યા; તોય ગય્રના જીવ માતરે આપડી આમન્યા રાખી. ઈનીં જીગ્યા દબાતી ગય એમ ઈ અંદર જાતા ગ્યા. પસી વધતું જ જાય તો સ્હાવજ ક્યો કે બીજાં જીવ, જાય ક્યાં ?'

એક જણે સાંસાઈની વાતનું અનુસંધાન કરતાં કહ્યું, 'વાત તો સ્હો ટકાની. આપડે જનાવરની આમન્યા નો રાખિયેં પસી ઈય આપડી નો રાખે. ઈ ઈનીં જૂની જીગ્યાયે સ્હોતેન જાય. રાજા સે. ઇંની મોજ પરમાણે હાલે.'

એક ગામે ખુલ્લા કૂવામાં પ્રાણીઓ પડી જાય છે તેની વાત નીકળી. સાંસાઈએ રવિભાને કહેણ મોકલ્યું. રવિભા પોતાની શાળાનાં બાળકો પાસે કૂવાને આડશ કરવાના ઉપાયો દર્શાવતાં પોસ્ટરો બનાવરાવીને લેતા આવ્યા. ગામની નિશાળના છોકરાઓને પોસ્ટરો લગાડવા કામે લગાડ્યા. માણસોને ભેગા કરીને પોસ્ટરમાં બતાવેલી રીતોનું નિદર્શન પણ કર્યું.

સિમેન્ટની ખાલી થેલીઓમાં રેતી ભરીને ખુલ્લા કૂવા ફરતે ગોઠવી, એકાદ કૂવા ફરતે નાળિયેરીના પાનની વાડ જેવું કર્યું તો એકાદ કૂવાને લાકડાના થાંભલા ખોડીને રક્ષણવાડ જેવું બનાવ્યું. વાડી ફરતે પથ્થરોની વાડ બતાવીને એવી જ વાડ કૂવા ફરતે કરવાનું પણ સૂચવ્યું.

છેલ્લી મિટિંગમાં તો કોઈ કોઈ વાડીવાળા પોતાની વાડમાં વીજળીનો પ્રવાહ વહેતો રાખે છે તેનો ઉલ્લેખ પણ થયો. સાંસાઈ ઉશ્કેરાઈ ગઈ.

ગામ લોકોએ લૂલો બચાવ કરતાં કહ્યું, 'વાયર કાંય સ્હાવજ સ્હારુ નથ્ય રાખતા. રાત્યે રોઝડાં ભેલાણ નો કરી મૂકે ઈનેં સ્હારુ મૂકીયે.'

સાંસાઈ આ જવાબ કબૂલે તેમ નહોતી. તે રીતસરની ખિજાઈ ગઈ. તેણે કહ્યું, 'તે રોઝડા તને જીવ નથ્ય લાગતા ? સ્હાવજમાં ને રોઝડામાં ફેર જોવા મંડ્યા તે દી'થી ગય્રની દસા બેઠી સે.'

સાંસાઈની આ દલીલ હાજર હતા તે કોઈના ગળે ઊતરે તેમ નહોતી. રવિભાએ તરત જ વાત સંભાળી લેતાં કહ્યું, 'રોઝડાં માટે તો કાંટાની વાડ અથવા તો પથરાની ઊંચી વંડી કરી શકાય. કરંટ મૂકો ને કોઈક વાર ગામનું જ કોઈ અરે, આપણાં પોતાના ઘરનું જ કોઈ અડી જાય તો જોખમ.'

સાંસાઈ અચાનક મારા તરફ ફરીને બોલી, 'કાલ ને કાલ સરકારમાં ટપાલ લખ્ય કે ગર્યના કોય ગામડે દી આથ્યમ્યા કેડે વાડીયુંમાં લાઈટું નો આપે. એવું

હોય તો ભલે ગામની ને સીમની ડીપીયું જુદી રાખે.'

રવિભાએ પોતાની વાત ચાલુ રાખતાં કહ્યું, 'રોઝડાં અવાજથી બહુ બીએ. આખી રાત અવાજ કર્યા કરે એવું કંઈક બનાવી શકે એવા એક કારીગરને હું ઓળખું છું.'

'રામબાપુની વાડીયે એવી સકડી બનાવી સે.' એક જણે કહ્યું, 'સાયકલના વિલ માથે પંખાના પાંખિયા ફીટ કર્યાં સે. નીચે તેલનો ખાલી ડબો રાખ્યો સે. વીલને લગાડી સે લોઢાની તત્તણ કડિયું. પવન આવે તયેં સકડી ફર્યા કરે 'ને ઈનીં કડીયું ડબામાં ભટકાણા કરે. રાત 'ને દાડો ડબો વાગ્યા કરે. એય ને ડમ ડમ ડમ...'

આ બધાં છતાં અમને ટ્રેપ ગોઠવનારના કોઈ સગડ ક્યાંયથી મળ્યા નહોતા. અમે પાછા ઘર તરફ વળ્યા ત્યારે સાંસાઈએ મને કહ્યું, 'આમાં કો'ક મોટાનો હાથ લાગે સે. નિકર કોઈ કે'તાં કોય નો બોલે એવું તો નો થાય.' પછી મારી પાછળ, બાઈક પર બેસતાં જાણે કોઈને કહેતી હોય તેમ દૂર નજર દોડાવતી બોલી, 'જનાવર આપડી હાર્યે રે'તા સીખી ગ્યા. આપડે ઈનીં હાર્યે રે'તા નો સીખ્યા.'

॥ ૧૧ ॥

મેંગલોરી નળિયાથી છાયેલું પેલા છોકરા વિક્રમને ગમતાં સ્થળોમાંનું એક કાસિયાનેસનું ફ્લેગ સ્ટેશન. પાછળ રેલવેનાં અને થોડે દૂર બેત્રણ વનવિભાગનાં ક્વાર્ટર્સ. આ બધાંમાંથી એક પણ મકાન ખુલ્લું નથી. ઘણા સમયથી અહીં કોઈ રહેતું નહિ હોય તેવું લાગ્યું. નેસ પણ ક્યાંય દેખાયો નહિ. કોઈ સમયે અહીં માણસો રહેતાં હશે. અત્યારે કોઈ નથી.

સાસણ, વેરાવળ જતી-આવતી ટ્રેન અહીં દિવસમાં બે કે ચાર વખત પસાર થતી હશે. અભયારણ્યના નિતાંત શાંત વાતાવરણને ચીરતી મીટરગેજ ટ્રેનને મેં જેટલી વાર જોઈ છે તેટલી વાર મને એકાદ રેલ સફર કરવાનું મન હતું. ગઈ રાતે સૂતાં પહેલાં મેં ચિત્રકામનાં સાધનો ગોઠવ્યાં અને વિચારેલું કે હું એ ગાડીમાં જઉં. પાછા ફરવામાં મોડું થાય અને અઢીની ગાડી સુધી રોકાવું પડે કે ચાલવું પડે તો વાંધો નથી.

આજે સવારે પાંચ વાગે આંખો ખૂલી ગઈ તો બહાર ઝરમર ઝરમર વરસાદ પડતો સંભળાયો. બાજુના રસોડામાં આબેદા કંઈક કરતી હતી તેનો ખખડાટ સંભળાતો હતો. બારણું ખોલ્યું તો અજવાળું થવાને હજી વાર હતી. ફરી એક ઊંઘ ખેંચી લેવી કે નહિ તે વિચારતો હતો ત્યાં મુસ્તુફા બહાર આવ્યો. મને જાગતો જાઈને બોલ્યો, 'આજ અટાણમાં ?'

'કદાચ વરસાદના કારણે. ચોમાસું નજીક આવી ગયું.' મેં જવાબ આપ્યો.

'આ તો અમથું ઝાપટું સે. વરસ્હાદને તો વાર. પનર તારીખ્ લગી તો ટૂરિસ-રૂટ સ્હોત ખુલા રેય.' મુસ્તુફાના કહેવા પ્રમાણે વરસાદનો સમય હજી આવ્યો નહોતો.

આબેદા પણ બારણામાં આવીને ઊભી કહે, 'આને કાંય સોમાહું નો કેવાય. ગય્રના સોમાહાં તમીં જોયાં નથ્ય.'

મેં કહ્યું, 'હા. આ ચોમાસું છે એવું મેં ક્યાં કહ્યું ? હું તો આ ઝરમરની જ વાત કરું છું. વાતાવરણ કેવું સરસ થઈ ગયું છે ?'

'હા. ઈ ક્યો.' આબેદાએ કહ્યું અને મને ચા ન બનાવવાની તાકીદ કરીને ઘરમાં ગઈ.

હું પણ અંદર આવીને પથારી સંકેલવામાં પડ્યો. કામ પર જતાં જતાં મુસ્તુફા મને ચા આપવા આવ્યો. કહે, 'આજે કેણીકોય્ર ? ક્યાંય નો જાવાનું હોય તો હાલો મારી હાય્રે.'

'ના.' મેં કહ્યું, 'મારે ટ્રેનમાં કાસિયાનેસ જવું છે.'

'ગાડીને તો હજી વાર.' કહીને મુસ્તુફા કામ પર ગયો. છ સવાછએ વરસાદ રહી ગયો. ત્યાં સુધીમાં હું પણ તૈયાર થઈ ગયો હતો. આટલી વહેલી ટ્રેન મળે તેમ નહોતી. બેસી રહેવા કરતાં પાટાની સાથે સાથે ચાલી નાખવું અને વળતાં બાર વાગ્યાની ગાડીમાં આવવું મને વધારે સારું લાગ્યું.

આકાશ ખૂલતું જતું હતું. વરસાદ બહુ પડ્યો નહોતો છતાં સવારના ઝાપટાએ ધરતીને જાણે જીવતી કરી દીધી હતી. ભીની ભીની સુગંધ અને અચાનક જ જમીનમાંથી ફૂટી નીકળેલાં ફૂદાં વાતાવરણને ભરી દેતાં હતાં. ફૂદાંનાં દર પાસે એકઠા થઈને કાચંડાઓ જ્યાફત માણતા હતા.

દોઢેક કલાકમાં તો કાસિયાનેસ સ્ટેશન દેખાયું. સ્ટેશનના મકાનનું ભીનું છાપરું, ક્વાર્ટર્સનાં જૂનાં મકાનો પર ઊતરેલી ભીનાશ, ધોવાઈને વધુ લીલાં લાગતાં વૃક્ષો, રેલના પાટા અને તેની આસપાસ પાથરેલા પથ્થરો બધા પર સવારનો તડકો ચમકતો હતો.

હું થોડી વાર રોકાયો. સ્ટેશન અને ક્વાર્ટર્સને ચારેય તરફથી, જુદે જુદે સ્થળે જઈને જોયું. અંતે સ્ટેશનની સામી બાજુએ જરા ઊંચી જગ્યાએ ઊભા રહીને મેં બોર્ડ ગોઠવ્યું. વિક્રમને ક્યાં શોધવો ? તેને વિશે પૂછવું તોપણ કોને ? અહીં તો કોઈ દેખાતું નથી. મેં વિક્રમને મળવાનો વિચાર પડતો મૂક્યો અને મારું કામ શરૂ કર્યું.

રંગો અને પીંછીઓ સાથે કામ કરતો હોઉં ત્યારે કેટલી વાર થઈ તે મને

યાદ નથી રહેતું. ચિત્ર લગભગ પૂરું થવા આવ્યું. નવો રંગ મેળવતાં પહેલાં થોડું ખાઈ લેવા મેં થેલામાંથી નાસ્તો કાઢ્યો. થોડી વારે પાટાની સામી બાજુએથી બે સ્ત્રીઓ આવતી દેખાઈ. એક સ્ત્રીએ બે-અઢી વરસના છોકરાને કાંખમાં તેડ્યો હતો. બીજીના હાથમાં નાનું પડીકું, નાળિયેર, અગરબત્તી એવું બધું હતું.

બેઉ સ્ત્રીઓ સ્ટેશનની પાછળ, એક ક્વાર્ટરનું પગથિયું જરા સાફ કરીને બેઠી. આ સ્ત્રીઓ કદાચ વિક્રમનું ઠેકાણું બતાવશે કે કંઈક માહિતી આપી શકશે તેમ માનીને હું તેમની પાસે ગયો. મારા હાથમાંથી એક-બે બિસ્કિટ બાળકને આપતાં મેં માને પૂછ્યું, 'તમારે ગાડીમાં જવાનું છે ?'

જેના હાથમાં નાળિયેર હતું તે સ્ત્રી બોલી, 'ક્યાંય જાવાનું નથ્ય. બસ, આંય લગણ.'

એ લોકોને ગાડીમાં જવાનું ન હોય તો અહીં સ્ટેશન પર શા માટે આવ્યાં હશે તે હું કલ્પી ન શક્યો. પૂછવું મને જરૂરી પણ ન લાગ્યું. વિક્રમ ક્યાં હોઈ શકે તે સિવાયનો કોઈ સવાલ મેં પૂછ્યો નહિ.

'ક્યો વિકરમ ?'

'અહીં અધોડિયે ભેંસો ચારવા આવે છે તે.' મેં કહ્યું.

પેલી સ્ત્રીએ છોકરાવાળી સ્ત્રી તરફ જોતાં પૂછ્યું, 'સાબા, અધોડિયે તો તારી ભેહું હોય. કાં વાંહેવાળા આયરુંની કે પસી કડવીબેનની. તમીં કોયને સરાવે રાખ્યો સે ?'

'અમારી ભેંહું તો અમારા ઘરના જ સારે સે. કડવી કાકીની ખબય્ર નંઈ.' સાબાએ જવાબ આપ્યો અને ઉમેર્યું, 'નદી કોર્યનાં ઘરનાં કાં'ક બાવળિયાળી ભણી ઠકર દુવારે જાવાની વાત્યું કરતા'તા. ઈ સ્હંધા ગ્યા હોય ને ઈનીં ભેહું સારવા બે દા'ડા કો'કને રાખ્યોય હોય. ખબય્ર નંઈ.'

'ઈ તો દુવારો ભરીને પાસાય વયા આવ્યા.' બીજી સ્ત્રીએ કહ્યું અને કંઈક યાદ કરતી હોય તેમ બોલી, 'ઓલા સોકરાની વાત નો કરતા હોય ! આઈમા જીને ભરથરી કેય સે ઈવડો ઈ.'

સાબાને પણ કંઈક યાદ આવ્યું હોય તેમ તેણે મને પૂછ્યું, 'આમ ભાળ્યે કેવો દેખાય સે ?'

મેં કહ્યું, 'સત્તર-અઢાર વરસનો છોકરો છે. ચોરણી ઉપર લાંબી ચાળનું શર્ટ પહેરે છે.' હું વધુ વર્ણન કરી ન શક્યો.

'તો રામી આ ઈ સોકરાની જ વાત્ય.' સાબાએ પેલી સ્ત્રીને કહ્યું.

મેં કહ્યું, 'પણ એ તો કહેતો હતો કે એનું નામ વિક્રમ છે. કાસિયાનેસે વિક્રમ

ક્યાં રહે છે તે પૂછતાં કોઈ પણ બતાવશે એવું પણ તેણે કહેલું.'

ખાતરી થઈ ગઈ હોય તેમ સાબા બોલી, 'એવું કીધું હોય તો તો જ તમને ભરથરી ભેગો થઈ ગ્યો. બીજું કોય નંઈ.'

બીજી સ્ત્રીએ સૂર પુરાવ્યો, 'બાકી આંયાં કોને પૂસવાનું ? ગાડી આવે તયેં માસ્તર હોય કે પાસિન્જર કો'ક આવે ઈ જ. બીજું આયાં કોય નો જડે.'

મને હજી કંઈક ગરબડ લાગતી હતી. મેં ફરી કહ્યું, 'પણ એ તો વિક્રમ..'

બન્ને સ્ત્રીઓએ એકબીજી સામે જોઈને મોં પર કપડું ઢાંકીને હસી લીધું પછી કહેવું ન હોય છતાં કહેવું પડ્યું હોય તેવો ભાવ કરીને સાબા બોલી, 'ઈનાં નામ હઝાર. વિકરમ સ્હય્રમાં આવી ગ્યો હોય તયેં વિકરમ. આઈમા કેય ભરથરી. બાકી ઈનું મૂળ નામ અમને ખબય્ર નથ્ય. 'ને મૂળે ઈ બયડા ભણીનો. આયાં ઈનું ઘર નો જડે. કામ પડે તયેં કો'ક બરકી લે એટલે ઈનેં ન્યાં રેય. પસી બીજે.'

જરા નવાઈથી મેં પૂછ્યું 'એ વિક્રમ આઈમાનો શું થાય ?'

રામીએ થોડા ગંભીર ભાવે પૂછ્યું, 'અમીં થાયેં ઈ. આઈમા તો સારણ સે. અમીં રબારી. તે તમારે ઈ સોકરાનું સ્હું કામ પડ્યું તે ગોતવા ઠેઠ આંયાં પોગ્યા ? રેલવાળા સો ?'

અજાણ્યો છોકરો. આઈમા એને ભરથરી કહે છે. તે પોતાનું નામ વિક્રમ કહેતો હતો. મને કોઈ વાતમાં કંઈ સમજાયું નહિ. વિક્રમનું મારે શું કામ હતું તે આ બન્નેને સમજાવવા કરતાં મેં વાત પડતી મૂકી અને જવાબ આપ્યો, 'કંઈ નહિ. મારે એવું કંઈ ખાસ કામ નથી. હું રેલવેમાં નથી. હું તો અહીં ચિત્રો દોરવા આવ્યો છું.'

સાબા તેની સાથેની સ્ત્રીના કાનમાં કહેતી હોય તેમ બોલી તોપણ મને સંભળાયું, 'તો તો આને 'ને ઓલાને સ્હરખાં ભાળું.'

પેલી સ્ત્રીએ ફરી મોં પર છેડો દાબ્યો અને સાબાને જરા કોણી મારીને ચૂપ રહેવા સૂચવ્યું તે પણ મેં જોયું.

હું કંઈ બોલ્યો નહિ; પરંતુ તે બન્ને જણીને ક્યાંય જવાનું નથી તો પછી સ્ટેશને આવીને શા માટે બેઠા છે તે પૂછવામાં મેં સંકોચ ન કર્યો. મારા પ્રશ્નનો જવાબ મળ્યો તે કોઈ માની શકે તેવો નહોતો. સાબા બોલી, 'ઇન્જીનને નાળિયર વધેરવાનું સે.'

સાબા શું કહેવા માગે છે તે સ્પષ્ટ સાંભળ્યા છતાં મને સમજતાં થોડી વાર લાગી. હું કંઈ પૂછું તે પહેલાં તો સાબાએ કહ્યું, 'આ સોકરો બે વરહેય હાલતો નો'તો. કાંય કાંય વાનાં કર્યાં. ઊભો થાય પણ પગલું નોં માંડે. પસી સેલ્લે, ગાડી નીકળે તયેં ઈનેં લઈને ઝાંપે ઊભી રેતી. નંઈને ઇન્જીનને ધોડતું ભાળીનેંય ઈનેંય

જરીક ધોડવાનું મન થાય.'

'થઈ ગ્યો હાલતો.' સાબાની મિત્ર બોલી, 'હું તો કંવ સું ઇન્જીન ભાળી ભાળીને જ તારો સોકરો હાલ્યો.'

મને આ બન્ને જણીની અંધશ્રદ્ધા ભરેલી વાત અવગણવાથી વિશેષ કશું સૂઝ્યું નહિ. કંઈ જવાબ આપ્યા વગર હું ત્યાંથી નીકળીને મારો સામાન સમેટવામાં પડ્યો.

સ્ટેશન માસ્તરે મોટર સાઇકલ પર આવીને તેમની નાનકડી કચેરી અને ટિકિટ-બારી ખોલી. મારા સામે જોઈને હાથ હલાવ્યો. મેં સામે હાથ હલાવીને જવાબ આપ્યો. ત્યાં જઈને ઘડીભર ઑફિસમાં બેસીને પરિચય કર્યો. પછી ટિકિટ લઈને પ્લૅટફૉર્મની બહાર એક પડી ગયેલા વૃક્ષના થડ પર બેઠો. થોડી વારે ટ્રેન આવતી દેખાઈ. હું ઊભો થયો. પેલી બે સ્ત્રીઓ પણ ઊભી થઈ.

ગાડી થોભી ત્યાં સુધીમાં સાબા આગળ જઈને એન્જિન પાસે પહોંચી. તે નજીક જતાં ડરતી હોય તેમ થોડી અળગી રહીને ટ્રેનને રોકી રાખવા માટે ડ્રાઇવરને વિનંતી કરતી હોય તેમ બૂમો પાડતી હતી, 'હમણેં સાલુ નો કરતો વીરા. ઘડીક જાળવી જાજે.'

સાબાની કાંખમાં તેનો છોકરો વરાળના અવાજથી ડરતો હોય તેમ માને વળગીને રડવા માંડ્યો. સાબા તેની બેનપણી પર ગુસ્સો કરતી હોય તેમ કહેવા લાગી, 'રામી, હાલ્યને ઝટ કય્ર. આ તારી કાકી રોકાશે નંઈ હમણેં હાલતી થઈ જાહે.' કહીને તેણે ડ્રાઇવરને ફરી વિનંતી કરી, 'બસ વીરા, તારી ગાડીની માનતાયે તો સોકરો હાલતો થ્યો સે. આટલી માનતા પૂરી કરવા દે. નાળયર વધેરી લંવ એટલે

તું તારે હાંકી મેલ, પસી નંઈ રોકું.'

રામી પણ પાસે એન્જિન પાસે આવતાં ડરતી હોય તેમ દૂર જ ઊભી રહી. અંતે હું પાસે ગયો અને સાબા પાસે નાળિયેર માગતાં પૂછ્યું, 'લાવો મને આપો, ક્યાં વધેરવાનું છે, પાટા ઉપર કે ગાડી માથે ?'

'આ પૈડા માથે. નકર ગમે ન્યાં. વીરા, સ્હાસવીને જાજે.' સાબાએ રામીના હાથમાંથી નાળિયેર લઈને મને સોંપતાં કહ્યું.

મેં કદી સ્વપ્ને પણ કલ્યું નહોતું કે કોઈ એક સ્ટેશને હું રેલવે એન્જિનના પૈડા પર શ્રીફળ વધેરીને કોઈ માનતા પૂરી કરવાની ચેષ્ટા કરીશ.

જોકે મારે એ કરવું ન પડ્યું. હું આગળ વધ્યો ત્યાં વરાળનો અવાજ ઓછો થાય તેવું કંઈક કરીને ડ્રાઇવર નીચે ઊતર્યો. મને કહે, 'આઘા જાવ.' પછી સાબા સામે જોઈને બોલ્યો, 'હાલ બેન. વઈ આવ આંયા. બી મા.'

સાબા નજીક આવી એટલે ડ્રાઇવરે કીધું, 'સ્હું લેવા કોયને કે'વું ? તારી માનતા છે તો તું જ પૂરી કરી લે. બીજાને હાથે બાધા પોગે નંઈ. હાલ, વઈ આવ આંયાં. લાવ તારા છોકરાને.'

ગાડીના ડબ્બામાંથી ઘણાં માણસો ઊતરી ગયા હતા. નાનકડું ટોળું થઈ ગયું. અને તે બધા સાબાને મદદ કરવામાં પડ્યા. સાબાએ નાળિયેર વધેર્યું, અગરબત્તી પણ કરી અને છોકરાને પાટા પર ઊંધો કરીને પગે લગાડ્યાનો સંતોષ પણ લીધો. વિધિ પૂરી કરીને સાબાએ ઉતાવળે કોપરું કાઢીને બધાને જરા જરા શેષ આપી. એન્જિનને પગે લાગી. બધાને રામ રામ કર્યા અને ડ્રાઇવરને માથે હાથ મૂકીને આશિષ આપતાં કહ્યું, 'ઠાકર તારું અભરે ભરે. ભાય, સ્હો વરહનો થા.'

કેમેય કરીને હું માની શકતો નથી કે આજના યુગમાં કોઈ આવી બાધા રાખે. સાબાએ તો ચાલો, રાખી; પરંતુ એક એન્જિન ડ્રાઇવર અને બીજાં પેસેન્જર પણ એટલી જ શ્રદ્ધાથી તેની બાધાને માન આપે અને સાબા પોતાને હાથે બાધા પૂરી કરી શકે તે માટે પોતે નીચે ઊતરીને મદદ પણ કરે !

ડ્રાઇવર એન્જિનમાં ચડવા ગયો એટલે નીચે ઊતરેલાં સહુ પોતપોતાના ડબામાં પહોંચવા દોડ્યાં. ડ્રાઇવરે મને કહ્યું, 'પાવરમાં બેહવું હોય તો માલીકોર આવી જાવ'

એન્જિનમાં બેસવાનું મળતું હોય તો મજા જ હતી. હું ઉપર ચડ્યો. ડ્રાઇવરે સીટી મારી અને એન્જિને જોરથી વરાળ ફેંકી. ગાડી ચાલી એટલે ડ્રાઇવરે પૂછ્યું, 'મોજ આવે છે ને ?'

મેં હા કહી. અને સાબાની વાત કરતાં કહ્યું, 'ખરી બાઈ હતી ! કોઈ રેલવે

એન્જિનની બાધા રાખે ?'

'બાધા, માનતામાં તો માણાંની સધાને જોવાની સાહેબ, ચીજને નંઈ.' ડ્રાઇવરે કહ્યું અને ઉમેર્યું, 'સ્હારું થ્યું, મનેય ખુલાસો મળી ગ્યો.'

'કેમ, તમને શું ?'

ડ્રાઇવરે મારા સામે જોયું અને બોલ્યો, 'આમ તો કાંય નંઈ. મનના ઠાલાં વ્હેમ. હવે વિચારેય ગ્યો ને ચિંતાય ગઈ.'

'તમને પણ આ છોકરાની ચિંતા હતી ? તમારાં સગાં થતાં હશે.' મેં કહ્યું.

ડ્રાઇવર સહેજ અચકાયો, પછી કહે, 'ના રે ના. એ લોકો મારા કાંય થાય નહિ. હું તો આ બાઈને ઓળખુંય નહીં. મને તો એમ થાતું કે આ બે મહિનાથી રોજ જોઉં તે ગાડી નીકળે ને બાઈ દોડતી આવીને આંય ઝાંપે છોકરાને તેડીને ઊભી રહે છે તે છે શું ? પાછી, રોજે રોજ, નીકળું એટલી વાર આવે અને ગાડી નીકળી જાય ત્યાં સુધી ઊભી રહે.'

પછી બહાર પસાર થતો દાધિયા નેસ બતાવીને કહે, 'આ સ્હામે કરંજ હેઠ ઊભી હોય. સ્હાચું કંવ, આપણે તો આદમી. હું તો કાંકનું કાંક વિચારતો હતો. ઘણાંય વિચાર આવે કે આ બાઈને મનમાં છે સું ? હવે આજ ખબર પડી તો જાત ઉપર હસવું આવે એવું થાય છે.' કહીને તેણે હેન્ડલ ઘુમાવીને ઝડપનું મીટર જોયું.

મને ડ્રાઇવરની વાતમાં મજા પડી અને હસવું પણ આવ્યું. મેં કહ્યું, 'ચાલ્યા કરે. કોઈને એન્જિનની બાધા હોય એવો વિચાર તો તમને પણ ક્યાંથી આવે ?'

ડ્રાઇવરે કોલસાનો પાવડો ભરીને ભઠ્ઠીમાં નાખ્યો, પછી કહે, 'એને એટલો વિશ્વાસ હસે ત્યારે જ ને ? બાકી આમ જુવો તો મંદિરમાં મૂર્તિય અંતે તો પાણા વિના બીજું સ્હું છે ? પણ દુનિયા વિશ્વાસે હાલે છે.' ડ્રાઇવરે કહ્યું. પછી આગળના પાટા તરફ નજર રાખીને બોલ્યો, 'આપડે તો એનો વિશ્વાસ પરમાણ.'

'ખરી વાત.' મેં કહ્યું, પણ હું અંદરથી તેની વાત સાથે પૂરો સહમત નહોતો થયો.

એટલામાં મને પેલો સ્વર સંભળાયો, 'સાબાએ એન્જિનની જ માનતા માનેલી એવું માની લઈએ તો કદાચ અધૂરું કહેવાશે. આપણે એ વિચારીએ કે ગાડીની રાહમાં કણજી તળે ઊભેલી સાબાનું મન આપણાથી ચીતરી શકાશે કે નહિ ?'

સાબા પોતે જ કહેતી હતી કે તેણે દોડતું એન્જિન જોઈને માનતા માની હતી. તો પછી તેના મનમાં એન્જિન એટલે શું હતું ?

સાબાના મનને ફલક પર ઉતારવું હોય તો તે કઈ રીતે કરી શકાય તે વિચારું છું તો મનોમન પેલા, કણજીના ઝાડ તળે પહોંચી જવાય છે; જ્યાં સાબા તેના બાળકને

તેડીને ઊભી રહેતી.

હું મનોમન સાબાને કહું છું, 'સાબા, એન્જિન તો યંત્ર છે. લોખંડનું બનેલું. એ કોઈ દેવ કે પીર નથી કે તારી માનતાનો જવાબ આપી શકે. નર્યું લોઢું છે.'

સાબા જાણે નેસમાં જઈને ઘી તોળવાનો બાટ લાવીને મારા સામે ધરે છે અને કહે છે, 'લોઢું એટલે લોઢું કેય સ ને ? તો લે. આ બાટ લોઢાનું સે. ઈનેં ઇન્જિનની ઘોડે ધોડવી દે.'

મારી પાસે સાબાની આ દલીલનો જવાબ છે. મારો જવાબ હું તેને વિસ્તારપૂર્વક સમજાવી શકું તેમ પણ છું; પરંતુ મારે તેમ કરવાનું નથી મારે તો સાબાનું મન ચીતરવાનું છે.

હું પીંછી ઉપાડવાનું વિચારું છું તો જોઈ શકું છું કે સાબા, તેની મિત્ર રામી, એન્જિન-ડ્રાઇવર અને ગાડીમાંથી ઊતરેલા લોકો આ બધા જે સમજતા હતા તે હું હમણાં સુધી સમજતો નહોતો. પીંછી અને રંગ ફલક પર મૂકતાં મને સમજાય છે કે સાબાની બાધા ભલે એન્જિનની હોય, તેની શ્રદ્ધા એન્જિન પર નહોતી. ગતિ પર પણ નહોતી; તેની શ્રદ્ધા તો તે પોતે જે માનતી હતી તેમાં હતી. પોતાની માનતામાં, માન્યતામાં.

ડ્રાઇવર નીચે ન ઊતર્યો હોત તો નાળિયેર મેં પોતે વધેર્યું હોત. પરંતુ એમ કરતાં મારામાં સાબાની શ્રદ્ધા પ્રગટી શકત ?

આ પળે મને એટલી ખબર છે કે ડ્રાઇવરે અને બીજા બધાએ સાબાને અને તેની માનતાને જે રીતે પ્રમાણી એ રીતે આ પળ પહેલાં હું ક્યારેય પ્રમાણી શક્યો ન હોત. એન્જિનડ્રાઇવર સાચું કહેતો હતો. તે વખતે મારા હાથે સાબાની માનતા જ્યાં પહોંચવી જોઈએ ત્યાં પહોંચી ન હોત.

સાસણ ક્યારે આવ્યું તે ખબર ન પડી. હું નીચે ઊતર્યો અને એન્જિનમાં સફર કરાવવા બદલ ડ્રાઇવરનો આભાર માન્યો. સ્ટેશનની બહાર નીકળીને ઘર તરફ વળું ત્યાં રસ્તાને છેડે ઝાડને ઓટલે વિક્રમને તેની આગવી મોજથી બેઠેલો જોયો. હું સીધો જ તેની તરફ ગયો અને પૂછ્યું, 'તું અહીં શું કરે છે ?'

'તમને ગોતતો'તો' સાવ સીધો જ જવાબ.

'મને ?' મેં કહ્યું.

વિક્રમે કહ્યું, 'કેમ, આપડે બેય હાય્રે કાસિયાનેસ જાવાના હતા. આપડે નકી કર્યું તે દી'નો, રોજ આયાં તમને ગોતવા આવું સું.

'હું તો આજે કાસિયાનેસ ગયો હતો. ત્યાંથી જ આવું છું.'

'લે. ભારે કરી. એલા, મને કેવું જોવે ને ? હાય્રે નો આવત ?' વિક્રમ જાણે

મારી બાજુના કમરામાં રહેતો હોય એટલી સહજતાથી બોલ્યો. મને થયું કે તેને સાબા અને રામીએ તેના વિશે કહેલું તે બધું કહું પણ હું એમ કરી ન શક્યો. મેં ટૂંકાવ્યું, 'તને ન કહ્યું એ ભૂલ થઈ ગઈ.'

મારા આશ્ચર્ય વચ્ચે વિક્રમે કહ્યું, 'ઈનોં કાંય વાંધો નંઈ. હાલ્યા કરે.'

આ ભોળા કે બાઘા જેવા છોકરા પર ગુસ્સો કરવો મને ન ગમ્યો. મેં સહજ પૂછ્યું, 'તું જમ્યો ?'

'બાકી સે. તમારી હારે.' વિક્રમે સાવ સરળતાથી કહ્યું.

હું અને વિક્રમ સાથે જમીને ઘરે ગયા. ઘરે પહોંચતાં જ તેણે પોતાનું અને પોતે ચરાવતો હતો તે ભેંસોનું ચિત્ર જોવા માગ્યું. મેં બધાં ચિત્રો તેને જોવા આપ્યાં. વિક્રમે ઝીણવટથી જોયાં પછી ત્રણ ચિત્રો જુદાં કાઢીને ખાટલા પર દીવાલને ટેકે મૂક્યાં. થોડે દૂર ખસીને તે ત્રણેય ચિત્રોને થોડી વાર તાકી રહ્યો. પછી મને પૂછ્યું, 'એક વાત કંઉ ?'

મને લાગ્યું કે પોતાનું ચિત્ર લઈ જવા ઇચ્છતો હશે. મેં કહ્યું, 'બોલ.'

તેણે કાસિયાનેસના સ્ટેશનનું ચિત્ર ઉઠાવ્યું અને કહ્યું, 'આયાં આવો. આ તમીં દોરી સે એવી કૂંડી ન્યાં નથ્ય.'

'નજરે દેખાયું હોય તે બધું ચિત્રમાં પણ હોય જ તેવું નથી.' મેં કહ્યું.

'ઈ મને ખબય્ર સે.' વિક્રમે સર્વજ્ઞની અદાથી કહ્યું, 'હોય ને રઈ જાય ઈ

જુદ્દું. નો હોય ને આવે ઈ પાસી નોખી વાત થય.'

મેં પાસે જઈને જોયું તો તે ચિત્રમાં એક ક્વાર્ટરના પગથિયા પાસે રાખોડી રંગનો લસરકો હતો. વિક્રમ તેને કૂંડી કહેતો હતો. મેં તેને સમજાવ્યું કે તે કૂંડી નથી. સિમેન્ટિયા રંગનું કંઈક ત્યાં પડ્યું હશે કે એટલી દીવાલ છાંદેલી હશે.

તેણે તરત બીજું ચિત્ર મારા સામે ધર્યું અને કહ્યું, 'તો આમાં ? હવે ક્યો. આ ડુંગર સીતર્યો સે ઈ સ્હાસું, પણ આ મા'દેવવાળો રૂખડો અટાણેં ક્યાં સે ?'

વિક્રમના 'અટાણે ક્યાં છે' તેવા પ્રશ્નથી મને નવાઈ લાગી. મેં ઉતાવળે ચિત્ર હાથમાં લેવાનો પ્રયત્ન કરતાં પૂછ્યું, 'ક્યો રૂખડો ?'

'આ. સાંસાઈના દાદાનું સાપરું ઈ રૂખડા હેઠે હતું. કો'ક હરિબાપાયે ન્યાં મા'દેવ થપાવ્યા'તા. હવે સાપરાંય નથ. ને રૂખડોય નથ, ખાલી મા'દેવનું લિંગ સે.' વિક્રમે ચિત્ર મને બતાવતાં કહ્યું.

હું રૂખડા જેવું લાગતું વૃક્ષ શું છે તે જોતો હતો ત્યાં વિક્રમે ત્રીજું ચિત્ર ઉપાડીને કહ્યું, 'હજી ઊભા ર્યો. આ સીતરમાં મારાં કપડાં ભાળો. હું આવું થોડું પેરવાનો હતો ? સ્હો વરહ પે'લાં અમારા બાપ-દાદા આવું પેરતા હોય તો ઈ જાણે.'

મેં રૂખડો કે બીજું કોઈ જુદ્દું ઓળખી શકાય તેવું વૃક્ષ દોર્યું જ નહોતું. માત્ર ઘેરા રંગના કારણે વૃક્ષ જેવો આભાસ ખડો થતો હશે. તો પણ વિક્રમ એમ જ કહેતો રહ્યો કે મેં રૂખડો જ દોર્યો છે અને તે અત્યારે ત્યાં નથી. તેણે સર્વજ્ઞની અદાથી દલીલ કરીને એમ પણ કહ્યું કે ગીરમાં આવું તોતિંગ એક પણ ઝાડ બચ્યું નથી.

તે પોતાના પહેરવેશને ઓળખવાની પણ ના કહેતો હતો. મેં તેને કહ્યું, 'વિક્રમ, આ કંઈ ફોટો નથી. ચિત્રમાં તો જરા જુદ્દું આવી શકે. જરા સમજવાની કોશિશ કર.'

'મને સ્હમજવાનું ક્યો સો પણ આમાં સ્હમજવાનું તો તમારે સે.' કહીને વિક્રમ ઊભો થતાં બોલ્યો, 'મને એટલી ખબય્ર કે સ્હાવ એમને'મ કાંય નો આવે. કાં'ક હોય તો જ કાં'ક આવે. પણ હવે જાવા દીયો, હું તો જાંવ સું.'

'કંઈક હોય તો જ કંઈક આવે !' આનો શો અર્થ ! વિક્રમ કહેતો હતો કે સમજવાનું તો મારે છે. શું સમજવાનું ? છતાં કાલ સવારે કાસિયાનેસ જઈને જોઈ આવીશ કે મેં રાખોડી રંગ શા કારણે વાપર્યો હતો. પછી ક્યારેક પેલા ડુંગરે પણ જઈશ જ્યાં રૂખડા પાસે મહાદેવ અને સાંસાઈના દાદાનો નેસ હતો. મેં વિચારોમાં જ ત્રણેય ચિત્રો અનેક દિશામાંથી જોયાં. પછી મારી પીંછીઓ ધોઈને ઠેકાણે મૂકી.

॥ ૧૨ ॥

કોઈએ મુસ્તુફાના નામની બૂમ પાડી. મેં જાગીને ઘડિયાળ જોઈ તો અગિયાર થયા હતા. અત્યારે મુસ્તુફાને કોણ બોલાવતું હશે તે વિચારે હું ફળિયામાં પહોંચી ગયો. અવાજ ક્યાંક સાંભળ્યો હોય તેવો છે પણ ઓળખાતો નથી. ખડકી તરફ જતાં મેં પૂછ્યું, 'કોણ ?'

એટલી વારમાં મુસ્તુફાએ પણ બારણું ખોલ્યું અને બહારની સ્વિચ દબાવીને ફળિયામાં અજવાળું કરતાં બોલ્યો, 'ઈ તો ગોપાલભાય સે. ઉઘાડો તમતમારે.'

બહારથી ગોપાલે કહ્યું, 'હું જ છું ગોપાલ. મુસ્તુફા, તું અવાજ પરથી ઓળખી ગયો ખરો.'

મેં ખડકી ખોલી ત્યાં ગોપાલની પહેલાં રવિભાએ અંદર પગ મૂકતાં કહ્યું, 'એલા, મેં અવાજ કર્યો હોત તો ઓળખી જાત કે ખાલી ગોપાળભાઈ સાથે જ સંબંધ રાખ્યો છે ?'

'હોય કાંય ! ગય્રમાં આવતા રે'તા હોય ઈ બધાયને ઓળખવા તો પડે ને ? નકર તો ગય્ર ઊભી કેમ રેય ?' મુસ્તુફાએ કહ્યું.

રવિભાએ કહ્યું, 'ગીરમાં વારંવાર આવનારને ઓળખી જાવ એમ ? એવું હોય તો તો બહુ સારું કહેવાય !'

મુસ્તુફાએ કહ્યું, 'સ્હારું જ સે. અંદર આવીને બેહો એટલે વાત કંઉ. ને મેળ

પડે તો કાલ સ્હવારે નવ વાગતામાં તો બતાવુંય ખરો. તમે અમને જંગલ ખાતાવાળાવને સ્હમજો છ સ્હું ?'

રવિભા હસી પડ્યા અને બોલ્યા, 'વાહ, ભારે ભડ થઈ ગ્યા છો ને શું !'

આ લોકોની વ્યંગોક્તિથી વાત કરવાની ટેવને હું સમજતો જાઉં છું. પરંતુ અત્યારે વાત શાને વિશે થાય છે અને મુસ્તુફા શું બતાવવાનો છે તે બહુ સ્પષ્ટ ન થયું. કદાચ સિંહના હત્યારા વિશે કંઈક વાત છે.

મારી શંકાનું સમાધાન કરતા હોય તેમ રેવતુભાએ મુસ્તુફાને કહ્યું, 'તમારી આ મરદાનગીની વાત તમારા પાડોશીને કરી કે નહિ ? એમણે અને સાંસાઈએ આ કામમાં બહુ દાખડો કર્યો છે.'

'કે'વાનો હતો પણ ઈવડા ઈ ઓલા ભરથરીને ભેગો લયને આવ્યા એટલે ઈનીં હાજરીમાં તો સ્હું કઉં ? નો કીધી. પસી તો મોડું થ્યું.'

આગળ વાત થાય તે પહેલાં મુસ્તુફાએ બૂમ મારીને આબેદાને ચા મૂકવાનું કહ્યું અને ગોપાલને પૂછ્યું, 'રોટલા નું સ્હું સે ?'

'રોટલા ખાઈને આવ્યા છીએ. અત્યારે અડધી રાતે ચા નહિ મૂકો તોયે ચાલશે. નકામી આબેદાને જગાડવી ?'

'સ્હું જગાડવી ? ઈણે તો મારા કીધા પે'લાં સા મૂકી દીધી હોય. ખોટું કેતો હોઉં તો માલીકોર જયને જોય આવો. ને રાત હજી તો પડે સે. અડધી નથ્ય થઈ.'

મુસ્તુફાની વાતનો ઉત્તર મળતો હોય તેમ આબેદાનો સ્વર આવ્યો, 'જિનત કે અબ્બા, યે સાય લે જાણા.'

ગોપાલે મુસ્તુફાને કહ્યું, 'અરે તારી ! આબેદા તો નવી જાતનું બોલવા માંડી. આમ તો ગુજરાતી બોલે છે. આજે નવું ?'

મુસ્તુફા ચા લેવા જતાં કહે, 'ઘરમાં બોલે. બીજા હારે નો બોલે.'

ચા પીતાં પીતાં સિંહના હત્યારાને તેનાં સાધનો સહિત પકડી પડાયા છે તે વાત થઈ. બાતમી ક્યાંથી મળી, કોણે, ક્યાં શું કર્યું તે અને આખું ઑપરેશન કેવી રીતે પાર પડ્યું તે વાતો પણ થઈ.

અંતે મુસ્તુફાએ પૂછ્યું, 'કેમ રાતવરત ! કાંય તકલીફ તો નથ્ય ને ?'

ગોપાલે અને રવિભાએ એક-બીજા સામે જોયું અને થોડું હસ્યા. પછી ગોપાલ બોલ્યો, 'તકલીફ થઈ જાત પણ રહી ગઈ.'

'શું થયું ?' મેં એકદમ પૂછ્યું.

રવિભા કહે, 'અમને કંઈ નથી થયું. મોટર સાઇકલને થયું છે. ખાડે ગઈ કહેવાયને ? હા, ખાડામાં જ પડી છે. કોઈને મોકલીને કઢાવવી પડશે.'

'ખાડામાં તે ક્યાં ?' મુસ્તુફાએ પૂછ્યું.

રવિભાએ જવાબ આપ્યો, 'આ જાણવડલાથી સિરવાણ કોર ઓલું નાળું છે ત્યાં. આઠ-સાડાઆઠે સિરવાણથી નીકળ્યા અને હજી નાળે પહોંચ્યા ત્યાં ગોપાલભાઈને લાગ્યું કે કદાચ દીપડો નાળામાં ઊતર્યો.'

'પછી ?' મેં સચિંત પૂછ્યું.

રવિભા તે સમયની પરિસ્થિતિ પર હસતા હોય તેમ કરીને બોલ્યા, 'પછી કાંઈ નહીં. મને ગોપાલભાઈ દીપડો ગોતાવ્યા કરે ને હું કોઝવે ગોત્યા કરું. એમાં દીપડો તો ગયો હશે એના રસ્તે; અમારી ગાડી ગઈ નદીમાં.'

'બહુ વાગ્યું તો નથી ને ?' મેં પૂછ્યું.

'ના રે ના' રવિભા બોલ્યા. તે વિગતે કંઈ કહે ત્યાર પહેલાં મુસ્તુફા જરા નારાજ થઈને બોલ્યો, 'ન્યાં ઈ રોડે ગ્યા'તા સું કરવા ?'

જવાબમાં રવિભાએ વિગતે સમજાવ્યું કે યુનિવર્સિટીના એક્સચેન્જ કાર્યક્રમ હેઠળ ભોપાલ, જબલપુરના કેટલાક વિદ્યાર્થી સૌરાષ્ટ્ર આવ્યા છે અને સૌરાષ્ટ્રના કેટલાક મધ્યપ્રદેશ ગયા છે.

યુનિવર્સિટીએ મહેમાન વિદ્યાર્થીઓને બે દિવસ ગીરમાં મોકલવાનો નિર્ણય કરીને વનવિભાગને જણાવેલું. અધિકારીઓએ તેમને બથેશ્વરની કૅમ્પ-સાઇટ પર રાખીને શિબિર ગોઠવવાનું નક્કી કર્યું છે.

રવિભાએ વાત પૂરી કરતાં કહ્યું, 'બથેશ્વરની વાત આવે એટલે અમે તો રાજી. રિસોર્સ પરસન તરીકે અમે હોવાના. એટલે સાઇટ જોઈ લેવા ગયા હતા. એમ.પી.વાળા ત્યાં પહોંચે ત્યારે બધું તૈયાર તો હોવું જોઈએ ને ?'

મુસ્તુફાને આ કોઈ ખુલાસામાં રસ નહોતો. તેને જે ચિંતા હતી તે તેણે કહી, 'ગોપાલભાઈ, મેં રવુભાને હજાર વાર કીધું હસે કે તમારે રોડે રોડ ગાડી હાંકવી. તોય માલીકોર કેડીએ જાય. પસી ભેખડે ભરાય તયેં ?'

'તયેં તારા મહેમાન થવાનું.' કહીને રવિભા હસ્યા.

મુસ્તુફા હજી નારાજ હતો. કહે, 'મેમાન થાવાની ક્યાં ના સે ? પણ પડી આખડીને આવો ને કાં'ક વરામનું વાગી ગ્યું હોય તો આંય અમારે તમને લય ક્યાં જાવા ?'

'એવું થાય તોય કંઈકનું કંઈક થઈ રહે. આ જોને અત્યારે તો કેશોદ પહોંચી ગયા હોત. હવે નહિ જવાય. પેલા લોકો કાલ તો આવે છે. એટલે અહીંથી જ પાછા બથેશ્વર.'

ગોપાલે કહ્યું, 'એ, ના. હું તો કાલ માધુપુર જઉં છું. કોઈ ને ચાર્જ સોંપીને

રાત્રે પાછો બથેશ્વર પહોંચું. મારી ઑફિસની ચાવી જ મારી પાસે છે.'

રવિભાએ કહ્યું, 'આ ન ચાલે ગોપાલભાઈ. બથેશ્વર હું એકલો જઉં ?'

મને એ બેઉની ચિંતા હતી. મેં કહ્યું, 'હવે સૂઈ જાવ નહિતર કાલે બેઉનાં શરીર કામ નહિ કરે. એક તો પડીને આવ્યા છો.'

તે બેઉ મારા કમરામાં સૂતા. સવારે ગોપાલે મને અંધારામાં જગાડ્યો અને ધીમેથી કહ્યું, 'હું નીકળું છું.'

'અરે, પણ...' હું કંઈ કહું તે પહેલાં ગોપાલે મને ચૂપ રહેવા સંજ્ઞા કરી અને જતાં જતાં ધીરે અવાજે કહ્યું, 'રવિબાપુ જાગે ત્યારે કહેજો કે ગોપાલ રાત સુધીમાં બથેશ્વર પહોંચી જશે.'

મેં કહ્યું, 'તમે તમારે નિરાંતે જાવ. રવિભા સાથે હું જઈશ.'

સાડા સાતે પણ રવિભા જાગ્યા નહિ એટલે આબેદાએ મને કહ્યું, 'બસનો ટેમ થાતો આવે સે. જગાડો. નિકર બથેસર રઈ જાહે છેટું.'

મેં રવિભાને જગાડ્યા અને અમે સાથે નીકળ્યા. જામવાળાની બસમાં બેઠા ત્યાં મેં સાંસાઈને બસ તરફ આવતી જોઈ. તેની નજર પણ અમારા પર પડી. તે બસમાં ચડી અને રવિભાને પૂછ્યું, 'તમીં તો બથેસર હતા ને ?'

'આ તારી સામે તો છું.' રવિભાએ કહ્યું.

સાંસાઈ હસી પડી અને બોલી, 'ઈ તો મનેય ભળાય સે. પણ તો પસી ધાનિયાયે મને ધોડવી સું કરવા ?'

રવિભાએ જવાબ આપ્યો, 'એણે તને શું કામ દોડાવી તે હું શું જાણું ? ધાનુની વાત ધાનુ જાણે.'

હવે સાંસાઈ ખિજાઈ હોય તેમ બોલી, 'એક તો રાતના પોરે આબેદા ધાનુને ઘેર કય આવે કે બથેસરમાં રવુભા એકલા સે તે સાંસાઈ ન્યાં પોગે. ઠેઠ ક્યાંથી ભાગી સું ખબય્ર સે ? કાઠીતડ કાંય ઓરો પડ્યો સે ?'

'ભારે કરી !' રવિભાએ કહ્યું, 'હવે આવી છો તો ચાલ. અમે બે જણા છીએ. રાત્રે ગાપાલભાઈ આવવાના છે.'

'આયાં લગણ તેડાવી સે તો હવે ભેગી જ થાઉં ને ?' કહીને સાંસાઈ પોતાની થેલી સામાન રાખવાની જગ્યા પર ધકેલીને સાથેની સીટમાં બેઠી.

રવિભાએ સાંસાઈને પૂછ્યું, 'તે તું ત્યાં કાઠીતડ શું કરવા ગઈ હતી ?'

સાંસાઈ બારી બહાર જોઈને બોલી, 'ગઈ 'તી તો મુંબઈથી ઘી મગાવે સે ઇનાં ડબા ભરાવવા. પણ કાંય મજા નો આવી.'

'કેમ ? ઘી ન મળ્યું કે પછી કાચું તવાયું હશે.' રવિભાએ કહ્યું.

'ઘીનું તો બરોબર થઈ ગ્યું પણ ઓલી લાજોની ગિરવાણ્ય ખરી ને ?' સાંસાઈ કોઈની ઓળખ તાજી કરાવતી હોય તેમ બોલી.

'કોણ ગિરવાણ ?' રવિભાએ યાદ કરવાની કોશિશ કરતાં પૂછ્યું.

સાંસાઈએ ડોક એક તરફ નમાવીને કહ્યું, 'લાજોની ગા. ઓલી લાલ રંગની, એના પિયેરથી હાય્રે લાવી સે ઈ.'

રવિભા હસી પડ્યા અને કહ્યું, 'ગાનું નામ સારું પાડ્યું છે. પણ હું બહુ બહુ તો કોઈ માણસને ઓળખું. ગાયભેંસની ખબર મને ન હોય.'

સાંસાઈએ કહ્યું, 'નો હોય તો હું કંવ. ઈ ગિરવાણ લાજોને બવ વાલી હતી. ઈવડી ઈનેં કાલ સ્હાવજ લય ગ્યા.'

મેં કહ્યું, 'અહીં આ પ્રશ્ન તો રહેવાનો જ. સહેજ ધ્યાન ન રહે તો...'

સાંસાઈએ મને આગળ બોલવા ન દીધો. કહ્યું, 'સ્હંધાયને સ્હંધીય ખબય્ર સે. ગાયું ભેસું કાંય આજ-કાલના આંય નથ્ય રે'તાં. ગય્રનાં જનાવરું ગય્રમાં ઝાડવાં જેટલાં જૂનાં સે. સ્હૌને સ્હૌનીં રીત્યે રે'તાં આવડી ગ્યું હોય.'

રવિભાએ વાત વાળવા પૂછ્યું, 'તે ગાયને ક્યાં મારી ?'

'કમલેસરનો વોંકળો કાઠીતડ વાંહેથી નીકળે સે ન્યાં. ભલો ને મનુ બેય ભેંહું ભેગી સારતા'તા. ન્યાંથી ગાને ઉપાડી લીધી.'

'તે બબ્બે જણ હાજર હોય, પાછી ભેંસો પણ હોય તોયે એમાંથી કેવી રીતે લઈ ગ્યા !' રવિભાએ આશ્ચર્ય વ્યક્ત કર્યું.

'ઈ હંધુંય આઘું રૈ ગ્યું.' સાંસાઈએ કહ્યું અને વિગતથી વાત કરવા અમારા તરફ ફરીને બોલી, 'બે દી' થ્યા મનુ એકલો ખાડુ સારીને વળી જાતો'તો. ભલિયો મારી હારે ઘીના ડબા લાવ્યામાં, ને ભર્યામાં ર્યો. પસી એક દા'ડો ડબાને મોઢે સીલ, ટીકડિયું રેણ કરવામાં ગ્યો. સિંહણુંને મનમાં એમ કે હમણેં નાનકડો સોકરો, એકલો આવે સે તે આજ નંઈ તો કાલ કાં'ક હાથ આવી જાહે.'

રવિભાએ સાંસાઈની વાતને સ્વીકારી લીધી હોય તેમ હોંકારો ભણ્યો. મેં પૂછ્યું, 'સિંહણો એવું પ્લાનિંગ કરી શકે ?'

'હા.' રવિભાએ કહ્યું, 'કરી શકે એમ નહિ, કરે જ.'

રવિભાની વાતની પૂર્તિ કરતી હોય એમ સાંસાઈ દૃઢતાથી બોલી, 'કાનખજૂરાથી લયને મારા-તારા સ્હૂધીના સ્હંધાય ગજા પરમાણે લાગ કરે'

અગાઉની વાતનો દોર પાછો સાંધતાં સાંસાઈ જે રીતે કહેતી ગઈ તેનાથી મને એમ લાગ્યું કે હું બધું નજરે જોઈ રહ્યો છું. સાંસાઈએ એક એક વાત એટલી વિગતે કરી કે તેની વાત ચાલતી ગઈ તેમ તેમ મારા ચિત્તમાં તેનાં રેખાંકનો દોરાતાં

ગયાં. કદાચ રવિભાને પણ એવું લાગ્યું હશે.

જે બન્યું તે આમ હતું : ગઈ કાલે પરોઢિયે ઘીના ડબા ટેમ્પામાં ચડાવ્યા પછી બધાંને લાગ્યું હતું કે હવે જરાક નવરાશ મળી છે.

ભલો અને મનુ રોટલા ખાઈને ભેસુંનું ખાડુ લઈને નીકળ્યા ત્યારે લાજોની ગાયને પણ ચરાવવા માટે સાથે લીધી.

લાજોએ થોડાં કામ પતાવીને સાંસાઈને કહ્યું, 'સાંસી, હાલ્યને. આ સાણ ભેગું થ્યું સ તે ભેગી આવ્ય તો સાણાં થાપી લંઈ.'

'સાણનું તે ખાતર કરાય કે સાણાં થપાય ? મારે કાંય તારાં સાણાં નથ્ય થાપવાં. હું તો ઘી લેવા આવી'તી. ઈ પતી ગ્યું.' સાંસાઈએ કહ્યું.

લાજોએ ફરી કહ્યું, 'તું સ્વાવ આવી નૂગણી કાં થય ? સાંસી, માથે સોમાહું આવે સે ને મારે બળતણની તાણ્યા-તાણ્ય થાહે.'

સાંસાઈ તૈયાર થઈ, 'લે આ સગુણી થઈ. હાલ. જટ કર. ક્યાં જાવાનું સે ?'

'વોકળાની છીપરું માથે.' લાજોએ સ્થળ કહ્યું અને ઉમેર્યું, 'મનો 'ને તારા ભાય ન્યાં જ સારતા હય્સે.'

સાંસાઈ સહેજ લુચ્ચું હસીને બોલી, 'તે ઈમ કે'ને કે ભલાને સાસ્યું પાવા જાવું સે. હા માડી હા, તાપ બવ પડે એટલે તનેં સંત્યા તો થાય ને ?'

લાજોએ જરા શરમાઈને કહ્યું, 'ઈ તું જેમ કેય એમ. હવે કાલી થાતી હાલ્ય. 'ને તો પસી સાસ્યુંય હાય્રે લય લે. તાપ સે તે બેય જણને પાસું.'

છાણ ભરેલાં તગારાં અને છાસની બોઘરણી લઈને બન્ને જણાં વોંકળા તરફ ગયાં. ત્યાં નેસ તરફનો કિનારો ખુલ્લો અને પથરાળ છે. પથ્થરના સપાટ તળને આ લોકો છીપર કહે છે. તે છીપરો માથે બેઉ જણાં છાણાં થાપતાં હતાં. સામા કિનારે હરિયાળા ઢોળાવ પાછળની ઝાડીઓમાં ભલાનો દુહો સંભળાતો હતો.

છાણાં થપાઈ રહ્યા પછી સાંસાઈએ ભલાને બૂમ પાડીને બોલાવ્યો એટલે એ લોકો ઢોરને હાંકીને અમે હતા તેની સામી બાજુએ નજીક આવ્યા. ઢોળાવ પાછળ ઢોર મૂકીને ઉપર આવતાં ભલો બોલ્યો, 'સ્હું બોકાહા દેય સે ?'

'એ બોકાહા કોય નથ્ય દેતું. આ તો તારી લાજો તારી સ્હારું સાસ્ય લાવી સે ઈ લય જા.' સાંસાઈએ કહ્યું.

ભલો વોંકળા પાર આવવા ઢાળ ઊતર્યો એટલે લાજોએ બૂમ પાડીને કહ્યું, 'તમીં રેવા દીયો. હું ન્યાં આવીને દઈ જાંવ સું.'

બસ આટલી જ ચૂક થઈ. લાજોનો અવાજ તેની માનીતી ગાયના કાને પડતાં જ તે ભેંસોના કવચ વચ્ચેથી નીકળીને ઢાળ ચડી ગઈ અને આ કાંઠા તરફ જોઈને

ઊભી રહી.

અહીં ભલો લાજોના હાથમાંથી છાસનું બોઘરણું લેતો હતો ને ત્યાં ગાય વોંકળો પાર કરવા ઢાળ ઊતરી. ત્રણ દિવસથી તક શોધતી સિંહણો માટે આ જ તો શ્રેષ્ઠ તક હતી.

અચાનક ઝાડી પાછળથી લપકીને બે સિંહણોએ ગાય પર ઝપટ મારી. પહેલે પ્રયત્ને તો ગાયનું ગળું સિંહણોના મોંમાં આવ્યું નહિ. ગિરવાણ ઘાયલ થઈ પરંતુ ગમે તેમ કરીને આ હુમલામાંથી છટકીને લાજો તરફ ભાગી. સિંહણોએ અંતરનો અંદાજ કાઢ્યો. ભલો હજી પણ દૂર છે. બેઉ જણીએ ઘવાયેલી ગાય પાછળ કૂદીને ફરીથી હુમલો કર્યો.

સિંહણોના ઘુરકાટ અને ગિરવાણના ગભરાટભર્યા ભાંભરડા સાંભળીને ભલો ડાંગ ઊંચી કરીને સિંહણોને હાંકી કાઢવા દોટ મૂકે ત્યાં તો લાજોએ તેનો હાથ પકડીને કહ્યું. 'હવે રે'વા દે. સ્હાવજ ટપી ગ્યે ગાવડી જીવસે નંઈ. બવ પીડાઈને મરસે. ઈનાં કરતાં હવે ઈનેં રસ્તે ઈનેં જાવા દે.'

પછી આંખ લૂછીને બોલી, 'હવે છોડાવા નો જાતો. સિંહણ્યુંનું પેટેય કાં'ક માગતું હય્સે તિયારે જ પકડીને ? માનજે કે મેં ગિરવાણ્ય સ્હાવજુંને દાનમાં દઈ દીધી.'

ભલો દોડી આવે છે કે નહિ તે ધ્યાન રાખતાં રાખતાં બેઉ સિંહણોએ મળીને ગિરવાણને નીચે પાડી દીધી. મરતી ગાય, કદાચ ભલો નહીં આવે તો પણ લાજો

તો પોતાને બચાવવા દોડશે જ તેવી ખાંતરી હોય તેમ લાજો તરફ જોઈને ભાંભરડા નાખતી રહી.

ન તો લાજો દોડી, ન તેણે ભલાને દોડવા દીધો. મરતી ગાય, લાજો પરથી વિશ્વાસ ઊઠી ગયો હોય તેમ જાતે બચવાના પ્રયત્નો પણ છોડીને શાંત પડી રહી.

લાજોએ ઘૂંટણિયે પડીને ગાયને ખોળો પાથર્યો અને કહ્યું, 'માડી, માફ કરજે. તને નો બસાવી ઈનાંય મારે કારણ હતાં. બસાવી હોત તોય તું જીવતી રેવાની નો'તી અને જીવતેજીવત તને પીડાતી હું જોઈ હકવાની નો'તી.'

સિંહણો ગિરવાણને ઝાડીમાં લઈ ગઈ ત્યાં સુધી લાજો ત્યાં જ ખોડાઈ રહી. પછી ઘર તરફ જતાં પહેલાં બે હાથ જોડીને બોલી, 'ગિરવાણ્ય,' મારી મા. જીવ ગત્યે કરજે તારી વાંહે પાંસ અગ્યારસ કરીસ.'

પછી લાજો ઊભી થઈ અને ગાયને લઈ જતી સિંહણોને કહેતી હોય તેમ બોલી, 'ઘરની છોડી જેવી ગાયનું દાન તમને દીધું સે. તમારાં 'ને તમારાં બસોળિયાનાં પેટ ઠરે. બીજું તો તમનેય સું કંવ !'

વાત પૂરી કરતાં સાંસાઈએ કહ્યું, 'લાજોને બવ લાગ્યું કે ગિરવાણ્ય ઠેઠ લગી ઈનીં સ્હામે જોતી'તી કે લાજો મને બસાવા ધોડસે 'ને પોતે ધોડી નંઈ. ઈ વાત્ય કરી કરીને લાજો રોયા કરતી'તી. એટલે હું રાત્યે ઈનીં હાર્યે રોકાઈ ગય.'

હું કંઈ બોલી ન શક્યો. રવિભા પણ મૌન બેસી રહી સાંભળતા હતા.

જામવાળાના બસસ્ટેન્ડે ઊતરતાં સાંસાઈએ મને કામ સોંપ્યું, 'સાસણ પોગતાં વેંત તું જંગલખાતામાં જાજે 'ને લાજોની ગાયનું દાન લખાવી દેજે. કો'ક બીજો-ત્રીજો કાગળિયાં કરીને દાનમાં દીધેલી ગિરવાણનું વળતર માગી લેય ઈ પે'લાં.'

'હા.' મેં કહ્યું. આ દાન ચોપડે નોંધાવતાં મને હર્ષ થવો જોઈએ કે પીડા તે હું સમજી શકતો નથી.

॥ ૧૩ ॥

મધ્યપ્રદેશના વિદ્યાર્થીઓએ આવતાં વેંત રહેવાની વ્યવસ્થા જોઈ. એક ગુજરાતી શિક્ષિકા બહેન રાજકોટથી તેમના લીડર તરીકે સાથે આવેલાં. તે બહેન અને પાંચ જેટલી છોકરીઓ માટે અલગ તંબુ ફાળવાયો હતો. સાંસાઈ સૂવા પૂરતી નેસમાં જવાની હતી. તોપણ જરૂર પડશે તો તે બહેનો સાથે તંબુમાં પણ રહેશે તેમ વાત થઈ.

વિદ્યાર્થીઓને છ છોકરા દીઠ એક તે રીતે તંબુ પસંદ કરીને પોતાની મરજી પ્રમાણે મિત્રો સાથે જગ્યા પસંદ કરવાની છૂટ આપી.

કેટલાકને આ રીતે રહેવાની ખૂબ મજા પડશે તેવું લાગ્યું તો કેટલાકે રહેણાક વ્યવસ્થા પ્રત્યે બહુ લગાવ ન દર્શાવ્યો. એક જણે બીજા મિત્રને પૂછ્યું, 'રાહુલ, હમ લોગ યહાં આજ કા દીન ઘૂમને આયે હૈં કી રાતમેં ભી યહીં રહેંગે ?'

સહુલે જવાબ આપ્યો, 'ક્યા શર્મા, તેરી નોટ્સમેં પૂરા પ્રોગ્રામ લીખ કર દીયા હૈ. ખોલ કે દેખલે. તૂ મેરે પીછે ક્યું પડા રહતા હૈ ?'

મેં જવાબ આપ્યો, 'હમ સબ યહાં દો દિન, ઈસી જગહ, સાથમેં રહેંગે. મજા આયેગા.'

શર્મા જરા ગભરાયો તેણે પૂછ્યું, 'મતલબ રાતમેં ભી ? ઈસ ટેન્ટમેં ?'

મેં તેને તંબુ પાસે લઈ જઈને બતાવ્યું કે તંબુ આખો બંધ થઈ શકે તેવો

છે. તેમાં બારી જેવી વ્યવસ્થા પણ છે અને બારી પર ચેઈન વડે બંધ થઈ શકે તેવી મચ્છર-જાળી પણ છે.

બધું જોઈ તપાસીને શર્માએ કહ્યું, 'શેર-બેર આયેગા તો યે ટેન્ટ કો તો ફાડ દેગા.'

રવિભાને શર્માનો ગભરાટ જોઈને મજા પડતી હોય તેમ તેમણે કહ્યું, 'શેર તો આયેગા. પર ટેન્ટ નહીં ફાડેગા. રાતમેં શાયદ યહાં, નદી પર આયેગા. અગર આયેગા તો આપ લોગોં કો જગા કર દિખાયેંગે.'

શર્માનું મોં પડી ગયું. એ બિચારાને અહીં સિંહો નથી આવતા એવો કંઈક જવાબ સાંભળવાની ઇચ્છા હશે અને રવિભાએ તો સિંહ આવશે એવું કહી દીધું. તે મૂંઝાયો અને તેના લીડર પાસે જઈને કહ્યું, 'મેડમ, કહેતે હૈં કી યહાં શેર આતે હૈં. ઈન લોગોં કે પાસ રાઈફલ જૈસા ભી કુછ નહિ.'

સાંસાઈએ લાગલું જ કહ્યું, 'જિનેં બંદુકું રાખવી જોવે એવું થાય ઈનેં જ સ્હૌથી પેલો સ્હાવજના મોઢે ધરી દઈસ.'

પછી સાંસાઈ મારા તરફ ફરી અને કહ્યું, 'મેં કીધું ઈ આને ઈનીં બોલીમાં સ્હમજાવી દે'

મહેમાનો સાથે સાંસાઈ થઈ શકી એટલો કઠણ હું ન થઈ શક્યો. મેં શર્માને સમજાવ્યું કે અહીં કોઈ પણ પ્રકારના હથિયાર રાખવાની મનાઈ છે અને આપણને હથિયારની જરૂર પણ નથી. રાત્રે તાપણું કરશું અને અમે જાગીશું. કોઈ ભય નથી. તમે ચિંતા ન કરો.

આ આશ્વાસનથી શર્માને ધરપત નહોતી વળી. તે કંઈ વધુ પૂછત પણ એટલામાં ગોપાલે બધાંને નદીમાં નહાવા જવા બોલાવી લીધાં એટલે તે એકલો રહેવા કરતાં બધાની સાથે ચાલ્યો ગયો.

બપોરની મુલાકાતમાં રેન્જના અફસરોએ આવીને વિદ્યાર્થીઓને ગીર વિશે માહિતી આપી. રાત્રે બેટરીથી ચાલતું વિડિયો લાવીને ગીરની નાની ફિલ્મ બતાવી.

દસ સાડા દસે બધા સૂતા. રવિભા, ગોપાલ, સાંસાઈ અને ડાહ્યાભાઈ ફૉરેસ્ટર એક ખાડામાં અંગારા સાંચવીને બેઠા હતા. થોડી વારે સાંસાઈ બોલી, 'સા પીવી સે ? નેસમાં જાંઈ તો દૂધ જડી જાહે.'

બધાને ચા પીવી હતી પણ બધાનો સૂર કંઈક આવો હતો, 'જવા દો ને અત્યારે અડધો કિલોમીટર ચાલીને નેસમાં કોણ જાય ?'

'કોણ જાય તે લ્યો, હું જાંવ.' કહીને સાંસાઈ ઊભી થઈ અને નેસ તરફ જતાં બોલી, 'ન્યાં ક્યાં આઘું છે ? પૂરાં સ્હો ડગલાંય નથ્ય.'

ગોપાલ સાંસાઈની સાથે જવા ઊભો થતો. હતો ત્યાં મેં કહ્યું, 'તમે બેસો. હું સાથે જઉં છું.'

અમે સાથે થયાં ત્યાં સાંસાઈએ મારું ધ્યાન એક તંબુ તરફ ખેંચ્યું અને પૂછ્યું, 'ન્યાં સ્હું હાલેસ ? જઈને જોવું સે ?'

મેં તે તરફ જોયું તો તંબુની અંદર ચારે તરફ ટોર્ચ ફરતી હોય તેવું દેખાયું. મેં કહ્યું, 'જવા દે. કોઈ પોતાના સામાનમાં કંઈક શોધતું હશે'

'પણ આ તો ઉપરેય લાઈટું નાખે સ. ન્યાં માથે સામાન ક્યાં રાખે ?' કહીને સાંસાઈએ પાછળ ફરીને બોલી, 'એ ગોપાલભાય. જરાક આણી કોરના તંબુમાં જોય જુવો તો.' કહીને અમે નેસ તરફ ચાલ્યાં.

નેસ તરફ જતી કેડી પર હું ટોર્ચ લઈને સાંસાઈની આગળ ચાલતો હતો. મને થયું કે સાંસાઈ સાથે વાત કરવાનો આ આદર્શ સમય છે. સાંસાઈ બાળપણથી ગીરમાં છે. આઈમા તેનું બાળપણનું નામ જાણે છે; પરંતુ તેમની સાંસાઈ સાથે કોઈ સગાઈ નથી. આઈમા સહિત બધા તેને પૂરા માનથી સાંસાઈ કહે છે. એક માત્ર લાજો છે.જે તેને સાંસી કહી બોલાવી શકે છે. નજર સામે છતાં છુપાયેલી લાગતી આ છોકરીને મારે ઘણું પૂછવું છે.

વાત શરૂ કરવાનું કારણ શોધતો હતો ત્યાં પાછળ ચાલતી સાંસાઈએ કહ્યું, 'અટાણે આંયાં હાલે ઈને ખબય્ર પડે કે ગય્ર કોય દી સૂતી નથ્ય.'

'એટલે ?' સાંસાઈ શું કહે છે તે મને સમજાયું નહિ.

'અટલે કપાળ તારું.'

મેં સાંસાઈની વાત પર હસી લીધું એ પળે અચાનક મનમાં મને પેલો સ્વર પડઘાયો. 'આ છોકરીને સીધું પૂછીએ તેનાં કરતાં એ જે કહે છે તે સમજવાની કોશિશ કરીએ તો આપણા પ્રશ્નોના ઉત્તર વધુ સરળતાથી મળે તેમ નથી લાગતું ?'

મેં અમસ્તું જ પાછળ ફરીને સાંસાઈ સામે જોયું તો તેણે કહ્યું, 'અટલે સું એમ પૂસતો 'તો ને ?' બેટરી હોલવી નાખ અટલે હમણેં ખબય્ર.'

મેં ટોર્ચ બંધ કરી. મારી નજર આકાશ તરફ ગઈ. કાલના વરસાદી ઝાપટાથી ધોવાયેલું આકાશ તેના અમાપ વેરાયેલા રત્નભંડારના ઝળહળાટથી અમારી કેડીમાં ઝાંખો ઉજાશ પાથરતું હતું.

કેડી પર મારી પાછળ ચાલી આવતી સાંસાઈનાં પગલાં, તેની ઝાંઝરીનો રણકાર, દૂર તાપણી પાસે બેઠેલા લોકોનો ધીરે ધીરે ઓછો થતો જતો અવાજ, ધાતરડીના ઝરણાનો મંદ રવ. સામેના વૃક્ષને થડથી ટોચ સુધી વારાફરતી સતત ઝબકતું રાખતા આગિયા. દક્ષિણમાં લગભગ અડધું આકાશ રોકીને પોતાનું જાજ્વલ્યમાન અસ્તિત્વ છતું કરતો વૃશ્ચિક. બધુંય જાણે કે જાગે છે. એટલું જ નહિ આ બધુંય એક અજાણ્યા, ચોક્કસ લયમાં ગતિમાન છે.

મેં પૂરી સતર્કતાથી અનુભવ્યું કે ગીર કોઈ અજ્ઞાત વૈભવશાળી લયમાં સ્પંદિત થાય છે. અરે ! મારી આસપાસ કે મારી નજર સમક્ષ જે કંઈ છે તે તમામનો એક ચોક્કસ લય છે.

આજ સુધી પ્રકૃતિને મારા કેનવાસ પર ઉતારતાં મેં એટલું તો માન્યું જ છે કે માટીના કણો કે તૃણાંકુરોથી માંડીને નદીઓ, ખડકો કે અંતરીક્ષની અદ્ભુત રચનાઓ આ તમામમાં કશુંક સતત સ્પંદિત થતું રહે છે. તોપણ એ આંદોલનો મેં મારામાં ક્યારેય અનુભવ્યાં નહોતાં.

અત્યારે હું સભાનપણે અનુભવું છું કે તે પરમ લય મારા રોમ-રોમને પણ પોતાના તાલે ઝુલાવે છે. કદાચ આ લય એક વૈશ્વિક નર્તનનો છે અને એ નર્તન એ જ જીવન છે.

મેં ફરી સાંસાઈ સામે જોયું. તે જરાક મલકી. કંઈ બોલી નહિ.

નેસ પાસે પહોંચ્યા તો કોઈ ઝીણે અવાજે ગાતું હોય તેવું લાગ્યું. પાછળ ચાલતી સાંસાઈએ મારો હાથ પકડીને મને નેસમાં પ્રવેશતાં રોક્યો અને કહ્યું, 'મનુબેન ગાણે સડ્યાં લાગે સે. સ્હાંભળીયે.'

અમે નેસની સામે કેડી પર હતાં. આટલે દૂરથી દીવડીના ઝાંખા અજવાળે થાંભલીને અઢેલીને બેઠેલી સ્ત્રી દેખાતી હતી. તેનું ધ્યાન ગાવામાં હતું કે કશુંક

કરતી હતી તેમાં હતું તે સ્પષ્ટ દેખાતું નહોતું. અમે શાંતિથી ચાલીને વધુ નજીક ગયાં. તો સ્પષ્ટ સંભળાયું :

ગીર કેડી વાંકી, મારે માલ જાવો હાંકી,
સિપાઈ દે છે ડારા તમે નીકળો ગીર બારા.
શિયાળાની ટાઢ્યું હું ખડ કેમ વાઢું,
સિપાઈ દે છે ડારા તમે નીકળો ગીર બારા.

મેં સાંસાઈને કહ્યું, 'આ તો ગીરનું જ ગીત છે.'

સાંસાઈએ જવાબ આપ્યા વગર માત્ર ગરદન નમાવીને હા પાડી. ગીત આગળ વધતું હતું.

ઉનાળાના તડકા મારા પેટમાં બળે ભડકા,
સિપાઈ દે છે ડારા તમે નીકળો ગીર બારા.
સોમાસાના ગારા મારે માથે ખડના ભારા,
સિપાઈ દે છે ડારા તમે નીકળો ગીર બારા.

દૂધ લેવા આવેલાં અમે જો ગીતો સાંભળતાં રહીશું તો મોડું થશે તેમ લાગતાં મેં સાંસાઈને કહ્યું, 'આપણે દૂધ લેવા આવ્યાં છીએ.'

સાંસાઈ હસી પડી અને નેસમાં પ્રવેશતાં બોલી, 'મનુબેન, ઘરમાં દૂધ હોય તો જોવોને. કાં'ક સાનો મેળ કરીયેં.'

મનુબેન ઊભાં થતાં અમને આવકાર આપીને ઘરમાં જતાં બોલ્યાં, 'હું દૂધ મોકલું 'ને તું ન્યાં લઈ જઈને સા કરવાનાં વાનાં ગોત્ય. ઈનાં કરતાં લેને બાઈ, હું સા જ બનાવી દંવ સું. કેટલાં જણ સો ?'

સાંસાઈ ઓટલી પર બેસતાં બોલી, 'રવિભા, ગોપાલભાય, કો'ક જાગ્યું હોય તો ઈ, ડાયાભાય ને અમે બે.' કહીને સાંસાઈએ ગણતરી કરવાની જવાબદારી મનુબેન માથે નાખી. પછી બોલી, 'સા ભલે બનાવી દીયો પણ કવિત ગાવાનું બંધ નો કરતાં હો.'

મનુબેન હસી પડ્યાં અને કહ્યું, 'કવિત તો તમારાં, સારણનાં. અમીં ગાઈ ઈનેં કવિત થોડાં કે'વાય ? ઈ તો ગતકડાં.' પછી મારા તરફ જોઈને ઉમેર્યું, 'સ્હાસું કે'જો ભાય, આ કાંય કવિત થોડું સે.'

કવિતા કોને કહેવાય અને કોને નહિ તે કેવી રીતે નક્કી કરાતું હશે તે હું જાણતો નથી. મને એવો અંદેશો છે કે આવું બધું નક્કી કરનારાંની કોઈ સભા ક્યાંક હોય છે. એ સભાના સભ્યો, મનુબેનની જેમ જ સાવ સાદાં, જોડકણાં જેવાં ગીતોને કવિતા ગણવા તૈયાર ન પણ થાય.

કહેશે : 'રડ્યા-ખડ્યા માનવીઓએ પોતાના જીવન-વ્યાપનમાં પડેલી મુશ્કેલીઓને, કે પોતાની પીડાને ગણગણીને શબ્દોમાં વહેતી મૂકેલી આવી કેટલીક કડીઓને તે વળી કવિતા થોડી કહી શકાય ?'

હા, એ લોકો એમ જ કહેવાના કારણ કે તેમણે આવાં, વગડાઉ લાગતાં, ગાંડાં-ઘેલાં ગીતો તેમાં વર્ણવાયેલી પીડા અને હર્ષનો પ્રત્યક્ષ અનુભવ કરનારા જનોના કંઠે કદીયે સાંભળ્યા જ નથી.

મેં કહ્યું, 'કેમ નહિ ? આ તો કવિતા જ છે.'

ચા બની ગઈ એટલે અમે કીટલી અને રકાબીઓ લઈને પાછાં ફર્યાં. સાંસાઈએ ગોપાલને પૂછ્યું, 'સું હતું ? ન્યાં તંબુમાં બેટરિયું કોણ જગવતું'તું ?'

ગોપાલે કહ્યું, 'કંઈ નથી. તું ચિંતા ન કર. એ તો પેલા શર્માને બીક લાગતી હતી કે તંબુમાં સાપ હશે.'

સાંસાઈ ચાની કીટલી વચ્ચે મૂકતાં બોલી, 'ઈ આવ્યો ત્યારનો બીયે છ. ઈમાં સૂવા ટાણે જંગલખાતું જનાવરું વિડીયું દેખાડે. પસી સું થાય ?'

'એમાંય જંગલખાતાનો વાંક ?' ડાહ્યાભાઈએ મજાકમાં પૂછ્યું અને રકાબીઓમાં ચા રેડી.

સાંસાઈ થોડી વાર બેસીને છોકરીઓના તંબુમાં સૂવા ગઈ. તંબુમાં હજી પણ ઝબકારા થતા જોઈને બોલતી ગઈ, 'ઓલા હજી જાગે સ. એલા સૂઈ જા ને બંધ કર નકર તારી બેટરી બેહી જાસે.'

રવિભાએ ધીમેથી કહ્યું, 'એની બેટરી તો બપોરથી જ બેસી ગઈ છે.'

અમે વાતો કરતા બેઠા. લગભગ સાડાબાર વાગે ગોપાલે અમને કહ્યું, 'હવે તમે સૂઈ જાઓ. હું અને ડાહ્યાભાઈ જાગીએ છીએ. બે વાગે બીજા કો'કને જગાડીશું.'

રવિભાએ કહ્યું, 'ચાર વાગતાં પહેલાં મને નહિ જગાડતા.'

'બેથી ચાર હું જાગીશ.' મેં કહ્યું.

બે વાગે ગોપાલે મને જગાડ્યો. તે પોતે તંબુમાં સૂવા જવાને બદલે ઓટલા પર જ ચટાઈ પાથરીને સૂતો. મેં ડાહ્યાભાઈને પણ સૂઈ જવાનું કહ્યું પરંતુ તેમણે ના પાડી અને કહ્યું, 'અમે કંઈક રાત્યું જાગી નાખી હોય.'

મેં અને ડાહ્યાભાઈએ વધેલી ચા અંગારા પર ગરમ કરીને પીધી. તંબુ ફરતે આંટો માર્યો. પછી ડાહ્યાભાઈ કહે 'નદીયે હાલો. નંઈને કાં'ક દેખાય જાય તો બધાંને જગાડીયે.' અમે ઝરણા પાસે જઈને ખાસ્સું બેઠા. એકાદ વરાહ કે સાબર સિવાય કોઈ આવ્યું નહિ.

મેં કહ્યું, 'ચાલો જઈએ. ત્યાં બધાં એકલાં છે.'

ડાહ્યાભાઈએ પણ ઊભા થતાં કહ્યું, 'આપડે એકલા સઈ કે ઈ બધાં ? ઠીક, હાલો. આમેય રવિભાને ઉઠાડવાનો ટેમ થાતો આવે સે.'

અમે તંબુ તરફ જતાં જ હતાં અને પાછળના તંબુમાંથી જાણે કોઈએ મરણચીસ નાખી હોય તેવી રાડ સંભળાઈ. ઘડીભર તો હું સમજી ન શક્યો કે શું થાય છે ! પછી તરત જ અમે તંબુ તરફ દોડ્યા. ગોપાલ ઝબકીને જાગતાં વેંત ઓટલા પરથી કૂદીને અંધારામાં જ દોટ મૂકતાં બોલ્યા, 'નક્કી દીપડો !'

'અટલાં બધાં જણ હોય ન્યાં દીપડો જટ આવે તો નંઈ.' ડાહ્યાભાઈ ઉતાવળે પાછળ આવતાં બોલ્યા, તે ફક્ત મેં જ સાંભળ્યું,

અમે પહોંચ્યા સુધીમાં તો વચ્ચેની લાઇનના તંબુમાં પણ રડારોળ થઈ ગઈ. બીજા તંબુમાં પણ ઘણા જાગી ગયા હતા; પરંતુ બહાર નીકળવાની હિંમત કોઈએ કરી નહિ.

ટોર્ચ એક મારા જ હાથમાં હતી. દોડીને તંબુ પાસે પહોંચતાં જ મેં કંઈ પણ વિચાર્યા વગર તંબૂની ચેઇન ખોલી નાખી. ટોર્ચ લઈને અંદર ગયો ત્યાં જોયું કે તંબુની વચ્ચોવચ કોઈ નમાજ પઢતો હોય તેમ ઘૂંટણિયે થઈને બૂમો પાડે છે. તંબુમાંનાં છમાંથી ચાર જણા જુદા જુદા ખૂણામાં ઘૂસીને માથે ઓઢી જઈને રાડો પાડતા હતા. એક જણ સામે બારીની મચ્છરજાળી મોં પર ખેંચી લઈને 'તેંદુઆ, તેંદુઆ' કરતો કોકડું વળી ગયો હતો.

મારી પાછળ જ ટ્યુબલાઇટવાળું સૂર્યફાનસ લઈને સાંસાઈ અંદર આવી. તે સીધી પેલા તેંદુઆની બૂમો પાડતા છોકરા પાસે ગઈ અને તેનો હાથ પકડીને હલાવતાં તેને કંઈક કહેવા ગઈ. સાંસાઈનો હાથ અડતાં જ તે છોકરો વધારે મોટેથી 'બચાવ, તેંદુઆ..' કરીને રડી પડ્યો.

'અમથો ફાટી મર્યમાં રોયા. આંયાં કાંય નથ્ય.' સાંસાઈએ તેના મોને ખુલ્લું કરવા પ્રયત્ન કરતાં કહ્યું.

સાંસાઈ જેમ જેમ પેલાના મોં પરથી જાળી ખેંચી લેવાનો પ્રયત્ન કરતી ગઈ તેમ તેમ પેલો જાળી મૂકી દેવાને બદલે વધારે જોરથી ખેંચતો રહ્યો. અંતે સાંસાઈએ તેના ગાલ પર જોરથી તમાચો મારતાં કહ્યું, 'લે, વાઈડીનો થાસ તે. બતાડ, ક્યાં સે ? બતાડ તારો તેંદવો ?'

બધા ઘોંઘાટમાં સાંસાઈનો જુદો પડતો સ્વર સાંભળીને કે તેના હાથનો તમાચો ખાઈને. ગમે તેમ પણ પેલાએ પોતાનું મોં ખોલ્યું. એ શર્મા હતો.

તે થોડો સ્વસ્થ થયો પણ ચારે તરફ જોતો રહીને સાંસાઈનો હાથ પકડીને ડૂસકાં લેતો ધ્રૂજતો બેસી રહ્યો. સાંસાઈએ પોતાનો હાથ છોડાવતાં કહ્યું, 'માના

સ્હાડલા વાંહેથી કોય દી બારો નીકળ્યો નથ્ય લાગતો. નકર સ્હાવ આમ તે બી મરાતું હોય !'

રવિભા, ગોપાલ અને ડાહ્યાભાઈએ ખૂણામાં બેઠેલા છોકરાને શાંત કર્યા. ધીમે ધીમે બધું શાંત થયું.

શું થયું હશે ? ખબર નહિ. રાતે કોઈ કારણસર કોઈ ઊભું થયું તેનો પગ શર્મા પર પડ્યો હોય કે પછી કોઈ ઊંઘમાં આળોટતાં શર્મા પર જઈ પડ્યું હોય. શર્મા તો આવ્યો ત્યારથી ડરેલો હતો. અંધારા તંબુમાં દીપડો આવ્યો છે તેવું સમજવામાં તે જરા પણ વાર શા કારણે કરે ? વળતી પળે તો તે ભયની ચરમ સીમા પર પહોંચી ગયો હશે.

અમે તંબુમાંથી બહાર આવ્યા ત્યાં સુધીમાં વાતાવરણ સાવ શાંત થઈ ગયું. માત્ર શર્મા 'હમેં યહાં નહિ રહેના. હમે અભી કે અભી છોડ દો. હમે જાને દો.' એવું બધું કહેતો રહ્યો.

સાંસાઈએ તેને એકાદ વખત કહ્યું પણ ખરું, 'છોડ દો ને જાને દો, તે આયાં કોઈયે તને બાંધ્યો નથ્ય. થા હાલતો. પણ જાઈસ કેણી કોર. આયાં બધી કોર જંગલ સે. વયો જા. હાલવા મંડ તો ભડનો દીકરો કઉં.'

રવિભાએ વચન આપ્યું કે અજવાળું થાય એટલે તેને પાછો મોકલવાની વ્યવસ્થા ગોઠવશે તે પછી શર્મા શાંત થયો.

બધું પત્યું ત્યાં આકાશમાં લાલ રંગ પથરાઈ ગયો હતો. સાંસાઈએ ચા બનાવીને નાસ્તાની તૈયારી આદરી. એક પછી એક તંબુ ખૂલ્યા. બધાએ પરોઢિયે શું થયું હતું તેમ પૂછ્યું.

અમે બધી જ વાત કરીને સમજાવ્યું કે કંઈ હતું નહિ તોપણ ઘણાં એ માનવા તૈયાર નહોતા કે દીપડો નહોતો જ આવ્યો.

ચા પીતાં પીતાં રવિભાએ ડાહ્યાભાઈને કહ્યું, 'ડાહ્યાભાઈ, તમે હવે નીકળો. છકડો-બકડો જે મળે તે સાધન લઈને કો'કને મોકલો.'

'કાં ?' ડાહ્યાભાઈએ પૂછ્યું.

રવિભાએ મોં ગંભીર રાખીને કહ્યું, 'ઓલો તેંદુઓ આજે અહીં રહી નહિ શકે. રહેશે તો બીજાનેય બિવરાવ્યા કરશે. આજનો દા'ડો એને જામવાળે મોકલી દઈએ. કાલ બપોરે સમાપન ટાણે પાછો તેડી આવશું.'

શર્માનો ઉલ્લેખ તેંદુઆ તરીકે થયો તેનાથી હસવું કે રડવું તે અમે કોઈ સમજી શકતા નહોતા.

શર્મા તો જામવાળામાં પણ એકલો રહેવા તૈયાર નહોતો. કાં તો ઘરે જવા

દો અથવા રાજકોટ ! તેની શિક્ષિકા અને મિત્રોએ માંડ સમજાવ્યો પછી આજનો એક દિવસ જામવાળા ડાહ્યાભાઈના ક્વાર્ટરમાં રહેવા તૈયાર થયો.

અમે અમારા કાર્યક્રમોમાં જોડાયા. બપોરની સભામાં ગોપાલ અને રવિભાએ સિંહોની વસ્તી ગણતરી કેવી રીતે થાય છે તે વિશે માહિતી આપી. રાહુલ દરેક બાબતમાં રસપૂર્વક માહિતી માગતો હતો. શૈલજા કરીને એક વિદ્યાર્થિની પણ રસથી બધું ટપકાવતી હતી.

શૈલજાએ એક બહુ સરસ સવાલ પૂછ્યો, 'ઐસા તો નહિ કી ગુજરાત મેં શેર કો જ્યાદા ઇમ્પોર્ટન્સ દે દી ગઈ હૈ, ઈસ લીયે ગુજરાત બાઘોં કો નહિ બચા પાયા ?'

રવિભાએ મજાકમાં જવાબ આપ્યો, 'શેર ઈસ લિયે બચ ગયે ક્યોં કી શેર સૌરાષ્ટ્ર મેં, ગીર મેં હૈ.'

આ કથનનો જોરદાર વિરોધ થયો. એકાદ જણે તો વક્તાએ માફી માગવી જોઈએ એમ પણ કહ્યું. ગોપાલે ઊભા થઈને કહ્યું, 'દેખીયે, રવિભા કા ઇરાદા કીસી કો નીચા દિખાને કા નહિ હૈ. આપ કો દુઃખ પહોંચાને કા ઇરાદા ભી નહિ હૈ. ઇસ તરહ બાત કરના યહાં કી ખાસિયત હૈ. હમ લોગ આપસ મેં ભી ઇસી તરહ સે બાતેં કરતે હૈં.'

રવિભા આ આખો સમય હસતા રહ્યા. છેવટે તેમણે કહ્યું, 'ચલો યે બાત હમ કલ બડે સાહબ સે પૂછેંગે. કલ સમાપન સમારોહ મેં ગુજરાત કે વન્યપ્રાણી વર્તુલ કે વન સંરક્ષક આને વાલે હૈં. હમ ઉન્હી સે પૂછેંગે કી હમ બાઘ કો ક્યૂં નહિ બચા પાયે.'

રાત્રે કૅમ્પ-ફાયરમાં બધાએ ગીતો ગાયાં. એક છોકરીએ શિવતાંડવ ગાયું તે બધાને બહુ ગમ્યું. એ સાંભળીને સાંસાઈએ ડાહ્યાભાઈને કહ્યું, 'ડાહ્યાભાઈ, ઓલો સમરદાન છે કે બહાર ગયો છે ?'

'ઈ તો છે. બરક્યાવું ?'

સમરદાને દુહા-છંદ સંભળાવ્યા. સૂવા જતાં જતાં ગઈ રાતના તેંદુઆને યાદ કરીને બધા મોજથી હસ્યા. બે દિવસ રહ્યા પણ સિંહ જોવા ન મળ્યો તેનો અફસોસ પણ કેટલાકે કર્યો. રવિભાએ કહ્યું, 'આપણે પાછા ફરતાં દેવળિયામાં જોઈશું. સ્હાવજ દેખાડ્યા વગર તમને જવા નહિ દઈએ.'

સાંસાઈએ કહ્યું, 'ગોપાલભાય, રાતે જાણવડલા કોર હૂકતા સ્હાંભળ્યા'તા. અંધારે અંધારે જાગી ને જાંઈ તો કદાસ ભેગા થયેય જાય.'

સવારે બધા વિદ્યાર્થીઓને અંધારામાં જગાડ્યા. ચા તૈયાર હતી. બીજા અડધા-

પોણા કલાકમાં બધા ટ્રેકિંગ માટે તૈયાર થઈને આવી ગયા.

અમે જાણવડલા તરફ જવા નીકળ્યા ત્યારે અજવાળું થવામાં હતું. ડાહ્યાભાઈ રસ્તા પર સગડ જોતા આગળ ચાલતા હતા. એકાદ કલાક ચાલ્યા પછી એક સ્થળે તેમણે પોતાની લાકડીથી ધૂળમાં મોટું મીંડું દોરીને બધાને બોલાવ્યા. મીંડા વચ્ચે ઊપસેલી છાપ બતાવીને તે સિંહના પગલાની છે તેમ કહ્યું. એક પછી એક બધાએ ધ્યાનથી છાપ જોઈ.

એકાદ-બે જણાએ ફોટા પાડ્યા. કોઈ ગભરાટ ભર્યા સ્વરે બોલ્યું, 'અબ વાપસ કેમ્પ-સાઈટ ચલે જાના ચાહિયે.'

રવિભાએ કહ્યું, 'પગલાં જોઈને જ બી ગયા ? પાછા જાવું હોય તોય વાંધો નથી. બોલો, આગળ જવું છે કે હવે બસ ?'

ઘણાંને પાછા જતા રહેવાનું મન થયું. કેટલાકને સામાન પૅક કરવાનું યાદ આવ્યું, કેટલાકને કપડાં ધોવાનું યાદ આવ્યું, કોઈએ આજની સીએફની મુલાકાત સમયે શું પૂછવું તેની ચર્ચા કરી લેવાનું યાદ કરાવ્યું.

રાહુલ, શૈલજા અને બીજા છ-સાત જણાએ પાછા જતા રહેવાની વાતને વિરોધ કર્યો અને પૂછ્યું, 'જીસ કો વાપસ જાના હૈ વે લોગ જાયેં. નહિ જાના હૈ વે આગે ચલે. ઐસા હો સકતા હૈ ?'

'ઐસા તો નહિ હો સકતા. હમેં તય કરના હૈ કે ક્યા કિયા જાય.' કહીને મત લેવામાં આવ્યો તો પરત કેમ્પસાઈટ જવાવાળા વધુ નીકળ્યા.

અમે પાછા ફર્યા. બથેશ્વર નાકાનું ફાટક આવવામાં જ હતું અને ડાહ્યાભાઈએ તેમની સાથે ચાલતી સાંસાઈને કંઈક કહ્યું.

સાંસાઈ ઊભી રહી ગઈ અને પાછળ ફરીને અમને પોતાની પાસે બોલાવતી સંજ્ઞા કરી. અમે નજીક પહોંચ્યા તો સાંસાઈએ ધીમે અવાજે કહ્યું, 'આયાં મૂંગા મૂંગા ઊભા ર્યો, કોય બોલજો મા.'

એક પછી એક બધા રવિભા, ગોપાલ અને મારી આસપાસ એકઠા થઈ ગયા. બીજી જ પળે અમારાથી સો-દોઢસો ફૂટ દૂર, વનરાવનનો રાજા નદીની તરફની ઝાડીમાંથી બહાર આવીને અમારો રસ્તો રોકીને ઊભો.

પળભર બધાના હોશોહવાસ ઊડી ગયા હોય તેટલી શાંતિ છવાઈ. સિંહે અમારી સામે જોયું અને રસ્તા પરથી ખસી જવાને બદલે ઝાડી તરફ જોઈને ઊભો રહ્યો. રવિભાએ કહ્યું. 'ક્યાંક રોડ માથે બેસી ન જાય.'

'નો બેહે.' ડાહ્યાભાઈએ કહ્યું, 'વાંહે બીજાં જનાવર સે.'

અમે સિંહને એકીટસે તાકી રહ્યા હતા. સિંહ પોતે જ્યાંથી આવ્યો હતો તે

ઝાડી તરફ જોતો હતો. કેટલીક ક્ષણો આમ ગઈ પછી ઝાડીમાંથી બે સિંહણો બહાર આવી.

ગીરનો સમ્રાટ હવે તેની સમ્રાજ્ઞીઓ સાથે હતો. અમારી હાજરીની કોઈ નોંધ લેવાની ન હોય તેવા ઉપેક્ષાભાવે તે ત્રણેઉએ અમારા તરફ જોયું.

બધા વિદ્યાર્થીઓએ એક-બીજાના હાથ પકડી લીધા. કોઈ આંખો બંધ કરી ગયું હોય તો ખબર નથી.

બધું મળીને પાંચ મિનિટથી વધારે સમય નહિ થયો હોય. પેલાં ત્રણેય જણ ધીમા પરંતુ સત્તાવાહી ડગ માંડતાં બીજી તરફની ઝાડીમાં ચાલ્યાં ગયાં. રસ્તો ખુલ્લો થયો એટલે અમે આગળ વધ્યા.

મને ખાતરી છે કે છેક કેમ્પસાઈટ પહોંચતાં સુધી કોઈ પોતે પકડેલા હાથને છોડવાનું નથી. નહિ કોઈ એક શબ્દ પણ ઉચ્ચારે, તે સાથે જ હું પૂરી સચ્ચાઈથી માનું છું કે આ સમયે અહીં છે તે દરેક જણ હવે પછી હમેશાં આ ક્ષણોની સ્મૃતિઓ સાથે જીવશે; પરંતુ એમાંનું કોઈ આ ક્ષણોની અનુભૂતિને કોઈ કાળે વર્ણવી નહિ શકે.

બપોર પછી વિદાય પ્રવચનમાં સીએફએ પણ પહેલું વાક્ય આ જ કહ્યું, ‘તમે બધાએ આજે સવારે સિંહ જોયા તે ખબર પડી...’

સભા ચાલતી હતી અને આસપાસનાં ગામોમાંથી કેટલાક પ્રકૃતિ મંડળોના સભ્યો અને થોડા આગળ પડતા લોકો આવીને બેઠા.

ગઈકાલે થયેલી વાઘના સંરક્ષણની વાત થઈ એટલે વનસંરક્ષકે વિગતે જવાબ આપ્યો, 'ગીર અને ગીરમાં સિંહ એ મારા મતે એક અનોખું સાયુજ્ય છે. હું અધિકારી તરીકે નથી કહેતો, મારા આ જવાબને મારા અંગત અભિપ્રાય તરીકે જ લેજો પણ મને આમ લાગ્યું છે.'

કહીને સી.એફ. થોડું અટક્યા અને પોતાની ડાયરી ખોલીને કંઈક વાંચ્યું. પછી આગળ બોલતાં કહ્યું, 'ગુજરાતમાં જ નહિ, આખા વિશ્વમાં વાઘને બચાવવાનું વધારે મુશ્કેલ છે. તેનાં ઘણાં કારણો છે. એમાંનું એક કારણ એ પણ છે કે વાઘને અને માણસને એક-બીજા પર વિશ્વાસ નથી. તમે જોયું હશે કે અહીં માણસોને સિંહનો બહુ ભય નથી. સિંહોને પણ માણસનો ખાસ ડર નથી. અલબત્ત, બેઉ પક્ષ એક ચોક્કસ અંતર રાખે છે; પણ કોઈને પોતાના જીવની ચિંતા થાય તેવો વ્યવહાર જોવા મળતો નથી. જ્યારે વાઘનો કિસ્સો આનાથી જુદો છે. વાઘ અને માણસ બન્ને હમેશાં પરસ્પર શંકાશીલ રહે છે.'

વિદ્યાર્થીઓએ આ વાત નોંધી. વાત આગળ ચાલી, 'ગુજરાતની અને ખાસ કરીને સૌરાષ્ટ્રની પ્રજામાં માંસાહારનું ચલણ ઓછું છે. એટલે સિંહનો ખોરાક માણસ ખાઈ જાય તેવું ગીરમાં બનતું નથી. વાઘ જ્યાં રહે છે ત્યાં તેના ખોરાકમાં માણસો ભાગ પડાવે છે. કહોને કે આવા વિસ્તારોમાં માણસે વાઘનો ખોરાક રહેવા દીધો નથી.'

વનસંરક્ષકે હરણાં, સાબર કે અન્ય વન્યજીવનો શિકાર કરવો એ ગુનો બને છે અને તેનું કડક રીતે પાલન કરાય છે વગેરે વાતો કરી.

રવિભાએ વચ્ચે બોલતાં કહ્યું, 'સાહેબે નથી કરી તે એક મહત્ત્વની વાત એ છે કે ગુજરાત વનવિભાગની સ્થાપના થઈ ત્યારથી આજ સુધી જે અફસરો ગીરમાં આવ્યા એ બધા જ પ્રકૃતિના અને ખાસ કરીને ગીરના પરમ ચાહકો બની રહ્યા.

તે સાથે જ પ્રજાકીય સહકાર પણ તેમને મળ્યો. ગુજરાતની, ખાસ તો સૌરાષ્ટ્રના અને તેમાંયે સોરઠની પ્રજાએ શ્વાવજને જે રીતે ચાહ્યો છે, જે માન અને સ્થાન આપ્યું છે તે અદ્વિતીય છે. આ પ્રજા ગીરને, તેની સૃષ્ટિને અને સિંહોને જે રીતે ચાહે છે તે પ્રકારે ચાહતી બીજી કોઈ પ્રજા મેં જાણી નથી. કદાચ હોય તો મને ખબર નથી.'

કોઈએ પૂછ્યું, 'ગીરમાં કે બીજે. જંગલોમાં બધું સારું જ ચાલે છે તેવું કહેવું તે તમને બરાબર લાગે છે ?'

સીએફએ ગોપાલ સામે જોયું. ગોપાલે ઊભા થઈને કહ્યું, 'મુશ્કેલી તો છે જ. જે ખામીઓ છે તેમાં મોટામાં મોટી ખામી છે માણસનો અહંકાર. નિયમોનો

ભંગ કરવામાં બહાદુરી માને તેવા લોકોની સંખ્યા ખૂબ મોટી છે. આ ઉપરાંત પ્રજાનું નૈતિકતાનું ધોરણ નીચું જતું જાય છે. 'મારાથી આવું ન થાય' એવું વિચારનારા હવે બહુ ઓછા છે.

આ ઉપરાંત ગીર અને તેની આસપાસના લોકોનો રસ ગીરમાં ઓછો, સિંહોમાં વધુ થતો જાય છે. ટૂરીઝમની આવકે સ્થાનિક લોકોને કમાણી કરાવી તે સાથે જ તેમને સંપત્તિ અને જાહોજલાલીના મોહમાં પણ ધકેલ્યા છે. ક્યારેક ગીરના અને સિંહના ભોગે કમાઈ લેવાની વૃત્તિ પણ જોવા મળે છે.'

ગોપાલની ચાલુ વાતમાં પોતાનો સૂર પુરાવતાં રવિભા વચ્ચે બોલ્યા, 'જે ગીરમાં કોઈ ભૂખ્યું હશે તે કારણે રોટલો મળતો હતો ત્યાં હવે પૈસા લઈને છાસ પાતા લોકો જોવા મળે તો મને નવાઈ નહિ લાગે.'

ગોપાલે વાતનો તંતુ સાંધતાં ઉમેર્યું, 'મોટા ભાગના ટૂરિસ્ટો તો માત્ર સિંહ જોવા જ આવ્યા હોય તેમ, ગમે તે કરીને સિંહ જોવા માટે લોકલ માણસોને નાણાં આપે છે.

ગીર એટલે માત્ર સિંહો નહિ એ સંદેશો ફેલાવવાની તાતી જરૂર છે. એ માટે એવા યુવાનો જોઈએ જે માત્ર સિંહને નહિ, પ્રકૃતિને ચાહતા હોય. સમગ્ર કુદરતની ઉપાસના કરતા હોય.'

વિદ્યાર્થીઓ મધ્યપ્રદેશથી આવ્યા હતા એટલે એક પ્રશ્ન તો અપેક્ષિત હતો જ. તે પુછાયો, 'હમારે મધ્યપ્રદેશ કો આપ લાયન ભેજને વાલે થે. કબ તક ભેજને કા આયોજન હૈ ?'

રવિભાએ બેઠા બેઠા જ જવાબ આપ્યો, 'જબ તક આપ 'હમારે મધ્યપ્રદેશ' શબ્દ પ્રયોગ કરેંગે તબ તક તો નહિ.'

ફરી હોહા થઈ. વધુ વિરોધ થાય તે પહેલાં ઊભા થઈને સીએફએ કહ્યું. 'કોઈ પણ જીવને નવા સ્થાને વસાવવો એ બોલી નાખવા જેટલું સહેલું નથી. આ આખીય બાબત ખૂબ જટિલ અને છણાવટભર્યો અભ્યાસ માગી લે છે. ખાસ કરીને કોઈ પ્રાણી આખરી તબક્કામાં હોય ત્યારે તેના નિવાસને બદલવો તે મોટું જોખમ લેવા જેવું છે. પૂરતા અભ્યાસ પછી પણ વન્યજીવને નવો વસવાટ અનુકૂળ થશે તે ખાતરી વગર કોઈ નિર્ણય લેવો તે વન્યજીવ માટે હાનિકર્તા નીવડે તેવો પૂરો સંભવ છે.'

સાંસાઈ મારી પાસે જ બેઠી હતી તે બબડી તે મેં સાંભળ્યું, 'સ્વાવજે ક્યાં રેવું ને ક્યાં નંઈ ઈ આપડે નકી કરીયે કે સ્વાવજ કરે ?'

મને સહેજ હસવું આવી ગયું ત્યાં મારું ધ્યાન ગયું કે સાંસાઈ ઊભી થાય

છે. તે કદાચ કંઈક એવું કહી બેસે કે ચર્ચા ઉગ્ર થઈ પડે તે પહેલાં મેં તેનો હાથ પકડી લીધો અને કહ્યું, હું વાત કરું છું.

મેં કહ્યું, 'આ પ્રશ્ન ઊંડો અભ્યાસ માગે છે અને આ બાબતે મારો કોઈ અભ્યાસ નથી. મને તેના વિશે કંઈ કહેવાનો અધિકાર પણ નથી. આમ છતાં મને લાગે છે તે વાત હું કરીશ.'

કહીને હું જરા થંભ્યો. પછી આગળ કહ્યું, 'માણસે પોતાના નિષ્કર્ષો અને નિર્ણયો પ્રકૃતિ પર થોપવાનું વિચાર્યું હોય તેવો આ પહેલો કિસ્સો નથી. કહેવાય છે એવું કે આ આખીયે વાત મૂળ તો સૃષ્ટિ સંતુલન સાથે સંકળાઈ છે.

મારું માનવું એમ છે કે આપણે જો એવું સ્વીકારીએ કે પ્રાણીઓને રહેવાનાં સ્થાન કે તેમની અન્ય બાબતો માટે નિર્ણય કરવાનો અધિકાર માણસને છે તો, મારે કહેવું જોઈએ કે એ ખ્યાલ ખામીભર્યો છે. કારણ કે પ્રાકૃતિક અસંતુલન આવા વિચારોથી જ સર્જાય છે.

આવા વિચારમાં પશુ-પક્ષીઓને પોતાને પણ સૃષ્ટિ સંતુલનનો ખ્યાલ છે તે વાત આવતી નથી. મારા મતે તો એ લોકો, એટલે કે પશુ, પંખી કે માનવેતર જીવસૃષ્ટિ પોતાની જાતે જ પોતાને અનુકૂળ વિસ્તાર શોધી લે તો મનુષ્યે તેમાં સહકાર આપવા સિવાય કંઈ કરવાનું રહેવું ન જોઈએ. આટલું કરી શકીએ તો સૃષ્ટિ સંતુલન માટે ચર્ચાસભાઓ ભરવાની જરૂર ભાગ્યે જ પડશે.

એટલે અત્યારે આપણે ગુજરાત કે મધ્યપ્રદેશની વાત છોડી દઈએ અને માણસ તરીકે આપણે પ્રકૃતિ સાથે કેવો વર્તાવ કરવો જોઈએ તેનો જ વિચાર કરીએ અને અહીંથી એ પ્રણ લઈને જઈએ કે સૃષ્ટિ ખરેખર શું છે તે સમજવાની જ કોશિશ. આપણે સહુ કરીએ.'

આમ કહ્યા પછી મેં લાજો અને તેની ગાયના દાનની આખી વાત કરી અને સમાપન કરતાં કહ્યું, 'આ રીતે દરેક જીવને ચાહી શકીએ તો જ આપણે આપણી સૃષ્ટિને જાળવી શકીશું એવું નથી લાગતું ?'

એ પછી સમાપન થયું. બધા સાથે જમવા ગયા. જમતાં જમતાં બહારથી આવેલા એક વ્યક્તિએ સીએફને પૂછ્યું, 'સાહેબ, આ કનકાઈનું કંઈક કરો. મંદિર જેવું મંદિર અને સ્હાંજની આરતીમાં રોકાઈ નો સકીયે...'

સીએફ અને અમે બધા થોડા વિચારમાં પડી ગયા. સાંસાઈ પીરસણિયા પર ધ્યાન રાખતી સામે જ ઊભી હતી તે તરત જ પ્રશ્ન પૂછનાર તરફ ફરી અને બોલી, 'મંદિર મંદિર કરો સો તો મારી વાત સ્હાંભળી લ્યો, ગય્રમાં કે દુનિયાના ૫ડ માથેના કોય જંગલમાં આવી જીગ્યા હોય ઈનેં મંદિર નો કે'વાય. ઈનેં થાનક કે'વાય. 'ને

થાનકમાં આરતીયું નો હોય. ન્યાં તો આસથા 'ને આસન હોય. આસથા વગર થાનકે અવાય નંઈ.'

અમારા આશ્ચર્ય વચ્ચે શર્મા બોલી પડ્યો, 'આસ્થા હોગી તભી તો દર્શન જાયેંગે. આસ્થા તો હમ સબમેં હૈ.'

સાંસાઈએ એટલા જ જોરથી સામે કહ્યું, 'આસથા સે તો પસી બંદૂકું રાખવાની વાત્યું કેમ કરતો'તો ? આસથા હોત તો તેંદવા તેંદવા કરીને સ્હંધાયને જગવી દીધાં એમ બી મર્યો નો હોત. આ તારી સ્રધા ? ભલા માણાં એટલું તે સ્હમજવું'તું કે જી તારા તેંદવાને રાખીને આંયાં બેઠી સે ઈ તનેય રાખસે.'

કોઈ કંઈ બોલ્યું નહિ પણ સાંસાઈ અટકી નહિ. તેણે આગળ કહ્યું, 'હું સારણની છોડી સું. મારા બાપ પાંહે આખી ગય્રનીં વંશાવળી સે. જોવી હોય તો જોય જાજો. ગય્રની એકોય જીગ્યામાં કોય દિ મંદિર નો'તું. હતાં ઈ બધાંય થાનક હતાં.'

રાજકોટથી આવેલી શિક્ષિકા બહેને મને પૂછ્યું, 'એટલે ?'

હું કંઈ જવાબ આપું તે પહેલાં પ્રશ્ન સાંસાઈએ ઝીલી લીધો અને કહ્યું, 'મંદિર એટલે માનો કે ભગવાનું ઘર કે'વાય. ઘરમાં બધી જાતના શણગારું 'ને આરતીયું, બધી જાતનાં વાનાં કરાય. થાનક અટલે તો અલખનો ઓટલો. ઘરની બારાં, ઓટલા માથે બેહો એટલે મરજાદા પાળવી પડે કે નંઈ ?'

સાંસાઈ બોલી રહી કે તરત પહેલાં જેણે પ્રશ્ન પૂછેલો તેણે પૂછ્યું, 'ઈ બધી વાત જાવા દે. તું થાનક કેય તો થાનક. પણ માણાં દરશન કરવા તો થાનકેય આવે કે નંઈ ?'

સાંસાઈ હવે ગુસ્સે થઈ અને બોલી, 'સ્હું દરસન કરવાના ? દરસન પરવારી ગ્યા પસી તો થાનક જડે મારા ભાય. ઘરમાંથી બારો નીકળીને ઓટલે આસન માંડી જો વીરા ! બે મિનિટેય નંઈ બેહાય. થાનકે ભભકા નો હોય ઈ તું ગય્રમાં રઈનેય નોં સ્હમજતો હો તો તારું ગય્રમાં રેવું નકામું ગ્યું માન.'

સાંસાઈની વાત પર બધાં વિચારતા થયા. તોપણ સાંસાઈ પોતાની વાત બધાને ગળે ઉતારી જ દેવી હોય તેમ વણ અટક્યે બોલતી ગઈ, 'કનકાયના થાનકે દીવો દેખીને જીંણે આસન માંડ્યું'તું ઈંને પેલવેલાં તો દરસન થ્યાં'તાં. પછી ઈનેં થાનક જડ્યું. એક કે'તાં એકેય થાનકે દરશન કર્યા વગરનો કોય બેઠો નથ્ય.

અટલે વીરા, દરશન કરવા થાનકે જાવાની વાત જ નથ્ય. મારી સ્હમજણ્ય પરમાણે તો બધું પરવારીને નીકળે 'ને જીના જીવને ઠેકાણું મળી ગ્યું હોય ઈ જ થાનકે જાય. ઈનેં જ ગય્રની માલીકોય્રે જાવાની સૂટ. બાકીના મંદિરુંવાળા બારોબાય્ર

હાલ્યા જાય. દુનિયા આખી મંદિરુંથી ભરી સે.'

આટલું કહીને સાંસાઈ અટકી પછી સી.એફ. તરફ હાથ કરીને બોલી, 'મારું કેવું તો આ સાય્બુંને એમ સે કે જીનેં સ્હાસી સ્રધા હોય ઈ ગય્ર માલીકોરના થાનકે આવી હકે ઈ સ્હારું બસું ને મોટરું થોભાવાની જીગ્યા ગય્રને સીમાડે કરો. ઈ બધી ગાડીયું સીમાડે રોકી દ્યો. પસી માલીકોર જાવું હોય ઈનેં બબે જણાંને પગે હાલીને જ જાવા દેવાનું નીમ કરો.

ગય્ર હોંહરા વીહ-બાવી કિલોમીટર એકલો હાલીને થાનકે પૂગે ઈ ભલે પસી ન્યાં રાત રેય કે જલમારો કાઢે.'

આટલી વાત કરીને સાંસાઈ પ્રશ્ન પૂછનારાને ઉદ્દેશીને બોલી, 'ગામમાં પાસો જા તંયે કો'ક આતા-બાપાને પૂસી જોજે. આ ગાડીયું નો'તી તીયારે ગય્રમાં કોણ જાતું ? જીનેં સ્હાદ સંભળાય 'ને રઈ નો હકે ઈ જાતાં. જાત્ય ભૂલીને જનાવરું હાય્રે કુટુમની ઘોડે રે'તા સીખતો જાય ઈ ઠેઠ જઈને ભજન માંડે.

વીરા, કરનારાયે આ થાનક દરસન આરતી સ્હારુ કે મોટરું, લકઝરિયું ભરીભરીને મેળા કરવા સ્હારું નથ કર્યાં. બાપ, આ તો અલખના ઓટલા સે. સ્હાદ સ્હાંભળવાની જીગ્યાયું સે. ન્યાં કીરતનના મેળા કે ઢોલ-નગારાં નો હોય. ન્યાં બવ બવ તો એકતારો 'ને મંજીરાં હોય.' કહીને તે રસોડા તરફ ગઈ.

જતાં જતાં સાંસાઈ વિનંતીના સ્વરે કહેતી ગઈ, 'હજી કંવ સું ગય્રમાં રાત રેવાય એવાં મંદિરું ક્યાંય માગતા નંઈ. આ તો અલખના ઓટલા સે 'ને બાપ, ઓટલે ઉતારા માગતા પેલાં સ્હોવાર્ય વસાર કરજો !'

॥ ૧૪ ॥

સામે દેખાતા ગિરનારને જોતો ઝરૂખામાં ઊભો છું. અડધે સુધી વનરાજીની ચાદર, પછીનો પર્વત એટલે કાળમીંઢ પથ્થરો. જાણે કમર પર ઘેઘૂર કંથા વીંટાળીને ઊભેલો અવધૂત.

પગથિયાં ચડતાં-ઊતરતાં પ્રવાસીઓ જોઈને રતનબાએ હજી હમણાં જ કહ્યું હતું, 'કેટલું માણાં કીડી-હારે હાલ્યું જાય સે !'

અત્યારે આમ તો હું ઘેડમાં દરિયો જોતો ઊભો હોત. તેને બદલે અહીં ગિરનારને જોતો ઊભો છું.

શિબિર પછી અમે બથેશ્વરથી સામાન લાવતી ટ્રકમાં જ સાસણ આવ્યા. રવિભા અને ગોપાલ સાસણથી કેશોદ જવાના હતા. તેમની બાઈક આવી ગઈ હતી; પરંતુ હજી તેનું રિપેરિંગ થયું નહોતું. મેં તેમને કહ્યું, 'એમ કરો, મારી બાઈક લઈ જાઓ. હું તમારી વાપરીશ. ફરી મળીએ ત્યારે બદલાવી લઈશું.'

જવાબમાં ગોપાલે કહ્યું, 'એ તો ઠીક; પણ તમે જ અમારી સાથે ચાલો. ત્રણ સવારી તો આરામથી જતા રહેવાશે. ગીર જોઈ તો હવે અમારી તરફ આવો. ઘેડનો મિજાજ અને એની મજા અલગ છે. મજા આવશે.'

મને કાસિયાનેસ જઈને વિક્રમે કરેલી કૂંડીવાળી વાત ચકાસી જવાની ઇચ્છા હતી. મેં કહ્યું, 'કાલે તો મારે કાસિયાનેસ જવું છે. પછી આવીશ.'

'તો ભલે; પણ બાઈક બદલવા તો તમારે જ આવવું પડશે. અમે હમણાં ફરીથી સાસણ આવવાના નથી.' ગોપાલે કહ્યું.

'એમ કરીશ. કાલ તમારી બાઈક સમી થઈ જાય તે લઈને પહેલાં કાસિયાનેસ જઈ આવું અને ત્યાંથી સીધો ઘેડમાં આવું.' મેં કહ્યું અને તે બેઉ મારી બાઈક પર રવાના થયા.

હું હજી બજારમાં જ હતો અને મેં વિક્રમને જોયો. આવીને મને કહે, 'ધાનુને ભાળ્યો ?'

'ના.' મેં કહ્યું, 'હું તો બહાર, બથેશ્વર હતો. હમણાં જ ઊતર્યો.'

'મેં ભાળ્યો.' વિક્રમે કહ્યું.

'તેં જોયો છે તો પછી મને શા માટે પૂછે છે ?' આવી ઢંગ-ધડા વગરની વાત સાંભળીને મને કંટાળો આવ્યો.

'કંવ સું. મેં ભાળ્યો તયેં ધાનુ કાં'ક મોજમાં નો'તો.' વિક્રમે કહ્યું.

પછી મેં ન પૂછ્યું તોપણ વિક્રમે કહ્યું કે તેણે ધાનુને રઘવાયો રઘવાયો ઑફિસ તરફ જતો જોયો છે. વિક્રમે તેને બોલાવ્યો તોપણ ધાનુ સાંભળ્યા વગર ચાલતો રહ્યો. વિક્રમે બધું કહીને ઉમેર્યું, 'તમીં ઈનેં કાં'ક કય જુવો.'

મારે વળી ધાનુને શું કહી જોવાનું હોય તે મને સમજાયું નહિ. છતાં વિક્રમ શું કહે છે તે સમજવા ખાતર હું ઑફિસ તરફ વળ્યો. મને હતું કે વિક્રમ મારી સાથે આવશે; પરંતુ તે તો બીજી તરફ ચાલતો થયો.

મેં જરા ઉતાવળે ચાલીને દરવાજાથી કચેરી તરફ જતાં રસ્તે ધાનુને પકડી પાડ્યો. તેને રોકીને મેં પૂછ્યું, 'ધાનુ, શું છે ?'

તે રોકાયો અને હું તેની પાસે પહોંચ્યો ત્યાં સુધીમાં તો તેનું મન ભરાઈ આવ્યું હોય તેવા સ્વરે બોલ્યો, 'જાવા દ્યો ને, કો'ક દી તો થાવાનું જ હતું.'

'શું થાવાનું હતું ?' મેં પૂછ્યું અને તેને ખભે હાથ મૂકીને એક તરફ દોરી ગયો. પછી પૂછ્યું, 'નોકરીમાં કંઈ થયું છે, સાહેબે કંઈ કહ્યું છે, શું થયું છે ? શાંતિથી વાત કર. આમ મૂંઝાઈ ન જા.'

'નોકરી તો ગય તોય કાંય નંઈ. બીજાં કામ કરસું. પણ ગય્રની આબરૂ જાય એમ સે.' કહીને તે જરા અટક્યો અને પછી કહે, 'મારી આબરૂની વાત હોત તોય કાંય વાંધો નંઈ. આ તો પરદેસમાં ગય્રની વાતું થાહે કે ન્યાં કોય ધિયાન નથ્ય રાખતું !'

'એવડું બધું શું થઈ ગયું છે ?' મને ધાનુની વાત પરથી કંઈક અજુગતું બન્યાનો અણસાર આવ્યો; પરંતુ ધાનુ કહે છે એવો મોટો બનાવ બન્યો હોય તો

તો ગાડીઓ દોડતી થઈ ગઈ હોય. જે કંઈ થયું હોય તે કંઈ બહુ મોટી વાત નહિ જ હોય તેમ પણ મને લાગ્યું.

ધાનુને ગીર પ્રત્યે લાગણી અને એક ખાસ પ્રકારનો ભાવ છે તે મને ખબર છે. મને લાગ્યું કે કદાચ આ ભોળો જણ પોતાની કોઈ ભૂલને કારણે ગીર હોડમાં મુકાઈ ગઈ છે તેમ માને છે. મારે તેને સ્વસ્થ કરવો જોઈએ.

મેં ધાનુને જરા દૂર લઈ જઈને, બગીચાની લોન પર, એક વૃક્ષને છાંયે બેસાડ્યો અને પૂછ્યું, 'અત્યારે ક્યાં જતો હતો ? શું થયું છે ? જરા પણ ગભરાયા વગર બધું કહે.'

ધાનુ સરખો બેઠો પણ નહિ. જાણે હમણાં સાહેબ બોલાવશે તે બીકે ઉભડક પગે જ બેસીને બોલ્યો, 'ઓલી બાઈ સાય્બ પાંહેં ગય સે. છોડવડી કોય્રથી અમીં આવ્યા પસી ઘેરેય નો ગય. સીધી સાય્બ પાંહે ધોડી.'

'તે ભલે ગઈ.' મેં કહ્યું, 'સાહેબે તને બોલાવ્યો ?'

'ના.'

'તો પછી તું અહીં આંટા મારવાને બદલે ઘરે જા.' મેં કહ્યું.

ધાનુ કહે, 'ઓલી અંદર ગઈ સે તે કાંક વાંક કાઢે ને સાય્બ મને બરકે તો ? અટલે ઈનીં વાંહે જાતો'તો. ઑફિસને બાયણે બેહીસ.'

ડોરોથી સાહેબ પાસે ધાનુના શા વાંક કાઢવા ગઈ હશે તે હું જાણતો નહોતો. મેં ધાનુને શાંત પાડીને ધીરે ધીરે બધી વાત કઢાવી.

ધાનુએ તૂટક તૂટક માહિતી આપી કે ગઈકાલે બપોરે ખબર આવ્યા હતા કે છોડવડી તરફ એક બળદનું મારણ છે. ડોરોથીએ તરત જ ધાનુને તૈયાર થવા કહ્યું અને બેઉ જણાં રાત પડતાં પહેલાં તો તે જગ્યાએ પહોંચી ગયાં. 'ઢાંઢાને સ્હવારે કે બવ બવ તો કાલ રાત્યે જ માર્યો હોય એવો લાગ્યો. પૂસડેથી થોડોક ખાધેલો.' ધાનુ કહેતો હતો.

મરેલા બળદની આસપાસમાં પગલાં જોઈને કેટલાં જાનવર હતાં તે વિશે વાત કરતાં ધાનુએ કહ્યું, 'એક સ્હાવજ, બે સિહણ્યું ને તણેંક બસોળિયાં હય્સે એવું લાગતું 'તું. હવે બાઈને કેવી રીતે સ્હમજાવવું ? એટલે આંગળા ગણીને કીધું.'

ડોરોથી વાત સમજીને કંઈક બોલી તે ધાનુ સમજ્યો નહોતો. અંતે ડોરોથીએ થેલો જમીન પર મૂકતાં પૂછ્યું, 'એની પ્રોબ્લેમ ?'

ધાનુએ તે જગ્યાએ થોડી સફાઈ કરી, થેલામાંથી કોથળા કાઢીને પાથર્યા અને જવાબ આપ્યો, 'નો પરોબલેમ.'

આટલું કહીને ધાનુ અટક્યો પછી કહે, 'અમીં તો ન્યાં બેઠાં. અંધારું પડી

ગ્યા લગણ તો કાંય થાવાનું નો'તું. પસી મેં તાપણી કરી. ડીશું કાઢીને વાળુ પતાવ્યું. ન્યાં પાસાં ઝરખડાં મંડ્યાં આંટા દેવા. ઈનેં હાંક્યા કર્યાં. તાપણી ભાળે 'ને અમીં બેય બેઠેલાં ઈ ભાળે. જરાક લાકડી દેખાડ્યા જેવું કરીયે પસી પાંહે નો ફરકે.'

વાત કરતો ગયો તેમ તેમ ધાનુની મૂંઝવણ જાણે ઓછી થતી ગઈ. તે જરા સરખો બેઠો. પછી બોલ્યો, 'હમણે સ્હાવજું આવે, હમણેં આવે. ઈમ વાટ્યું જોઈ. અગ્યાર થાવા આવ્યા પણ મોટાભાય દેખાણા નંઈ.'

'કોણ મોટાભાઈ ?' મેં પૂછ્યું.

'લે. તમીં નથ્ય સ્હાંભળ્યું ? મોટાભાય એટલે સ્હાવજ. નાનાભાય એટલે દીપડો. આ બધાં અમીં ગેલમાં પાડેલાં નામ. દીપડાને તો કો'ક વાર દીપકભાય સ્હોતેન કઈ દઈયેં.'

ધાનુ હવે પાછો રંગમાં આવી રહ્યો હતો તે મને ગમ્યું; પરંતુ તે આડી વાતે ચડી ન જાય તે માટે મેં વચ્ચે પૂછ્યું, 'પછી શું થયું ? તે કહે.'

ધાનુ હળવાશથી કહે, 'કાંય નંઈ. આમાં થાવાનું સ્હું ? બાઈ ઇસારો કરે કે ટાઢ વાય સે. ઓઢવાનું કાઢો.'

કહીને ધાનુએ પાછળ ફરીને ઑફિસ તરફ જોઈ લીધું અને વાત આગળ ચલાવી, 'મેં ઈંના થેલામાં પસેડી ગોતી તો ભાળું કે કાળા રંગની કામળી લયને આવી'તી. આપડે તો કઈ દીધું, 'પરોબલેમ.' કાળું વાનું ઓઢવા નો દઉં.'

'કેમ ?'

ધાનુને હસવું આવી ગયું તે રોકતાં ધીરેથી કહે, 'ઈ હેડમ્બા કાળું કપડું ઓઢીને આડી પડે તો સ્હાવજ સ્હું હમજે ?'

ધાનુ શું કહે છે તે સમજતાં મને વાર લાગી. હું પૂછી બેઠો, 'શું ?'

ધાનુએ કહ્યું, 'સ્હું તે વસારોને ! કાળું જનાવર બેઠું સ એવું લાગે કે નો લાગે ?' ધાનુ ફરી હસ્યો અને બોલ્યો, 'ઈ તો કામળી નો ઓઢે તોય...'

મેં કહ્યું, 'મશ્કરી છોડ અને સરખી વાત કર.'

'ઈવડી ઈ સ્હૂઈ જાય એનીં પેલાં તો સ્હાવજુંનો થડકારો થ્યો. પસી સ્હામટાં દેખાણાં. આવીને મંડ્યા ખાવા. પેલા તો સ્હાવજે ઢાંઢાને વાંહેથી ખોલી નાખ્યો. ઈ ખાઈને આઘો ગ્યો પસી સિંહણું આવી 'ને ઈનાં બસોળિયાંય આવ્યાં. વાંહેથી ઉઘાડું એટલે બસોળિયાં તો મારણના પેટની માલીકોય્ર વયાં ગ્યાં. ન્યાં ખાવા મંડ્યાં.'

'બળદના પેટમાં ?' મેં પૂછ્યું.

'હા. બસોળિયાં હજી નાનાં. દાંતે તોડીને ખાય નો હકે. માનું જોય જોયને સીખતાં હોય. મા વાંહેથી ખોલીને ખાય એટલે ભૂંગળા જેવું થૈ જાય. બસોળિયાં

ઈમાં વયાં જાય. માલીકોર કાં'ક સાટે, કાં'ક બટકાં ભરે.'

ધાનુએ કહ્યું કે ડોરોથીને બળદના અંદરના ભાગનો ફોટો પાડવાની ઇચ્છા હતી કે અંદરનું જોઈને કંઈક નોંધવું હતું. તેણે સિંહણો ખસે તેની રાહ જોયા કરી.

ધાનુ આ બધી વાતોનું વર્ણન કર્યે ગયો, 'જનાવર આઘાં જાય તો થાય. પણ જાય તયેંને ! ઈમાં બાઈને નીંદર લાગી ગય. હું ધિયાન રાખતો બેઠો કે ઢાંઢો ખાવો હોય એટલો ખાઈ લે 'ને આઘાં જાય તો દોરોથીને જગાડીને કઉં, 'નો પરોબલેમ.' પસી ઈ ન્યાં જયને જોયાવે એટલે પત્યું.'

કહીને ધાનુ પાછો ઉદાસ થઈ ગયો. કંઈક ગુનો કર્યાની લાગણીથી તે વાત કરતાં પણ અચકાતો હોય તેમ બોલ્યો, 'કાળનું કરવું સે. નિકર જંગલમાં ધાનુને ઝોકું આવી જાય ?'

ધાનુને ઝોકું આવી ગયું. કેટલો સમય ગયો હશે તે ખબર ન રહી. તે ઝબકીને જાગ્યો ત્યારે તાપણું બુઝાવા આવ્યું હતું. સિંહ ત્યાં નહોતો. સિંહણો બળદથી ખાસી દૂર જઈને આરામથી લાંબી થઈને પડી હતી. આછા અજવાળામાં ધાનુને બચ્ચાં સિંહણો સાથે ગેલ કરતાં દેખાયાં.

હવે બધું સલામત હતું. ધાનુએ ડોરોથીને જગાડી. અને કહ્યું, 'નો પરોબલેમ.'

ડોરોથી ધીરે ધીરે ઊભી થઈ અને અવાજ ન થાય તેમ ચાલીને મારણ પાસે ગઈ. તે ગોઠણભેર બેઠી અને મરેલા બળદના પોલાણમાં નમવા ગઈ તે ઘડીએ જ તેને ખબર પડી કે સિંહણનું એક બચ્ચું હજી અંદર છે...

'દોરતી માલીકોય્ર જોતી'તી ને બસોળિયું ખોં ખોં ખિખિયારો કરતું બાય્ર વયું આવ્યું.'

'ને સિંહણો ?' મને લાગ્યું કે ડોરોથી પર હુમલો થયો જ હોય.

'ઈ બેય ઝંડો કરીને ઊભીયું થઈ ગૈ. પણ કાંય થાય ઈ પેલાં તો હું ઊભો થઈ ગ્યો. બાઈ સ્હોતેન તરત ઊભી થૈ ગય. હિંમતવાળી કેવાય કે વાંહો નો ફરી. સ્હામું ને સ્હામું જોયે રાખીને પાસા પગલે વઈ આવી. સિંહણુંને વાંહો કર્યો હોત તો ન્યાં વારતા પૂરી થૈ જાવાની હતી.'

કહીને ધાનુએ મને કહ્યું, 'ઈ ટાણે તમેં દોરોથીને જોય હોય તો ? કાળકા માતા પાસાં પડે એવી થઈ ગઈ. મને તો ઊભો ને ઊભો લૈ નાખ્યો. સ્હાસું કઉં ? અંગરેજીમાં અટલી બધી ગાળ્યું હોય ઈ મને તયેં ખબર પડી. ને ઈનીં ભાસામાં દીધી હય્સે ઈ તો જુદી.'

પછી ?

'બસ. બાઈ 'એની પરોબલેમ' પૂસવાય નો રોકાણી. થઈ ગય હાલતી.

મોઢા'ગળ ઈ હાલી જાય ને વાંહે હું. વાટમાં મારી હાય્રે એક વારેય વાત નથ્ય કરી. આંયાં પોગી તો ઘેરેય નો ગય. સીધી ગય છે સાય્બ પાંહે.'

મેં કહ્યું, 'કોઈને કંઈ થયું નથી તો પછી ચિંતા શા માટે કરે છે ?'

ધાનુએ માથું ધુણાવ્યું.અને બોલ્યો, 'ઈ નો હાલે. કોયને કાંય નો થ્યું ઈ તો ઉપરવાળાની મે'રબાની; પણ ધાનુ ઊઠીને જંગલમાં ડૂકી જાય ?

કહીને તેણે નિરાશામાં ડૂબતો હોય તેમ નીચું જોઈને કહ્યું, 'સ્હાવ આમ તો નો હાલે ને ? બાઈ માણાંની રખવાળી. 'ને ઈય તે પાસી ગય્રમાં. આવું હાલે તો મારું તો સ્હમજ્યાં, ગય્રનું નામ તો જાવાનુંને ?'

મેં ધાનુને હિંમત આપતાં કહ્યું, 'કોઈનું નામ જવાનું નથી. તું અંદર ચાલ. એવું હશે તો હું સાહેબ સાથે વાત કરીશ.'

'ઈમાં વળી તમીં સ્હું કેવાના હતા ?' ધાનુએ સાદું સત્ય પૂછ્યું. હું કશુંયે કહી શકું તેમ નહોતો. છતાં મેં તેની સાથે રહેવાનું નક્કી કર્યું અને અમે બેઉ સાહેબની ઑફિસ તરફ ગયા. મને બહાર સોફા પર બેસાડીને ધાનુ એક સ્ટૂલ પર બેઠો.

અડધો-પોણો કલાક થયો તોપણ ડોરોથી બહાર ન આવી. ક્લાર્કે મને બેત્રણ વખત કહ્યું કે મારે કંઈ કામ હોય તો અંદર ચિઠ્ઠી મોકલીને મળી લેવાશે. પણ મેં ના પાડ્યા કરી.

અંતે ચેમ્બરમાંથી ખુરસી ખસવાનો અને દરવાજા તરફ આવતાં પગલાંનો અવાજ સંભળાયો. ધાનુ ઊભો થઈ ગયો. દરવાજો ખૂલતાંવેંત ડોરોથીની નજર ધાનુ સાથે મળી.

હંમેશાં ડોરોથી પૂછતી તે પ્રશ્ન ધાનુ પૂછી બેઠો, 'એની પરોબલેમ ?'

ડોરોથી હસી પડી અને કહ્યું, 'નો પ્રોબ્લેમ.' કહીને તે ચાલવા માંડી. તેની પાછળ ધાનુ પણ, મને પડતો મૂકીને ચાલી નીકળ્યો.

ક્લાર્કે ચેમ્બરમાં વાત કરવા ફોન ઉઠાવ્યો તે મેં જોયું એટલે હાથથી જ 'ના' દર્શાવતાં કહ્યું, 'રહેવા દો. મારે કંઈ કામ નહોતું. હું તો જઉં છું.'

હું જતો હતો ત્યાં બે યુવાનો અંદર પ્રવેશ્યા. એકને જોઈને ક્લાર્કે, 'પધારો દોશી સાહેબ. બહુ વખતે.' એમ કહ્યું.

દોશી અને તેની સાથેનો યુવાન કોઈને પૂછવા રોકાયા વગર સીધા જ ચેમ્બરમાં ગયા તે પણ મને ખ્યાલ આવ્યો.

'બહાર બગીચામાં મુસ્તુફા સામે મળ્યો. મને જોઈને રોકાયો અને પૂછ્યું. 'કેમ આજ આયાં, ઑફિસમાં ?'

મેં તેને ધાનુની વાત ટૂંકાણમાં કહી અને કહ્યું પણ ખરું, 'એક જરાક ઝોકું

આવી ગયું એમાં તો જાણે શુંય ગુનો થઈ ગયો હોય એમ બીતો હતો.'

'ધાનુ બીવે ઈ વાતમાં માલ નૈ.' મુસ્તુફાએ કહ્યું, 'પણ ગય્રમાં નોકરી માથે હોય 'ને ઝોકું લાગી જાય ઈ હાલે તો નૈં ને. આ તો બસી ગ્યા. નકર કાંયનું કાંય થૈને ઊભું રેય. ઈ બીતો નથ્ય; પણ માણાં સરમાય તો ખરો ને ! ઈ તો ઈની જાત્ય માથે ખિજાય સે.'

કહીને મૂસ્તુફા ઑફિસ તરફ જતાં જતાં કહે, 'આજ દોશી સાય્બ 'ને ઈના કોક મેમાન સે. નકી ક્યાંક જાવાનું થાહે. તમારે ભેગા હાલવું હોય તો તિયાર રે'જો.'

મને મન તો થયું પરંતુ તે લોકો સાથે મારાથી જવાય કે નહિ તે હું નહોતો જાણતો. મેં કહ્યું, 'દોશી સાહેબ કોણ છે ? એમની સાથે જવાય ?'

'ફૉરેસ્ટના જ સે.' કહીને મુસ્તુફાએ દોશી દક્ષિણ ગુજરાત તરફના છે તે કહ્યું. ત્યાંની કઈ રેન્જમાં નોકરી પર છે તે પણ કહ્યું; પરંતુ મને બરાબર સંભળાયું નહિ.

અડધાએક કલાકમાં મુસ્તુફા ઘરે આવ્યો. કહે, 'હાલો, ભેગા આવવું હોય તો સાય્બ હાય્રે વાત થય ગૈ સે.'

'કોની, દોશી સાથે ?' મેં પૂછ્યું.

મુસ્તુફા હાથ ધોવા જતાં કહે, 'દોસીસાય્બ તો મેમાન સે. ઈનીં હાય્રે સ્હું વાત કરવાની ? આપડે આપડા ડીયેફો હાય્રે.' કહીને મુસ્તુફા બહાર જતાં બોલ્યો, સા પીવી હોય તો પીતા આવીયેં અને ધાનુને સ્હોત ભેગો બરકી લઈં.'

હું મુસ્તુફા અને ધાનુ ગેસ્ટહાઉસે પહોંચ્યા. થોડી વારમાં તો મહેમાનો પણ પોતાની ગાડી લઈને પહોંચ્યા.

દોશીના મિત્રની પેટ્રોલ એન્જિનવાળી ગાડી મોટી અને સગવડવાળી હતી. દોશીએ મિત્રને કહ્યું, 'કિરણ, ગાડી હું લઈ લઉં છું. તું અને ભાભી નિરાંતે જંગલ જુઓ.'

એ લોકો બેઠાં પછી મુસ્તુફાએ ડ્રાઇવર પાસેની સીટમાં બેસતાં મને કહ્યું, 'તમીં આયાં વયા આવો. ધાનુ ઠાંઠિયે વયો જાહે.'

વચ્ચેની સીટમાં કિરણ અને તેની પત્ની સામસામી બારીએ બેઠાં. ધાનુ પાછળ બેઠો.

ખુલ્લી જિપ્સીમાં બેસીને જંગલમાંથી પસાર થવાની જે મજા આવે એ મજા નહોતી આવતી; પરંતુ એ.સી.ને કારણે બહારની ધૂળ અંદર નહોતી ઊડતી તેની રાહત પણ લાગી. કિરણની પત્નીએ હરણ કે સાબર જોવા મળે ત્યારે જિપ્સીમાં ગયાં હોત તો વધુ મજા પડત તેમ કહ્યા કર્યું.

થોડે આગળ જતાં કમલેશ્વર તરફ જતી એક જીપ મળી તો મુસ્તુફાએ દોશીને ગાડી રોકવા કહ્યું. પોતે નીચે ઊતરીને જીપ પાસે ગયો. તેના કાગળો તપાસ્યા અને પાછો આવીને કહે, 'કમલેસર ટાવરનું કામ હાલે સે ન્યાં કન્ટ્રાટ ઉપર જાય સે.'

અમે કમલેશ્વર પહોંચીને ડેમ પર ગયા. પાણી લગભગ તળિયે પહોંચ્યું છે. મગરો કાદવમાં આરામ કરતા હોય તેમ જરા પણ હલચલ વગર પડી રહ્યા છે. લગભગ અડધોએક કલાકે અમે પાછા ફરવાની તૈયારી કરી. બધા ગાડીમાં ગોઠવાતા જ હતા અને ગાળા ગજવતી ડણક સંભળાઈ, તરત જ સિંહના હૂકવાના રણકા પણ સાંભળી શકાયા.

કિરણ ઉત્સાહમાં આવી ગયો તેની પત્ની ધ્રૂજી ગઈ અને બોલી, 'અરે રામ. હવે અહીં નથી રોકાવું. ઝટ ચાલો.'

કિરણે મુસ્તુફાને પૂછ્યું, 'સિંહ આટલામાં છે ? દેખાય ખરો ?'

મુસ્તુફાએ ધાનુ સામે જોયું. ધાનુએ નકારમાં માથું ધુણાવ્યું. મુસ્તુફાએ કહ્યું, 'ઈ આંયાં નથ્ય. ઠેઠ ડાક બંગલાની વાંહે હૂકે સે.'

દોશીએ મુસ્તુફાને જરા દબાણથી કહ્યું, 'ગાડી એ તરફ લઈ લઉં ?'

હવે મુસ્તુફાએ સાચું કહી દીધું, 'ઈ રે'વા દયેં તો ઠીક. ન્યાં સિંહ-સિંહણ બેય સે; પણ ઘોરામાં સે. અટાણે નો વતાવિયે તો સ્હારું.'

દોશીએ મિત્ર તરફ ફરીને કહ્યું, 'છે આટલામાં જ પણ હીટમાં છે એટલે આ લોકો જોવા જવા નહિ દે.'

કિરણે કહ્યું, 'ચાલોને ડાક બંગલાની અગાસીમાંથી જોઈ લઈશું' પછી થોડી દલીલો કરીને દબાણ કર્યું એટલે દોશીએ મુસ્તુફાને ડાક બંગલો ખોલી શકાય તો ખોલવા કહ્યું.

મુસ્તુફાએ મહેમાનોને ગાડીમાં બેસાર્યાં. સાથે ધાનુને બેસાર્યો અને મને કહ્યું, 'તમે મારી હાર્યે ર્યો. આપડે હાલતા જાંઈ.'

દોશીએ કાર રોડ પર લીધી અને ડાક બંગલા તરફ વાળી. હું અને મુસ્તુફા ડેમની ટેકરી ચડીને આડા રસ્તે ડાક બંગલા તરફ ચાલ્યા. ટેકરીને મથાળેથી ડાક બંગલો સ્પષ્ટ જોઈ શકાતો હતો.

અમે જોયું કે સિંહ, સિંહણ બંને બંગલાના આંગણમાં જ હતાં. મુસ્તુફાએ તરત જ વોકી-ટૉકી પર ધાનુને કહ્યું, 'ન્યાં આગલી જાળી સ્હામે જ સે. ગાડી બંગલાની વાંહ્યલી સાઈડમાં રાખી દેજે ને કોયને નીચે ઊતરવા નો દેતો.'

'વાંધો નૈં.' ધાનુનો જવાબ આવ્યો.

ધાનુએ ગાડી ડાકબંગલાની બાજુની દીવાલ પાસે લેવરાવી. ત્યાંથી સિંહ હતા

તે સ્થળ દેખાતું નહોતું. હું અને મુસ્તુફા ચક્કર મારીને બંગલા પાછળથી તે તરફ પહોંચ્યા. ત્યાં સુધી ધાનુએ કોઈને ઊતરવા દીધા નહોતા.

મુસ્તુફા પાછલી દીવાલ પર ચડીને બંગલાના વાડામાં ગયો. અંદરથી સાંકળ ખોલીને વાડાનું બારણું ઉઘાડ્યું અને મહેમાનોને કહ્યું, ‘અંદર વયા આવો. આંયથી આગલી ઓસરીયે વયા જાંઈ. જાળીમાંથી નિરાંતે જોઈ હકાસે.’

મિત્રની પત્ની તો ગભરાયેલી જ હતી. તે ગાડીમાંથી નીચે ઊતરવા તૈયાર ન થઈ. દોશીએ ગાડી કરતાં બંગલામાં વધુ સલામતી છે તેમ સમજાવી ત્યારે ઊતરીને દોડતી વાડામાં આવીને કહે, ‘ઝટ બારણું બંધ કરો.’

દોશીએ તેને કહ્યું, ‘સિંહ આગળના બારણે છે. ભાભી, અહીં નહિ.’

જવાબ મળ્યો. ‘મારે નથી જોવો.’

અમે આગળનું બારણું ખોલ્યા વગર ઓસરીની જાળીમાંથી સિંહ અને સિંહણને જોયાં. આસપાસ માણસો છે તેનો અવાજ કે ગંધ આવી હોય તોપણ સિંહ યુગલના પ્રણયમાં ખલેલ ન પડે ત્યાં સુધી તે કોઈની પરવા કરવાનાં નહોતાં.

કિરણને ફોટા લેવા હતા. તે બોલ્યો, ‘અહીંથી સાલી જાળી નડે છે. બહાર દીવાલના ખૂણે સંતાઈને લેવાય ?’

‘નો લેવાય.’ ધાનુએ કહ્યું, ‘અટાણે ફોટા સ્હારા આવસેય નંઈ.’

આમ છતાં કિરણે જાળીમાંથી ફોટા લીધા. સાંજ ઢળતી હતી એટલે ફ્લેશ પણ ઝબકાવી. તે બીજો ફોટો લેતો હતો ત્યાં ધાનુએ દોશીને ઉદ્દેશીને કહ્યું, ‘સાય્બના હાથમાંથી કેમેરો તમીં લૈ લ્યો ને ! આ બેય જનાવરું ઘોરામાં સે ને કાંક રામાયણ થાહે.’

દોશી કેમેરા લઈ લેવા આગળ વધ્યા પણ કેમેરા પોતાને સોંપી દેવાનું કહેવામાં મિત્રતા નડી હોય તેમ મૌન રહ્યા.

મુસ્તુફાએ કહ્યું, ‘બસ, હવે જાંઈ. પાસાં પોગતાં અંધારું થૈ જાહે.’

ધાનુએ અમને પાછળના દરવાજે દોર્યા. એક પછી એક અમે બારણે પહોંચ્યા ત્યાં કિરણની પત્ની સંકોરાઈને ગાડીમાં બેસી ગઈ હતી. દોશી કારનું એન્જિન ચાલુ કરીને બાકીના લોકો બેસી જાય તેની રાહમાં હતા.

મુસ્તુફા અંદરથી બારણું બંધ કરીને બહાર નીકળવા પાળી પર ચડ્યો. હું તેને મદદ કરવા પાળી નીચે ઊભો હતો. ધાનુ કારનું બારણું ખોલીને અમારા આવવાની રાહમાં ઊભો હતો.

અચાનક કિરણને શું સૂઝ્યું કે તે ગાડી તરફ ન આવતાં મકાનના ખૂણા તરફ ગયો.

ધાનુ ગાડીનું પાછલું બારણું પકડીને ઊભો હતો તે 'એ સાય્બ, રેવા દ્યો, ન્યાં જાતા નૈં.' કહીને કિરણ પાછળ દોડ્યો.

ત્યાં સુધીમાં તો કિરણે બંગલાના ખૂણે પહોંચીને બહાર ડોકું કાઢ્યું અને પગથિયા પાસે ગેલ કરતાં સિંહ-સિંહણ પર ફ્લેશ મારી દીધી. એ સાથે જ સિંહણનો ઘુરકાટ સંભળાયો અને વળતી પળે તો દીવાલને ખૂણે સિંહનું વિકરાળ મોં દેખાયું. કિરણ પીઠ બતાવીને ભાગ્યો.

હું માની નહોતો શકતો કે મદમસ્ત, ધીમી, રાજાશાહી ઢબે ચાલવા માટે જાણીતું, પ્રાણી આવી અસાધારણ ગતિએ ધસી આવી શકે.

સિંહ અને સિંહણ બન્ને કિરણની પાછળ હતાં. કિરણની પત્ની ચીસ નાખીને ગાડીમાં જ કદાચ બેહોશ થઈ પડી.

મેં જોયું કે સિંહે પંજો ઉગામ્યો તે પળે જ ધાનુએ કિરણને એક તરફ ધકેલી દીધો અને પોતે લાકડી ઉગામીને સિંહ સામે ઊભો. કિરણ ભાગીને ગાડીમાં ઘૂસ્યો. ગાડી ગીઅરમાં પડી અને પૂરઝડપે ચાલી ગઈ.

સિંહે ધાનુને ખભા પર પંજો માર્યો. ધાનુ પડ્યો કે તરત જ તેનો ખભો સિંહના મોંમાં હતો. મારા પગમાંથી મસ્તક સુધી ધ્રુજારી પસાર થઈ ગઈ.

મુસ્તુફા દીવાલ પરથી પડતું મૂકતો હોય તેમ કૂદ્યો. તેણે ચીસ પાડીને મને કહ્યું, 'સ્હાવઝ હવે નૈં ઊઠે. સિંહણને ભગાડો.'

હું પગથિયા પાસે પડેલા રેતીના ઢગલામાંથી મુઠ્ઠી ભરી ભરીને પૂરા ઝનૂનથી રેતી ઉડાડતો અને હાકોટા કરતો રહ્યો. મુસ્તુફા પણ, હે, હેય કરતો કરતો, લાકડી

વીંઝતો છેક સિંહણની સામે પહોંચી ગયો.

સિંહણે પૂછડું ઊંચું કરીને ડારો કર્યો પણ અંતે પાછા પગે થઈને પછી પલટીને ભાગી. સિંહણને જતી જોઈને સિંહે ધાનુને પડતો મૂક્યો અને સિંહણ પાછળ ચાલ્યો ગયો.

આ બધું એકસાથે બનતું હોય તેમ બે-ચાર પળમાં તો સમેટાઈ ગયું. હું અને મુસ્તુફા ઝડપથી ધાનુ પાસે ગયા. તેને સખત લોહી વહી જતું હતું. તે બેભાન હતો કે ભાનમાં તે સમજી શકાય તેવી તેની સ્થિતિ નહોતી.

મને હવે યાદ આવ્યું કે કિરણ ગાડીમાં ઘૂસ્યો કે તરત દોશી ગાડી હંકારી ગયા છે. એ લોકો કદાચ દૂર જઈને ઊભા રહ્યા હોય તેમ માનીને મેં રસ્તા પર જોયું. સૂમસામ કેડા પર ઊડેલી ધૂળ બેસતી જતી હતી.

અચાનક મને ભયાનક નિઃસહાયતાનો એહસાસ થયો. મારાથી બોલાઈ જવાયું, 'નપાવટ. મૂકીને ભાગી ગયા.'

મુસ્તુફાએ મારા સામે જોઈને શાંત સ્વરે કહ્યું, 'ઈ બીજું સું કરે ?'

મને મુસ્તુફાની વાતથી નવાઈ તો લાગી; પરંતુ તે આવું ન બોલ્યો હોત તો હું ભાંગી પડ્યો હોત. કદાચ અમે બન્ને.

મુસ્તુફાને અચાનક કંઈક યાદ આવ્યું હોય તેમ તેણે મને કહ્યું, 'તમે બેહો. હું ટાવરે જોયાવું ઓલી કંટ્રાટની જીપ હજી હોય તો બરકતો આવું.'

જીપ લઈને આવતાં મુસ્તુફાને પાંચ-સાત મિનિટ થઈ ત્યાં સુધી મેં મારો ઝભ્ભો કાઢીને તેનાથી ધાનુના ઘામાંથી વહેતું લોહી રોકવાનો પ્રયાસ કર્યો.

મુસ્તુફાએ રસ્તામાંથી સાસણ કચેરીએ સમાચાર આપી દીધા હતા. ડી.એફ.ઓ. દવાખાને હાજર હતા. તેમણે કહ્યું, 'કેમ કરતાં થયું ?'

મુસ્તુફાએ જવાબ આપ્યો, 'જનાવર ઘોરામાં હતાં 'ને કિરણભાયે સામે જયને ફોટા પાડ્યા.'

ડી.એફ.ઓ.એ કોઈને કહ્યું, 'એ લોકો પાછા આવી ગયા હશે. જુઓને. ગેસ્ટહાઉસે તપાસ કરો.'

'નાકેથી ખબર આવી ગ્યા સે.' પટાવાળાએ કહ્યું, 'ઇવડા ઈ નાકેથી સીધા નીકળી ગ્યા દીવ ભણી. આણી કોર્ય આવ્યા જ નથ્ય.'

ડીએફઓ કંઈ બોલ્યા નહિ. થોડી વાર વિચાર્યા કર્યું પછી મુસ્તુફા તરફ ફરીને કહ્યું, 'કેશોદથી એમ્બ્યુલન્સ મગાવી છે. ત્યાં સુધી ડૉક્ટર સાહેબ જુએ છે. પછી જૂનાગઢ લઈ જજો.' કહીને પૂછ્યું, 'સાથે કોણ જશે ?'

'ધાનુની મા જ સે. 'ને વધ્યમાં હું જાંવ.' મુસ્તુફાએ કહ્યું.

'હું સાથે જઉં છું' મેં કહ્યું. 'તૈયાર થઈને આવું.'

હું અને રતનબા ધાનુને લઈને નીકળ્યાં. રતનબાના મોં પર ચિંતા હતી. કંઈક વાત કરવાને ઇરાદે હું કંઈક બોલવા ગયો તો મારાથી કહેવાઈ ગયું. 'પેલા લોકો ખરા કહેવાય ! એમને ખાતર જાન જોખમમાં મૂકે એ માણસને છોડીને આમ ભાગી જવાતું હશે ?'

'જીનેં જી પરમાણ.' રતનબાએ મારી વાત કદાચ ધ્યાનમાં લીધા સિવાય કહ્યું.

રતનબાના વાક્યમાં મને આખી એક સમજણ સંભળાઈ, જે મને પણ સમજાવી ગઈ કે કિરણ અને દોશી માટે ભાગી જવું એટલું જ સહજ હતું; જેટલું ધાનુ માટે તે લોકોની રક્ષા ખાતર સિંહ સામે ભિડાવાનું હતું.

એકને આવા ભયનો સામનો કરવાનો પ્રસંગ કદાચ કોઈ દિવસ આવ્યો નહોતો. બીજા માટે આ જીવન-રીતિનો ભાગ હતો.

આ સમજ છતાં હું તે ઘટના ભૂલી જઈને દોશીને કે કિરણને માફ કરી શકું તેમ નહોતો. મેં ફરી કહ્યું 'ધાનુ તો કહેવું પડે, જરાય ડર્યો નહિ.'

રતનબા વેદનાભર્યું હસ્યાં અને કહ્યું 'સિકારી તો ટૂરિસને બસાવે જ ને ! આવે ટાણે સિકારી પાસો પડે તો તો કાસબો હલી જાય.'

કાચબો હલી જવો એટલે શું તે હું પૂછી શકું તે પહેલાં રતનબાએ કહ્યું 'ધાનિયાને સ્હાવજે ઝાલ્યો. પેલાં ઈનાં બાપને આમ જ દીપડો સોંટ્યો'તો. તે ઘડિયે મેં કીધું કે તમારે ધોડવાનું કાંય કારણ ? કો'કને સ્હારૂ થૈને તમીં સું લેવા જાત માથે જોખીમ લ્યો સો ?'

'બરાબર.' મેં અભિપ્રાય આપ્યો.

રતનબાએ થોડી વાર મારા સામે જોયા કર્યું અને ધીમેથી બોલ્યાં, 'ઈ ઘડીયે ઈનાં બાપે મને કીધેલું 'જીનું જી કામ, ઈનેં ઈ પરમાણ. રતન, પ્રથમીં જીની ઢાલ માથે ઊભી સે ઈ કાસબાને આવડો બધો ભાર ઉપાડવાનું કાંય કારણ ? તોય તે ઈ ભોગવે સે. ઈ કાસબો ખહી જાય તો તારું ને મારું સ્હું થાય ?'

તે પછી જૂનાગઢ આવતાં સુધી કોઈ કશું બોલ્યું નહિ. રાત્રે જ ઑપરેશન થયું. લોહી ચડાવાયું. ધાનુ ભયમુક્ત છે તેવું આશ્વાસન અપાયું. પછી ઊંઘ આવી.

સવારે ધાનુ ભાનમાં હતો. તે કંઈક ઊંડા વિચારમાં પડેલો લાગતાં મેં તેને કહ્યું, 'ચિંતા ન કરતો. તને સારું થઈ જવાનું છે.'

ધાનુ જરા હસ્યો અને ધીમે ધીમે બોલ્યો, પાંસ પાંસ રાત્ય હાય્રે પડી ર્યાં સીંયે તોય કોય દી આવડો ગરમ નથ થ્યો. 'ઈ નૂગણો આજ માથે આવી ગ્યો ?'

ધાનુ સિંહ વિશે કહેતો હતો. મને ફાળ પડી. તેણે વાત શું માંડી ? તે

આઘાતમાં સરે છે ! મેં કહ્યું, 'જનાવર છે. ક્યારેક દગો દઈ પણ દે.'

ધાનુ ગરદન હલાવી શકે તેમ નહોતો. તેણે હાથની સંજ્ઞાથી ના કહી. પછી પછી ત્રણ આંગળી બતાવીને ધીમા સ્વરે બોલ્યો, 'સ્હાવજ દગો નો કરે. તૈણ સબૂત સે કે ઈનાં મને મારવાનો ઇનોં વસાર જ નો'તો.'

કહીને ધાનુ મૂંગો પડી રહ્યો. મેં તેના માથે હાથ ફેરવ્યો એટલે ધાનુ ફરી છૂટક છૂટક વાક્યો બોલ્યો, 'ઈ ઘોરામાં હતાં. એવે ટાણે તો ઋષિ-મુનિય સ્રાપ દઈ દેતાં; તયેં આ તો જનાવર સે.'

'હા. ભલે.' મેં કહ્યું. 'હવે બહુ બોલ મા.'

ધાનુ થોડી વાર મૂંગો રહ્યો. પછી ફરી આંગળી ગણાવતાં કહ્યું, 'તૈણ સબૂત. એક તો મને ગળેથી ઝાલ્યો નૈં.' કહીને બીજી આંગળી દર્શાવતાં કહે, 'ઈણેં માથુંય હલાવ્યું નૈં. નકર તો ખભો તોડીને નોખો કરી નાખત.' પછી ત્રીજી આંગળી બતાવીને કહે, 'હું ઈનીં સ્હાવ નીસે ગરી ગ્યો'તો. તોય ઈ માથે બેઠો નૈં. મારણ માથે બેહી જાય ઈમ મારી માથે બેઠો હોત તો ઈના ભારથી જ...' ધાનુ આગળ બોલતો અટકી ગયો અને ફરી કહ્યું, 'કંઉંને કે ઈનોં વસાર જ મને મારવાનો નંઈ.'

મેં કહ્યું, 'હા.' ધાનુએ મારા સામે જોયે રાખ્યું. મેં ફરીથી હા કહી અને હાની સંજ્ઞા પણ કરી. તેને ખાતરી થઈ ગઈ કે હું તેની વાત સ્વીકારું છું; ત્યારે તેણે કહ્યું, 'સ્હાવજ જેવું ખાનદાન જનાવર નૈ જડે.'

આવુ અવૈર મેં જોયું જાણ્યું નથી. આંખો ભરાઈ આવે તે પહેલાં હું બહાર ઝરૂખામાં ચાલ્યો જાઉં છું. સામે જ દેખાતા ગિરનારને જોઉં છું. રતનબા કહી ગયાં તેમ કીડીની હાર માફક એક પાછળ એક ચડતા-ઊતરતા પ્રવાસી પર નજર નાખું છું. કેટલાં હદનાં, કેટલાં અનહદનાં તે કોણ જાણે છે ?

॥ ૧૫ ॥

દસ વાગ્યાથી ધાનુને જોવા આવનારાઓની ભીડ છે. રતનબા સાથે રહેવા તૈયાર થનારા પણ ઓછા નથી. દરેક જણ કંઈનું કંઈ લઈને મળવા આવે છે. કોઈ ધાનુને ઓશીકે પૈસા મૂકી ગયા. કોઈ અમને જમાડીને ગયા. હવે બાર વાગવા આવ્યા છે. હવે દરદીને મળવાનો સમય પૂરો થાય પછી રતનબા સાથે વાત કરીને હું સાંજે પરત જવા વિચારું છું.

કમરો ખાલી થયા પછી હું ડૉક્ટરે લખેલી દવાઓ લેવા ગયો. પાછો ફર્યો ત્યારે કમરામાં ધાનુ ઊંઘમાં પડ્યો હતો. રતનબા એક ભરવાડ યુવતી સાથે વાત કરતાં ઝરૂખામાં બેઠાં હતાં. મને આવેલો જોઈને એ લોકો વાત કરતાં અટકી ગયાં. રતનબા ઊઠીને કમરામાં આવ્યાં એટલે મેં તેમના હાથમાં દવા આપી અને ક્યારે કઈ ગોળી આપવાની તે સમજાવ્યું.

રતનબાએ કહ્યું, 'દવા ઈનેં દેવા ટાણે તારે ફરી દાણ કેવું પડસે. મને તો ઈયાદ નૈં રેય.'

મેં કહ્યું, 'આ તો તમને જરાક બતાવી. બાકી ધાનુ દવાખાનામાં હોય ત્યાં સુધી તો દવા નર્સ આપે. આપણે નહિ આપવાની.' કહીને હું પેલી યુવતી જાય તેની રાહ જોતો વાંચવાનું લઈને કમરાને દરવાજે, બહારની લોબીમાં બેઠો.

રતનબાએ દવા કબાટમાં મૂકી અને પેલી યુવતી પાસે જઈને બેસતાં પૃચ્છાના

ભાવથી બોલ્યાં, 'તે એમ સ્હાવઝ કેમ કરતાં લૈ ગ્યા ?'

'લૈ ગ્યા. ઈનાં નસીબની હય્સે.' પેલી યુવતીનો અવાજ સંભળાયો.

રતનબાએ કહ્યું, 'ઈ જ સ્હાસું સે. નકર મારેય જોને, ન્યાં બીજાં પાંસ જણાં હતાં. પણ આને જ ઝાલ્યો.'

હું ચમક્યો. બીજા કોઈ પર પણ સિંહે હુમલો કર્યો કે શું ? હું હજી પૂછું ત્યાં જ પેલી યુવતી બાલી, 'સાંસી હતી તો મારી પાંહે રાત્ય રોકાણી. નકર તે દિ મને બવ વહમું લાગત.'

આ તો લાજો ! હવે મને ઓળખ પડી. કાઠીતડ રહેતી, સાંસાઈની સહિયર. હું પાછો વાંચવામાં પડ્યો. ઓરડામાં રતનબા અને લાજો, બે ગ્રામ્ય સ્ત્રીઓ વાતે વળગી. ઘડીક રડી. ક્યારેક હસી. બન્ને ભૂલી ગઈ કે તેમના શબ્દો ઓરડો વીંધીને મારા કાન સુધી પહોંચતા હશે.

વાતવાતમાં જ લાજોએ સાંસાઈનો ઉલ્લેખ પોતાની બાળ-સખી ગણીને કર્યો એટલે રતનબાએ કહ્યું, 'તું બવ સાંસી, સાંસી કરી મરસ તે તારી બેનપણીને કાં'ક સ્હમજાવ કે હવે મોટી થય. પેયણું પેરે 'ને જીમી પેરવાનું એક કોય્રે મેલે.'

લાજો બે પળ શાંત રહીને બોલી, 'મેં નંઈ કીધું હોય ?'

રતનબાની વાતથી મને નવાઈ લાગી. સાંસાઈ કાળી જીમી વીંટે છે તે મેં કાયમ જોયું છે. લાજો પણ સાંસાઈની ઉંમરની છે. તેણે પણ જીમી જ પહેરેલી છે. જોકે તેની જીમીનો રંગ લાલ છે. ખબર નહિ, રતનબાને સાંસાઈના પહેરવેશ સામે વાંધો શા માટે હોવો જોઈએ ?

લાજોનો જવાબ સાંભળીને રતનબાએ પૂછ્યું, 'તેં કીધું હોય તો સ્હારું.' પછી જરા હસ્યાં.

રતનબાનું આ વાક્ય લાજોને ઉશ્કેરવા માટે જ હોય તો તેનું પરિણામ તરત મળ્યું, 'મેં એકલીયે નંઈ, કાનાયે 'ને મારી ફુઈયે બધાંયે કીધું. કાંય ઓસું કીધું સે ? પણ સાંસીને અંટસ પડી ગય એટલે થઈ યું. ઈનેંય વટનો કાંય પાર સે ? તમે નથ્ય જાણતાં ?'

રતનબાએ કહ્યું, 'વટ રાખીને આયખાં થોડાં નીકળે ? તું જ કે. વાંધા તો કોને નથ્ય પડતા ? 'ને આવડી આ સાંસાઈ કાં'ક બોલે તોય સ્હમજાય. કો'કને કેવા રેખું હોય તો વસ્સે પડીનેય વાતનો નેવડો લાવી દંઈ. પણ તારી બેનપણી કાંય બોલે કે સાલે. કોને ખબય્ર મનમાં સ્હું સ્હંઘર્યું સે.'

લાજોએ વાત ટૂંકાવી, 'કીધું તો ખરું. મેં તો કટલીય વાર પૂસ્યું સે પણ મનેય નથ્ય કે'તી.'

'તારે નો કે'વું હોય તો નો કે'તી' કહી રતનબાએ વાત વાળી તો લીધી; પણ લાજોનો જવાબ મનથી સ્વીકાર્યો નહોતો. એ જ સ્થિતિ મારી હતી. હું દૃઢપણે માનતો હતો કે લાજો સાંસાઈની કોઈ વાત જાણે છે. માત્ર કહેવા માગતી નથી. અધૂરી વાત મારી જિજ્ઞાસાને સતેજ કરી ગઈ. આ વાત સાંસાઈના પહેરવેશ પૂરતી નથી. કંઈક બીજી પણ છે.

થોડી વારે લાજો જવા તૈયાર થઈ એટલે મેં પણ રતનબાની રજા માગી. તે જરા ગૂંચવાયાં. મેં સમજાવ્યું, 'માડી, ધાનુને હવે સારું છે. વળી, દરદી પાસે એકથી વધુ માણસને રહેવા નહિ દે. ફૉરેસ્ટ વિભાગની ભલામણ ન હોત તો તમારે એકલાં રહેવાનું થાત. આજે તમારા સગા રાત રહેવા આવવાના છે એટલે મારાથી હવે રહેવાશે નહિ.'

'સ્હારું જા તંયે.' રતનબાએ રજા આપી. 'સા લયાવ તો પીંયીં.'

અમે ત્રણેયએ ચા પીધી, પછી હું અને લાજો સાથે નીકળ્યાં. હું બસસ્ટૅન્ડ પર ગયો. લાજોને બજારમાં કંઈક કામ હતું.

મને બસ મળતાંય વાર લાગી. મળી તોપણ સીધી સાસણની ન મળી. માળિયા, અમરાપરથી હીરણવેલ થઈને તાલાલા પહોંચાડે તેવી બસ મળી. તાલાલા ઊતરીને કોઈ વાહન પકડવાનું વિચારીને હું બસમાં ચડ્યો છેક આગળની બારીએ જઈને બેઠો.

માળિયા સુધી તો હું ઊંઘતો રહ્યો. તે પછીનો રસ્તો ઊંઘવા દે તેવો નહોતો. મેં બારી બહાર જોયા કર્યું. ચૌદશ-પૂનમનો ચંદ્ર ટેકરીઓ પાછળ સંતાકૂકડી રમતો હોય તેમ વારેવારે દેખાતો અને સંતાતો રહ્યો.

અમરાપર આવ્યું ત્યારે મેં પાછળ નજર ફેરવી. ત્રણ સીટવાળી લાઇનમાં ત્રણ-ચાર પેસેન્જર હતા. મારી લાઇનમાં, દરવાજા પછીની સીટ પર કોઈ યુવતી બેઠી હતી પણ કંડક્ટર વચ્ચે આવતો હતો.

હીરણવેલનો વળાંક વળ્યા ત્યારે કંડક્ટરે મારી સીટ પર પંચ ખખડાવીને મારું ધ્યાન ખેંચ્યું અને કહ્યું, 'તમને બોલાવે.'

કોણ બોલાવે છે તે જોવા મેં જરા ઊંચા થઈને જોયું તો બારણા પછીની સીટમાં લાજોને જોઈ. તેણે પૂછ્યું, 'આંય ઊતરી જાવું સે ?'

હું તેની સીટ તરફ ગયો અને તેની બાજુની ત્રણ સીટની લાઇનમાં બેસતાં કહ્યું, 'મેં તો તાલાલાની ટિકિટ લીધી છે.'

લાજોએ કહ્યું, 'મેં ય તે તાલાલાની લીધી'તી. આ તો ત્તને ભાળ્યો એટલે થ્યું કે બે જણ સીયે તો હરિપુરા આગળ જયને ઊતરી જાંઈ. ન્યાંથી હાલી નાખીયેં તો બસ તાલાલા પોગે ન્યાં લગીમાં તો આપડે સાસણ.'

હું ઘડીભર વિચારમાં પડી ગયો. આ બાઈ સિંહે કરડી ખાધેલા દરદીની ખબર કાઢીને ચાલી આવે છે, છતાં તેને બસમાંથી અધરસ્તે ઊતરીને, રાતના સમયે વીડી પાર ચાલતાં સાસણ પહોંચી જવાનો વિશ્વાસ છે. જરા અટકીને મેં પૂછ્યું, 'અત્યારે રાત્રે, એકલાં ?'

'રાત ક્યાં સે ? અટાણેં હજી તો ભેહું વળી આવતી હોય. 'ને આપડે બે જણ તો સંઈ પસી સ્હું !'

સૂર્યાસ્ત પછીના સમયને રાત જ કહેવાય તેની મને ખાતરી હતી. લાજોને મન રાતનો અર્થ કંઈક જુદો થતો હોય તો ખબર નહિ. હું જરા ડરું છું તે લાજોને ખબર પડી ગઈ હોય તેમ હસવું રોકીને તે બોલી. 'વખત સે 'ને જાતું-આવતું તીજું કો'ક ભેગું થયેય જાય.'

લાજો સ્ત્રી થઈને ડરતી ન હોય તો મારો ભય જાહેરમાં વ્યક્ત કરવાનું મને અઘરું લાગ્યું. મેં કહ્યું, 'ભલે. આગળ ઊતરી જઈએ.'

હરિપુરા ચોકડી પર બસ રોકાઈ એટલે અમે ઊતર્યાં. લાજો નીચે ઊતરીને આસપાસ ક્યાંય લાકડી જેવી ડાળી મળે તો શોધવા લાગી. ચાંદનીનો પ્રકાશ એટલો હતો કે ઊજળે વાન લાજોના બેઉ હાથ પર કોણી સુધી છૂંદણાં જોઈ શકાતાં હતાં.

લાકડી જેવું કંઈક મળ્યું એટલે લાજો ચાંદનીના અજવાળે જરાતરા જોઈને

તે લેવા નીચે નમી. તેના નીચે નમવામાં એવું કંઈક હતું કે મને આસપાસનો આખો વગડો ઝૂકતો લાગ્યો. ચંદ્ર જો આકાશમાંથી પૃથ્વી પર બધું જોઈ શકતો હોય તો તેને આખી ગીર ઝૂકતી દેખાઈ હશે.

અમે ચાલ્યાં. રાતના શાંત વાતાવરણને લીધે કે પછી લાજોનાં ઝાંઝર કંઈક વધારે ઘૂઘરીવાળાં હોય તે કારણે, તેના દરેક પગલે એક કર્ણપ્રિય છનકારો સ્પષ્ટ સંભળાતો હતો. સાથે સાથે તેની જીમી પગમાં અફળાઈને એક ચોક્કસ લયમાં તાલ દેતી હોય તેમ તેનો ફડફડાટ પણ સંભળાતો હતો.

જીમીની વાત મારા મનમાં બપોરથી ઘૂમતી હતી. અત્યારે લાજો સાથે છે, અમારા સિવાય અહીં કોઈ નથી તો જીમી વિશે તેને પૂછી જોવાની લાલચ જાગી અને તે શમી જાય એ પહેલાં મેં પૂછ્યું, 'લાજો, તારી જીમી સરસ છે. ક્યાં મળે ? ફેરિયા લાવે છે કે તમારે શહેરમાંથી લાવવી પડે ?'

હાથમાં લાકડી રમાડતાં બોલી, 'અમીં જીમીં નો પેરિયેં. આ તો પેયણું સે. જીમી નથ્ય. જીમી તો કાળી હોય. આ લાલ સે ઈનેં પેયણું કેવાય. આયાં સોડિયું લગન પસી જીમી નો પેરે.'

ઓહ ! તો બપોરે જે ચર્ચા થઈ તે સાંસાઈના લગ્ન વિશે હતી. પહેરવેશ તો માત્ર પ્રતીક રૂપે લેવાયો હતો.

હું શું વિચારમાં છું તે જાણ્યા વગર લાજો બોલતી ગઈ, 'કો'ક વળી મદરાસનું જાડું ખાપેડુંય આવે સે ઈય પે'રે. ઘેડમાં મેરની કુંવારી સોકરિયું ધોળું ઢારવું વીંટે, કોળી પાસાં આસમાની રંગનાં વીંટે 'ને માલીકોર ધોળાં ટપકાં હોય. ઈનેં બાંધણો કેય. બારહથા ને સ્હોળહથા, છેડાડા બાંધણાંય પેરે. ફેરિયા, વેપારિયું આંયાંય આવે ને અમીં બારાં જાંઈ તો અમીંય લેતાં આવીયેં. બાયુંને પે'રવા-ઓઢવાની મોજ્યું ને ઈનાં વાનાં કાંઈ ઓસાં સે ?'

વાત કરતાં લાજો હસી પડી. તે સાથે જ તેને કંઈ વહેમ પડ્યો હોય તેમ ગંભીર થઈ ગઈ અને મારી સામે આવીને પૂછ્યું, 'પણ અટાણે તું જીમીનું સ્હું લેવા પૂસ સ ? અમથો કે કાંય કારણ સે ?'

કારણ નથી તેમ હું કહી શકું તેમ ન હતો. હું મૌન રહ્યો એટલે લાજોની શંકા દૃઢ થઈ. તે મારાથી થોડી દૂર રહીને ચાલવા માંડી. તેણે મારા વિશે શું વિચાર્યું હશે તે સંકોચમાં હું પણ નીચું જોઈને ચાલતો રહ્યો.

સાસણના દીવા દેખાયા ત્યારે છેક મેં પૂછ્યું, 'સાસણમાં તું ક્યાં રહીશ ? કોઈ છે ?'

'અમારાં પોતાનાં ખોયડાં સે.' લાજોએ કહ્યું.

સાસણ જેમ જેમ નજીક આવતું ગયું તેમ તેમ મને મન પર બોજ લાગવા માંડ્યો. મારે લાજો સાથે મારા મનના પ્રશ્નોની ચોખવટ કરી લેવી જોઈએ તેમ લાગ્યું. છૂટા પડતાં મેં કહ્યું, 'લાજો. જીમીનું મેં એટલે પૂછેલું કે આજ બપોરે તું અને રતનબા સાંસાઈની...'

'તેં જીમીની વાત્યું કાઢિ ન્યાં જ હું સ્હમજી ગઈ'તી કે તારે સાંસીની વાત કરવી સે.' લાજોએ કહ્યું, 'પણ આ તને કઈ મૂક્યું કે મને કોય દી' પૂસતો નંઈ. મને ખબય્ર હય્સે તોય હું કે'વાની નથ્ય.' કહીને લાજોએ ઉમેર્યું, 'હું મારું કામ તારી માથે સ્હું લેવા નાખું ?'

'કયું કામ ?' મને થોડી આશા બંધાઈ.

'ખાનગી રાખવાનું.' લાજોએ સણસણતું કહ્યું, 'મને તો ઊકલ્યું કે મેં તરત સાંસાઈને જ કીધું. તે દી' સાંસીયે મને ગળાના સ્હમ દઈને બીજા કોયને કે'વાની ના કીધી સે. હવે હું જ જો વાત પેટમાં નો રાખી હકું તો તને કેવા, સ્હું સ્હમ દૈને સ્હોંપું'

'તને ઊકલ્યું તેમ કહે છે પણ સાંસાઈએ જ તને કહ્યું હોય. એ વગર તને કેવી રીતે ખબર પડે ?' મેં નિશાન વગર તીર તાક્યું.

'મને કોયે કીધું નથ્ય.' લાજોએ જવાબ આપ્યો, 'ઉપરથી મેં જ સાંસીને કીધું. મેં તો મારા મનથી ઉકેલ્યું'તું કે સાંસીનો ગઢવી સ્હામટી સ્હાત ગાયું સ્હાવજને મોઢે ગયેલી જંગલ ખાતામાં લખાવે ઈ કેવું ? 'ને સ્હામટી એટલી ગૈ હોય તોય કાંય સ્હાવ અમથી નથ્ય ગઈ. કોકે દીધી હોય તો જાય.'

કોઈકની ગાયો મરી જવાને અને સાંસાઈના લગ્નને શું સંબંધ હશે તે હું સમજી ન શક્યો. મેં પૂછ્યું. 'તો ?'

'તો કાંય નંઈ. ઈ બધામાં તું નો પડતો. તને સ્હમજ નંઈ પડે. નકામો સાંસીના મોઢાની બે-તૈણ સ્હાંભળવાની થાહે.' કહીને લાજો પોતાના વાસ તરફ ચાલવા માંડી.

રાત રોકાઈને લાજો કાલે તો તે કાઠીતડ પહોંચી જશે. ખબર નહિ તે ફરી ક્યારે મળશે. મળશે ખબર નહીં, સાંસાઈ વિશે, ગાયો વિશે. તે રતનબાને કહેતી હતી તેવી કોઈ અંટસ વિશે કે સાંસાઈના વટ વિશે હું તેની પાસેથી જાણી શકીશ કે નહિ !

॥ ૧૬ ॥

ચિત્રમાં દેખાય છે તેવી કૂંડી છે કે નહિ તે જોવા જવાની જરૂર મને નહોતી. તોપણ મને વારે વારે વિક્રમનું 'સ્હમજવાનું તમારે સે...' કહેલું યાદ આવી જતું. એટલે મારે કાસિયાનેસનું સ્ટેશન ફરી એક વાર જોવું છે.

કાસિયાનેસથી સીધો ઘેડમાં જઈશ તે વિચારે મેં સામાન બાંધ્યો છે. કપડાંનો થેલો અને નાનું બોર્ડ બાઈકના પાછળના સ્ટૅન્ડ ઉપર. પીંછી, રંગો વગેરે નાની ચીજો બાજુની પેટીમાં. ડ્રૉઇંગ શિટ્સ તો માધુપુર, પોરબંદર કે કેશોદ ક્યાંકથી મળી જ રહેશે. હા. કાસિયાનેસનું ચિત્ર ભૂંગળાં જેમ વાળીને હેન્ડલ અને હેડલાઇટ વચ્ચે ભરાવ્યું.

રસ્તે જતાં બે-ત્રણ વખત ભૂંગળાને સીધું-સરખું કરવું પડ્યું. કંઈક રબરબેન્ડ કે દોરો બાંધ્યો હોત તો સારું હતું. અહીં ક્યાંકથી એકાદ દોરા જેવી વેલ મળે તો વીંટું.

બાઈક રસ્તાની એક તરફ ઊભી કરીને વગડામાંથી કૃષ્ણવેલ લઈને પાંદડાં કાઢીને દોરા જેવી બનાવતો પાછો ફરું છું તો જોઉં છું કે એક સાઠ-પાંસઠ વરસનો વૃદ્ધ મારી બાઈક પાસે ઊભો છે. તેનું ધ્યાન તેના હાથમાં રહેલા કાસિયાનેસના ચિત્રમાં છે.

હું રસ્તા પર આવ્યો ત્યારે તેનું ધ્યાન ખેંચાયું. મને પૂછ્યા વગર મારી ચીજને

અડ્યાનો સંકોચ રાખ્યા વગર તેણે હસીને રામ રામ કહ્યા અને ઉમેર્યું, 'સિતર ઓલરેટ કાઢ્યું સે.'

મેં ચિત્ર લેવા હાથ લંબાવ્યો અને પૂછ્યું, 'સરસ છે ને ?'

'અરે, કમ્પલેટ.' કહીને તેણે વર્ણન કર્યું, 'આ ટેસન, આ સાય્બુંનાં ઘર, અરે, માલીકોય્ર માસ્તરની કૂંડી જેવુંય સે ને કાંઈક !'

તે અંગ્રેજી શબ્દો બોલતો હતો તેનાં કરતાં વધુ નવાઈ મને તેની 'માસ્તરની કૂંડી'વાળી વાતની લાગી. મેં પૂછ્યું 'આ કૂંડી ત્યાં છે ?'

'હાલમાં નથ્ય. હવે તો ભૂકો થય ગૈ. પણ પેલાં હતી. સાસણથી સિમટ સાય્બે મોકલીતી ને મેં પોત્યે, આ મારા સ્હગા હાથે જ સણી'તી.'

'તમે કડિયા-કામ કરો છો ?' મેં પૂછ્યું.

ભાભો હસી પડ્યા. કહે, 'હું તો ભેંહું સારું બાકી ગય્રમાં કડિયા સ્હુથાર સ્હું કરવા સે ? બધુંય હાથોહાથ પતવી દેવાનું, આ તો બે હાંડા માપે કૂંડી. ઈંટ્યું તો જોંયે નંઈ. ટેસને પડેલાં બેલાં કાપીને બનાવી'તી. સિમટ તો સાય્બે સાસણથી મોકલી દીધો 'તો.'

હવે મારે કાસિયાનેસ જઈને જોવાનો કંઈ અર્થ નહોતો. ત્યાં મેં એકાદ સિમેન્ટ લાગેલો પથ્થર જોયો હશે તે વિક્રમને કૂંડી જેવો લાગ્યો હશે. મેં ભાભાને કહ્યું, 'એક જણ તો કહેતો હતો કે ત્યાં કૂંડી હતી જ નહિ.'

ભાભાએ હકારસૂચક ગરદન ઝુકાવી અને કહ્યું, 'આટાણે તો નથી જ વળી. આ તો તીહ બતરી વરહ પેલાંની વાત. મારી જુવાની ટાણે. તયેં રેલનો સાય્બ આયાં રે'તો. ઈ પાણી નાખતો ન્યાં લગણ કૂંડી રઈ. પાણી નાખનાર વયો ગ્યો. પસી કૂંડું રેય ? કોરું પડી યું 'ને ભાંગી ગ્યું.'

મેં મોટર સાઇકલમાં ચાવી ભરાવીને કીક પર પગ મૂકતાં ભાભાને કહ્યું, 'લ્યો ત્યારે, રામ રામ. તમે મારું કામ ઘટાડી દીધું. હું તો કાસિયાનેસ જોવા જતો હતો કે કૂંડી છે કે નથી.'

અચાનક ભાભાના ચહેરા પર આશ્ચર્ય દેખાયું, તેણે મારો હાથ પકડી લઈને મને રોક્યો અને કહ્યું, 'લે, કૂંડી હતી ઈ તમને ખબય્ર નથ્ય ? હું તો જાણું કો'કે તમને કીધું હસે. નકર સિતરમાં કૂંડી સ્હું લેવા કાઢો ?'

અરે રે ! હું ફરી હતો ત્યાં ને ત્યાં આવી ઊભો. મને પરિસ્થિતિ પર હસવું આવી ગયું. મેં કહ્યું, 'હવે મૂકો ને લપ. થયું તે થયું.'

'ભલે તયેં, જાવ.' ભાભાએ કહ્યું, 'મને એમ કે સતાધાર ભણી જાતા હો તો વાંહે બેહી જાંવ. પણ તમીં તો પાસા વળી જાવાના થ્યા.'

મને લાગ્યું કે વૃદ્ધ માટે આટલે લાંબે ચાલીને જવું અઘરું તો થશે જ. મેં કહ્યું, 'હવે તો મારે પાછું, સાસણ જવાનું છે. કહેતા હો તો તમને છેક સતાધાર તો નહિ, આલાવાણીથી આગળ રોડ પડે છે ત્યાં સુધી છોડી જઉં. પછી તમને કંઈક મળી રહેશે.'

'તમારે ધકો નથ્ય ખાવો. અમીં તો હાલ્યા જાંઈ.' ભાભાએ કહ્યું. તોપણ મેં જરા આગ્રહ કરીને તેમને પાછળ બેસાર્યા.

કાસિયાનેસ પસાર થયું ત્યાં મેં બાઈક જરા રોક્યું. ભાભાએ કહ્યું. 'ઈ સાય્બની નોકરી આયાં, પણ આયાં રેતો નંઈ. સ્હું કે જંગલમાં બીવે. અટલે રેય ધારી. ઈ તો સિંયાં સાય્બનો રોક્યો એક રાત્ય આયાં પડી ર્યો'તો. એક રાત્યમાં સ્હુંય માયા લાગી ગૈ તે પસી ઈનીં નોકરી આંયાં રઈ ન્યાં લગી ઈ આંયાં જ રય પડ્યો.'

ચિત્રની કે કૂંડીની વાત જવા દઉં; પણ એક રાત રહેવાથી જેને ગીરમાં રોકાઈ જવાનું મન થઈ આવ્યું તે માણસની વાત જાણવી જોઈએ ! મેં ભાભાને પૂછ્યું, 'તમે પણ રેલવેમાં હતા ?'

'અમીં તો રબારી.' ભાભાએ કહ્યું, 'આમ ઠેઠ રણકાંઠેથી ભેંહું લયને ગય્રમાં સારવા આવતા. આંય રંઈ તયેં અમારી બાયુંને ધારી, વિહાવદર હટાણે જાવું પડે. ગાડીનો ટેમ હોયં તો ગાડીયે બેહી જાય; પણ ટિકટુંનીં હમજ નો પડે. કાંક ટેસનુંનાં નામ નો આવડે. એમ ને'મ, મફત બેહી ગ્યું હોય. ઈમાં આવડો આ કડક. નોકરી કરવા આવતો હોય કાં જાતો હોય ઈ પકડે. તયેં અડધે ઉતારી મૂકે. કાવડિયાં દેતાંય માને નંઈ.'

કહીને ભાભો હસ્યો. પછી મારા ખભે હાથ મૂકતાં કહે, 'આમ તો અમારી બાયું કોયને ગાંઠે નંઈ. સ્હામું બોલેય ખરી કે ગાડી માસ્તર ટિકટ માગી હકે. ડંકા-માસ્તર નો માગી હકે. પણ આને આંયનો એક બોલ સ્હમજવો હરામ. નરી જાત્ય જ આ મલક બાય્રની.'

ભાભાની વાતમાં રસ તો પડતો હતો પરંતુ તેમને ઉતારવા છેક રોડ સુધી જવાનું હતું એટલે મેં તેમને બાઈક પર બેસાર્યા. બેઠાં ત્યાં ભાભો કહે, 'ઈ રોજ અઢીની ગાડિયે વયો જાય. ઈમાં એક દી ગાડી સૂકી ગ્યો. ઈ રઈ ગ્યો ને ગાડી ઊપડી ગઈ. તે દીથી બદલાઈ ગ્યો.'

આવા સૂમસામ સ્ટેશન પરથી સ્ટેશન માસ્તર જેવા અફસરને મૂકીને ગાડી વહી જાય તે મને માન્યામાં આવે તેવું નહોતું. મેં બાઈક ચાલુ કરવાનું માંડી વાળતાં પૂછ્યું, 'રહી કેમ કરતાં ગયો ?'

'કયેં તોય વરવું લાગે.' કહેતાં તો ભાભો હસવું રોકી શક્યો નહિ. પછી

હસતા હસતા કહે, 'ઈનેં બરોબર ગાડીને ટાંકણે ખરચૂ લાગી ગય. ઈ ક્વાર્ટરની માલી કોય્ર જાજરૂ ગ્યો. ડ્રાઇવરે ડોકું કરીને ટેસન જોય લીધું કે સાય્બ કે કોઈ રઈ તો નથ્ય ગ્યું ને ! તો આયાં બધું કમ્પલેટ. ગાડી હાંકી મૂકી. ઓલો પાટલુંગ પકડીને ધોડ્યો ન્યાં લગીમાં તો આયાં પાટો ખાલી.'

સાહેબ ક્વાર્ટરમાં હોય અને પ્લેટફૉર્મ ખાલી દેખીને ડ્રાઇવર ગાડી ચલાવી મૂકે તે શક્યતાથી મને નવાઈ તો લાગી, હસવું પણ આવ્યું. મારાથી પુછાઈ ગયું, 'તમે કોઈ નહોતા ?'

'હતા ને. પણ કોઈ આદમી નોતા. અમારી બાયું હતી. ગાડીયે પાણીનો ડબો લાગે અટલે બાયુ પાણી ભરવા આવે. ઈ સ્હંધીયુંને જાણ કે સાય્બ રઈ ગ્યો સે; પણ ઈનેં વાર-તે'વારે દંડેલી તે સ્હું કરવા બોલે ? ગાડી સૂકવી દીધી કે ઈય ઈનીં માંનો કાંક સ્હમજતો થાય. બસ. ઈ રાત્યે રઈ ગ્યો તે રઈ ગ્યો.'

મેં બાઈક ઉપાડી. ભાભાને ઉતાર્યા. ચાલતા થતાં ભાભાએ કહ્યું, 'લ્યો ત્યારે રામ. ક્યાંક અંજળે ભેગા થાહું.'

ભાભાની વાતથી રેલવેના તે પરપ્રાંતીય અધિકારીનું ચિત્ર તો મનમાં ઊભું થયું જ છે. મેં દોરેલા ચિત્રમાં સ્ટેશન સાવ ખાલી દેખાય છે. મારા ચિત્રમાં રેલવેનો એકાદ કર્મચારી ઉમેરવાની ઇચ્છા થઈ આવી. ભાભાને મૂકીને પાછા કાસિયાનેસ પહોંચતાં સુધીમાં તો ઇચ્છા નિર્ણયમાં પરિવર્તિત થઈ ગઈ. મેં બાઈક રોકી અને પહેલાં જે સ્થળે બોર્ડ ગોઠવ્યું હતું ત્યાં જ ગોઠવ્યું.

બાળપણથી જ મને ચિત્રો દોરવાની મજા પડતી. બહુ નાનપણે હું માટીમાં લીટા તાણ્યા કરતો તેમ મેં વડીલો પાસેથી સાંભળ્યું છે. સમજણો થયો અને પાટીપેન પછી કાગળ-પેન્સિલ મળવા માંડ્યાં, તે ઉમ્મરે મને ખબર પડવા માંડી કે ચિત્રો દોરતાં દોરતાં ઘણી વાર મને કંઈક ન સમજાય તેવું થાય છે. રંગો મેળવતાં મને કોઈ અજાણી લાગણી થાય. જાણે કોઈ જુદી જ દુનિયામાં જતો રહ્યો હોઉં કે સ્વપ્ન જોતો હોઉં તેમ ચિત્રો મને દેખાવા લાગે. મેં જે દોરવા ધાર્યું હોય તે હું આંખ સામે ભજવાતું જોતો હોઉં તેમ માનસપટ પર કોઈ વારતાની જેમ ઊપસે.

આ યાદ આવતાં મને પેલો શબ્દ-અવાજ સંભળાયો, 'યાદ કર. આપણે વાત થયેલી. તે જ વાતને જરા જુદી રીતે તપાસીએ – ચિત્રો સ્થગિત રહે છે. દશ્યો સરે છે. – જે છે તે ચીતરીએ તે રીતે જે હતું કે નથી તે નજર સામે આવી શકે. ઘણી વાર આપણે ચિત્રો દોરીએ છીએ; કોઈ વાર ચિત્રો આપણને દોરી જાય છે. આજે દોરવાનો નહિ, દોરાવાનો આનંદ માણીએ !'

પીંછી રંગમાં બોળું છું અને દશ્યોની પાછળ દોરાઉં છું: પ્લૅટફૉર્મ વગરનું

સ્ટેશન. ઑફિસ પર કાળી પટ્ટીમાં સફેદ અક્ષરથી લખેલું છે, 'દિવાકરન કે. એસ.'

દિવાકરન ગાડી તરફ આવે છે. ગાડીમાં ફર્સ્ટક્લાસનો ડબો આજે લાગ્યો નથી. જનરલ ડબાઓમાં તો દરવાજાને અડીને આવેલી ખાસ પ્રકારની કેબિનના બારીઓના કાચ તો ક્યારેય હતા જ નહિ એવા તૂટેલા છે.

હવે ! ઉતાવળે ક્વાર્ટર તરફ જતો દિવાકર ગાર્ડને કંઈક કહીને ગયો પરંતુ ગાર્ડનું ધ્યાન નથી કે સ્ટેશનનો સાહેબ પાછો ક્વાર્ટરમાં જાય છે. સમયે તેના તેણે સીટી મારીને ઝંડી બતાવી.

ડ્રાઇવરે સીટીની દોરી ખેંચી. એન્જિનનો પાવો વાગતાં જ પાણીના ટેન્કર પાસે ટોળે વળેલી સ્ત્રીઓમાં કંઈ હા-ના થઈ અને ટોળું બેડાં લઈને દૂર ખસ્યું. થોડી વરાળ બોલી અને ગાડી સરકી.

ક્વાર્ટરમાંથી નીકળીને દોડતો દિવાકરન સ્ટેશને પહોંચે ત્યાં સુધીમાં વિજન સ્ટેશન પર પવનના સુસવાટા, દૂર સરી જતી ટ્રેનનો તાલબદ્ધ ખખડાટ સિવાય કંઈ નહોતું. બેડાં લઈને નેસ તરફ જતી સ્ત્રીઓમાંથી કેટલીક દયા ખાય છે કેટલીક હસે છે.

દિવાકરનને ધારી જવા માટે હવે કોઈ વાહન મળવાનું નહોતું. ખાલી ક્વાર્ટરમાં પાથરણાં વગર, વીજળી બત્તીના પ્રકાશ વગર રહી શકાય તેવી ખબર કદાચ દિવાકરનને નહોતી. કદાચ હોય તોયે સાંજે ખાવું શું ?

દિવાકરન વિચારતો ગયો તેમ તેમ તેને પ્રશ્નો જ સૂઝતા ગયા. યાદ આવ્યું કે આ સ્થળ જનહીન છે; પરંતુ નિર્જીવ નથી. દિવસે પણ તેણે નાના મોટા અનેક જીવોને અહીં ફરતા જોયા છે. બાપરે, આવા સ્થળે, અંધારે, બંધ ક્વાર્ટરમાં ભોંયે સૂવું ? કેવી વિપદા !

એ કરતાં તો સાંજ ઢળવાને હજી વાર છે ત્યાં પાટે-પાટે ચાલી નાખવું. તો દિવસ છતાં સતાધાર સુધી પહોંચી જવાય. સતાધારથી આગળ જવાનું કંઈ ન મળે તોપણ ત્યાં જ કોઈ રેલ-કર્મચારીને ઘરે, સ્ટેશનમાં કે છેવટે જગ્યામાં જ જમીને રાત રહી શકાય.

દિવાકરનને ચાલતો જતો જોઈને એક પનિહારી બીજીને કહે છે, 'હાય હાય. ઓલો તો હાલતો થ્યો. કો'ક જાવ. રોકો. ક્યાંક દેવાય જાહે.'

સામે જવાબ આવે છે, 'આપડે કાંય નથ રોકવો. આઘડી ઓલા સીંયા સાય્બ ને ઇબલાબાપા એણી કોર્ય હાલ્યા ગ્યા ઈ ભાળ્યું નંઈ ? હમણેં ઈનેં ઝાલસે, 'ને લય જાહે સાસણ. પોતાની ભેગો.'

પોતાના વિશે થતી વાતો સમજવા અસમર્થ સ્ટેશન-માસ્ટર પાટા પાસેની કેડી

પર ચાલ્યો જાય છે. ગરનાળું ઊતરતાં તેને લાગે છે કે કોઈ તેને બોલાવી રહ્યું છે. પાછળ ફરીને જુએ છે તો આધેડ વયને આંબવા જતો ખાખી કપડાંધારી અને મોટી મૂછોવાળો માણસ હાથમાં ડાંગ રાખીને ઊભો છે અને પોતાને બોલાવે છે. તેની સાથે પાંત્રીસેકનો લાગતો, ભૂખરા પેન્ટ-શર્ટ પહેરેલો એક માણસ છે.

દિવાકરન રોકાઈ ગયો. પેલા બન્ને તેની તરફ આવ્યા અને મુછાળાએ સાથેના માણસ તરફ હાથ કરતાં કહ્યું, 'સાય્બ પૂસે લે ઈનો જવાબ દેજો.'

દિવાકરન કંઈક સમજ્યો, કંઈક નહિ. તેણે આંખ વડે પ્રશ્નાર્થ કર્યો.

સાહેબ તરીકે ઓળખાવાયેલા જણે અંગ્રેજીમાં પૂછ્યું, 'આવા, નેવી-બ્લૂ રંગનાં કપડાં પહેરીને ક્યાં ફરવા જાઓ છો ?'

'ફરવા નથી જતો. સતાધાર જઉં છું. પરંતુ રેલવેની હકૂમતમાં ઊભા રહીને મને પૂછનારા તમે કોણ છો ?' દિવાકરને તેના અસલ મિજાજમાં કહ્યું.

વિરેને હસીને પણ સત્તાપૂર્વક કહ્યું, 'આ કાળા જેવો લાગે છે તે કોટ ઉતારી નાખો. પછી પધારો. સતાધાર પહોંચતાં તો સંધ્યાકાળ થશે. રસ્તે હિંમત રાખજો. અને સાંભળો, આપણે બન્ને જેની હકૂમતમાં ઊભા છીએ એમાંનું કોઈ તમને અધવચ્ચે ભેટી ન જાય તેવી શુભેચ્છા.' કહીને તેણે ઉમેર્યું, 'અને હા. હું વિરેન. ગુજરાત સરકારમાં સી.એફ. કન્ઝરવેટર ઑફ ફૉરેસ્ટ.'

'ઓહ. સોરી, હું દિવાકરન. અહીં કાસિયાનેસ સ્ટેશન માસ્ટર છું. ધારી રહું છું. અહીં રહેતો નથી.'

વિરેને લાગલું જ કહ્યું. 'રહેવું જોઈએ.'

દિવાકરન જરા શરમાયો પણ તેણે અચકાયા વગર જવાબ આપ્યો, 'મને કહેવા દો કે મારે ક્યાં રહેવું ક્યાં નહિ તે મારે નક્કી કરવાનું છે.'

વિરેને શાંત સ્વરે કહ્યું, 'તો પછી મને પણ કહેવા દો કે અહીં ન રહેવાનો નિર્ણય તમારો છે તે વાત ખોટી છે. તમારી બાબતમાં તો ચોક્કસપણે કહીશ કે તમે અહીં નથી રહેવાના તે આ સ્થળની પરિસ્થિતિએ નક્કી કર્યું છે. તમે નહિ. બરાબર ?'

દિવાકરન ઘડીભર વિચારમાં પડી ગયો. વિરેન જે કહેતો હતો તે તેનું શબ્દ-ચાતુર્ય હોય તેવું ન લાગ્યું. તે કંઈ જવાબ આપે તે પહેલાં વિરેને ફરી કહ્યું, 'જે સ્થળનો તમારા પર આટલો બધો પ્રભાવ છે ત્યાં એકાદ રાત રહીને જોઈ તો જુઓ. મજા ન પડે તો પછી ન રહેતા.'

દિવાકરન ઘડીભર મૂંઝાયો પછી તરત કહ્યું, 'અહીં કંઈ સગવડ નથી.'

'ચારે તરફથી બંધ થાય તેવું મકાન તો આવા સ્થળે મોટી સગવડ કહેવાય ! કેટલાંક તો ખુલ્લામાં રહે છે. સ્ટેશનથી થોડે જ દૂર નેસમાં જુઓ.'

'પરંતુ હું એકલો...' દિવાકરન થોથવાયો.

વિરેને દિવાકરનનો હાથ પોતાના હાથમાં લીધો અને કહ્યું, 'મારી સાથે છે તે અબૂ જાફરને પૂછી જુઓ. એ તમારી ભાષા સમજી શકશે તો તરત કહેશે કે અત્યારે, એકલા ચાલીને સતાધાર જવા કરતાં એકલા ક્વાર્ટરમાં સૂઈ રહેવું વધારે સલામત ગણાય. સાચું કહું તો ક્યારેક આપણી કલ્પના આપણને વધારે ગભરાવી મારે છે.'

વનખાતામાં ઉપરી ગણાય તેવો અધિકારી સામે ઊભો રહીને કહેતો હોય તો તેની વાતમાં તથ્ય હોય તે વિચારે દિવાકરનને ચાલતા જવામાં રહેલા જોખમનો ખ્યાલ આવ્યો. તેણે કહ્યું, 'પણ કંઈ ખાવાનુંયે...'

વિરેને અબૂ તરફ જોઈને કહ્યું, 'અબૂભાઈ, આપણું ભોજન કાઢો.'

અબૂએ પેન્ટના ખિસ્સામાં હાથ નાખીને મૂઠ્ઠીભર સીંગ-દાળિયા કાઢી આપ્યા. વિરેને તે લઈને દિવાકરન સામે ધરતાં કહ્યું, 'સવારથી અમારી પાસે આ છે. અમે તો હવે સાસણ જઈશું એટલે અમારે આની જરૂર નથી. તમારી રાત નીકળી જશે.'

દિવાકરનના અચરજનો પાર ન રહ્યો. આટલો મોટો અફસર, જેની વિઝિટ હોય તો દરેક પોઈન્ટ પર તેના ખાતાના માણસો શક્ય તે તમામ વ્યવસ્થા સાથે ખડેપગે રહે તે જણ, એક લાકડીધારી ફૉરેસ્ટર સાથે સવારથી પગે ચાલીને રખડે અને તેના ખિસ્સામાં રાખેલા સીંગદાણા પર દિવસ નભે ! !

આ બેઉ સાસણ જવાના છે તે વિચારે દિવાકરને તેમની સાથે સાસણ જવાનું પણ વિચાર્યું. દિવાકરનને વિચારમાં પડેલો જોઈને વિરેને કહ્યું, 'એક વાર ક્વાર્ટરે જાવ તો ખરા. ચાલો, હું તમારી સાથે આવું છું. આપણે ત્યાં જઈને બેસીએ. વાતો કરીએ. પછી શું થઈ શકે તે જોઈશું.' સાંજ પડતાં સુધીમાં કંઈક સૂઝશે. બધી વ્યવસ્થા આપોઆપ થઈ જશે. ન થાય તો મને કહેજો. હું તમને સાસણ લઈ જઈશ.

દિવાકરન પાછો વળતાં બોલ્યો, 'હું ગુજરાતમાં આવ્યો ત્યાર પછી તમે મારા પહેલા મિત્ર છો.'

'પહેલો પણ છેલ્લો નહિ. અહીં તમને બીજાં ઘણાં મિત્રો મળશે. ધારીમાં ન મળે એટલાં.' વિરેને કહ્યું.

અબૂએ સ્ટેશનમાંથી ખુરશી લાવી આપી. વિરેન અને દિવાકરન ક્વાર્ટરને ઓટલે બેસીને વાતે વળગ્યા. અબૂ નેસ તરફ ગયો.

દિવાકરન છેક કેરાલાથી આવ્યો છે. તેને કુટુંબની, ઘરની, મિત્રોની યાદ બહુ આવે છે. ગુજરાતી જાણે નહિ એટલે ધારીમાં ખાસ મિત્રો નથી. પડોસી ક્યારેક રામ રામ કે જેસી કૃષ્ણ કહે છે. નોકરીમાં હિન્દીથી ચલાવી લે છે. બદલી માગી છે પણ ક્યારે થશે તે નથી જાણતો.

વિરેને પણ ઘણી વાતો કરી. બે નવમિત્રોની વાતો ચાલતી હતી અને નેસમાંથી અબૂ એક યુવાનને લઈ આવ્યો. તેના હાથમાં ચાની રકાબી અને કીટલી હતાં.

વિરેને તે માલધારી યુવાનને પૂછ્યું, 'ક્યાનાં ?'

દિવાકરન એક માલધારી સાથે મિત્રવત્ વાત કરતા ઑફિસરને આશ્ચર્યથી જોઈ રહ્યો.

યુવાને કહ્યું, 'કચ્છના નાકેથી માલ લયને હાલ્યા સંઈ. મે થાય ન્યાં લગણ ગય્રમાં માલ સારસું. પસી પાસા વળી જાહું. અમારુંય સ્હમજોને આ તમારે ન્યાં 'પીતાં પીતાં' કરીને બોલે ઈ પંખીડાં જેવું. ઉનાળે ગય્ર હાંભરે. સોમાંહાં હૂધી રંઈ. પસી પાસા દેસમાં હાલ્યાં જાંઈ.'

વિરેને પક્ષીની વાત સાંભળીને દિવાકરનને કહ્યું, 'ઓહો ! સાંભળો, તમારા તો હજારો સાથી અહીં છે. આ માણસે હમણાં વાત કરી તે પક્ષી તો તમારા પ્રદેશનું છે. મે મહિને દક્ષિણ ભારતથી આવે. સપ્ટેમ્બર સુધીમાં પાછાં વળી જાય.'

'તે શું નામ કહે છે ?' દિવાકરને પૂછ્યું.

'ગુજરાતીમાં અમે નવરંગ કહીએ છીએ. ઇન્ડિયન પીત્તા.'

બે અફસરની અંગ્રેજી વાતોમાંથી માલધારી યુવાન પીત્તા શબ્દ પકડી શક્યો. તેણે કહ્યું, 'ઈમ જ બોલે. આખો દી પીતાં પીતાં કર્યા કરે. આણીકોર ઓસાં સે.

થોડાંક આઘાં જાંઈ તો નકરાં, ઝુંડનાં ઝુંડ જડે.'

વિરેન તરત સચેત થયો અને પૂછ્યું, 'તે તમે આઘે કેટલે સુધી ચરાવો છો ?'

માલધારી યુવાન પોતાની જ વાતમાં પકડાઈ ગયો હોય તેમ ઝાંખો પડ્યો અને બોલ્યો, 'ઈ તો સાય્બ મંજૂરી હોય ન્યાં લગણ જાંઈ. ઈનાંથી આગળ ડગલું નોં ભરીયે.'

માલધારીના ખુલાસા છતાં વિરેને કહ્યું, 'જા, જઈને માલ-ચરાણની પરમીટ લઈ આવ. કેટલાં ઢોર લાવ્યા છો ?'

યુવાને કહ્યું, 'લાવ્યાં હોઈ ઈ સ્હંધાય લખાવ્યાં હોય. ઈમાં ફેર નો પડે. કદાસ સે 'ને એકાદું વીંયાય કે મરે તો વધે ઘટે. બાકી ફેર નો પડે.'

વિરેને અબૂને કહ્યું, 'અબૂ, મારી સાથે ચાલ એમનાં ઢોર ગણી જોઈએ.'

અબૂએ કહ્યું, 'આપ રેવા દીયો, હું ગણિયાવું સું.'

'તો તું જા. બરાબર ગણજે અને એના કાગળ લેતો આવ. મારે જોવા છે.' વિરેને કહ્યું. અબૂ અને પેલો માલધારી યુવાન ગયા.

થોડી વારે યુવાન એકલો કાગળો લઈને પરત આવ્યો. વિરેને તેને ઢોરની સંખ્યા, અને ચરાવવાનો વિસ્તાર વગેરે પૂછીને કાગળની વિગત સાથે સરખાવી જોયું. ત્યાં સુધીમાં અબૂ નેસમાં જઈને ગણતરી કરી આવ્યો.

અબુએ ગણેલાં ઢોર અને કાગળમાં લખેલાં ઢોરની સંખ્યા એક વાર ફરીથી જોઈને વિરેને યુવાનને કહ્યું, 'જો, ઢોર તો બરાબર છે. પણ આમાં લખ્યું છે એનાથી આગળ ક્યાંય ચરાવશો નહિ. આજે હું અને તું બેય અહીં છીએ તે ગીરનો પ્રતાપ છે. ગીરને જાળવજો. નહિતર એક દિવસ અહીં આવવાનું કે ચારવા જેવુંય કંઈ રહેશે નહિ.'

યુવાને પણ લાગણીભર્યા અવાજે કહ્યું, 'બાપ, અમીંય જાણીંયે કે ગય્ર સે તો અમીં સંઈ. ઈમાં કાંય ખોટું કરીયેં તો અમને ઉપરવાળો પૂસે.'

બન્ને જણની વાતો દિવાકરન શબ્દશઃ સમજતો નહોતો. તોપણ તેને લાગ્યું કે સત્તા અને સમાજ વચ્ચેના વહેવારમાં તે કંઈક જુદું જોઈ રહ્યો છે. તેણે પોતે પણ પ્રજા સાથે ક્યારેય આ રીતે વાત કરી હોય તેવું તેને યાદ ન આવ્યું. વિરેન કરે છે તે રીતે પણ સત્તાનો ઉપયોગ થઈ શકે તે દિવાકરન પહેલી વખત જોતો હતો.

વિરેન અને અબૂ ગયા પછી માલધારીઓએ દિવાકરનને જમાડ્યો. નેસમાંથી લાવીને ખાટલો પાથરી આપ્યો અને એક કિશોરને તેના ક્વાર્ટર પર સૂવા માટે મોકલ્યો. તે રાત પછી દિવાકરન આ ક્વાર્ટરમાં જ રહે છે.

ચોમાસે બારીએ બેસીને વરસાદ જુએ, શિયાળામાં તાપણી કરે, ક્યારેક વનખાતાના માણસો સાથે રખડવા નીકળી પડે. ક્યારેક સાસણ જાય. વિરેનની વિઝિટ હોય ત્યારે તો તે અચૂક જાય.

ગઈ વિઝિટ વખતે ઉનાળો ચાલતો હતો. વિરેનનું સરકારી કામ પત્યું પછી બેઉ મિત્રો અધોડિયાના પુલ પર જઈને બેઠા. દિવાકરને ખિસ્સામાંથી શેકેલા ચણા કાઢીને વિરેન સામે ધર્યા. વિરેને હસતાં હસતાં કહ્યું, 'દેવું ચૂકવવાની બહુ ઉતાવળ છે ?'

દિવાકરને કહ્યું, 'આ તો માત્ર વ્યાજ છે. દેવું ચૂકવવાનું થશે ત્યારે તો હું તમને મારા ઘરે બોલાવી જઈશ. જોકે હમણાં તો નવું દેવું કરવાની વાત લઈને આવ્યો છું.'

'કેમ, શું છે ?' વિરેને પૂછ્યું.

'મારા પગથિયા પાસે એક નાની કૂંડી બનાવવી છે. ઉનાળો આવશે ત્યારે જનાવરને પાણી મળી રહે. એ માટે વનખાતાની મંજૂરી માગવી પડશે ?'

'હા, પરંતુ નહિ મળે.' વિરેને કહ્યું, 'ક્વાર્ટરની જમીન ભલે રેલવેની હોય; પણ તેના પર જે બાંધકામ છે તેમાં તમારાથી વધારો કરી શકાય નહિ.'

'અરે પણ આ તો સાવ નાનું કામ, એકાદ ફૂટનું.'

'ઇંચનું પણ નહિ.' વિરેને કહ્યું, 'કરશો તો હું તોડાવી નાખીશ.'

'એટલું બધું ?' દિવાકરને સામે પૂછ્યું.

વિરેને કહ્યું, 'આમાં સત્તા દર્શાવવાની વાત નથી. હકીકત છે અને તેનાં કારણો પણ છે. એક તો વનખાતાએ પોતે બનાવેલા આવા વૉટર-સ્પોટ હોય છે. બીજું કે રહેણાક વિસ્તારમાં વૉટર-સ્પોટ કરાય નહિ. માણસ અને પ્રાણીઓ વચ્ચે સંઘર્ષ...'

વિરેન બોલતો જ હતો અને દિવાકરને કહ્યું, 'ભલે. કૂંડીની વાત જવા દો. હું મારા ઓટલા પર કંઈક વ્યવસ્થા કરું એમાં તો તમે વચ્ચે નથી આવતા ને ?'

દિવાકરન પાછો ફર્યો ત્યારે તેના બન્ને હાથમાં માટલાં હતાં. બીજે દિવસે સવારે તેણે ઘરની છરીથી કાળજીપૂર્વક ઘસી-ઘસીને માટલાનો ઉપરનો ભાગ કાપી નાખ્યો. પછી રોજ ડંકી સીંચીને તે માટલાનાં અડધિયાં ભરે છે. શરૂ શરૂમાં ચકલાં લલેડાં કે મોર સિવાય તેના માટલે કોઈ આવતું નહિ. ધીમે ધીમે બપોરની વેળાએ હરણાં આવતાં થયાં. અંતે એક વખત દિવાકરને ઘરે પત્ર લખ્યો, 'આ વખતે મારાથી દેશમાં આવી શકાય તેમ નથી. તમે બધાં અહીં આવો.'

સમય જતો ગયો તેમ તેમ દિવાકરનના ક્વાર્ટર આસપાસ પ્રવૃત્તિ વધતી ગઈ. ચોક રોજ વળાઈને સાફ થવા માંડ્યો. પક્ષીઓને દાણા નખાતા. સાંજે ફળિયામાં

ખાટલો ઢળાતો અને તેના પર વાજા-પેટી સાથે બેસીને સાહેબ ક્યારે ગીતો લલકારતો. કોઈ કોઈ વાર બીજા બંધ પડેલા ક્વાર્ટરમાં માણસો રોકાયા હોય તેમ બનતું. હવે દિવાકરન આતુરતાથી વિરેનની સાસણ વિઝિટની રાહ જોતો.

મે મહિનાની એક સવારે પેલા માલધારીએ જે કહ્યું તેનાથી દિવાકરનના મનમાં સન્નાટો છવાઈ ગયા જેવું થયું. પેલો યુવાન તો બિચારો હંમેશની જેમ દૂધ આપવા જ આવેલો. આ તો દિવાકરને પૂછ્યું, 'શું ખબર છે ?'

આ પ્રશ્નનો ઉત્તર રોજ મળતો તે કરતાં સાવ જુદો મળ્યો, 'ખબય્રમાં તો સિંયાં સાય્બ જાય સે. ઈનીં બદલી થૈ ગય.'

દિવાકરન કંઈ બોલ્યો નહિ. મૂંગા મૂંગા દૂધ લઈ લીધું. પ્રાઈમસ સળગાવ્યો અને ચા મૂકવાની તૈયારીમાં પડ્યો. માલધારી બે ઘડી તેને જોઈ રહ્યો પછી જતાં જતાં બોલ્યો, 'કેય સે કે સિંયાં સાય્બ આજ સાસણ આવસે.'

ચા પીતાં પીતાં દિવાકરન મનને મનાવતો રહ્યો. સરકારી માણસની બદલી તો થવાની જ. વિરેનની બદલી થાય તેનાથી પોતાને શું ફેર પડે ? આમ પણ વિરેન અહીં તો રહેતો નથી. વરસમાં ગણીને પંદર-વીસ વિઝિટ હોય. અને દરેક વિઝિટે તો તેને મળી શકાતું પણ નથી.

આ વિચાર છતાં કોઈ ઘેરી ઉદાસી દિવાકરનને ચેન લેવા દેતી નહોતી. તેણે ઑફિસ ખોલી, ગાડીના ડંકા પડાવ્યા. આગળ પાછળનાં સ્ટેશનોને લાઇન આપી. રોજનાં કામો જાણે યંત્રવત્ થતાં લાગ્યાં.

તે દિવસે બપોર પછીની સાસણ તરફ જતી ગાડીના પ્રથમ વર્ગના ડબાએ ઘણા સમયે પોતાના જૂના પ્રવાસીને અંદર પ્રવેશતાં જોયો.

સાસણની કચેરીએ વિદાયમાન, પ્રવચનો, કેટલાંક આંસુ, કેટલીક ધીમા અવાજની ચર્ચા. બધું પૂરું થયું. વિરેન અને દિવાકરન અધોડિયાના પુલ પર બેઠા. સંધ્યા થવા આવી અને દિવાકરન અચાનક કંઈક યાદ આવ્યું હોય તેમ ચમકીને બોલ્યો, 'ઓહ, હું તો ભૂલી જ ગયો. ચલો હું જઉં.'

'અરે ! રાત્રે સાથે જમીએ. પછી સવારે જજે.'

'ના.' દિવાકરને કહ્યું, 'મારે તો પહોંચવું પડે એમ છે.'

'પડે ?' વિરેનને નવાઈ લાગી, 'કેમ, ખાસ કંઈ કાર્યક્રમ છે ?'

'પેલો, કાદુ રાહ જોશે.'

'કોણ કાદુ ?' વિરેને પૂછ્યું.

દિવાકરને શાંતિથી કહ્યું, 'કાદુ એટલે કાદુ. જોકે મકરાણી નથી.'

વિરેન જોરથી હસી પડ્યો. કહે, 'તેં નાટકમાં ભાગ લીધો છે ?'

'ભાગ નથી લીધો. પાછળ નેસમાં છોકરાં ભજવે તે જોયું છે.' કહીને દિવાકરન ઊભો થઈ ગયો એટલે વિરેનને લાગ્યું કે વાત ગંભીર છે. તેણે કહ્યું, 'ઓ.કે. પણ હવે સંધ્યાકાળે તને ચાલતો જવા નહિ દઉં. ચાલ હું પણ આવું છું. આપણે મારી ગાડીમાં જઈએ છીએ.'

સૂર્યાસ્ત થયાને થોડો સમય ગયો હશે. ગાડી રસ્તા પરથી ક્વાર્ટર તરફ વળી ત્યાં હેડલાઈટના અજવાળે ઓટલા પાસે ચમકતી બે આંખો જોઈ વિરેને ગાડી રોકીને તરત લાઈટ બંધ કરી. પછી ધીમે અવાજે દિવાકરનને કહ્યું, 'જોજે નીચે ન ઊતરતો. તારા ઓટલે દીપડો બેઠો છે.'

'મને ઊતરવામાં તો વાંધો નથી. પણ તું ન ઊતરીશ. તને જોઈને નાસી જશે.' કહેતાં તો દિવાકરન ગાડીમાંથી ઊતરી પડ્યો. વિરેન કંઈ સમજે, રોકે તે પહેલાં તો સ્વસ્થ પગલે ક્વાર્ટર તરફ જતાં ફરીથી ગાડી તરફ ફરીને સંજ્ઞા કરી, 'તું ત્યાં જ રહેજે.'

વિરેને ગાડીમાં રહ્યે રહ્યે પોતાની બાજુનો દરવાજો અવાજ ન થાય તેમ

હળવેથી ખોલ્યો. જરૂર પડે તો નીચે ઊતરીને દોડવાની તૈયારી સાથે દિવાકરનને જોયા કર્યો.

દિવાકરન ઓટલા પાસે પહોંચ્યો. ઘર ખોલ્યું, ડોલ લઈને બહાર આવ્યો,

ડંકી પર ગયો ત્યાંથી પાણી સીંચીને માટલાના અડધિયામાં નાખતાં બોલ્યો, 'કાદુ, ચાલ ભાઈ. આજે સાસણ જવાની ઉતાવળમાં પાણી ભરવું ભૂલી ગયો હતો. તને તરસે માર્યો.'

ઠીબડામાં પાણી ભરાયું એટલે દીપડો ઊઠીને પાણી પીવા ગયો.

વિરેન ગાડીમાં બેઠાં બેઠાં જ બબડ્યો, 'વાહ રે દોસ્ત, તેં માત્ર દેવું વાળ્યું નથી. સામેથી મારા પર ચડાવ્યું છે.'

એ પછી વિરેન કારમાંથી ઊતરીને માલધારીના નેસ પર જતો દેખાયો. તેણે નેસમાંથી પેલા યુવાનને બોલાવ્યો અને કહ્યું, "જો, બરાબર સાંભળ. કાલ સવારે સાસણથી સિમેન્ટ મોકલું છું. કાલ સિમેન્ટ આવે તે સાથે કૂંડી બાંધવાની પરમીટ પણ હશે. તારે દિવાકરન સાહેબના પગથિયા પાસે કૂંડી બનાવી આપવાની છે.'

પછીના એકાદ કલાકની વાતો, વિદાય સમયે વિરેનને શું થયું, દિવાકરને શું કહ્યું, દીપડો ક્યાં ગયો ? બધું પીંછીના લસરકા દ્વારા કાઢવું મારા ગજા બહારનું છે.

મને ભરથરીનું કહેલું ફરી સંભળાતું હોય તેમ પડઘાય છે, 'કાં'ક હોય તો કાં'ક આવે.'

મારા હાથ અને પીંછીએ ભેગાં મળીને સિમેન્ટિયા રંગના લસરકાને કૂંડીનો આકાર ક્યારે આપી દીધો તે મને ખબર ન રહી.

॥ ૧૭ ॥

ઘેડની નીલવર્ણી દરિયાવાટ આખર વીત્યાના ઉછાળા લેતી ભરતીના, વેગે ધસી આવતાં, મહાકાય મોજાંને કારણે મેલી અને ભૂખરી લાગવા માંડી છે. આ ઋતુની છેલ્લી નાની ખેપ કરતી અમારી હોડી જાણે વિશાળ ચકડોળમાં મૂકી હોય તેમ ઉપર-નીચે સરકતી રહે છે. ઉછાળ એટલો મોટો છે કે આ નાની હોડીની ધાર પર કે મોરા પાસે બેસવાની સુલતાને ના પાડી છે.

દરિયા પર બેસીને માછીમારને મોઢે દરિયાની વાતો સાંભળવાનો આનંદ માણતા હતા ત્યાં સુલતાનનું એક વાક્ય જાણે અચાનક આવી પડ્યું હોય તેમ મને ચમકાવી ગયું.

સુલતાન શું કહેવા માગે છે તે સમજતાં મને ઘડીભર વાર લાગી. સમજાયું ત્યારે અચાનક લાગ્યું કે આવી જ વાત મેં હમણાં, થોડા વખત પહેલાં ક્યાંક સાંભળી છે. છેલ્લા અઠવાડિયાના પ્રસંગો યાદ કરી જઉં છું. અરે ! આ વાત તો આઈમાને મોઢે સાંભળી હતી.

તે દિવસે કાસિયાનેસની કૂંડીનું ચિત્ર પૂરું કર્યા પછી મને લાગ્યું કે હવે દિવસ છતાં ઘેડ પહોંચવા જેટલો સમય રહ્યો નથી. સાસણ કે કેશોદ સુધી જઈને રાત રોકાવું તે કરતાં આઈમાના નેસે પહોંચી જવાનું વધુ ગમ્યું.

હું પહોંચ્યો ત્યારે આઈમા ઉભડક બેસીને લાંબા પાથરેલા કપડા પર ચિત્રો

દોરતાં હતાં. સાંજના ઝાંખા અજવાળે પણ તેમને કામ કરતાં જોઈને મેં કહ્યું, 'મા, આંખો ખેંચાતી નથી ?'

'બધુંય થાય. જોતાં આંખ્યુંય ખેંચાય ને બેહી રઈને ગુડાય દુખે. પણ કાલ સ્હવારે તો આ સ્હંધુ લૈને મારે રાજકોટ જાવાનું સે. પૂરું તો કરું.'

'કેમ રાજકોટ ?'

'ન્યાંથી અમદાવાદ પદ્રસનમાં જાવાનું સે. સ્હવારે તો રાજકોટવાળાંઉં તેડવા આવી જાવાના.' કહીને આઈમા ચિત્ર દોરતાં રહ્યાં. તેમના સ્વરમાં અને કામની ઝડપમાં કોઈ નવો જ ઉત્સાહ જોઈ શકાયો. તોપણ જે કામ બાકી છે તે જોતાં સાંજ સુધીમાં પૂરું નહિ થાય તે મેં આઈમાને કહ્યું.

'સ્હાંજે નો પતે તો કાંય નૈં.' આઈમાએ કહ્યું, 'આડી આખી રાત્ય પડી સે. સ્હવાર લગણમાં તો પૂરું.'

આઈમા રાત્રે કામ કરશે ! નેસની ઝૂંપડીમાં આટલો લાંબો પથારો સમાય પણ નહિ. બહાર ખુલ્લામાં કામ જ કરવું પડે. મેં કહ્યું, 'તો તો જોખમ. કોઈકને ચોકી કરવા બોલાવી લ્યો. રાતના બહાર સિંહ-બિંહ..'

મારી વાત અધૂરી હતી અને આઈમાએ કહ્યું, 'કોયને બરકવા નથ્ય. તુંય માલીકોર્ય સ્હૂઈ જાજે. સ્હાવજ મને કાંય નંઈ કરે. ઈય જાણે કે આ ડોહી આપડી વૈડ નંઈ.'

'વૈડ ?' મેં પૂછ્યું, 'એટલે ?'

આઈમા હસી પડ્યાં અને કામ કરતાં કરતાં જ કહ્યું, 'વૈડ એટલે વૈડ. મોટપ. સ્હરખે સ્હરખાં એક-બીજાંની વૈડનાં કે'વાય. સ્હાવજને એમ કે આ માણાં આપણી હાર્યમાં નો આવે. સ્હાવજને ઈનીં રાજવટનું ભાન હોય. ઈ વિસારે કે બાધવું તો કો'ક સ્હરખે-સ્હરખા હાર્યે બાધવું. મારી હાર્યે બાધીને તો ઈનીં આબરૂ જાય. ઈનાં ભાયબંધું ખીજવે કે તનેં કોય તારી વૈડનું મળ્યું નંઈ ? મારી મારીનેય એક ડોસીને મારી ?' કહીને માજી હસ્યાં અને બોલ્યાં, 'ભલે સારપગો, પણ સ્હંધુય સ્હમજે. માણાંને માર્યે ઈનીં વૈડ નો રેય.'

હું આઈમાની મદદમાં લાગ્યો. સાંજે ભેંસો દોવાઈ પછી વાળુ પતાવીને અમે ફરી કામે લાગ્યાં.

ઝોકમાં બેઠેલી ભેંસોના ઉચ્છ્‌વાસ, રાતપંખીના સ્વરો, હરણાંના ચેતવણી સૂચવતા અવાજ, દૂર પડઘાઈને ગાળા ગજવતી વનરાજની ડણક વચ્ચે, સદાજાગતી ગીરના ખોળે, દીવીને અજવાળે, જમીન પર લાંબા પથરાયેલા કાપડ પર નમીને બેઠેલી અને સતત રંગ પૂરતી જતી વૃદ્ધાની સંગત કરવામાં મને જે મજા પડતી

હતી તેવી જ મજા સંગીતના ઉસ્તાદોની સંગત કરનારાને પણ પડતી હશે કે જુદી તે નથી જાણતો.

વચ્ચે મેં કહ્યું, 'આઈમા, ડૉક્ટરે તમને કહ્યું છે કે તમારી આંખો નબળી છે. આજે તો ઠીક કે તમારે પ્રદર્શન માટે તૈયારી કરવાની છે; પણ ફરીથી આ રીતે કામ નહિ કરતાં. કરશો તો ક્યાંક આંખો જતી રહેશે.'

આઈમાએ કહ્યું, 'હજાર આંખને જોણું જડે એમાં મારી એકની આંખ દુઃખાડું તોય સ્હું ? કીધુંસે ને કે જોણું સે તો આંખ્યું સે.'

મને આઈમાની વાત પર હસવું આવ્યું. મેં કહ્યું, 'આંખ છે તો જોવાનું છે તેમ કહો તો બરાબર. જોવાનું છે તો આંખ છે એ તો ઊંધી વાત થઈ.'

'તને અવળું લાગે તો એમ, અમીં તો જી સીખ્યાં હોઈં ઈ કઈયેં.'

તે રાત્રે કામ આડે આઈમા સાથે ચર્ચામાં ઊતરવાનું ટાળ્યું. સવારે તો હું અને આઈમા ચીતરેલા કાપડના વીંટા કરવામાં રહ્યાં.

લીલાપાણીથી ઘેડ જતાં પહેલાં રવિભાને મળીને જવાની લાલચ થઈ આવી. હજી તેમને ત્યાં પહોંચું ત્યાં રવિભા બીજા બે જણને પાછળ બેસારીને રસ્તામાં જ મળ્યા.

મને જોઈને તેમણે બાઈક રોકી અને અને સાથેના મહેમાનોની ઓળખ કરાવી, 'અમદાવાદના મહેમાનો છે. વ્હેલ-શાર્કના સંરક્ષણના પ્રોજેક્ટ માટે કામ કરે છે, માધવપુર મિટિંગ ગોઠવી છે. આવવું હોય તો ચાલો. નહિતર આમને બસસ્ટેશને છોડીને આપણે મારા ઘરે જઈએ.'

મેં મહેમાનો સાથે હાથ મેળવ્યા અને કહ્યું, 'હું તો માધવપુર જવા જ નીકળ્યો છું. ચાલો, સાથે જ જઈએ.'

માધવપુરમાં ગોપાલ રહે છે તે આશ્રમે ગયા તો તેણે રવિભાને કહ્યું, 'તમે આ ત્રણેયને લઈને આપણી જગ્યાએ પહોંચો. હું જરા રસોડે અને ઉતારા વિભાગમાં મહેમાન નોંધાવતો આવું.'

મને હતું કે મિટિંગ છે એટલે કોઈ હોલમાં થોડાંઘણાં માણસો ભેગાં થયાં હશે, તેને બદલે રવિભા અમને મધુવંતીના સાગરસંગમ પર લઈ ગયા. ત્યાં અમારા ચાર જણા સિવાય કોઈ નહોતું.

અમે રેતીમાં બેઠા એટલી વારમાં તો ગોપાલ આવી પહોંચ્યો. એ બધા કંઈક વ્હેલ-શાર્કની વાતો કરવામાં પડ્યા. હું તેમની વાતો સાંભળતો અને વ્હેલશાર્ક પરના તેમના લેખ અને બીજું સાહિત્ય વાંચતો બેઠો.

આ બધામાં સહુથી વધારે ચિંતા ગોપાલને હોય તેમ તે કંઈક નક્કર પગલાં

ભરવાની જરૂર વિશે ભાર આપ્યા કરતો હતો. તેણે કહ્યું, 'થોડી પત્રિકા વહેંચીને બેસી રહીશું તે નહિ ચાલે. આપણે પોતે ઘેર-ઘેર ફરીને માછીમારોને સમજાવવા પડશે. નહિતર તો આ કામ થઈ રહ્યું.'

'ખારવાને ઘરે જતાં પહેલાં ભરતી-ઓટના સમય જોઈ રાખવા પડે.' રવિભા મજાક કરતા હતા કે ગંભીરતાથી કહેતા હતા તે હું સમજી ન શક્યો.

ગોપાલે કહ્યું, 'તમે લોકો થોડું રોકાવ અથવા ફરી આવી શકો તો હું બધાને ભેગા કરી રાખું. બધાને મળ્યા વગર અને પછી પણ ઘરે-ઘરે ફર્યા વગર કામમાં ભલીવાર નહિ આવે.'

તે લોકો વાતો કરે છે. અમારે ઘેડ કિનારાના માછીમારોને મળવું છે. તેમને વ્હેલ-શાર્કના શિકાર ન કરવા સમજાવવા છે. આ બધું કેવી રીતે કરવું તેની મૂંઝવણ છે. મને આ વિષયમાં સાંભળવાથી વધુ કોઈ સમજ હજી પડતી નથી.

રવિભાએ મારા તરફ ઇશારો કરતાં મહેમાનોને કહ્યું, 'આમને પણ હારે લેવા પડે. એણે ગીરમાં આડા-આવળા કાં'ક દોડા કર્યા છે ખરા.'

'રવિભા, તમે બધી વાત આ જ રીતે કહેવાના ?' મેં કહ્યું, 'ગીરમાં મેં સાંસાઈને કે તમને એકથી બીજે ઠેકાણે લઈ જવા સિવાય કંઈ કર્યું નથી. ઘેડના કામ વિશે આજે અહીં જે સાંભળ્યું, હકીકત અને આંકડા વાંચ્યા તે પરથી મને લાગતું નથી કે હું કંઈ નક્કર કામ કરી શકું. છતાં હું હમણાં અહીં છું ત્યાં સુધી પ્રયત્ન કરીશ. આપણે બધા સાથે કરીએ તો સારું કામ થાય. બધા થોડા થોડા વિસ્તારો વહેંચી લઈએ અને કોશિશ કરી જોઈએ. દરેકના ઘરે ન જવાય તોપણ શક્ય હશે ત્યાં જઈશું.'

'ખારવાને ઘરે જાઓ એ તો ઠીક. પણ વાત શું કરશો, કઈ રીતે કરશો ?' એક મિત્ર બોલ્યો, 'આપણે તો બહારના છીએ. આવા કામમાં અમારો એક પાકો અનુભવ એવો છે કે જેમને તમારે સમજાવવા છે કે જેમની પાસેથી કામ લેવું છે તે લોકોમાંથી કોઈ આપણી સાથે જોડાય તો કંઈક વાત બને.'

'તો આપણે લોકલ માણસોની ટીમ પણ તૈયાર કરીએ. તમે થોડો વખત અમારી સાથે રહો.' મેં કહ્યું.

પેલા મિત્રે જવાબ આપ્યો, 'અમે રોકાઈ શકીએ તેમ નથી. તમારે તમારી ટીમ ઊભી કરવી પડે. ખાસ તો એ લોકોની કે જેમને લોકલ બાબતોની જાણ હોય અને વિરોધ થાય તો વચ્ચે રહી શકે.'

'કેમ ?' મેં પૂછ્યું, 'એ લોકો વિરોધ કરે, કે તેમનું કોઈ મંડળ છે ?'

'મંડળની વાત નથી. એ લોકો હારે એમની ભાષામાં વાત કરે એવો જણ

જોઈએ. આપણને એ નો આવડે. બધી કળા આપણી પાસે નો હોય.' રવિભાએ જરા હસીને કહ્યું. પછી મારી મજાક કરતા હોય તેમ ઉમેર્યું, 'ખબર નહિ કદાચ તમે શીખ્યાય હો.'

મેં ગોપાલ સામે જોયું, તે દૂર આકાશ તરફ જોઈને ચૂપચાપ બેઠો હતો. હજારો માઈલ ફેલાયેલા ભૂરા સમુદ્રજળમાં ન જાણે ક્યાં ક્યાંથી આ કિનારે ચાલી આવતી વ્હેલ-શાર્કને જોઈ શકતી હોય તેમ તેની આંખો ઝીણી થઈ. થોડી વારે તેણે કહ્યું, 'હાલો ને, એ તો કરશું કંઈક.'

'એમાં કરવાનું શું છે ?' ગીરમાં સાંસાઈ સાથે ફર્યો હતો તે વખતથી જાગેલું મારું આત્મભાન બોલી ઊઠ્યું, 'પહેલી વાત તો એ કે લોકોને શું કહેવાનું છે તેની આપણને બરાબર ખબર છે. બીજું કે આપણી પાસે વધુ અસરકારક રીતે રજૂઆત કરવાની આવડત છે, આપણી પાસે પૂરતી માહિતી છે. ત્રીજું કે અહીંના કોઈ પણ નાખુદા, ટંડેલ કે ખલાસી કરતાં આપણે વધારે ભણેલા છીએ.'

રવિભા ફરી હસ્યા. કહે, 'ભણેલા છીએ તે સિવાય આમાંનું કંઈ આપણી પાસે છે ? બોલો ગોપાલભાઈ, છે ?' રવિભાની વાત કરવાની આ એક અજબ રીત હતી. કહેનારની વાત સાથે પોતે સહમત નથી તે સ્પષ્ટ ન કહેતા, તેઓ આ રીતે મજાકમાં જ કહેતા.

મેં રવિભાને હા કે ના નો જવાબ આપવાનું ટાળ્યું અને કહ્યું, 'એ જે હોય તે. આપણે પ્રયત્ન તો કરીએ.'

'એ તો કરશું જ.' ગોપાલે કહ્યું. સંધ્યા ખીલી ત્યાં સુધી અમે દરિયે બેસીને યોજનાઓ વિચારી. જોઈતાં પોસ્ટર અને ચોપાનિયાં છપાવીને મોકલવાનું અમદાવાદના કાર્યકરોએ માથે લીધું.

એક કાર્યકરે કહ્યું, 'પોસ્ટરમાં અને પ્રિન્ટેડ લિટરેચરમાં લોકલ લેંગ્વેજ વાપરીએ તો સારું પડે. એટલિસ્ટ વ્હેલશાર્કને આ લોકો શું કહે છે તે તો આપણે જાણવું જ જોઈએ.'

'કાં'ક બેર કે બેલ કે એવું બોલે છે.' રવિભાએ કહ્યું.

'બેલ એટલે તો બળદને કહે છે. કદાચ એ માછલી બળદ જેવી મોટી હોય એટલે કે પછી વ્હેલનું અપભ્રંશ...'

હું હજી બોલતો જ હતો અને રવિભાએ કહ્યું, 'એ બધું નામ સંશોધન સુલતાનને ઘેર બેસીને હાથ ધરીએ તો કેવું ?

'કોણ સુલતાન ?' એકે પૂછ્યું.

રવિભા બોલ્યા, 'ગોપાલભાઈના પરિચયો એટલે શું સમજો છો ? રાયથી

રંક બધાં ગોપાલ નામ પડે એટલે ઓળખે.'

'હવે બાપુ પટ્ટી પાડે છે.' ગોપાલે કહ્યું, સુલતાન અહીં માછીમાર છે. એને પોતાની બે-ત્રણ બોટ છે. મારે થોડો-ઘણો પરિચય છે.'

આશ્રમે રસોડું બંધ થઈ જશે તે વાતે અમે ચર્ચા સમેટીને ઊભા થયા. જમીને ઊભા થયા. જમ્યા કે તરત અમદાવાદના મહેમાનો આગળના કામ માટે પોરબંદર પહોંચવા ઉતાવળા થયા. એમને બસમાં વળાવીને અમે ત્રણ સુલતાનને ઘરે પહોંચ્યા.

સુલતાન નામ સાંભળ્યું ત્યારે મારા મનમાં હોડીઓના માલિકનું ઠસ્સાદાર અને ભારેખમ ચિત્ર ઊભું થયું હતું. અમારી સામે લાકડાની સાદી પાટ પર બેઠો છે તે માણસ પાતળો, સાદો-સીધો નમ્ર દેખાય છે.

થોડી ખબર-અંતર જેવી વાતો ચાલી ત્યાં મારું ધ્યાન સુલતાનની પાછળની દીવાલ પર ગયું. દીવાલ પર કોઈ બાળકે કોલસાથી કર્યાં હોય તેવાં ચિત્રો હતાં. સાથે જ કંઈક આંકડા પણ લખ્યા છે. મારાથી પુછાઈ ગયું, 'આ બધું તમારાં બાળકોએ ચીતર્યું છે ?'

સુલતાન પાછળ ફર્યો, 'સું આ ?' કહીને તે હસ્યો. પછી કહે, 'મેં ચીતર્યું છ. વરતી જાવ, સું છે ?'

મને લાગ્યું કે સુલતાન કંઈક મજાક કરે છે. આમ છતાં હું ઊભો થઈને દીવાલ પાસે ગયો. સહુથી ઉપર ત્રાજવામાં વજન કરવા વપરાતું બાટ દોર્યું છે અને તેની સામે કંઈક આંકડા લખેલા છે.

તેની નીચે એક હેન્ડપંપનું ચિત્ર છે, તેની તળે ત્રણ હોડી એકબીજી ને ખેંચી

લાવતી હોય તેવી દર્શાવી છે. તે હોડીઓ સાથે બંધાયેલા થોડાં પીપડાં દરિયામાં તરે છે. બાઈકની ચાવી, મારુતી વાન, ટેમ્પો જેવાં બીજાં ચિત્રો પણ છે. દરેક ચિત્ર સામે આડા-અવળા આંકડા તો છે જ.

હું જોતો હતો ત્યાં રવિભા પણ આવ્યા. તેમણે પણ બારીકાઈથી જોઈને સુલતાનને કહ્યું, 'આ છે શું ? કો'તો ખરા.'

હવે સુલતાન ઊભો થયો અને ચિત્રો પાસે જઈને પહેલું, પંચકોણ વજનિયાનું ચિત્ર બતાવતાં પૂછ્યું, 'ગોપાલભાય, ઓલા મોદીખાનાની દુકાનવાળા કૌસિકને ગામમાં સ્હું નામે બોલાવે ?'

'કિલો.' ગોપાલે કહ્યું.

'બસ. તો આ કિલાનું બાટ ચીતરીને સ્હામે કૌસિક, કિલાનો મોબાય્લ નંબર લખી નાખ્યો. અમને વાંચતાં-લખતાં નો આવડે. ખાલી નંબરિયાં આવડે. એટલે પછી આમ યાદ રાખીયેં.' સુલતાને કહ્યું.

ઓહ ! જો ત્રણ હોડીનો માલિક અને સંપન્ન ગણાતો માછીમાર પોતે જ વાંચી-લખી શકતો ન હોય તો અહીં પોસ્ટર અને ચોપાનિયાંનો કોઈ અર્થ રહેતો નથી. હું વિચારતો હતો ત્યાં સુલતાન હેન્ડપંપનું અને પછીનાં ચિત્રો બતાવતાં કહે, 'આ ડંકીવાળાનો, આ ચાવી એટલે મોટર સાઇકલના ગેરેજનો....'

રવિભાએ ત્રણ હોડી અને પાણીમાં તરતાં પીપડાંનું ચિત્ર ચીંધીને પૂછ્યું, 'આ કોના નંબર છે ?

'આ મોટા વેપારીના.' સુલતાને કહ્યું,

આ રવિભાને જવાબ ગળે ન ઊતર્યો. તેમણે પૂછ્યું, 'ત્રણ બોટ એટલે મોટા વેપારી ?'

'મોટા એટલે બેરવાળા.' સુલતાને કહ્યું, 'બેર બવ મોટી હોય. ઈનેં બોટમાં ચડાવી નો હકાય. એને તત્તૈણ બોટુંયે ખેંચીને કાંઠે લયાવવી પડે.'

'અને આ પીપડાં ?' મેં પૂછ્યું.

'ઈ પીપડાને તો બેર કેય. આ ડીજલનાં ખાલી બેર હોય ઈ બેલ હારે ઈ માસલીને બાંધવી પડે. નિકર હોડી ઊંધી વાળી દેય. બેર હારે બાંધીને લાવીયેં એટલે તો ઈ માસલીને બેર કેય. નકર એનું મૂળ નામ તો કાંક બીજું બોલાય. આ ગોપાલભાયને ખબર હોય. અમને નો આવડે. અમને તો અમારાં દીધેલાં નામ માફક આવે.' સુલતાને કહ્યું.

રવિભા જરા હસીને બોલ્યા, 'એમ કહોને કે બેર એટલે બેરલ. આપણું નામ સંશોધન અહીં પૂરું થાય છે.' કહીને તેમણે પાકું કરતા હોય તેમ સુલતાનને

પૂછ્યું, 'બોટનું ડીઝલના જેમાં ભરી લાવો છો એ જ બેરલ ને ?'

'ઈ જ. ઈ બેર. ઇ પીપડાં ખાલી હોય એટલે દરિયે તરે.'

અનાયાસ વ્હેલશાર્કની વાત નીકળી એટલે ગોપાલે તક ઝડપી અને બેરલનો શિકાર રોકવાના કામમાં સુલતાનનો સહકાર માગ્યો.

સરકારી પ્રતિબંધની તો સુલતાનને ખબર હતી. તેણે કહ્યું, 'મનાઈ થઈ ગઈ એટલે હવે નથ મારતાં. તોય કો'ક વારે જાળમાં આવી જાય તો આ તો જાળ છે. કોણ આવી ગ્યું ને કોણ રઈ ગ્યું ઈ તો કોને ખબર પડે ?'

ગોપાલે ધીરજ ગુમાવ્યા વગર સુલતાનને સાથે લેવા પ્રયત્નો કર્યે રાખ્યા. આસપાસનાં ગામોમાં જઈને માછીમારોને બેરને ન મારવા માટે સમજાવીએ તો તે લોકો આપણી વાત માનશે કે નહિ તે પણ પૂછી જોયું.

સુલતાને કહ્યું, 'જોવો, આ તમે મારા ઘરના કે'વાવ. પેટછૂટી વાત કરી દઉં કે અટાણે આખર થઈ ગઈ એટલે હું તમારી વાત સ્વાંભળવા નવરો થ્યો. બાકી તમને ચા-પાણી કે સોડા પાઈ દંઈ એટલે હાંઉ. આંયાં કોયને વાત કરવાનો ટેમ નો હોય. એમાંય ધંધામાં ફાયદો હોય તો ઠીક. આ તો...'

સુલતાને ટૂંકમાં પણ ઘણું કહી દીધું હોય તેમ વાક્ય અધૂરું છોડ્યું. થોડી આડીઅવળી વાતો કરીને અમે જવા ઊભા થયા એટલે સુલતાને કહ્યું, 'કાલ મારે જાળ ઉપાડવા જાવાનું છે. મે'માનને દરિયે જાવું હોય તો નવ વાગે બંદ્રે લેતા આવો.'

મને તો સમય હતો જ. રવિભાને પણ વૅકેશન હતું. ગોપાલને નોકરી પર જવાનું હતું તે થોડો મોડો જાય તો થાય. દરિયે ફરવાનું મળે તો જવાનું મન તો બધાને હતું. બહુ ઊંડે સુધી જવાનું પણ નહોતું; પરંતુ અત્યારે તો અમે ગામેગામ અને ઘરેઘર માછીમારોની સંપર્કયાત્રા કરવાનો વિચાર લીધો છે. 'ફરી ક્યારેક વાત.' કહીને નીકળ્યા.

અમારી યાત્રા જલદી થાકી ગઈ. એકાદ-બે દિવસ તો અમે જ્યાં ગયા ત્યાં માછીમારો અને ટંડેલોએ અડધા અડધા થઈને અમને આવકાર્યા. એ લોકો આગ્રહ કરીને ચા કે સોડા પીવાનું કહેતા; પરંતુ જ્યારે અમે મુદ્દાની વાત શરૂ કરતા ત્યારે તે લોકોને રસ ન પડતો. કેટલાક પોતાને ખાસ સમજ નથી પડી તેમ દર્શાવતું વર્તન કરતા. કેટલાક મોં વકાસીને સાંભળી રહેતા.

બીજા ત્રણેક દિવસની રઝળપાટ પછી મને સમજાવા માંડ્યું કે અત્યારે અમારી વાત સાંભળવા કોઈ નવરું નથી. આખર વીતી ગઈ છે. ઊંડે દરિયે જવાની સીઝન ઊતરી ગઈ છે; તોપણ ભરતી-ઓટના સમય સાચવીને થોડે અંતરે નીકળી જવાનું અને બને તેટલાં માછલાં લઈ આવવાનું અટક્યું નથી. ખાસ કરીને બેરલ, જેને અમે

વ્હેલ-શાર્ક કહીએ છે તે મળી આવે તો ભયો ભયો.

ઉપરાંત હવે બોટને કાંઠે લાવીને રેતીમાં ચડાવવાની. સમારકામ અને રંગ કરવાના. પોતાનાં ખોરડાંને નૈર્ઋત્યના સૂસવતા, કાઠા વાવડા સામે ઝીંક ઝીલે તેવાં કરી રાખવાનાં. બીજાંયે હજાર હજાર કામ પડતાં મૂકીને કોઈ ખારવો, તેણે દરિયે જઈને શું પકડવું શું નહિ તે સલાહ માને તો નહિ, માત્ર સાંભળે તોપણ નવાઈ કહેવાય. એ પણ એવા માણસો પાસેથી કે જે દરિયામાં પગ બોળવાથી આગળ ક્યારેય વધ્યા નથી.

અંતે રવિભાને ઘર અને નજીક આવી ગયેલી નિશાળ ખૂલવાની તારીખ યાદ આવ્યાં. ગોપાલને તો રજા મેળવવાનાં ફાંફાં હંમેશાં હોય છે. હું એકલો જઈને કરું પણ શું ?

છેવટે માધુપુર છોડતાં અગાઉ ફરી એક સવારે અમે સુલતાનને મળવા નીકળ્યા. સુલતાને પહેલાં કહી હતી એ જ વાત ફરી કરી. ‘તમારી વાત સ્હમજવાનો ટેમ ક્યાં ?’

રવિભાએ કહ્યું, ‘તો પછી આમાં દી વળે એવું લાગતું નથી.’

મેં કહ્યું, ‘એમનાં કામ પૂરાં થવા દઈએ...’ હું આગળ બોલું તે પહેલાં જ રવિભાએ કહ્યું, ‘ત્યાં સુધીમાં સો-બસોં શાર્ક ભલે મરતી.’

રવિભાના મેણાનો જવાબ આપ્યા વગર હું ચૂપ બેસી રહ્યો.

ગોપાલ અમારા બેઉના સંવાદ-વિસંવાદથી ઉપર ઊઠીને મૌન બેઠો હતો. સુલતાને ગોપાલને જોયા કર્યો પછી કહ્યું, ‘એક કામ કરો. તમે બધાં બારાંની સરપંચને મળો.’

‘કોને, રાણીને ? એ તો મેર છે. પાછી મહિલા સરપંચ. ખારવા મેરનું કહ્યું માને ?’ રવિભાએ પૂછ્યું.

‘ભલે ને મેર હોય. ઈનાંમાં કાંક તો હસે. તયેં તો સરપંચ થઈ. કાંય અમથી તો નંઈ થૈ હોય.’ સુલતાને કહ્યું, ‘મેર છે તો મેર. સ્હું થૈ ગ્યું. મળવામાં સ્હું જાય ? એને મનાવી જુવો. માને તો.’

‘એમાંયે પાછું માને તો આવ્યું ?’ રવિભાએ પૂછ્યું.

‘આવે જ ને !’ સુલતાને કહ્યું, ‘સે બાઈ. પણ આદમીને પૂગે એમ સે. ઈનેં પોતાને નો સ્હમજાય ન્યાં લગણ વાત માને તો સ્હું; સ્હાંભળે ય નંઈ.’

સુલતાનને રાણીમાં આટલી શ્રદ્ધા શા માટે હતી તે પૂછવાની જરૂર અમને ન લાગી. એ કહે છે તે વાત માનવામાં અમને કોઈ નુકસાન નહોતું. રાણી જો કંઈ કરી શકવાની હોય તો અમને તો મદદ થવાની હતી.

અમે નીકળતાં હતાં અને સુલતાને કહ્યું, 'આજ છેલવેલી બોટ જાય છે. જાવું હોય તો હાલો. પસી મેળ નૈં પડે.'

આજે ના પાડવાનો સવાલ નહોતો. બોટમાં જવાનું નામ પડતાં જ અમે ઉત્સાહ અને આનંદથી ઊભરાયા હતા.

બોટમાં અમે બેઠા કે તરત બોટે કિનારો છોડી દીધો. અત્યારે તો કિનારો દેખાતો પણ નથી. સુલતાન શાંત, સ્થિર, જાણે ધ્યાન ધરતો હોય એટલી એકાગ્રતાથી દરિયાને તાકી રહીને મૌન બેઠો છે. ઘણી વારે મારી નજર તેના તરફ ગઈ ત્યારે મેં તેને કહ્યું, 'સુલતાનઅલી, તમેય કંઈક બોલો તો ખરા.'

સુલતાને દરિયા પરથી નજર હટાવ્યા વગર કહ્યું, 'મને એમ કે કાં'ક દેખાય તો તમને બતાડું.'

અમે ત્રણે સતર્ક થઈ ગયા અને દરિયામાં જોતાં પૂછ્યું, 'છે કંઈ ?'

સુલતાને કહ્યું, 'દેખાતું નથી. પણ આ ટાણે ક્યાંક મલાર જડી જાય. ડૂબકિયું લેતો હાલ્યો જાતો હોય. ઘડીક મોઢું બારે કાઢે ને પાછો પાણીમાં ગરી જાય. પાછો બારો નીકળે. કયેંક તો બોટની મોય્ર મોય્ર હાલ્યો જાતો હોય તયેં જોયાની બરાબર મોજ આવે. ગોપાલભાયે ઘણી વાર ભાળ્યો છે.'

'એ ડોલ્ફીનની વાત કરે છે.' ગોપાલે કહ્યું.

'બસ ઈ.' સુલતાને કહ્યું, 'મલાર નો જડે તોય કાંય નંઈ. ક્યાંક 'તેનં માસલિયુંનું ટોળું દેખવા મળે તોય મોજ પડે. પાણીમાં માથે તરતી હોય. ઈ હાલતિયું હોય ન્યાં જાણે મે પડતો હોય એવું લાગે.' કહીને સુલતાને દરિયાની, દરિયાની મસ્તીની, તેના સ્વભાવની અને તેના આશરે રહેતા જીવો અને માણસોની વાતો માંડી.

જાળમાં આવી જતાં જાતભાતના શંખ અને વિવિધ જીવોની વાત કરતાં કરતાં સુલતાને કહ્યું, 'કો'ક વારે એવા જીવ જાળમાં આવી જાય કે આપડે જોઈ રંઈ. એક વાર મારી જાળમાં એવું, મોટું કાંક આવી ગ્યું કે અમેં કોઈ દિ જોયું નોતું. ફેરવી ફેરવીને જોયું તો ઈનેં ઠામુકી આંખ જ નો મળે. પસી કોક જાણકારને દેખાડ્યું તયેં નામ કીધું. ને કીધું કે આ જીવ દરિયાની માલીકોર ઠેઠ ઊંડે રે'તા હોય ન્યાં અજવાળુંય નો પોગે. જીને કોઈ દી દેખવાનું નો હોય ઈને આંખ આપીનેય કુદરત કરેય સું ?'

આ છેલ્લું વાક્ય સાંભળતાં જ મને લાગ્યું કે આ વાત મેં ક્યાંક સાંભળી છે. જરા જોર કરીને યાદ કરું છું તો આઈમાના શબ્દો યાદ આવે છે, 'જોણું સે તો આખ્યું સે.'

અનંત આકાશમાંથી ઉદ્ભવીને દોટ મૂકતાં હોય તેવાં, આસમાની જળનાં

એક પછી એક ધસી આવતાં મોજાં પર ચિતરાતું રહે છે,

'દશ્ય છે તો દષ્ટિ છે.'

'શબ્દ છે તો વાચા છે.'

'નાદ છે તો શ્રવણ છે.'

'રસ છે તો સ્વાદ છે.'

'સ્પર્શ છે તો સંવેદન છે.'

'સૌરભ છે તો....'

હું આશ્ચર્યમાં ડૂબી જાઉં છું. આઈમા ગીરના નેસમાં અને સુલતાન અહીં, દરિયાકાંઠે. એક ચારણ માલધારી અને બીજો માછીમાર. બે સાવ અલગ સ્થળે, અલગ કામે, અલગ અનુભવે શીખેલ વ્યક્તિને મુખે એક જ પ્રકારની વાત ક્યાંથી, કયા સૂત્રથી સરકી આવી !

મને લાગે છે કે બન્નેની વાત કોઈ ને કોઈ સ્તરે એકબીજા સાથે સંકળાય છે. હા, છે કોઈ અજાણ્યું સૂત્ર. જેનો પ્રભાવ સમસ્ત જીવસૃષ્ટિ પર એકસરખો છે. આજ નહિ તો કાલ, હું એ સૂત્ર શોધી કાઢીશ. ન મળે ત્યાં સુધી શોધ કરતો રહીશ. શોધતા રહેવાથી જ મેં જે જોયું છે અને મારે જે કહેવું છે તે મારાં ચિત્રોમાં હું ઉતારી શકીશ.

હું વિચારતો જ રહેત; પરંતુ મને પેલો સ્વર સંભળાતો લાગ્યો. 'આ જ્ઞાન તને થશે ત્યારે તું મને ઓળખી લઈશ. મને લાગે છે કે હવે ભાગ્યે જ તને મારી જરૂર પડે. જોકે આપણે પરસ્પર અલવિદા નથી કહેતા. તું છે ત્યાં સુધી હું હોવાનો જ અને તું ઇચ્છે તો અને ત્યારે હું તને મળીશ.'

મને લાગે છે કે દૂર સમુદ્રમાં તરતાં બેસી રહેલાં ધોમડાં, હોડી, મુસાફરો, દૂર દેખાતો કિનારો બધું જ જાણે વધુ સ્પષ્ટ અને અર્થપૂર્ણ છે.

॥ ૧૮ ॥

સુલતાનની હોડી ઊતરીને બંદરેથી અમે પાછા ફર્યા તે પછી રવિભા પોતાને ઘરે જવા તૈયાર થયા અને મને કહ્યું, ‘આવો છો ને કેશોદ ?’

મેં કહ્યું, ‘મારે તો ઘેડમાં રોકાઈને થોડાં સ્થળોનાં ચિત્રો કરવાં છે. એટલે તો હું આવ્યો હતો. એટલામાં સંપર્કયાત્રામાં જોડાઈ ગયો. હવે થોડી નવરાશ મળે તેવું થયું છે તો એકાદ-બે દિવસ રોકાઉં.’

અમે વાતો કરતા હતા ત્યાં એ સાધકે આવીને મને સંદેશો કહ્યો, ‘સાસણથી કોઈ મુસ્તુફાનો ફોન હતો. તમને ત્યાં બોલાવે છે.’

વિગત જાણી તો લાગ્યું કે મારે જવું પડશે. મને કહેવરાવ્યું છે કે વરસાદ થાય તેવું વાતાવરણ છે એટલે મારે ઓરડીમાં કાગળો અને બીજો પલળીને બગડે તેવો સામાન સલામત ગોઠવી દેવો.

રવિભા અને ગોપાલે પણ કહ્યું, ‘તમારે ચોમાસામાં તો મુસ્તુફાની ઓરડી ખાલી કરી આપવી જોઈએ. મુસ્તુફાને પોતાને પણ ત્યાં કંઈક મૂકવાનું હશે. કંઈ નહિ તો છેવટે આબીદાને કપડાં સૂકવવા જગ્યા જોઈશે.’

અમે ગોપાલની વિદાય લીધી. તો તેણે કહ્યું, ‘રાણીને મળવા ક્યારે જવું છે ?’

રવિભાએ જવાબ આપ્યો. ‘આવતા અઠવાડિયે રાખીએ. તમારે બીજા શનિવારની અને રવિવારની એમ બે રજા આવશે. અમે આવતા શુક્રવારે સાંજ

સુધીમાં આવીશું હું શનિવારે રજા લઈ લઈશ.'

ફરી મળવાનું નક્કી કરીને અમે છૂટા પડ્યા.

ગોપાલ કહે, 'તમારી બાઈક લઈને એક મિત્રને પોરબંદર મોકલ્યા છે. એ આવે પછી તમે જઈ શકો. અત્યારે રોકાઈ જાઓ.'

મેં કહ્યું, 'કંઈ નહિ, કેશોદ સુધી તો રવિભા છે. અને સાસણમાં મારે બાઈક નહિ જોઈએ. આમેય મારે સામાન ફેરવવો હોય તો છકડો કરવાનો થશે. અઠવાડિયા પછી તો હું પાછો આવું જ છું.'

મારું બાઈક અહીં જ રાખવાનું કહીને હું રવિભા સાથે તેમની બાઈક પર નીકળ્યો. રવિભાના ગામે બજારમાં પસાર થતાં તેમણે બાઈક એક તરફ લઈને રોકી. પછી રસ્તાની સામી બાજુએ એક દુકાનમાંથી બહાર આવતી સ્ત્રી તરફ મારું ધ્યાન દોરીને કહ્યું, 'આ દુકાનમાંથી નીકળ્યાં ઈ રાણીબેન.'

'તો ચાલોને આપણે અત્યારે જ એમને વાત કરીએ.' મેં કહ્યું.

'ગોપાલભાઈ વગર રાણી હારે નો પતે.' રવિભાએ કહ્યું.

'પણ આપણે રવિવારે તેમને મળવા જવાના છીએ એટલું તો કહી દઈએ. ખબર હોય તો તે ઘરે રહે. વળી, એ બહાને મને એમનો પરિચય થાય.' મેં કહ્યું.

'તો હાલો.' રવિભાએ તેમના લાક્ષણિક લહેકાથી જવાબ આપ્યો.

બાઈક પરથી ઊતરીને અમે રસ્તો ઓળંગતા હતા અને તે સ્ત્રીની નજર અમારા પર પડી. અમને જોતાં જ તે ઊભી રહી અને રવિભા તરફ આવતાં બોલી, 'લે, ભાય. હારું થ્યું તું આંય ભેગો થે ગો. આતાં તું ને ગોપાલભાય ખારવાવાડ્યે ફરોસ તી દરિયે કાંઈ આફત્યું થાવાની સે ?'

મારા અત્યારના નિવાસથી માત્ર થોડા કિલોમીટરના અંતરે રહેતી મેર કોમની આ સ્ત્રી જે બોલી બોલતી હતી તે હું પહેલી વાર સાંભળતો હતો. બોલતી વખતે તેના મોં પર, અચાનક પરિચિત જન મળી ગયાનો આનંદ અને પછી દરિયે તોફાન આવવાનો ભય સ્પષ્ટ રીતે જોઈ શકાય તેમ ઝબકી ગયા.

મને સાંસાઈ સાંભરી. તેની બોલી રાણીની બોલી કરતાં તદ્દન જુદી અને આગવા લહેકાવાળી છે. તો યે રાણીની જેમ જ જાણે આખો દેહ વાતો કરતો હોય તેમ લહેકો કરીને તે બોલે છે.

રાણીબેનનો પ્રશ્ન સાંભળીને રવિભાએ કહ્યું, 'ના, રે ના. દરિયાની તો કાંય આગાહી નથી. અમારી તો બીજી જ વાત છે. પણ એ લાંબી વાત છે. અહીંયાં બજારમાં ઊભે રહે નહિ થાય. આ રવિવારે અમે બારે, તમારે ઘેર આવવાના છીએ ત્યારે વાત કરશું.'

'દેતવારે તાં મારે નવીયે જાવાનું સે. મારા જેઠની સોકરીને પેલે આણે તેડવા મારી ફુઈ, ને નણદું ઈ બધાં મુંદરાની ઓલી કોર ગા સે. કાદરિયાની બોટમાં બેહે 'ને નિકરાં તાં. આજ પનર દા'ડા થીયાં. ઈણીં બોટ આ દેતવારે જ પાસે આવવાની કે'સ.' રાણીએ કહ્યું, 'બારે આવ્ય તો દેતવારનું રીવા દે. તુંતારે કાલ વ્યો આવ્ય.'

'કાલ તો ગોપાલભાઈને રજા નો હોય.' રવિભાએ જવાબ આપ્યો.

'તો અટાણે જ હાલ્ય. બેહે જાયે બસમાં. ગોપાલભાયને નાં ઊતરે જાહું. આમીંય મારે ન્યાંથે તો હાલેને જ જાવાનું સે.'

રાણીની બોલીમાં કેટલીક વાર 'ઈ'ને સ્થાને 'એ' તો ક્યારેક 'એ'ની જગ્યાએ 'ઈ' વપરાતો સાંભળીને મને મજા પડી.

મેં રવિભા સામે જોયું અને પૂછ્યું, 'પાછા જઈશું ?

'તમે જઈ આવો મારે થોડાં કામ પતાવવાનાં છે.' રવિભાએ કહ્યું.

મેં રાણીને પૂછ્યું, 'તમે ક્યારે જવાનાં ?'

'આ હાલે. દી આથમા પેલાં તાં જાવું જ જોહે. પસીતાં અહૂરું થે જાય.' રાણીએ જવાબ આપ્યો.

'સાડા પાંચની બસ છે.' મેં કહ્યું, 'તમે બસસ્ટૅન્ડે પહોંચો. રવિભા મને બસસ્ટૅન્ડે ઉતારી દેશે.'

'અમારા ગામની બસોનું ધ્યાન તમને રહે છે ખરું.' રવિભા બોલ્યા, 'પણ આમ ઘરે આવ્યા વગર જવાનું નક્કી કરો તે ચાલે નહિ.'

'વળતાં જરૂર આવીશ. અત્યારે તો રાણી સાથે મિટિંગનું ગોઠવી લેવાય તે વધુ મહત્ત્વનું છે'. મેં કહ્યું અને પછી પૂછ્યું, 'રાણી રવિવારે ક્યાં જવાનું કહેતી હતી ?'

રવિભા બાઈક ચાલુ કરતા કહે, 'નવીએ. એટલે નવીબંદરે. એની ભત્રીજીને મુંદ્રા બાજુ આપી હશે. તેનું સીમંત કરીને પીયર લઈ આવે છે. છેક કચ્છમાંથી બસો બદલી બદલીને આવવું આ લોકોને ગમે નહિ. દરિયો સીધો પડે. ત્યાંથી બેઠા અને અહીં ઊતર્યા. ક્યાંય બદલવાનું નહિ. તે દીકરીને દરિયા રસ્તે લઈ આવવાના હશે.'

મને બસસ્ટૅન્ડે ઉતારીને રવિભા ગયા. થોડી વારે રાણી આવી. બસ માધવપુર પહોંચી ત્યાં સુધીમાં સૂર્ય દરિયાને અડકવાની તૈયારીમાં હતો.

આશ્રમના દરવાજે જ ખબર પડી કે ગોપાલ દવાખાને સેવામાં છે. રાણીને ઘરે પહોંચવાની ઉતાવળ હતી એટલે તે દરવાજે રોકાઈ અને હું ગોપાલને કહેવા ગયો.

મને બે કલાકમાં પાછો આવેલો જોઈને ગોપાલ એકદમ ચમકીને ઊભો થઈ ગયો અને પૂછ્યું, 'કેમ ? ન ગયા ?'

મેં કહ્યું, 'ગયો હતો. પછી એક ખાસ મહેમાન લઈને પાછો આવ્યો. ચાલો, દરવાજે ઊભાં છે.'

'કોણ ?'

'બારાના સરપંચ.' મેં કહ્યું.

ગોપાલ માનતો ન હોય તેમ મારા સામે જોઈ રહ્યો. પછી તરત મારી સાથે દરવાજે આવ્યો. રાણી રાહ જોતી બહાર ઊભી હતી. ગોપાલે રાણીને જોઈને કહ્યું, 'અમે રવિવારે તમને મળવા આવવાના જ હતા.'

'રવિવારે એમની ભત્રીજી માંડવીથી નવી બંદર પહોંચવાની છે.' મેં કહ્યું, 'એટલે તે કહે કે આજે ઘરે જતાં જતાં થોડી વાત કરી લઈએ.'

અમે વાત ચાલુ રાખીએ તે પહેલાં રાણીએ કહ્યું, 'લે, હાલ્ય ગાપાલભાય. જી કી'વાનું હોય ઈ કે લે.'

'પણ અહીં ઊભા ઊભા ? અંદર તો આવો. મારું ઘર તો જુઓ.'

'ઈ બધું બીજે વાર્ય.' રાણીએ કહ્યું.

'જુઓ રાણીબેન,' મેં કહેવાનું શરૂ કર્યું, 'હમણાં હમણાં આપણે કિનારે આવતી વ્હેલ-શાર્કનો શિકાર બહુ થાય છે. આ જળચર અલભ્ય ગણાય છે. દરેક દેશમાં એ રક્ષિત જીવ છે. તેનો વંશ નાશ પામવાની અણી ઉપર છે...'

એક લહેકા સાથે હાથ આડો ધરીને રાણીએ વચ્ચે જ કહ્યું, 'લે ભાય, તુંણે ઈ કે આ રાણી સરપંચ થઈ અતલે ઈ સ્હંધુંય જાણે; પણ તુંણે કે દાંહ કે આંતાં બધાં સરપંચેય તંણે અંગૂઠાછાપ જડહે. આ તું બોલેસ, પણ મણેં કાંય હમજ નથ્ય પડતી.' કહીને રાણી હસી પડી.

પછી ગોપાલ તરફ ફરીને રાણીએ આગળ કહ્યું, 'લે હાલ્ય ગોપાલભાય, તું ટૂંકું કર્ય.'

ગોપાલે રાણીને ટૂંકાણમાં સમજાવ્યું કે અમે ખારવાવાડમાં શું કામે જઈએ છીએ. પછી કહ્યું, 'તમે સમજાવો તો એ લોકો કદાચ માને.'

'ગોપાલભાય, તું કેહ ઈ હાસું. પણ જાણ્ય કે ઈ મોટો બેર મઘરો એક નગ એક લાખનો થાય. ઈણેં મૂકે દેવાનું મારે ખારવાને કે'વું ય કીં ? તું મણેં પોતાને ગળે ઊતરે દે. પસી હું બીજાંણેં કાં. નાં લગણ તો ઠાલી વાત્યું થાય.'

રાણીનું સ્પષ્ટ વલણ જોઈને મને લાગ્યું કે સુલતાન સાચું કહેતો હતો. આ સ્ત્રી પોતે નહિ સમજે, પોતે સંમત નહિ થાય ત્યાં સુધી કશું કરશે નહિ. તે સાથે

મને એ ખાતરી પણ થઈ ગઈ કે તે ધારે તો અમને ઘણી મદદ મળી શકે તેમ છે. અત્યારે તો રાણી મદદ કરવા ધારે તે મહત્ત્વનું છે.

ગોપાલે ફરીથી વાત કરી. વ્હેલ-શાર્ક દૂર દૂરના દરિયામાંથી આપણે કિનારે માત્ર પ્રજનન માટે જ આવે છે. એનો શિકાર કરાય તો શાર્ક તો મરે જ; પણ એના પેટમાંનું બચ્ચું પણ મરી જાય. બે પેઢીનો વિનાશ એકસાથે થાય. આ બધું રાણીને સમજાવતાં ગોપાલને ખાસી વાર લાગી.

'આ ગોપાલ કેહ ઈ હાસું ?' તે સ્ત્રીએ મારી ખાતરી માગતી હોય તેમ મારા સામે જોઈને પૂછ્યું. તેનો પ્રશ્ન તેની આંખોમાં પણ વાંચી શકાયો.

'હા. એ માછલી અહીં નથી થતી. છેક દેશાવરના દરિયેથી આવે છે. બચ્ચાં ઉછેરીને પાછી જતી રહે. એ જીવ આપણા દરિયાનો રહેવાસી નથી. બચ્ચાં મૂકવા જ એ અહીં આવે.' મેં લંબાણથી કહ્યું.

'લે, કર્ય વાત ! તે તાં હું ખારવાવને ભેગાં કરેં 'ને વાત્ય કરે જોહ; પણ હું વાત્ય કરેં નાં તમીં બધાંય ઈ ટાણે હાજર હોવ તો કોક કીં પૂસે ઈણોં ખુલાસો થે હકે.'

'રવિવારે તો તમે નવીબંદર જવાનાં. તો પછી તમે કહો તે દિવસે સાંજે અમે આવી શકીએ.' મેં કહ્યું અને પછી ગોપાલ તરફ ફરીને પૂછ્યું, 'બરાબર ને ગોપાલભાઈ ?'

'હા. સાંજે તો કોઈ પણ દિવસે અવાય.' ગોપાલે કહ્યું.

'તાં પર્‌મણેં'દી રાતીં પૂગી જાવ. બધાને ભેગાં કરે રાખેહ.' રાણીએ કાલ પછીની રાત્રે અમને નિમંત્રણ આપી દીધું અને દરિયા પટ્ટી તરફ ચાલતાં જતાં પહેલાં થોડી વાર અટકીને સચિંત સ્વરે પૂછ્યું, 'ગોપાલભાય, દરિયે જોરૂકો વાવડો નીકરો સ. તુંણેં કાંઉ બીક જીવું લાગે સ ?'

'ના. ના, આટલો પવન તો અત્યારે હોય જ.' ગોપાલે તેને કહ્યું. આ વાત શું અને શાના માટે થઈ તે હું સમજી ન શક્યો.

ઊઘડતી ચાંદનીમાં ચાલી જતી રાણી દૂર સુધી દેખાતી રહી. નીલરંગી મહાસાગર પરથી વહી આવતા ફરફરાટ પવનમાં ઊડતાં કપડાં અને પોતાની થેલી બેઉ હાથમાં સંભાળતી તે ચાલી જતી હતી. દરિયો આવીને તેનાં પગલાં ભૂંસી ગયો ત્યાં સુધી હું અને ગોપાલ દરવાજા બહાર જ બેઠા રહ્યા.

મેં દરિયા કિનારે ચાલી જતી રાણીનું ચિત્ર દોરવાનું વિચાર્યું; પરંતુ હું રાત માધવપુરમાં રોકાઈ શકું તેમ નહોતું. સાસણ પહોંચીને સામાન ગોઠવી લઉં પછી અહીં પાછું અવાય. આ માટે મારી પાસે કાલનો એક દિવસ રહે છે. પરમદિવસે

રાત્રે રાણીએ ખારવાઓને બોલાવી રાખ્યા હોય ત્યારે બારામાં હાજર રહેવાનું છે. ન છૂટકે ગોપાલની બાઈક માગીને હું નીકળ્યો.

અમરાપુર આવતાંમાં રાતના સાડા આઠ વાગવા આવ્યા. દેવળિયા રોડ તો રાત્રે બંધ રહે. ગામડાં ફરીને એંધાણિયા બંગલાને રસ્તે જવા કરતાં એકાદ વાડીમાં રાત રહીને વહેલી સવારે સાસણ પહોંચું. એક વાડીમાં મશીન ચાલે છે અને દીવા પણ છે. ત્યાં રોકાઈ શકાય તેવું હોય તેમ વિચારીને તે તરફ જઉં છું.

છૂટી-છવાઈ વાડીઓ વચ્ચે ધૂળિયા મારગે જતાં મન વિચારે છે કે વરસો પહેલાં અહીં આંબા, આંબલી, ખીજડા, ખેર, ખાખરા, સાગ અને બીજાં કેટલાંયે વૃક્ષો લહેરાતાં હશે. અત્યારે શેઢા પર રહેલાં વૃક્ષો બચ્યાં છે.

એક સમયે સોરઠ, ગોહિલવાડ અને બાબરિયાવાડના પંથકમાં સળંગ પથરાયેલી ગીર ટુકડામાં વહેંચાતી રહીને ધીમે ધીમે સીમિત થતી રહી છે. કદાચ આમ જ ચાલતું રહેવાનું છે. એક વખત એવો આવશે જ્યારે પશુઓને એકથી બીજે સ્થળે જવાના માર્ગ વચ્ચે મકાનો હશે.

આ જાળી વગરના પાંજરાની રચના પાર નીકળવાની હિંમત જે પ્રાણી કરી શકશે તેમણે સદીઓજૂની, મનુષ્ય સાથે રહેવાની ટેવ છોડીને સંઘર્ષનો માર્ગ શોધવો પડશે. જે બિચારાં સંઘર્ષ કરી શકે તેમ નથી તેમનું રહેણાક દિવસે દિવસે નાનું થતું જઈને તેના પુરાતન નિવાસીઓ સહિત શૂન્યમાં વિલીન થઈ જશે.

વિચારમાં ને વિચારમાં હું છેક કૂવા પાસે જઈ ઊભો. પાસેની ઓરડીમાંથી બહાર આવતાં એક આધેડ પુરુષે મને આવકારતાં કહ્યું, ‘તમીં રોડ માથેથી આડા ફાટ્યા તયેં લાગ્યું તો ખરું કે કો'ક આણીકોર્ય વયું આવે સ. પણ થ્યું કે ખબર નૈં ક્યાં જાતા હોય ! આવો. બેહો. સા પીંઈ.’

‘ચા પીવામાં વાંધો નથી, મારે તો રાત સૂઈ રહેવું છે.’ મેં પેટછૂટી વાત કરી દીધી, ‘બસ, એકાદ ખાટલો અને પછેડી મળે એટલે બહુ થયું.’ ‘અરે યોંને બાપા. ખાટલો સ્હું લેવા ? પાકો ઢોલિયો માગો તોય જડસે. આયાં બધી વાતે સ્હખ સે. કાંય લેવા જાવું પડે એમ નથ્ય.’ કહીને વાડીવાળાએ પાસેની ઓરડીઓ તરફ જોઈને કહ્યું, ‘એ, મેમાન સે.’

મેં તરત કહ્યું, ‘રોટલાની ઉપાધિ ન કરતા. રસ્તે જમીને આવ્યો છું.’

‘કણબી મેમાનને રોટલા વિના જાવા દે તો તો અનાજ પાકતુંય બંધ થય જાય. ઊગેલાં ડૂંડાં સ્હુકાય જાય.’

‘અરે, પણ..’ કહીને મેં માંડ સમજાવ્યા કે હું જમીને આવ્યો છું.

‘ઠીક, તયેં સા તો પીંઈ.’ કહીને ખેડૂત વાતે વળગ્યો.

વાડીમાં લાઇટ બળે છે છતાં ક્રૂડએન્જિન ચાલતું જોઈને મેં પૂછ્યું, 'પાવર છે તોય કેમ મશીન ચલાવો છો ?'

ખેડૂતે કહ્યું, 'રાતે બાર વાગ્યા લગણ સીંગલ ફેજ દેય. સીંગલમાં લાઈટું જગે, મોટર નો ઊપડે. રાતે બાર વાગ્યા કેડે તૈણેય તાર સાલુ થાહે. પસી મોટર હાલે; પણ જીય્બીનો કાંય ભરોહોં નંઈ. હાલતાંમાં પાસું સીંગલ કરી દેય. તયેં પાસું મિશન હલવીયેં.'

તે પછી આ વરસે વરસાદ બહુ સારો પડ્યો હતો એટલે પિયત થઈ, સારો પાક થશે તે વાતો ચાલી. વચ્ચે અમે ચા પીધી. તેણે બીડી પીધી. તેનાં ઘરવાળાં વાસણો સાફ કરીને નવરાં થઈને સામે આવીને બેઠાં પછી છેક તેણે મારી ઓળખ પૂછી.

મેં કહ્યું, 'હું હમણાં તો સાસણ રહું છું અને ચિત્રો દોરું છું. મારે સાસણની ઓરડી ખાલી કરવી છે. કાલ સામાન ફેરવવો છે. તમારા અમરાપરમાં ક્યાંક કોઈનો કમરો મળે ?'

ખેડૂતે કહ્યું, 'ક્યાંક સ્હું લેવા. આયાં આપડે ન્યાં જ આવી જાવ. ગય સાલ કરાવેલું નવું પાકું ઘર દઈ દઉં, પસી કાંઈ ?'

આટલી સહેલાઈથી સાસણની આસપાસ થોડા કિલોમીટરમાં ઘર મળી જાય તેવી કલ્પના મને નહોતી. મેં પૂછ્યું, 'ભાડું શું લ્યો ?'

ખેડૂતે પૂછ્યું, 'તમારે રે'વું કેટલું ?'

મેં કહ્યું, 'નક્કી નહિ. બે મહિનાય થાય ને લાંબું પણ રહું. બે વરસથી વધારે તો નહિ થાય.'

'મોજ આવે ન્યાં લગણ રેજો ને તમતમારે.' ખેડૂતે કહ્યું, 'બે મઈનામાં તો ભાડુંય સ્હું લેવાનું ? લાંબું રેવાનું થાય તો જી દેવું હોય ઈ. પણ ઘર ગામમાં નથ્ય. વાડીમાં સે. તમારે ઘીરેથી વાડીયુંમાં રે'વા તિયાર થાહે ?'

મેં જરા હસીને કહ્યું, 'ઘરેથી કોઈ નથી. મને તો વાડીમાં રહેવાની મજા પડે. એક બજાર દૂર પડે અને રાતે કંઈક કામ હોય તો તકલીફ.'

ખેડૂતે કહ્યું, 'ઈ તો ઠીક, વાડીયે કોકનું કોક હોય. સ્હાથી તો કાયમ રેય. સ્હવાર-સ્હાંજ દૂધની ડેરિયે જાય. ભેગાં ગામનાં કામ કરતા આવે.'

અમારી વાત ચાલતી હતી અને ખેડૂતની સ્ત્રી બોલી, 'સોડી હજી આવી નંઈ. જરાક સ્હામા જાવ્ તો ?'

ખેડૂતે રસ્તા પર નજર કરતાં કહ્યું, 'સ્હંતોક ભેગાં સે પસી સ્હું ? હાલ્યા આવય્સે બેય જણાં.'

મેં કહ્યું, 'લ્યો, હું જઈ આવું. બેયને બાઈક પર લેતો આવીશ. દીકરીનું નામ શું છે ?'

'સોનલ.' સ્ત્રીએ કહ્યું, 'પણ તમારી ભેગી નંઈ આવે. સ્હું કે તમને જોયાં નો હોય. ઓળખે નંઈ. અજાણ્યાંની ગાડી માથે સોડી નંઈ બેહે. ઈનાં બાપુ જાય તયેં થાય.'

મેં ચાવી ખેડૂતને આપતાં કહ્યું, 'તમે લઈ આવો.'

ખેડૂત બાઈક લઈને ગયો. મેં સ્ત્રીને તેમનાં ઢોરઢાંખર વિશે પૂછ્યું.

સ્ત્રીએ કહ્યું, 'અમારે જાજાં ઢોર નો હોય. માલધારિયું વધારે રાખે. અમે તો ખેતી જેટલાં પાલવિયેં. તોય રાખીયેં. આ બે ઢાંઢાં સે. બે ભેહું 'ને સાર-પાંસ ગા.' કહીને તેણે દૂર, ખેતરના બીજા છેડે બળતા દીવા તરફ હાથ કરીને કહ્યું, 'આ ઓણીકોર અમારા સ્હાથી રેય સે. રાત્યે ન્યાં બાંધીયે. દા'ડે આંય કૂવે લાવીને બાંધીયેં.'

'તમે તો અહીં વાડીએ જ રહેતાં હશો.' મેં પૂછ્યું.

'ના રે ના. અમારાં ઘર તો ગામમાં. કામ હોય તો જ વાડીયે રોકાયેં. આજ તો મિશન હાંકવાનું હતું. સોકરો ને સ્હાથી બેય જણ રાત્યે પાણી વાળવાનાં. એટલે આંય રઈ ગ્યા. સોડી ઘેર હતી તે સ્હાથીને ઘેરથી, સ્હંતોક કીધાં ઈ, ડેરીયે દૂધ દેવા ગ્યાં. સોડીના બાપુ કેય કે વળતાં સ્હોનુંને લેતાં આવે. તમારા ભાય સ્હામા ગ્યા સે તે હવે આવસે.'

'સોનલ શું ભણે છે ?' મેં પૂછ્યું.

'અમારા ગામડાંમાં સોડિયુંને બવ ભણવાનું નો હોય. પણ ઈના બાપાને ભણાવવી સે તે આ સાલથી માળિયે ભણવા જાય સે.' સ્ત્રીએ કહ્યું.

આ વર્ષથી માળિયા જતી હોય તો કૉલેજનું પહેલું વરસ હોય કે કદાચ અગિયારમામાં ભણતી હોય.

અમે વાત કરતા હતા અને બાઈક આવતી દેખાઈ. એ લોકો આવ્યાં કે સોનલ કૂદીને ઊતરી પડી અને મને ઓળખતી હોય તેટલી સરળતાથી પૂછ્યું, 'ગાડી તમારી સે ? હાયક્લાસ સે હો. ફટોફટ પોગાડ્યાં.'

'મારી નથી, બીજાની છે. મારી બાઈક તો જૂની, સેકન્ડની છે.' મેં કહ્યું, 'પણ તને બેસવાની મજા આવી ને ?' કહેતાં મેં નોંધ્યું કે સોનલ કૉલેજ કરતી હોય એવડી તો નહોતી. નવમામાં હોઈ શકે. ગામમાં સાત ધોરણ પછી શાળા નહિ હોય !

'આપડે તો મજા જ હોય ને ! આપડે સ્હું વાંધો હોય ?' કહેતાં સોનલ હસી અને પૂછ્યું, 'સેકેલી માંડવી ખાવી સે ?'

મા ચિડાઈ, 'જા હવે માંડવી ખાતી. મેમાનને અડધી રાત્યે ફોફાં દેવાતાં હય્સે ?'

જવાબમાં સોનલ હસીને કહે, 'રાત્ય તો હજી પડીય નથ્ય. 'ને માંડવી તો ગમે તયેં ખવાય. તુંય નો'તી ખાતી ?'

મેં કહ્યું, 'હા. પણ મારે નથી ખાવી.'

સોનલ ઓરડીમાં ગઈ ત્યાં ખેડૂતે બાઈક સ્ટૅન્ડ પર કરીને આવ્યો અને ખાટલા પર બેસતાં સોનલને કહ્યું, 'સોનું, બટા સ્હંતોક આવે અટલે વાંહ્યલું ઘર ઉઘાડીને જરાક વાળી-ચોળી નાખો.'

થોડી વારે સંતોક આવી એટલે સોનલે સાવરણી લીધી અને કહ્યું, 'હાલો ભાભી, વાંહ્યલી કોરનું ઘર વાળવાનું છે.'

ખેડૂતની પત્નીએ કહ્યું, 'નકરું વાળ્યે નૈં થાય. લગાર મહોતું મારવું પડસે. બઉ દા'ડાથી બંધ પડ્યું સે. ડોલમાં પાણી લૈ જાજો. માલીકોય્ર ડીઝલનાં બેક ટીપાં પાડતી જા. જીવ-જંત હોય તો વયું જાય.'

સંતોક સાવરણી લઈને કૂવાની બીજી તરફ ગઈ. સોનલ કૂંડીમાંથી ડોલ ભરીને તેમાં કેરોસીન રેડી સંતોકની પાછળ ગઈ.

એ લોકો પાણી અને ડીઝલ લઈ ગયાં પરંતુ પોતું મારવા માટેનું કપડું ત્યાં વળગણીએ જ રહ્યું. ખેડૂત સ્ત્રીએ કહ્યું, 'બેય જણીયું નકામીયું સે. આ મહોતું તો આંઈ રાખીને ગઈયું.'

મેં કહ્યું, 'લાવો, હું આપી આવું.'

વળગણી પરથી એક પોતું લઈને હું તે લોકોની પાછળ ગયો. કૂવાની બીજી બાજુ ઢોરને પાણી પીવાનો હવાડો છે. તે પછી ભૂખરા પથ્થરના ચોરસાથી ચણેલું બેઠા ઘાટનું મકાન. બારણા પરનો બલ્બ થોડું અજવાળું પાથરે છે; પરંતુ બાજુની દીવાલે અગાસી પર જતા દાદર નીચેનો અને ઘરની પાછળનો ભાગ અંધકારમાં ડૂબેલો છે.

હું હવાડા પાસે પહોંચ્યો ત્યારે સોનલ ઘરનાં પગથિયાં ચડતી હતી અને સંતોકે કમરો ખોલ્યો હતો. સંતોકે બારણાંથી પાઈપના ટુકડા જેવું કંઈક લંબાવતાં કહ્યું, 'સ્હોનુંબેન, ડોલ ન્યાં પગથિયે મેલી દ્યો ને આ પાય્પ જરાક દાદરા હેઠ મૂકતાં આવોને.'

સોનુ ડોલ મૂકી જવાને બદલે હાથમાં જ રાખીને એકબે ડગલાં દૂર ઘરના ખૂણે ગઈ. ત્યાં રહીને પાઈપના ટુકડાને દાદર નીચેના અંધકારમાં ફેંક્યો. વળતી પળે દાદર તળે હલચલ થઈ. મોટો ઘુરકાટો થયો. સોનલે કંઈક જોયું અને બચાવમાં

પાણી ભરેલી ડોલ તે તરફ ફેંકી અને ચીસ નાખતી ખુલ્લા મેદાનમાં દિશાહીન દોડી ગઈ.

દાદર તળેથી ડીઝલવાળા પાણીથી નીતરતી સિંહણ ગર્જના કરતી સોનલની પાછળ દોડી. સંતોક બારણાંમાં આવી ગઈ હતી તે સ્તબ્ધ ઊભી રહી ગઈ. હું આસપાસથી કંઈક લઉં અને સિંહણ તરફ ફેંકું તે પહેલાં મને લાગ્યું કે હવે કોઈ ઉપાય નથી. એક વધુ છલાંગ અને સોનલ સિંહણના પંજા તળે હશે. બરાબર તે જ પળે સોનલ જમીન પર ગબડી પડી.

પછી જે થયું તે એટલું ઝડપથી થયું કે તેની ગતિ ન લખી, ન તો વર્ણવી શકાય. જાણે વીજળીનો ચમકારો થયો અને ગયો. પૂરા વેગથી દોડતી સિંહણે ક્ષણાર્ધમાં તો જોઈ લીધું કે છોકરી જમીન પર પડી છે. બીજી અડધી ક્ષણે તો તે આગળ વધતી અટકી ગઈ.

આટલા વજન સાથેનો આટલો વેગ રોકી લેવા કેટલી, કેવી શક્તિ જોઈએ

તે ગતિશાસ્ત્રના અભ્યાસુ કહી શકતા હશે. હું મૂઢ થઈને જોઈ રહ્યો.

અટકેલી સિંહણ બે પળ સોનલ તરફ જોઈ રહી અને કશું જ ન બન્યું હોય તેમ શાંતિથી ગૌરવપૂર્ણ ચાલે મકાન પાછળ, અંધકારમાં ઓગળી ગઈ.

હું સોનલ પાસે ગયો પાછળ જ સોનલના પિતા ડાંગ લઈને પહોંચ્યા. અમે સોનલને ઊંચકી લીધી. સંતોક આવીને મને મદદ કરવા લાગી. મા લગભગ રોકકળ કરતી આવી.

દૂરથી ખેડૂતનો પુત્ર અને સાથી પાણી વાળવું પડતું મૂકીને દોડી આવ્યાં ત્યાં સુધીમાં અમે સોનલને ઘરમાં પાટ પર સુવડાવી દીધી હતી. સંતોકે સોનલનું પેટ ખુલ્લું કર્યું અને તેની નાભી પર હોઠ રાખીને જોરથી ફૂંક મારવા માંડી.

'અરે, અરે, આ શું કરો છો ?' મેં ચિંતાથી પૂછ્યું.

'ઈ ફૈડકો કાઢે સે. તમીં બારા જાવ.' સોનલની માતાએ કહ્યું.

હું બહાર જઉં તે પહેલાં તો બાકીનાં બધાં અંદર આવી ગયાં. મેં અને સંતોકે શું થયું હતું તેનું વર્ણન ટુકડે-ટુકડે કર્યું.

સોનલને દવાખાને લઈ જવી કે નહિ તેમાં મતભેદ હતો. છોકરો કહેતો હતો કે તરત જ દવાખાને જવું પડે. બાપુ કશું બોલતા નહોતા.

માએ કહ્યું, 'દવાખાનું રેઢું નથ પડ્યું, ઠેઠ માળિયે કે કેસોદ જાહો તયેં થાહે. જઈનેય સ્હું બતાવસો ? સોડીને તો કાંય થ્યું નથ્ય.'

સંતોકે પણ એવ જ સૂરમાં કહ્યું, 'કાંય નથ્ય થ્યું. ખાલી બીક ગરી ગય સે. પેલાં તો કોક જણ જઈને નાળિયેર તોડતા આવો, ને હું થોડીક સ્હૂંઠ નાખીને દૂધ કરીયાવું. આ ઘડી બેન ઊભાં થૈ જાહે.'

મારે શું કહેવું તે મને સમજાતું નહોતું. એક રીતે તો આ બધાની પાછળ મારું આગમન પણ એક કારણ હતું તેથી હું અત્યંત ક્ષોભ અનુભવતો હતો. છતાં મેં જરા અચકાતા અચકાતા કહ્યું, 'ગભરાઈ ગઈ હોય તોયે ડૉક્ટરને બતાવવું સારું. ગામમાં કોઈ ડૉક્ટર નથી ? હોય તો લઈ લાવું.'

મારી વાતનો જવાબ કોઈએ ન આપ્યો. સોનલના મોં પર પાણી છંટાયું. સાથી નાળિયેર તોડી લાવ્યો. સંતોક દૂધનો ઉકાળો લાવી. અમે કમરાની બહાર નીકળ્યા અને ચોગાનમાં બેઠા. ત્યાં સુધીમાં આસપાસના ખેતરમાંથી બે-ચાર જણ આવીને બેઠાં.

ઘરમાં સોનલ જરા સ્વસ્થ થઈ હોય તેવું લાગ્યું. સૌથી પહેલી તો તેની મા બહાર આવી અને સાથીને કહ્યું, 'મનુ, જરાક સા મેલી દે. સ્હંધાય પીયેં થોડી થોડી.'

પછી માએ મહેમાનો સામે બેસતાં જે બન્યું હતું તેની વાત કરી અને કહ્યું, 'સોડીને કાંય કર્યું નંઈ એટલો પાડ.'

મહેમાનોએ આ વાતને ટેકો કર્યો. કોઈ બોલ્યું, 'દીપડો હોત તો કઠણાઈ થાત. સ્હાવજ તો માણહવલું જાનવર. ઈનેં માણાં હાર્યે વેર નંઈ.'

માણસવલાં શબ્દપ્રયોગ મને ગમ્યો પરંતુ અત્યારે સોનલની ચિંતા વધુ હતી. હું કૈં બોલ્યો નહિ.

સંતોકે કહ્યું, 'આવડી આ સિંહણને તો જાણે અમારી વાડીયે જ સ્હોરવેસે !

સોનુંબેનેય કેટલીય વાર જોઈ સે. ક્યારેક તો આઘી હાંકીય હસે. પણ જંગલમાં પાસી જાતી નથ્ય. આ હવાડે હેવાઈ ગઈ સે. ન્યાં પાણી નો પીવે ન્યાં લગણ ઈનેં ઝંપ નો વળે. પનર દાડા થ્યા નથ્ય કે દેખાણી નથ્ય.'

એક જણે કહ્યું, 'હેવાઈ સે અટલે તો સોનુંને કાંય કર્યું નંઈ. ઠાલો ડારો દીધો. ભરેલી ડોલ માથે પડી અટલે ઈ સિંહણેય બી ગઈ હસે કે માથે આ નવતર સું થ્યું !'

ચા પીતાં પીતાં વાતો ચાલી. આ વિસ્તારમાં વાડીમાં કે હવાડે સિંહ-સિંહણ આવી ચડે તેની નવાઈ કોઈને નહોતી. હા, છોકરી જરાક બી ગઈ છે; પણ પાછળ સિંહણ દોડે તો ડર્યા વગર કોણ રહે ?

બધા ગયા એટલે ખેડૂત સ્ત્રીએ અમને કહ્યું, 'તમતમારે આયાં ઓયડીયે ઊંઘી જાવ. હું ને સંતોક માલીકોય્ર સોનું પાંહેં છંઈ.'

તરત સૂવાનું તો બનવાનું નહોતું. પાણી વાળનારા તેમના કામે ગયા. હું અને ખેતરમાલિક ઢોરની સલામતી તપાસવા ખેતરને સામે છેડે ઢોરની કોઢ તરફ ચાલ્યા. ખેડૂતે કહ્યું, 'તમારેય ખરી ઉપાધિ થૈ.'

મેં કહ્યું, 'મારે શાની ઉપાધિ ? આ તો ઊલટાના મારે કારણે તમે લોકો મુશ્કેલીમાં મુકાયાં.'

કોઢ તપાસીને અમે પાછા કૂવે બેઠા. બાર વાગે થ્રીફેઝ પાવર ચાલુ થયો. ક્રૂડએન્જિન બંધ કરીને માટર ચાલુ કરાઈ. પછી થોડી વારે હું સૂવા ગયો.

ખાટલામાં પડ્યા પડ્યા મન વિચારે ચડી ગયું. વાડીમાં સિંહ આવ્યાની વાત કાલ સવારે ગામ જાણશે. શાળા, કૉલેજ કે બસમાં જ્યાં તક મળશે ત્યાં બધા પોતપોતાની રીતે રજૂઆત કરશે.

છાપાવાળા પણ જાણશે. પર્યાવરણપ્રેમીઓ પણ અજાણ નહિ રહે. કોઈક લખશે અને છાપું છાપશે. શું અને કેવું તે હું નથી જાણતો. સાથે રહ્યા સિવાય ન સમજાય તે વાતો છાપામાં શી રીતે આવે, શું આવે ?

હું તો એટલું જાણું છું કે એક ઝપાટે બસો કિલોની ભેંસને ગલોટિયાં ખવરાવી શકતી, જરા પણ પૂર્વદોડ વગર તેર-ચૌદ ફૂટ ઊંચી દીવાલ ચડી જઈ શકતી સિંહણે બે આંગળ દૂર પડેલી ચૌદેક વરસની બાળાને કંઈ પણ ઈજા કર્યા વગર જવા દીધી છે. કારણ તે નિર્બળ થઈને પડી ગઈ હતી તે કે બીજું ? એ માત્ર સિંહણ જ જાણતી હતી.

એ સાથે મને આઈમાનું વાક્ય યાદ આવે છે, 'સ્હવજ જાણે કે આ આપડી વૈય્ડ નંઈ.'

તે દિવસે દવાખાને પડેલા ઘાયલ ધાનુએ પણ આ જ વાત કરી હતી, 'એનો
વસાર મને મારવાનો નો'તો. નકર...'

પ્રાણી જાણે, તે વિચારી શકે... તેમ બોલવું મારા માટે સહજ નથી. પ્રાણીઓનું
વર્તન વિચારબળે કે પ્રેરણાબળે - જેવી અઘરી બાબતો માટે નજરે જોયા પર નહિ,
નિષ્ણાતોની ચર્ચા અને નિષ્કર્ષ પર આધાર રાખવાનું મારું શિક્ષણ છે.

તોપણ મને એક વિચાર તો સતત આવ્યા કરે છે કે મારી નજર સામે પૂરા
વેગે ધસી જતા સવાસો કિલો વજનના પ્રાણીએ પળભરમાં પોતાનો વેગ કયા બળને
આધારે શમાવી દીધો હશે !

મારી સ્મૃતિમાં સિંહ અને મનુષ્યના આવા જેટલા કિસ્સા-કવિત છે તેમાં માનવ
નાયક કે નાયિકાની બિરદાવલી જ મુખ્ય રહી છે. આજે લાગે છે કે એ કથાનકોમાં
કંઈક અધૂરું છે.

અત્યારે ઊંઘી જતાં પહેલાં મારે મારા મનને એક વાતની, નક્કી ખાતરી
આપવી પડશે કે મેં વાંચેલ. સાંભળેલ તે વાતો, કવિતોમાં આવતા મનુવંશીના હિંમત
અને સાહસને હું સ્હેજ જેટલું પણ ઓછું ન આંકું; તોપણ એવા અને એટલા કે
તેથી વધુ આદરથી હું ગીરની ગૌરવપૂર્ણ રાજ્ઞીની આજે જોઈ તેવી વર્તણૂકને સલામ
કરું છું.

જગતનાં તમામ, હા, કદાચ તમામ પ્રાણીથી ગીરના શાર્દૂલને અલગ દર્શાવી
આપતી તેની આ વર્તણૂકને કોઈ નામ આપવા ધારું તો મને માત્ર એકાદ-બે શબ્દો
જ યાદ આવે, તેની માણસવલાઈ, તેની ખાનદાની !

॥ १९ ॥

સવારે ટાંકીના નળે પાઈપ જોડીને હું બાઈકને ફુવારો મારી સાફ કરતો હતો. સોનલ જાગીને બહાર આવી અને કૂવા પર મોં ધોવા ગઈ. તે પાછી ફરી ત્યારે મેં તેને પૂછ્યું, 'કેમ છે ?'

સોનલ હસી અને પૂર્ણ સ્વસ્થતાથી મને આનંદ થાય તેવો, ગઈકાલે આપ્યો હતો તે જ જવાબ આપ્યો, 'આપડે તો મજા જ હોય ને ! આપડે સ્હું વાંધો હોય ?'

બાઈક ધોવાઈ રહી ત્યાં ચા અને રોટલા-ભાખરી પણ તૈયાર હતાં. અમે બધાં નાસ્તો કરવામાં પડ્યાં. નાસ્તો પૂરો કરીને મેં ખેડૂતની રજા માગી. સોનલે મને કહ્યું, 'સ્હાંજે આવો સ ને પાસા ? કાલ તમારું ઘર અમે પચાવી પાડ્યું હતું પણ આજ કાંઈ તમને ઓયડીએ નંઈ સુવરાવીયેં. સ્હાંજ લગણમાં તો તમારું ઘર ચોખ્ખું કરી મેલસું.'

સોનુ આટલી જલદી સ્વસ્થ થઈ શકી અને જાગતાંવેંત તેણે પોતે જાતજાતની વાતોમાં રસ લીધો તે જોઈને મને નવાઈ લાગી અને આનંદ પણ થયો. મેં કહ્યું, 'ઘર તો તારું છે. મારું ક્યાં છે. સાસણમાં જો બીજો કમરો મળી જાય તો જુદી વાત છે; નહિતર તો સો ટકા સાંજ પહેલાં તારું ઘર મારે પચાવી પાડવું પડશે.'

સોનલે હસતાં હસતાં પૂછ્યું, 'એટલે ? પહેલી પાલી સાસણને ભરી દેવાની એમ ? આયાં સ્હું ખોટું છે ? ન્યાં સાસણમાં રેય સે ઈનાં કરતાં ઝાઝાં સ્હાવજ તો

સાસણની બારોબાય્ર અમારી વાડીયુંમાં રેય. કાલ નો ભાળ્યું ?'

વાત સાંભળીને મને હસવું આવી ગયું. મેં કહ્યું, 'હું સાસણમાં સાવજ જોવા નથી આવ્યો...'

સોનલ વચ્ચે કૂદી પડતી હોય તેમ બોલી, 'ખબર સે સ્હાવજનાં ચિતર કાઢવા આવ્યા સ. બોલો, સ્હાચું કઉં સું ને ? અમને બધી ખબય્ર હોય.'

'ચિત્રો દોરું છું પણ એકલાં સિંહનાં નહિ. મન થાય તો હું તારું ચિત્ર પણ દોરું. કંઈ નક્કી નહિ.'

'ઓય બાપા. એવું નો કરતા' સોનલે બે હાથે મોં ઢાંકી લીધું.

સાસણ પહોંચતાં અડધો કલાક પણ ન લાગ્યો. ચોમાસું આવતાં ગીર અભયારણ્ય બંધ થઈ ગયું છે; પરંતુ મુસ્તુફા અને બીજાં લોકોનાં કામ તો ચાલુ જ છે. આજે પણ તે ફેરણામાં જતો રહ્યો હતો. આબેદા ઘરે હતી. તેણે કહ્યું, 'વરહાદમાં પલ્લી જાય એવું લાગ્યું ઈ તો મેં નોખું કરી નાખ્યું સે. તોય તમીં જોય લ્યો.'

મેં કહ્યું, 'સરસ. પણ હમણાં તો હું બધુંય સાથે લઈ જઉં છું. ચોમાસામાં તમારે ઓરડી કામ આવે.'

આબેદાને લાગી આવ્યું હોય તેમ તે બોલી, 'અમીં કાંય કીધું ? એવું તે સ્હું થ્યું કે તમારે વયા જાવું સ ? આયાં નથ્ય સ્હોરવતું ?'

'થયું કંઈ નથી.' મેં કહ્યું, 'ચોમાસામાં હું ઘેડમાં હોઉં. પછી અમસ્તો આખી ઓરડી રોકી રાખીને શું કરું ?'.

'ઈ જી હોય ઈ તમારા ભાય હાય્રે વાત્ય કરજો. અટાણે તો હાલો, સા-પાણી પીવો. પસી ઓયડી ખોલીયેં.' આબેદાએ કહ્યું.

આબેદાએ ચા બનાવી ત્યાં સુધી મેં જીનતને રમાડી. એટલામાં ડેલી ખખડી અને આગળો ફેરવીને મુસ્તુફા ફળિયામાં આવ્યો. મને જોતાંવેંત તેણે પૂછ્યું, 'ક્યારે પોગાડ્યાં ?'

'બસ, પંદર મિનિટ જેવું થયું હશે.' મેં કહ્યું.

આબેદા મુસ્તુફાની ચા ભરતાં ધીરેથી બોલી, 'ઓયડી ખાલી કરેસ.'

'કાં ? સ્હું વાંધો પડ્યો ?' મુસ્તુફા ચમક્યો હોય તેમ બોલ્યો.

'વાંધો કંઈ નથી પડ્યો.' કહીને મેં ચોમાસામાં મારો સામાન પલળે નહિ અને તમારી, ખાસ તો આબેદાની સગવડ સચવાય એટલા પૂરતું જ બીજે લઈ જવાનો છે તે મુસ્તુફાને વિગતે સમજાવવું પડ્યું. પછી મેં કહ્યું, 'અત્યારે તો અમરાપર લઈ જવાનો છું.'

'તે ન્યાં ઠેઠ સ્હું લેવા જાવું ? દોરતી જાય સે ને ઈનાંવાળું ઘર કાલ-પરમ ખાલી થાય સે.'

'ડોરોથી જાય છે ? ક્યારે ?' મેં પૂછ્યું.

'મોટો મોટો સામાન તો ઈણેં કાલ મોય્કલીય દીધો. ઈનાં રિપોટનું કાં'ક બાકી ર્યું સ ઈ પતે તો કાલ સ્હોરી નીકળીય જાય.' મુસ્તુફાએ કહ્યું, 'તમીં કે'તા હોવ તો ઘર રાખવાનું કઈયાવું.'

સાસણમાં જ કમરો મળી જતો હોય તો સામાન ફેરવવાનું સહેલું પડે. બીજી કેટલીક અનુકૂળતા પણ રહે. મેં હા પાડી, 'કહી આવીએ.'

આબેદા ખાલી રકાબીઓ ભેગી કરતી હતી. મેં તેને સાંસાઈના ખબર પૂછ્યા.

આબેદા કહે, 'ધાનુને ઘેર લાવ્યા તયેં બે દા'ડા રોકાણી 'તી. હમણેંની જોય નથ્ય. બાકી તો તમારા ભાયને ખબય્ર હોય. ઈનેં પૂસો.'

મેં કહ્યું, 'ધાનુને ઘરે લાવી દીધો ? સારું થયું. ચાલો હું જરા મળતો આવું અને જોતો આવું કે તેને કેમ છે.'

આબેદાએ કહ્યું, 'ધાનુ 'ને રતનબા રાજી થાહે.'

મુસ્તુફાએ કહ્યું, 'ધાનુને જોવાનું બધું પસી રાખો. અટાણે તો હાલો, પેલાં દોરતીવાળા ઘરનું સ્હમજી લંઈ.'

મકાનમાલિકને ગામમાં, તેની દુકાને જ મળવાનું હતું. તેણે કહ્યું કે ડોરોથી તો ઊંચા ભાડાથી તેનું ત્રણ કમરાનું આખું ઘર વાપરે છે. મારે આખું ઘર રાખવું નહોતું. મકાનમાલિકે ટૂરિસ્ટ-સીઝન દરમિયાન કાં તો કમરો ખાલી કરાવે કાં થોડું વધારે ભાડું લે તેવી શરતે મને એક કમરો આપશે તેમ કહ્યું. મેં તૈયારી બતાવી, કમરો રાખી લીધો.

અમે કમરો જોઈ લેવા ગયા ત્યારે ડોરોથી ઑફિસે જવા તૈયાર થતી હતી. અમને જોઈને આનંદથી હસી અને અંદર બોલાવ્યા. ઘરમાં કોઈ સામાન નથી એટલે નાકા પરથી ચા મગાવવી પડશે તેમ કહીને ડોરોથીએ મુસ્તફાને રકાબી દર્શાવતી સંજ્ઞા કરી.

અમે ચા નથી પીવાના તે સમજાવીને મેં તેના કામ વિશે અને રિપોર્ટ વિશે પૂછ્યું અને તેણે રિસર્ચ પૂરી કરી તે બદલ અભિનંદન આપ્યા.

મુસ્તુફા પોતાના કામે જવા ઊભો થયો. તેણે કહ્યું, 'ઘર ખાલી થાય કે અડધા કલાકનાં તો હું ને આબેદા આંયાં બધું ગોઠવી દેહું. તમતમારે માધોપુર કે જ્યાં જાવું હોય ન્યાં જાજો. હવે બેફિકર. તમારું કામ નૈં રખડે.'

મુસ્તુફા ગયો પછી અમે થોડી વાતો કરી ત્યાં ડોરોથીએ કહ્યું, 'તમને અંગ્રેજી

સારું ફાવે છે તો મારા રિપોર્ટ પર એક નજર ફેરવી આપશો ? મારે કાલે આપી દેવાનો છે.'

મેં કહ્યું, 'સારું, પણ આજ બપોર પછી કે રાત્રે બેસીએ ? અત્યારે તો મારે ધાનુને ત્યાં જવું છે.'

'ઓહ, ધાનુ ! મારે પણ તેને મળવું જોઈએ નહિ ?' કહીને ડોરોથી મૌન રહી. પછી બબડતી હોય તેમ બોલી, 'પણ હું નથી જવાની. હવે કશાનો કશો અર્થ નથી.'

મેં નવાઈપૂર્વક કહ્યું, 'અરે ! ધાનુને મળવા તો તારે જવું જ જોઈએ ને ? તે ઘાયલ છે અને તું હવે જઈ રહી છે ત્યારે તો ખાસ. એમાં પૂછવાનું શું ?'

'ઓકે, ઓકે. ગુસ્સો ન કરશો.' જવા માટે નીકળતાં ડોરોથીએ કહ્યું, 'આવી બધી સમજ મને નથી પડતી તેવું અથવા માણસનું મન કઈ રીતે વિચારે છે તેની સમજ તમને નથી પડતી તેવું વિચારશો કે માનશો તો તમને મારા પર ગુસ્સો નહિ આવે.'

હું અને ડોરોથી સાથે બહાર નીકળ્યાં. તે સીધી વનખાતાની કચેરી તરફ ગઈ અને હું ધાનુને ઘરે ગયો. ધાનુને સારું હતું પરંતુ જમણો હાથ કોણી સુધી શરીર સાથે બાંધી રાખ્યો હતો. હજી ત્રણ-ચાર મહિના તો હાથ આમ જ રહેશે. ધાનુના ખબર પૂછીને હું રતનબા સાથે વાતોએ વળગ્યો.

રતનબાએ ચા મૂકી. હું ચા પીતો હતો ત્યાં અચાનક ડેલી ખૂલી અને ડોરોથી આવીને સીધી જ ધાનુના ખાટલે જઈને બેઠી. થોડી વાર તે કંઈ બોલી નહિ અને ધાનુને જોઈ રહી. પછી અચાનક બોલી પડી, 'એની પ્રોબ્લેમ ?'

ધાનુના ચહેરા પર કાંતિ છવાઈ અને તેણે ઉત્સાહથી બેઠાં થતાં જવાબ આપ્યો, 'નો પરોબલેમ.'

તે પછી બેઉ હસ્યાં અને આજ સુધી જેમણે એક-બીજા સાથે ભાગ્યે જ કોઈ વાત કરી હશે તે ધાનુ અને ડોરોથીએ પંદર મિનિટ સુધી પોતપોતાની બોલીમાં વાતો કર્યા કરી.

બન્નેની વાતને કોઈ અનુસંધાન નહોતું. બેમાંથી કોઈને સામી વ્યક્તિની વાતમાં આવતાં સ્થળોનાં, સિંહ-સિંહણનાં નામ કે, સાંજ, સવાર અને રાત જેવા સમયસૂચક શબ્દો સિવાય કંઈ સમજાતું નહોતું; છતાં ક્યારેક ધાનુ ગળગળો થઈ જતો. ક્યારેક ડોરોથી.

મેં રતનબા પાસે વિદાય માગી અને કંઈ કામ હોય તો કહેવરાવવાનું સૂચન કર્યું. ડોરોથી પણ સમજી કે હવે જવાનું છે. એટલામાં સાંસાઈ આવી અને રતનબા

પાસે જમીન પર બેઠી.

ડોરોથીને જોતાં જ સાંસાઈએ વ્યંગ કર્યો, 'ઠેઠ આંય લગણ લાંબી થય તે જૂનેગઢ તો ઓરું હતું. ન્યાં ખબર જોવા નો પોગાણું ?'

'સાંસાઈ, તું વાંકું પાડમા ડોરોથી તો હવે જઈ રહી છે. કાલે રિપોર્ટ સબમીટ કરે પછી જશે.' મેં કહ્યું.

સાંસાઈના અભિગમમાં ફેર ન પડ્યો. તેણે પૂછ્યું, 'હું વાંકા-પાડી સું તે તું ઈનોં વાલેશરી થઈને પૂસી લે કે રિપોટમાં ધાનુનું કાંક સ્હારું તો લખ્યું સે ને ? પાસું ઊંધું-સત્તું ભઈડ્યું નો હોય.'

ધાનુ સાજો ન થાય ત્યાં સુધી એની રોજમદારી શરૂ થાય તેમ નથી. તેને ફરી રોજ પર ચડવા માટે ડોરોથીની નાનકડી નોંધ પણ પગથિયાની ગરજ સારે તેમ છે તે બધાં સમજતાં હતાં.

ડોરોથીને બદલે હું જવાબ આપતો રહીશ તો સાંસાઈ ચિડાશે તેવું લાગતાં મેં ડોરોથીને જ કહ્યું, 'એ પૂછે છે કે ધાનુ વિશે સારું લખ્યું છે ને ?'

'ઓ,નો.' ડોરોથીએ માથું ધુણાવ્યું, 'મેં કોઈનું નામ લખ્યું નથી. હા, ડિપાર્ટમેન્ટને થેન્ક્સ લખ્યા છે. દરેકનું અલગ રીતે લખવું પડે તે મને...'

ડોરોથીના હાવભાવ બધું જ કહી શકે તેમ હતા. છતાં મેં વાત વાળી લેવાનો પ્રયત્ન કરતાં ધાનુને ખોટું કહ્યું, 'તેણે લખ્યું છે તે હું જોઈ જવાનો છું. ડોરોથી તારા વિશે સરસ લખવાની છે.'

અમે જવા માંડ્યા ત્યાં ડોરોથીએ ધાનુની બોલી બોલવાનો અધકચરો પ્રયાસ કરતાં કહ્યું, 'ધાનુ, રામરામ ટુ યુ, યોર જંગલ એન્ડ જંગલી સ્હાવઝ.'

'જંગલી સાવજ' શબ્દ સાંભળતાં તો સાંસાઈ અચાનક અડધી ઊભી થઈ ગઈ અને આવેશથી બોલી, 'જંગલી તું ને તારી મા. તું આંય બેહીને વળી સ્હાવજને જંગલી કઈ ગઈ ?'

રતનબાએ હાથ પકડીને વારી ન હોત તો સાંસાઈ હજી બોલતી રહેત. રતનબાએ કહ્યું, 'મેમાનને આવું નોં બોલીયેં આઈ.'

સાંસાઈ ચારણની દીકરી છે માટે રતનબાએ તેને આઈ કહી કે તેના ક્રોધને વારવા માટે તે ન સમજાયું.

સાંસાઈ ઢીલી પડી. તેણે કહ્યું, 'હુંય સ્હું કરું રતનબા. આવડી આ તત્તૈણ વરહ સ્હાવજું વાંહે રખડતી ફરી. ઈ ખાતાં હોય, બેઠાં હોય કે સ્હૂતાં હોય. આ ને ધાનિયો સ્હામેં ને સ્હામે ખોડાયાં હોય. તોય, ઈનેં પૂસો, એક કરતાં એક સ્હાવજે ઈનેં ડારોય કર્યો કોઈ દી ?'

ડોરોથીને પોતાને વિશે ચર્ચા થાય છે તેનો ખ્યાલ તો આવ્યો; પરંતુ તે એકાદ શબ્દ સિવાય ભાગ્યે જ કંઈ સમજી શકી.

મેં સાંસાઈને સમજાવતાં કહ્યું, 'જંગલી એટલે જંગલમાં રહેતા. તું માને છે તે રીતે જંગલી નથી કહેતી.'

સાંસાઈ મારા પર પણ ખિજાઈ, 'જાજા અરથ કાઢ્ય મા. જંગલી એટલે જંગલી. ઈણે ઈની રીસચુંમાં સ્હાવજુંને કેટલાં કનડ્યાં છ ઈ હું જાણું છ. બીજાંના ઘરમાં જૈને આખો દી ઈ સ્હું કરેસ ઈ જોયા કરે ઈનેં જંગલી કેવાય કે ઘરધણીને ? ગય્રમાં રઈને ગય્રના હાકેમને જંગલી કેય ને તોય તું થાંભલા ઘોડે ઊભો સ્હું ર્યો સ ? ઈનેં કાંય કે'તો નથ્ય ? ઈનીં બોલી જાણ સ તો કાં'ક તો કે ઈનેં.'

ડોરોથીએ મને કહ્યું, 'છુપાવશો નહિ. આ છોકરી જે કહે છે તે બધું જ મને કહો. તેણે તમને, મને, રતનબાને, જે કહ્યું તે શબ્દેશબ્દ કહો. જવાના સમયે મને છેતરશો નહિ. એ છોકરી મને ગમતી નથી અને મને ખબર છે કે હું પણ તેને નથી ગમતી.'

મારા કહેવાથી ડોરોથી અને સાંસાઈ વચ્ચે ખટરાગ થઈ શકે. બોલાચાલી થાય કે કદાચ બેઉ ઝઘડી પણ પડે. ડોરોથી ધાનુ વિશે લખવાનું ટાળે પણ ખરી. ઘણું થઈ શકે.

ડોરોથીએ જવાના સમયનો ઉલ્લેખ ન કર્યો હોત તો મેં તેને કંઈક ભળતી જ વાત કરીને ટાળી જ હોત; પણ અત્યારે મેં તેને બધું જ શબ્દશઃ કહી સંભળાવ્યું. સાંભળીને ડોરોથી સાંસાઈ તરફ મોં કરીને ઊભી રહી અને માંડ માંડ બોલતી હોય તેમ બોલી, 'સાંસ્યા, જિંદગીમાં બધું તું માને છે એટલું સહેલું નથી હોતું. તું શું જાણે છે મારા વિશે ? તું મારી જેમ એકલી ઊછરી નથી. મારા ઘરમાંથી જ મને વેચી દેવાઈ હતી. મારી માએ મને ભગાડી..' કહીને ડોરોથી પોતાની પીડાઓ વિશે એકધારું બોલ્યા કરી જે મારા સિવાય કોઈ સમજી શકતું નહોતું. હા સ્વરોના ઉતાર, ચઢાવ અને આંખ-મોંના ભાવો પરથી ઘણું જાણી શકાતું હતું.

કેટલીયે વારે થાકી હોય તેમ થોડું અટકીને ડોરોથીએ મારી તરફ જોયું અને કહ્યું, 'જતી વખતે આ આ બધું યાદ કરીને સહેવું ન પડે તે કારણે હું અહીં આવવાની નહોતી. તમે પરાણે અહીં આવવાનું કહ્યું. મારે તમારું કંઈ સાંભળવું જોઈતું નહોતું. એમ કર્યે જ સારું થાત.'

ડોરોથી શું કહે છે અને શું કહેવા માગે છે તે બન્ને વાત હું સમજી શક્યો છું કે નહિ તે વિચારે હું મૌન થઈને ઊભો.

ડોરોથી ફરીથી સાંસાઈ તરફ જોઈને ભાંગીતૂટી અંગ્રેજીમાં કહેવા માંડી,

'સાંસ્યા, તમને બધાને મળે છે તેવો પ્રેમ મને કોઈ દિવસ નથી મળ્યો. આ પહેલાં ક્યારેય પ્રેમ કોને કહેવાય એની ખબર નહોતી. ખબર પડી પછી નવી મુશ્કેલી...' કહેતાં ડોરોથી અચાનક ધ્રુસકે ચડી ગઈ.

રતનબા ઊભાં થઈને પાણિયારા તરફ ગયાં ત્યાં સુધીમાં ડોરોથી જરા સ્વસ્થ થઈને બોલી, 'અને બીજું તો શું કહું ? તું વિચાર. તને સમજાય તો સારું કે પળેપળ સાથે ને સાથે રહીને પણ મેં ત્રણ-ત્રણ વરસ કોઈની વાત પણ કર્યા વગર કાઢ્યાં છે....' કહેતાં તે આગળ બોલી ન શકી અને રડી પડી. રતનબાએ તેને પાણી આપ્યું.

ડોરોથીએ છેલ્લે જે કહ્યું તેનો અનુવાદ કહી સંભળાવું કે નહિ તે વિચારતો હતો ત્યાં સાંસાઈ ઊભી થઈને આંખમાં પાણી સાથે ડોરોથી પાસે ગઈ. પોતાના ઓઢણાથી તેનું મોં લૂછ્યું. પળભર મારા સામે જોયું અને ડોરોથીને બાથ ભીડીને તેને ખભે માથું ટેકવ્યું અને ધીમે સ્વરે કહ્યું, 'હવે રોતી મા. રુવે તો તને મારા સ્હમ

સે.'

॥ ૨૦ ॥

રતનબાએ મને અને ડોરોથીને જમીને જવાનો આગ્રહ કર્યો. ડોરોથી છેલ્લો દિવસ હતો એટલે તે ડીએફઓ સાથે જમવાની હતી. મેં કહ્યું, 'હું જરા ડોરોથીને મૂકીને પાછો આવું છું.'

ડોરોથીને મૂકવા હું તેના ઘર સુધી સુધી ગયો. થોડી વાર બેઠો અને તેનો રિપોર્ટ પણ તપાસી આપ્યો. તેની રિસર્ચ અંગે તો મારે કંઈ જોવાનું નહોતું. લે-આઉટ અને એકનૉલેજમેન્ટ વગેરે જોઈને સૂચનો કર્યાં.

બધું પતાવીને ડોરોથીને ડીએફઓના ક્વાર્ટર પર મૂકીને હું મારો સામાન પૅક કરવા ગયો. મને અને મુસ્તુફાને મારું બધું બાંધીને એક તરફ કરતાં બહુ વાર ન લાગી. તોયે નવરા થતાં બાર તો વાગ્યા.

ધાનુને ઘરે સાંસાઈએ રસોઈ કરી રાખી હતી. રતનબાએ ધાનુને જમાડ્યો પછી અમે બધાં બેઠાં. જમતાં જમતાં જ રતનબાએ કહ્યું, 'આબેદા કે'તી'તી કે તેં એની ઓયડી ખાલી કરી. આયાં નથ્ય રેવું ?'

'રહેવાનો છું ને !' મેં કહ્યું, 'પણ થોડો સમય માધવપુર અને ઘેડમાં રહેવું છે. નોરતાં સુધીમાં પાછો આવી જઈશ. ડોરોથીવાળા ઘરમાં કમરો રાખી પણ લીધો છે.'

'તે તું કયેં જાવાનો ?' રતનબાએ પૂછ્યું.

'બસ, આજે સાંજે. બહુ બહુ તો કાલ સવારે.' મેં કહ્યું.

સાંસાઈએ રોટલાનું ચોથિયું મારી થાળીમાં મૂકતાં કહ્યું, 'બે દા'ડા રઈ જા તો હું ભેગી આવું. મારેય પોરબંદર થઈને બયડે રેવા જાવાનું સે.'

'બરડામાં રહેવા શું કામ ?' પૂછ્યું તે સાથે જ મને ભૂલ સમજાઈ.

'અમારા કટમના એક આંધળા રવાઆતા હતા. ઈ પરલોક ગ્યા પેલાં ન્યાં, બયડાના ડુંગરમાં મારી સ્હાટુ હીરા-મોતીનાં સરુ દાટી ગ્યા'સે. મારે કાઢવા જાવું પડે કે નંઈ ?' સાંસાઈએ આડો જ જવાબ આપ્યો.

રતનબાને જરા હસવું આવી ગયું તે રોકીને સાંસાઈને ઠાલું વઢતાં કહે, 'સીધી વાત્ય તો તારે કરવી જ નંઈ. 'ને તારી વાતમાં વસ્સે રવાઆતાને સ્હું કરવા લાવ સું ? ઈણે તારું કાંય બગાડ્યું સે ? ઈ બસાડાયે તો ઈનું હતું એટલું પરમારથમાં વાપરી જાણ્યું. સેલ્લે સેલ્લે વધ્યું ઈમાં ઘંટલો-ઘંટલી વરાવ્યા. થઈ ર્યું.'

સાંસાઈ છોભીલી પડીને કહે, 'અમારા કુળના આતાને યાદ કરીયે સીયે. ઈનેં કાંઈ ગાળ તો દેતાં નથ. યાદ કરવામાં સ્હું વાંધો ?'

રતનબા કહે, 'ઈમાં કાય વાંધો નૈં; પણ પુનસાળી જીવને ગમે એમ યાદ નો કરાય. ઇયાદ કરીયેં તો કાં'ક સ્હારું બોલીને કરીયેં.'

સાંસાઈના કોઈ દાદા અંધ હતા અને મુસ્તુફાએ વાત કરેલી તે ડુંગરનાં લગ્ન કરાવનારા પણ એ જ હતા. તે જાણવું મારા માટે નવું હતું. તે સાંસાઈની જ આગલી પેઢીમાં હતા કે દૂરના કોઈ સગા તે ખબર ન પડી. વધુ કંઈ વાત પણ ન થઈ કારણ કે સાંસાઈએ મને ફરી કહ્યું, 'તું આજ કે કાલમાં નીકળવાનો હો તો હું હાય્રે નો આવી હકું. બે દી' પસી જાંઈ. રોકાતો હો તો હા કેય.'

મેં કહ્યું, 'મારે તો કાલ સાંજે બારામાં મિટિંગ છે. તું કહેતી હો તો પરમ દિવસે તને તેડવા પાછો આવું અને તને બાઈક પર લઈ જઉં.'

'મને તેડવા તો વિમાન આવવાનાં સે. તારે ફટફટિયું લઈને ધકો નથ્ય ખાવો.' સાંસાઈએ ત્રાંસી નજરે રતનબા સામે જોઈ લેતાં કહ્યું, 'એમ હોય તો મારું પત્યે હું ગોપાલભાયને ઘીરે પોગીસ. ન્યાંથી તારે આવવું હોય તો બેય જણ હાય્રે બયડામાં વયાં જાહું. નકર હું એકલી વઈ જાઈસ.'

સાંસાઈ ગોપાલને ત્યાં આવે પછી હું અને સાંસાઈ બરડામાં જઈશું તેવું નક્કી કરીને હું નીકળ્યો. પહોર નમ્યે અધોડિયે જઈને બેઠો. સામાન તો બંધાઈ ગયો હતો એટલે આજની રાત સિંહસદનમાં રહેવાનું હતું.

સંધ્યાકાળે સિંહસદન પહોંચ્યો તો સ્ટાફે કહ્યું, 'તમારી ટપાલ છે. આજે ન મળ્યા હોત તો મુસ્તફાને આપી દેત.'

મિતાનો પત્ર હતો, 'ચિત્રો મળ્યાં. પ્રોજેક્ટ લીડરને મોકલાવ્યાં હતાં એટલે જવાબ લખતાં વાર થઈ. તેમનો પત્ર મારા પર છે તેની ઝેરોક્સ બીડું છું. એ રીતની તૈયારી પણ કરવી.'

સહી પરથી લીડર કોણ છે તે જાણી શકાયું નહિ. સાદા કોરા કાગળ પર બે લીટી લખેલી છે. મૂળ વાત તો એ છે કે છેલ્લી લીટીમાં લખ્યું છે, 'પ્રેઝન્ટેશન જરૂરી. હું હાજર રહીશ.'

મારે મારાં ચિત્રો બતાવવાનાં અને તેને વિશે વાત પણ કરવાની. કામ અઘરું થયું છે; પણ કરવું તો પડશે. ચિત્રો વિશે શું કહી શકાય તે વિચારે મોડે સુધી ઊંઘ ન આવી.

સવારે રાણીને મળવા ઘેડ જવા માટે નીકળ્યો ત્યારે સાસણનું બજાર ખૂલી રહ્યું હતું. ચાની લારીવાળા સાથે થોડું બેઠો અને મેંદરડાને રસ્તે બાઈક દોડાવી.

કેશોદથી રવિભાને સાથે લેવા ગયો તો તેમને કોઈ વહેવારિક કામે જવાનું હતું એટલે તે આવવાના નહોતા. હું એકલો માધવપુર પહોંચ્યો તો ગોપાલને ઘરે તાળું. આશ્રમે તપાસ કરી તો જવાબ મળ્યો, 'દીકરીના એડમિશનના કામે રાજકોટ ગયા છે. કદાચ સાંજે પાછા આવે, કદાચ કાલે.'

રાણીને મળવા માટે બારા તો સાંજે જવાનું હતું. સંસ્થાના રસોડે જમીને બપોરે ભરતીના પવનમાં થોડી ઊંઘ લીધી. પછી આશ્રમની લાઇબ્રેરીમાં જઈને વ્હેલ-શાર્ક વિશે મળ્યું તે સાહિત્ય જોઈ ગયો.

બપોર નમી કે હું દરિયા પટ્ટી પર ચાલતો થયો. રસ્તે જતાં છકડાવાળાઓએ બેસી જવાનું લાલચભર્યું આમંત્રણ આપ્યું; પણ મને દરિયે ચાલવાની મજા પડતી હતી.

એકાદ કલાકમાં બારા આવી ગયું. ગામમાં ખાસ કોઈ મળ્યું પણ નહિ. ખારવા બધા હજી દરિયે જ રોકાયેલા હશે. એક ઘર પાસે થોડા છોકરા બહાર રમતા હતા. મને જોઈને એ બધા ઘરમાં ભરાઈ ગયા.

ઘર પાસે જઈને મેં તેમને બોલાવ્યા તો એ બધા રડવા જેવા થઈ ગયા. મેં જ્યારે રાણીનું ઘર પૂછ્યું ત્યારે એકાદ મોટા છોકરામાં થોડી હિંમત આવી. 'પીલુડીનાં જારાં પાંહે.'

'પીલુ તો અહીં તો બહુ જગ્યાએ છે.' મેં કહ્યું. 'તું સાથે આવીને બતાવી નહિ જાય ?'

'ભૂરિયા, હાલ્ય. મેલે આવ્યે.' એક જણે કહ્યું અને બે છોકરાઓ મારી સાથે ચાલ્યા.

રસ્તામાં પહેલા છોકરાએ મને પૂછ્યું 'તું, 'મિલેટરીમાંથે આગો ?'

'ના. કેમ ?' મને આ પ્રશ્ન સાંભળીને નવાઈ લાગી.

'કાદરની બોટ પકડે ગા ઈ વાતણું મિલેટરીમાં લખાવ્વું પડે કે નીં ?' જેને ભૂરિયો કહેવાયો હતો તે છોકરો બોલ્યો.

મને ફાળ પડી. કાદરની બોટમાં તો રાણીની ભત્રીજી અને સગાંઓ આવવાનાં હતાં. તેની બોટને શું થયું હશે ! 'કાદરને કોણ પકડી ગયું ?' મેં ઉતાવળે પૂછી નાખ્યું.

'ઈણેં એકલાણે નીં. ઈણીં આખી બોટને. પાકિસતાણી મિલેટરીરાં લે નો ગા ?' મારા અજ્ઞાનની દયા ખાતો હોય તેમ ભૂરીયો બોલ્યો.

નેવલ કોસ્ટગાર્ડને મિલિટરી કહેતાં આ બાળકો મને આગળ કંઈ કહે એટલામાં તો રાણીનું ઘર આવી ગયું, દૂરથી જ મને ઘર બતાવીને બેઉ છોકરાએ બૂમો પાડી, 'રાણી, તારો મીંમાંણ.'

ગામનાં નાના છોકરાં રાણી જેવી સરપંચને તુંકારે બોલાવે છે તેની મીઠાશભરી નવાઈ માણતો હું ફળિયામાં ગયો. પેલા બેઉ છોકરા પાછા જવા ચાલતા થયા.

મને હતું કે રાણી આજે કંઈ વાત કરવાની સ્થિતિમાં નહિ હોય. તેના બદલે તે ઘરમાંથી બહાર આવી અને ફળિયામાં મને જોતાં જ આવકારો દીધો, 'આવાં ભાય.'

હું ઓસરી તરફ ચાલ્યો તે રાણીએ ફળિયામાં એક તરફ ખોદેલી ક્યારી તરફ હાથ કરીને કહ્યું, 'ન્યાંથી જરાક આઘો હાલજે. તાં વાલ વાવ્યો સે.'

હું ક્યારી ચાતરીને પરસાળ પર પહોંચ્યો તો રાણીએ મારા બેઉ હાથ પોતાના હાથ વચ્ચે લઈને રામરામ કર્યાં. અને પૂછ્યું, 'તીં ગોપાલભાય તારી હારે નો આવ્યો ?'

'એમને દીકરીની નિશાળના કામે રાજકોટ જવાનું થયું.'

'નીં ઓલો દરબાર ભાય ?'

'એમને પણ કામ આવી પડ્યું. હું એકલો જ આવ્યો છું.' મેં કહ્યું. ઘડીભર મને લાગ્યું કે રાણીની ભત્રીજી ને પાકિસ્તાની લઈ ગયા છે તે રાણી નથી જાણતી કે શું ? નહિતર તો અત્યારે અહીં રો-કકળ ચાલતી હોત. એના બદલે આ સ્ત્રી આટલી સ્વસ્થ છે !

જે સ્ત્રીને ઘરનાં માણસો ખોવાયાંની પડી ન હોય તેવું લાગે છે; તે સ્ત્રી એક જળચરની ચિંતા શું કરશે ? તેવો વિચાર પણ આવી ગયો.

થોડી પળો મૌન રહીને મને લાગ્યું કે મારે કશુંક બોલવું જોઈએ. આવા પ્રસંગે

શું બોલવું ! અહીં કોઈનું મૃત્યુ તો થયું નહોતું કે તેનો ખરખરો થઈ શકે. તો પછી શું બોલું ? મેં ભયાનક મૂંઝવણ અનુભવી.

છેવટે હું કંઈ બોલું તે પહેલાં રાણીએ જ કહ્યું, 'વાવડો બોટને તાણે ગો ઓલ્યાવની હદમાં, પસી ઈ ઓળે ? ગોળીયું ફોળીને બોટ કબજે લે લીંધીં. અમીં તા નવીયે વાટ્યું જોતા'તા. તાં પોરે વાત્યું હાલી કે કાદરિયાની બોટને રોયાં પાકિસ્તાણીયું પકડે ગા સ.'

પેલે દિવસે સાંજે અમારાથી છૂટા પડતાં રાણીએ દરિયે નીકળેલા પવનની ચિંતા શા માટે કરી હતી તે મને હવે સમજાયું.

રાણી બોલી એટલે મને પણ કંઈક બોલવાના હાશ આવ્યા. મેં કહ્યું, 'ચિંતા ન કરો. બોટ અને માણસો તો સલામત છે ને ? હવે તો આપણા અને પાકિસ્તાનના સંબંધો પણ સારા છે. સરકારમાં લખીશું. બધાની મદદ મળશે. એટલે કંઈ વાંધો નહિ આવે.'

'વાંધો તો આવે ગ્યો ભાય. હેવ સરકારીય કાંવ કરવાની સે ?' રાણીએ કહ્યું. તેનો ચહેરો જોતાં લાગ્યું કે તે કંઈક મોટા અનિષ્ટની કલ્પના કરે છે અને માને છે કે જે વાંધો આવવાનો હતો તે તો આવી ગયો.

રાણી પાસે એટલા ખરાબ કંઈ સમાચાર છે કે નહિ તે મને ખબર નહોતી. તોપણ મેં તેને આશ્વાસન આપવાનો પ્રયાસ કરતાં કહ્યું, 'ના. ના વહેલા મોડા, અરે બહુ જલદી બધાં પાછાં આવી જશે.'

રાણી ઘડીભર મારી દયા ખાતી હોય તેમ મારા સામે જોઈ રહી. પછી દરિયાની દિશામાં જોઈને એક નિઃશ્વાસ નાખ્યો અને બીજી જ પળે મને થિજાવી નાખતા શબ્દો કહ્યા, 'આદમીયું તો વયા આવહે. બાયું નીં આવે.'

જ્ઞાનતંતુને વીંધતી બાવળની શૂળ પેસી જાય ત્યારે ખુલ્લા પગને થાય તેવી જ પીડા મારા હૃદયને રાણીના શબ્દો સાંભળીને થઈ.

રાણી શું કહે છે તે સમજાતાં જ હું સ્તબ્ધ થઈ ગયો. જે સ્થિતિની કલ્પના પણ મેં નહોતી કરી તેને રાણી પૂરા સત્યાર્થ સાથે જાણતી હતી. અરે તેણે તે સત્ય સ્વીકારી પણ લીધું હતું.

મને લાગ્યું કે મારે હવે જવું જોઈએ. 'રાણીબેન, તો હું જઉં. ફરી આવીશ. શહેરનું કોઈ કામ હોય તો કહો. હું કરીશ.'

'કરવા કારવવાનું થે ગું ભાય. જિલેથી સાબ્યું આવે ગો સ. કાગરમાં નોંધે ગાસ. બધુંય થે ગું. આ તારે સ્હાંભે ઊભી ઈ સરપંચે જ સ્હંધું લખાવે દેધું. હેવ તા ઈણીંયું વાટ્યું જોવાની રઈ.' કહીને રાણીએ આગળ કહ્યું, 'પણ તું ઈમાં વયો

કાંઉં જા સ ? ખારવાવાડે કેવરાવેલું જ સે. આવતાં જ હીંસે.'

આ સ્ત્રીએ મિટિંગ રદ નથી કરી ! કોઈ આટલું, દરિયાના કાળા ખડકો જેટલું સ્થિર કેવી રીતે હોઈ શકે તે મને સમજાતું નહોતું.

સંધ્યા ઢળતી હતી અને એક પછી એક માણસો આવવા માંડ્યા. થોડી વારમાં નાનું ફળિયું ભરાઈ ગયું. રાણીના ઘરમાંથી પંદરેક વરસનો છોકરો ચાની કીટલી અને રકાબીઓ લઈને આવ્યો. તેણે બધાને રકાબી પકડાવી અને તેમાં ચા રેડવા માંડી. બધું યંત્રવત્ ચાલતું હતું.

બધા આવી ગયા છે અને મહેમાનગતિ પૂરી થઈ છે તેમ લાગતાં રાણી બહાર આવીને એકેએક જણ પાસે ગઈ અને દરેકનો હાથ પોતાની બે હથેળી વચ્ચે લઈને સ્વાગત કર્યું.

થોડી વાર કાદરની બોટની માહિતી અંગે વાતો થઈ. પછી રાણીએ ઓસરીના ખૂણે બેસીને વાત માંડી, 'ભાયું, દરિયે જાતા હોય ઈ હાસું બોલ્યજો. આ મોટાં મઘરાં, જીણેં તાં બેર કવ સ ઈ માસલી બારીય મયના જડે સ કે અટાણે જ જડે ?'

'અટાણે જડે. પછી નો જડે. વઈ જાય.' બે-ત્રણ સ્વરો આવ્યા.

'તો આં ભાય આયવો સ ઈ જાણે સ કે ઈ માસલીયું કાં રેહ સે. ઈણું ક'વાનું ઈ સે કે ઈ મઘરાં આતાં રે'તા નેત. બીજે દરિયે રેય.'

'દક્ષિણ સાગરમાંથી આવે છે.' મેં કહ્યું.

'હો.' ખારવાઓમાંથી જવાબ આવ્યો.

'જો હાંભરો મારા ભાયું, વાત્ય હમજો કે આતાં આવે ઈ બેર મઘરાં માસલાં જ નેત. આતાં તો એકલી માસલીયું, દીકરિયું જ આંવે સે. ઈનાં પેટને લઈને આતાં ઈણાં સોકરાંવ ઉસેરવા આવે સે' હું રાણીની વાત કરવાની રીત જોઈ રહ્યો. તેનું અર્થઘટન અને તેની સમજ આગવી જ હતી.

રાણી થોડું અટકી. દૂર દેખાતા દરિયા તરફ જોઈ રહી. જાણે સુદૂર ક્ષિતિજ પર સમુદ્રમાંથી કોઈ જાણીતું વહાણ દૃષ્ટિપથમાં લેવાની કોશિશ કરતી હોય. તેના ગૌર ચહેરા પર છવાયેલું, તેનું અસહ્ય પીડાથી ભરાઈ આવેલું મન સ્પષ્ટ જોઈ શકાયું.

રાણીએ ઓઢણીના છેડે આંખ લૂછી, બધા ખારવાઓ તરફ નજર નાખી અને આગળ કહ્યું, 'આણાવ્યું દીકરિયું ઘેર આવે ઈને પેટમાં બસાં સોતી પકડે લોય ઈ કીવું ?'

સાંભળનારા બધા એકબીજા સામે જોઈને રાણી સામે જોઈ રહ્યા. કોઈ કંઈ બોલ્યું નહિ.

રાણીએ વાત આગળ વધારી, 'તમારો સવારથ હોય. તમારો વેપાર-ધંધોય

હોય ઈણું કાંઈ નાં નંઈ. પણ ઘેર હાયલી આવતી બબે-જીવી દીકરીયુંને ગમે એતલા રૂપિયા હારું કોઈ મારે ? જગતના મંદિરની ધજા હેઠ્યે આવું થાય ? બોલો ભાયું, તમીં જીણેં માનતા હોવ ઈ દેવને કે અલ્લા, પીરને માથે રાખેને, આ ભાય આયવો સ ઈણેં, તમારે દેવો હોય ઈ જવાબ દે દ્યો એતલે હાંઉ.'

હાજર છે તે તમામ નીચું જોઈને મૌન બેસી રહ્યા છે.

ન તો મારે કોઈનો જવાબ જોઈએ છે. ન કોઈને જવાબ આપવાની જરૂર જણાય છે.

રાણીએ મને કહ્યું, 'તારેં હાંઉ ભાય ?'

'હાં..ઉં...' હું આગળ કંઈ બોલી શક્યો નહિ. રાણીની સમજે જાણે મને મૂઢ બનાવી નાખ્યો હતો.

આ રાતના કાળા ધાબા નીચે, ઝળાંહળાં નક્ષત્રોના આછા ઉજાશે, આ મૌન બેઠેલા તમામ અજાણ્યાને પગે હાથ દઈને હું કબૂલું છું કે રાણી પોતાની સરળ, સાદી સમજથી જે પરિણામ નિપજાવી શકી તે અમારાથી ક્યારેય નિપજાવી શકાવાનાં નહોતાં.

કારણ સમજવા કોશિશ કરું તો મારું જ મન મને પૂછે છે, 'બેરલને મેં મારા જેવો જ જીવ ક્યારેય માની છે ?'

વળતી પળે મન સામી દલીલ પર ઊતરી પડે છે, 'મારે બેરલને બચાવવી

છે. કારણ કે તે નામશેષ થવામાં છે. અરે, તેને બચાવવા માટે મારી પાસે સૃષ્ટિ-સંતુલનનો વિચાર અને કાર્યક્રમ પણ છે. દયા કે બીજાં ઘણાં કારણો પણ છે....'

મનની દલીલો અચાનક અટકે છે. જાણે ઘેરાયેલું આકાશ ખૂલતું હોય તેમ હું આપોઆપ સ્પષ્ટ થતો જઉં છું. સ્વીકારી લઉં છું રાણીને ભલે બેરલ નામશેષ થવા વિશે કે સૃષ્ટિ-સંતુલન અંગે ખાસ કંઈ ગતાગમ નથી. છતાં તે બેરલને છોડી મૂકવાનું એટલે કહે છે કે બેરલની પીડાનો અનુભવ તે પોતાની ચેતનામાં કરે છે.

ચેતનાના વિકાસ દરમિયાન કોઈ મનઃસ્થિતિમાં અમારી ચેતના પ્રકૃતિનો સ્વીકાર બૌદ્ધિક સ્તરે કરતાં શીખી હશે. પછીની કોઈ વેળાએ આવો સ્વીકાર વ્યવસ્થાના સ્તરે કરવાનું પણ અમને આવડ્યું. અને અંતે અહં સંતોષવા માટે પ્રકૃતિનો ઉપયોગ થઈ શકે તે પણ અમે અમારી ચેતનામાં જાણ્યું.

પોતાને અભણ માનતી રાણી તો સદાથી પ્રકૃતિની સાથે રહી છે. તેની ચેતના પ્રકૃતિને ચેતનાના જ સ્તરે સ્વીકારતાં શીખી છે.

બેરલને તેણે પોતાના કુટુંબની દીકરી સાથે માત્ર સરખાવી જ નથી, તેને તો આ સહજ ખબર છે. એક પોતીકી આગવી રીતે હજારો વરસથી પેઢી-દર-પેઢી અનુભવે ધીમે ધીમે લોહીમાં ઊતરી આવેલી સરળ સમજણ.

હું જે સૂત્રની શોધમાં છું તેનો એક તાંતણો મારા મનમાં પકડાઈ રહ્યો છે. હું સ્તબ્ધ છું. જગતના જીવો વચ્ચેની એકાત્મકતાના અનેક પુરાવા પામી રહ્યો છું. વ્હેલ-શાર્કનું, કોઈ માનવમાતાનું, અરે, મારું પોતાનું પેટ ચિરાતું હોય તેવી પીડાથી લદાઈને હું ભોંય પર નમીને મારું પેટ દબાવી દઉં છું.

સામેના ક્યારામાં રાણીએ વાવેલા વાલનો અંકુર અચાનક ભૂમિ તળેથી ડોકિયું કરીને આકાશ નીરખવા ઊભો થઈ રહ્યો દેખાય છે.

॥ ૨૧ ॥

એકાદ ટાપુ કે બોટ પરથી મેં દશ-દિશ પથરાયેલાં પાણી જોયાં છે. એ જ રીતે રણની દિગંત સુધી પથરાયેલી સપાટ ભૂમિ જોઈ છે. આ બેઉ દશ્યોએ મને પૃથ્વીના ગોળ તાસક સમા સ્વરૂપનું દર્શન કરાવ્યું છે. આકાશ વચ્ચે ઝૂલતી એકસરખી ગોળ ધારે કપાઈ હોય તેવી પરમ મનોહારી ચકતી. ટાપુ પરથી જળની અને રણમાં સ્થળની.

આજે એ તાસકનું એક નવું સ્વરૂપ દેખાય છે. તાસકના અડધા ભાગે જળ છે અને અર્ધે ભાગે સ્થળ. પરોઢના આછા ઉજાશમાં, અનંત લહેરાતાં નીલવર્ણાં જળ ઓઢીને સૂતેલી કાળી, નમણી પૃથ્વી જાણે હમણાં જાગશે તેવે સમયે હું તેનાં વસ્ત્ર અને દેહને અલગ પાડી દર્શાવતી એવી, જળકૃત ખડકોની ધાર પર ઊભો છું. અહીંથી દરેક દિશાએ અનવરોધ દષ્ટિપથ ખૂલે છે.

છેક બાબરિયાવાડથી નાઘેર, ઘેડ અને બરડા સુધી લંબાતી આ ખડકોની ધાર હજારો વર્ષથી દરિયાના, ભૂમિ પર વિજયપતાકા લહેરાવવાના પ્રયત્નોને નિષ્ફળ બનાવતી ઊભી છે. આ ખડકશૃંખલા ન હોત તો ઘેડમાં, આ મનોહારી જળ-સ્થળ તાસક સંભવ નહોતી. કારણ કે લહેરાતા સમુદ્ર કરતાં સપાટ ફેલાયેલી ઘેડ ઊંચી નથી. ક્યાંક તો નીચી હશે.

આ ખડકોને નાઘેર અને ઘેડની રક્ષણહરોળ કહીએ તો તેના સેનાપતિ સમા,

ઊંચા, નાનકડી ટેકરી જેવા ખડક પર આશ્રમના કોઈ સાધકે એકાંતસાધના માટે પોતાની ઝૂંપડી બનાવી છે. અહીં રાત રોકાવાની મજા વિશે વારંવાર વાત કરીને ગોપાલે મને અહીં મોકલ્યો.

ગઈકાલ સાંજથી હું અહીં છું. બપોરે અહીં લાવવાની ચીજો ગોઠવતો હતો અને સાંસાઈ આશ્રમે પહોંચી. ગોપાલને માથે હાથ મૂકીને કંઈક બોલી અને અંદરના કમરામાં થેલી મૂકીને પાણિયારે જતાં લાગલી મને જોઈને બોલી, 'આણે પાસાં પોટલાં બાંધ્યાં ? ઠરીને બેહવું ગમતું નથ્ય કે સું ?'

ગોપાલે કહ્યું, 'ઠરીને રહેવાય એવી જગ્યાએ જ જાય છે. મઢીએ.' કહીને ગોપાલે મારા જવાનું મુખ્ય કારણ કહ્યું, 'એને ચિત્રો વિશે બોલવાનું થાય એમ છે તે લખવાનું છે.'

સાંસાઈએ મને કહ્યું, 'તારે લખવું હોય તો ન્યાં ટાંકે નો જાતો. ઘેડ ભાળી ગ્યા કેડે તું લખી ર્યો. સ્હંધુય પડી રેવાનું. એક દાણ મઢીને ટાંકેથી ઘેડ ભાળી લીધી; અટલે કાંય કરતાં કાંય કરવાનું રેશે નંઈ.'

મેં કહ્યું, 'એવું ન કહેતી. એક તો ચિત્રો વિશે શું કહેવું તે જ મને સમજાતું નથી. એટલે મારે તો લખી રાખીને ત્યાં વાંચવું પડે તેમ છે. અત્યારે નહિ લખું તો પછી તો રહી જ જશે.'

સાંસાઈ હસીને બોલી, 'આમ મૂંજાઈ નો મરિયેં. ટાણે સ્હંધુય થૈ રેશે.'

સાંસાઈ અને ગોપાલ બહાર ગયાં અને હું અહીં આવ્યો ત્યારે સૂર્યાસ્ત થવામાં હતો. મેં ખડકની નીચે, ઢોળાવ પરની ઓરડી ખોલીને થોડી સફાઈ કરી ત્યારે સંધ્યા ખીલતી હતી. થોડી વાર માટે ટેકરીને મથાળે, વરસાદી પાણી સંઘરવાના ટાંકા પર બેઠો, પછી રાતભર નીચે જવાનું મન ન થયું.

ખુલ્લા આકાશ તળે સૂતા રહીને પણ આ શાંત, નિર્જન સ્થળે મેં સાધકોને જડતી હશે તેવી શાંતિ કે વિચારહીન અવસ્થા શોધવાને બદલે મિતાના ગ્રાહકે માગેલા પ્રેઝન્ટેશનમાં શું કહી શકાય તે વિચાર્યા કર્યું છે.

ઘડીક તો થયું કે ફાનસ અહીં લાવીને અહીં શાંતિથી બેસીને આખું પ્રેઝન્ટેશન લખી લેવું. અગાઉ દોરેલાં ચિત્રો પણ સાથે લઈને આવ્યો છું; પણ વિચાર કરવાથી વિશેષ કંઈ થઈ નથી શક્યું. હજી સુધી તો ચિત્રો ફરી જોવાનું કે એક પણ શબ્દ લખવાનું બન્યું નથી. કાલે સાંસાઈ કહેતી હતી તેવું જ થયું.

સાંસાઈના 'સમયે સૂઝશે'વાળા દિલાસા પર મને શ્રદ્ધા નહોતી. એટલે બધી તૈયારી સાથે આવ્યો હતો છતાં સાંજે કંઈ જોઈ-વિચારી શકું તે પહેલાં તો અંધારું થઈ ગયું. ચિત્રો જોઈને લખી શકાય એટલું અજવાળું તો કરી પણ શકાત; પરંતુ

ખુલ્લા આકાશ તળે ટેકરીને મથાળે, ટાંકી પર સૂવાનું છોડીને કંઈ કરવાનું મન જ ન થયું. હવે પરોઢની ઘેડ ચીતરું છું અને તે પૂરું કરું પછી પાછા આશ્રમે જવું છે. ત્યાં ચા-નાસ્તો કરીને લાઇબ્રેરીમાં બેસીને લખી નાખીશ.

આ પ્રેઝન્ટેશનની માગણીએ મને મૂંઝવ્યો છે. ઘડીભર થાય છે કે મિતાને જ કહું કે તે રજૂઆત કરી દે. પ્રેઝન્ટેશનના વિચારો કરવા કરતાં ઘેડને કેનવાસ પર ઉતારવી તે કેટલી મજાની ઘટના છે તે કોઈને સમજાવી શકાય તો સારું ! અને સૂર્યોદય પહેલાંના રંગો ચીતરવા અકલ્પ્ય ઝડપ કરવી પડશે. ઘેડનો, દરિયાનો અને આકાશનો રંગ પળેપળ નવો નીખરે છે.

ડ્રૉઇંગ બૉર્ડ ગોઠવીને હું ઘેડ પર વેગે પ્રગટતા જતા ઉજાશને જોતો રહી રંગો મેળવું છું.

દૂર આકાશમાં ચકરાવો લઈને ઊંચે ચડતી જતી કુંજનો કલરવ સંભળાવાનું પણ શરૂ થઈ ગયું છે. કેનવાસ પર કેવા રંગો પથરાય છે કે શું ચીતરાય છે તે જોવા પણ રોકાયા વગર મેં પીંછી ચલાવી.

કંઈક અદ્દભુત સરજવાનો મારો ઇરાદો નથી. પરોઢનાં ઝાંખાં-પાંખાં અજવાળાં નજર સામે ખૂલે છે તેની મજા માણતા રહીને તેને રંગોમાં પકડી લેવા ચીતરવાનું છે. જેવા દેખાય છે તેવા રંગ નિપજાવવા કદાચ કોઈ પણ ચિતારા માટે અશક્ય બાબત હોતી હશે. મારો પ્રયત્ન તો મને જે દેખાયું તે યથામતિ-શક્તિ કેનવાસ પર લાવી મૂકવા માટેનો છે.

હું આ પહેલાં આ રીતે, કોઈ પૂર્વધારણા કે આયોજન વગર ચિત્રો દોરી શકાય તે જાણતો નહોતો. અત્યારે પીંછી જાણે આપોઆપ ચાલતી જાય છે. આંખો જુએ, મનને ઓહો કરી દે અને હાથ પેલા દશ્યને કાગળ કે કેનવાસ પર મૂકવા માંડે. મન અને શરીર આપોઆપ તાલ મેળવે છે.

કહે છે કે આવી સ્થિતિ કાયમી નથી હોતી. હોય તો ચિતારો કઈ હરોળમાં જઈ ઊભે તે કલ્પવાનું ગમે છે. જવાબ પણ મળે છે : ત્યાં. જ્યાં પહોંચીને કંઈ દોરવાની ઇચ્છા કદાચ રહેતી નહિ હોય.

સૂરજની કિનાર દેખાઈ ત્યાં સુધીમાં તો મારું કામ પૂરું થઈ ગયું. બધું સંકેલતો હતો ત્યાં દાદર પર ઝાંઝરનો રણકાર થયો.

હું પાછળ ફર્યો તો અડધે દાદરે સાંસાઈને જોઈ. તે ઊભી રહી. હાથમાંની થેલી અને કીટલી ટાંકી પર મૂક્યાં. છેલ્લાં બે પગથિયાં ચડીને તે ટાંકી પર આવી. ઊંડો શ્વાસ લઈને સામે બહાર આવી રહેલા સૂર્યને નમસ્કાર કરીને તેણે સામે પથરાયેલી ઘેડ પર નજર કરી.

કોમળ અને હજી તો ગુલાબી તડકો ઘેડનાં લીલાં, સપાટ ખેતરો, ઘેડ-કિનારે ઊભેલા ભૂખરા ખડકો, તેમાં ઊગેલાં ઘાસ, બોરડી અને આવળ પર થઈને સાંસાઈની આંખમાં ઝિલાયો અને પડઘાયો.

આગળ ઘેડ, પાછળ લહેરાતાં ભૂરાં જળ અને ઉપર ઊઘડતા આકાશ વચ્ચે ઊભેલી અપૂર્વ સુંદરીને કોઈ મહાન ચિત્રકારે રંગોમાં દશ્યમાન કરી હોય તેવી ભાસતી, સ્થિર ઊભેલી સાંસાઈને હું જોઈ જ રહ્યો.

ક્ષણિક સંમોહનમાંથી જાગતાં મેં પૂછ્યું, 'સાંસાઈ ?'

'હં ! હા.' સાંસાઈએ મારા તરફ ફરતાં કહ્યું. અને ઉમેર્યું 'હાલ, પેલાં સા પી લંઈ.'

'એક મિનિટ. બસ, આવું જ છું.' મેં કહ્યું અને મારાં સાધનો એકઠાં કર્યાં ત્યાં સાંસાઈએ થેલી ખોલીને નાસ્તાની તૈયારી કરી લીધી હતી.

પળભર મેં વિચાર્યું કે આ સમયે સાંસાઈ સાથે નિરાંતે વાત થાય તો સાંસાઈના આંધળા દાદા, તેનું કુટુંબ અને ખાસ તો તેની ટેક; આ બધા વિશે વાત થઈ શકશે. તે દિવસે લાજોએ અધૂરી મૂકેલી વાતનો તંતુ અત્યારે આગળ લઈ જઈ શકાશે. વાતની માંડણી કેમ કરવી તે વિચારતાં મેં કહ્યું, 'બહુ વહેલી નીકળી હોઈશ. તેં આટલી તકલીફ શું કામ લીધી ? હું આશ્રમે આવવાનો તો છું.'

'તો લે, લઈ જાંવ સંધુંય પાસું.' સાંસાઈ મારી રકાબીમાં ચા રેડતાં અટકીને દઢતાથી બોલી, પછી હસતી રહીને મારા સામે તાકી રહી.

મેં કહ્યું, 'અરે ના. હું એમ નથી કહેતો. અત્યારના પહોરમાં ચા મળે તે કંઈ પાછી થોડી લઈ જવા દેવાનો ?'

સાંસાઈ મારા સામે જોયા વગર જ બોલી, 'ને હું કાંય તને સા પાવા નથ્ય આવી. આવુંય નંઈ. આ તો તને બરકવા આવી સું. અટાણે નીકળવું પડે એમ સે. હવે સા પીવી હોય તો પી લે 'ને કાં'ક ખાઈ લે એટલે થાંઈ હાલતાં.' કહીને તેણે મારી રકાબી ફરીથી ભરી.

તરત જવાની વાતથી મને નવાઈ લાગી. હું સાસણથી નીકળ્યો ત્યારે નક્કી થયા મુજબ તો સાંસાઈ તેના કામ માટે બે-એક દિવસ માધવપુર રોકાવાની હતી. પછી મારે તેને બરડામાં લઈ જવાની હતી.

મારે કરવી હતી તે વાત ન થઈ. નિરાશાથી ચિડાઈને મેં સાંસાઈની બોલીનું અનુકરણ કર્યું, 'તે તું અટાણમાં ક્યાં જાવા નવરી થઈ ગઈ ?'

સાંસાઈ મને ગુસ્સો કરતો જોઈને હસી પડી. કહે, 'લે. આ તો બોલતાંય શીખ્યો !' કહીને ઉતાવળ કરાવતી હોય તેમ બોલી, 'મારે કામ સે. આસરમે બે

દાડા રે'વા આવી'તી; પણ અટાણે તો જૂનેગઢ જાવાનું થ્યું તો સ્હું કરું ?' કહીને ઈમેર્યું, 'ને તારે તો અમદાવાદ જાવાનું સે.'

'અમદાવાદ ? અત્યારે ?' મેં નવાઈથી પૂછ્યું, 'કેમ ઓચિંતું ?'

'આઈમાને લેવા. રાત્યે ગોપાલભાય માથે સ્હંદેહો આવ્યો'તો. કો'કને મોકલવાનું કીધું.'

'લેવા ક્યાં ? અમદાવાદ ? આઈમાને શું થયું છે ?' મને ચિંતા થઈ.

સાંસાઈ બોલી, 'આઈમાને કાંય નથ થ્યું. બસ, ઈણેં ઘેરે જાવાનું વેન લીધું સે.'

આઈમા આવી બાલિશ જીદ કરે તે મારા માન્યામાં આવતું નહોતું. કદાચ સાંસાઈ કંઈ છુપાવવા માગતી હોય તો ! મેં ચાની રકાબી નીચે મૂકી દીધી અને સાંસાઈને કહ્યું, 'પહેલાં માંડીને વાત કર.'

'ઈમાં માંડવાનું સ્હું સે ? મને તો ગોપાલભાયે કીધું ઈ ખબર્ય. હું કાંય આઈમાને હરુભરુ થાવા નો'તી ગૈ.'

આમ કહ્યા છતાં સાંસાઈએ ગોપાલે કહેલી વિગત મને કહી સંભળાવી, આઈમાને પ્રદર્શનમાં મજા પડતી હતી. રોજ તો દર્શકોને સરસ રીતે સમજાવતાં, વાતો કરતાં હતાં અને કાલ સાંજે આચિંતી ગીર જવાની રઢ લઈ બેઠાં. આયોજકોએ સમજાવ્યાં કે તે બધા કામમાં છે અને અત્યારે ને અત્યારે તેમને નેસ સુધી પહોંચાડવાની સગવડ થાય તેમ નથી. તો આઈમા કહે, 'કાંય વાંધો નંઈ. મને જૂનાગઢની બસમાં બેહારી દ્યો.'

'લે !' મારાથી બોલાઈ ગયું.

'લે, તે હવે કોકે તો અમદાવાદ જાવું કે નંઈ ?' સાંસાઈએ કહ્યું, 'પદ્રસનવાળાંવ આઈમાને ગાડી કરીને જૂનેગઢ સ્હુધી મેલી જાય સે. ન્યાંથી મારે લીલાપાણી મેલીયાવવાનાં સે. ઈ ઓલા અમદાવાદનાં ને ગોપાલ, રવિભા સ્હંધાય અંદરોઅંદર ભાયબંધું સે. એકબીજાનું સ્હોંપ્યું કામ કરવું પડે. એમ નો હોય તોય આઈમાને જૂનાગઢમાં રેઢાં તો નો મુકાય !'

'આઈમા જૂનાગઢ આવે છે પછી મારે અમદાવાદ શું કામ જવાનું ?'

'જખ મારવા.' સાંસાઈએ કહ્યું, 'ન્યાં પદ્રશનમાં આઈમા નો રેય તો ઈનો કો'ક માણાં હાજર જોવે કે નંઈ !'

હું વિચારમાં પડી ગયો. મારા કાર્યક્રમ અંગે ગોપાલ નિર્ણય લે તે મને બહુ ગમ્યું નહિ. સામે પક્ષે આઈમાને કામે ના પાડવાનો સવાલ જ નહોતો. સાંસાઈ મારી મૂંઝવણ પામી ગઈ હોય તેમ બોલી, 'તારે નો જાવું હોય તો આઈમાને જૂનાગઢથી

લીલાપાણી સુધી તું મૂક્યાવ. અમદાવાદ પદ્રસન તો હુંય હંકારી લઈસ. હું જાંવ. બાકી ગોપાલભાયને નોકરીમાંથી રજા નંઈ જડે.'

સાંસાઈએ પ્રદર્શન સંભાળવાને 'હંકારવું' કહ્યું તે સાંભળીને મને મજા તો પડી જ; જીવનમાં મહત્ત્વની ગણાતી ઘટનાઓ પ્રત્યે સાંસાઈનું અગંભીર વલણ પણ ગમ્યું

સાંસાઈ અમદાવાદ જાય તે કરતાં આઈમાને લઈને લીલાપાણી જાય તે વધુ અનુકૂળ પડે તેમ માનીને મેં કહ્યું, 'કંઈ નહિ. હું અમદાવાદ જઈશ. ક્યારે નીકળવું છે ?'

માથા પરની ઓઢણીને સરખી કરતાં સાંસાઈએ જવાબ આપ્યો, 'ક્યારે તે અટાણે જ. રોડ માથે ફટફટિયું તિયાર સે.'

'તું જાતે બાઈક ચલાવી લાવી ?' ચા-નાસ્તાની રકાબીઓ સમેટતાં મેં પૂછ્યું.

સાંસાઈ હસી પડી, 'આ જૂલમમાં તો હાંકી રઈ. ગોપાલભાય હાંકીને લયાવ્યા. પસી પોતે હાલતા પાસા ગ્યા.'

'ગોપાલને અહીં લાવી હોત તો ? અહીંથી આશ્રમ સુધી તો ત્રણ સવારી જતાં રહેત.' મેં કહ્યું. સાંસાઈ કંઈ બોલી નહિ. અમે ખડક પરથી ઊતરીને મઢીમાંથી બહાર નીકળ્યાં. સાંસાઈએ ઝાંપો બંધ કર્યો.

આશ્રમે પહોંચ્યાં તો ગોપાલે મારો સામાન પેક કરી રાખ્યો હતો. મને જરા જોઈ લેવા કહ્યું અને પૂછ્યું, 'ચિત્રો સાથે લઈ જવાં છે ?'

'સાથે ક્યાં ફેરવું ? હમણાં અહીં રાખીએ.' મેં નહાવા જતાં કહ્યું.

બહાર આવ્યો ત્યારે સાંસાઈ મારાં ચિત્રો જોતી હતી. તેણે એક ચિત્ર મારા તરફ લંબાવતાં પૂછ્યું, 'ગય્રમાં આવું કેડિયું પે'રેલો કોણ જડ્યો ?'

'કેમ ?' ગોપાલે ચિત્રમાં ડોકિયું કરતાં પૂછ્યું, 'કેડિયાં તો ઘણાંય પહેરે જ છે ને ?'

સાંસાઈએ કહ્યું, 'કેડિયાં તો પે'રે. પણ આવાં નંઈ. આ તો અમારા આંધળા દાદા પેરતા હય્સે ઈ વારીના સીતર્યાં સે. અટાણે તો કોઈને આવાં સીવતાંય આવડતાં નથ્ય.'

એક વખત વિક્રમે કહેલી વાત આજે સાંસાઈ કહે છે. આવાં કેડિયાં કોઈ પહેરતું જ ન હોય તો મારા જોવામાં આવે શી રીતે ? કોઈનું કોઈ મને મળ્યું જ હોય અથવા મેં એકાદ ઝલક જોઈ હોય.

અમદાવાદથી પાછો આવું પછી આ ચિત્ર જ્યાં દોર્યું હતું ત્યાં જઈને તપાસ કરવી પડશે. અત્યારે મેં સાંસાઈને કંઈ જવાબ ન આપ્યો અને મારો થેલો ખભે

લીધો.

માંગરોળ બાયપાસથી અમને સીધી અમદાવાદ જતી બસ મળી ગઈ. સાંસાઈ જૂનાગઢ ઊતરી ગઈ.

અમદાવાદ ઊતરીને હું ગોપાલે આપેલા સરનામે પ્રિયંકાના ઘરે પહોંચ્યો ત્યારે અઢી વાગવામાં હતા. મને જમાડીને પ્રિયંકા પોતે કામ પર જતાં મને આર્ટ ગૅલેરી પર ઉતારીને કહેતી ગઈ, 'હું પાંચ વાગે તો આવી જ જઈશ.'

અત્યારે ગૅલેરીમાં પટ્ટચિત્રો વચ્ચે બેઠો છું. સામે જ દીવાલો પર લાંબાં પથરાયેલાં આઈમાનાં ચિત્રો કેટકેટલા પ્રસંગો અને પાત્રોને જીવંત કરે છે ! આ અર્જુન જાણે હમણાં જ ત્રાજવામાં જઈ ઊભો છે. હમણાં જ તે મત્સ્યવેધ કરશે અને મંડપમાં બેઠેલી દ્રૌપદી હાથમાં વર-વિજયમાળ હાથમાં લઈને ઊભી થશે.

એ અહોભાગ્યને પાંડવો સમજે, માણે ન માણે ત્યાં તો ખાંડવ તરફ પ્રસ્થાન અને તરત જ દ્યૂતસભા. આઈમાએ મહાભારતનો ઘટનાક્રમ એટલી નજાકતથી દોર્યો છે કે જોનાર માત્ર જીવનના અનેક અર્થોને પામે.

એકાદ-બે જણ આવ્યાં એટલે હું ઊભો થયો. તેમણે આઈમા કોણ છે, ક્યાં રહે છે, અત્યારે ક્યાં છે વગરે પૂછ્યું. ચિત્રો વિશે પણ ઘણા પ્રશ્નો કર્યા. મને ખબર હતી તેટલું મેં કહ્યું. એ લોકો અભિપ્રાય લખતાં હતાં ત્યાં પ્રિયંકા આવી. તેની પાછળ બીજા બે યુવાનો કમ્પ્યુટર અને બીજો સામાન લઈને આવ્યા.

કમ્પ્યુટર ગોઠવાયું અને સામી દીવાલ પર આઈમાએ દર્શકો સાથે કરેલી વાતોના રેકોર્ડ કરેલા અંશો દર્શાવવાનું શરૂ થયું એટલે મારી મહેનત ઓછી થઈ.

દર્શકો સાથે ફરતા રહી ઉત્તરો આપવાનું ઓછું થયું એટલે હું પણ આઈમાની વિડિયો જોવામાં પડ્યો.

કોઈ પૂછતું હતું, 'માડી, તમે પેઇન્ટિંગ કેવી રીતે, ક્યાં શીખ્યાં ?'

આઈમા હસી પડે છે અને કહે છે, 'ઈ કાંય અમને ખબર નો રેય. તેર વરહે સ્વાસરે આવી ન્યાં લગન કેટલાં ચીતર કાઢ્યાં ઈ ઇયાદ નથ્ય. ફળીની ગારમાંય કાઢ્યાં હોય ને ધૂળમાંય કાઢ્યાં હોય. લગન થ્યા કેડે એક વારુકા મારી ફુઈયે, અમીં સ્વાસુને ફુઈ કઈં, ભીંત્યુંને ગાર કરવામાં મને ભેળી રાખી. ગાર થઈ ર્યા કેડે અમીં સૂનો લગાડીને ભીંત્યું ધોળતાં'તાં ને ફુઈ કેય, 'બાઈ, આ પતે પસી તને આવડે તો ખોયડું ઓહો કરી દે.'

'ઓહો એટલે ?' એક કન્યાએ પૂછ્યું.

'ઈનાં અરથ પૂછ્યે નો જડે.' કહેતાં આઈમા હસી પડ્યાં. પછી કહે, 'પઈણીને તારું ઘર સ્બ્મું-નબ્મું કરવા બેહીસ ત્યે તને અરથ જડી જાહે.'

કન્યા શરમાઈ. આઈમાએ વાત ચાલુ રાખતાં કહ્યું, 'પેલવેલાં તો કાંય નો આવડે. પસે ગઢવીયુંની કીધેલી વારતાયું ઇયાદ કરીયેં ત્યેં સ્બંધુય ઈનાં મેળે થાતું જાય. પસી તો એયને મોરલાં-પોપટડાંથી માંડીયેં તો હોથલ પદમણી સ્લોત ફટ ઉતારી દઈ.'

મહાભારતના પ્રસંગો તમે દોર્યા છે તો તમે એ બધુંય વાંચ્યું છે ?

'એવડું ભણ્યાં હોઈ તો વાંસીયે ને બાપા !' આઈમાએ હસીને જવાબ આપ્યો, 'જાગરણની રાત્યુંએ ગલઢેરાં વારતાયું માંડે કે ક્યાંક નવરાત્યુંમાં વેશ જોયા હોય. ઈ સ્બંધુય છાતીનીં માયલીકોર ગ્યું હોય ને ?'

આઈમાનો જવાબ સાંભળીને પ્રશ્નકર્તા હસી પડ્યો તે સાથે પ્રેક્ષકોને પણ મજા પડી હોય તેમ ખંડમાં હાસ્યની લહેર દોડી ગઈ. કેટલાંક લોકો ચિત્રો જોવાનું પડતું મૂકીને પડદા પર આઈમાને જોતાં ઊભા.

'અમદાવાદ શહેરમાં રહેતાં તમને કેવું લાગ્યું ?' કોઈએ પૂછ્યું.

આઈમા હસી પડતાં બોલ્યાં, 'જ્યાં રંઈ ન્યાં મોજથી રે'વું. જિગ્યાનાં નામ તો આપડે જ દીધાં સે ને ? ઝા�઼ાં મકાનું હોય ઈનેં શે'ર કઈં. નાનાં-મોટાં ખોયડાં હોય ઈનેં ગામ કઈં. ઝાઝાં ઝાડવાં હોય ઈનેં જંગલ કઈં. નકરો વગડો હોય ઈનેં રણ કઈં.' કહીને આઈમા થોડું અટક્યાં પછી આસપાસ નજર કરતાં ધીમેથી કહ્યું, 'તોય, માણનું જ્યાં ઘર ન્યાં ઈની મોજ. બીજે રંઈ તો ખરાં પણ અમને ગબ્ર રેખું ક્યાંય સ્ખોરવે નંઈ.'

સાંભળનારને આશ્ચર્ય થયું. તેને ફરી પૂછ્યું, 'અહીં અમદાવાદ કરતાં વધારે

તમને ત્યાં, જંગલમાં ગમે ?'

બીજું કોઈ પણ બોલ્યું, 'ફરવા જવાનું ઠીક છે; પણ રહેવું ! કોઈ સગવડો વગર, સિંહ-દીપડા વચ્ચે, મર્યા કે મરશું એવી બીક. જીવની જ સલામતી ન હોય ત્યાં રહીને શું કરવાનું ?'

કેટલીક વાર પુછાતા પ્રશ્નોમાં જિજ્ઞાસા કરતાં અન્ય બાબતો વધુ કારણભૂત હોય છે તે સમજ્યાં હોય તેમ આઈમા ખુરસીમાં ટટ્ટાર થયાં અને વળતો ઘા કરતાં હોય તેવી અદાથી બોલ્યાં, 'એવું સે તોય, આંયાં રેય સે ઈનાં કરતાં ઝાઝાં જીવ ન્યાં રેય સે. ક્યાં રઈ તો ભે નંઈ ઈ સ્હંધા જીવ-જનાવર જાણતાં હસે તયેં જ ન્યાં રે'તા હય્સે ને ?'

સામા માણસના મુખભાવો તપાસતાં હોય તેમ આઈમા પળભર મૌન રહ્યાં. પછી બધાને ઉદ્દેશીને બોલ્યાં, 'મારા દીકરાંઉં, સ્હૌ સ્હમજી લ્યો કે આયાં પાકા ઘય્રમાં રંઈ ઈ વાત્યે કોય અમર નથ્ય થૈ જાવાનો. આ રોડ માથે મોટરું, ખટારા 'ને ફટફટિયાં જેટલાંને મારે સે એટલાંને ન્યાં સ્હાવજ-દીપડે કે નાગ-વીંસીયે માર્યાં કોય દી સ્હાંભળ્યાં નથ્ય.'

આઈમાની વાત સાંભળતાં જ હું ઊંડા વિચારમાં પડી ગયો. જીવન તો આ રમ્ય ધરા પર સર્વત્ર વિલસ્યું છે. જ્યાં જ્યાં જીવન છે ત્યાં ત્યાં તેની અનિશ્ચિતતા પણ છે; અહીં ભયાવહ, ત્યાં, પ્રાકૃતિક પરિવેશમાં રમ્ય, સૌંદર્યમય.

આગળ કંઈ વિચારું તે પહેલાં કમરામાં આઈમાનો અવાજ ફરી ગુંજ્યો, 'રોજેય સાપામાં વાંસીયે સ ઈમ ઠાલાં બાધણાં કરીનેય માણાં ક્યાં નથ્ય મરતાં ? તોય આંયાં પ્રથમીંને ખમા કે'વાનીય કોઈ ને નવરાશ સે ?'

સરળ, શાંત વહી જતી હીરણ અચાનક કાળમીંઢ કિનારાને તોડતી વહેવા માંડે તેમ મારું મન છલકાઈ ઊઠ્યું. ગીરમાં પહેલી સંધ્યાએ આઈમાને મોંએ સાંભળેલી ખમાના અર્થો આજે, અચાનક આ રીતે, પ્રદર્શન ખંડમાં કોળી ઊઠશે તેની મને કલ્પના પણ નહોતી.

આ વૃદ્ધા માત્ર જનારાને કે પીડા પામનારાને જ ખમા કહેતી નથી. તેને મન તો કોઈ એકની વિદાય કે પીડા તે આખી સૃષ્ટિની વ્યથા છે. એથી જ તેની ખમામાં આ મનોહર ગ્રહ પર વિલસેલા જીવનને, આઘાતો સહીને સદા મહોરતા રહેવાના આશિષ અને સધિયારો સંભળાય છે.

તે સ્ત્રીની ખમામાં પૃથ્વી જે ગુમાવે છે તેની પૂર્તિ કરવાનો પ્રકૃતિને અપાતો આદેશ ગુંજે છે. તેની ખમામાં આ પૃથ્વી અને તેના પર પાંગરતું જીવન જે કંઈ પીડા પામે છે તેમાં પોતાની સહ-અનુભૂતિનો રણકાર છે.

હજી પણ મને લાગે છે કે તે રાતે આઈમાના ખમા કહેવામાં આનાથી વધીને પણ કંઈક હતું જે મને હજી પણ સમજાયું નથી. ક્યારે સમજાશે કે નહિ પણ સમજાય તે હું કહી શકું તેમ નથી. અત્યારે તો મારા મનમાં એક જ પ્રશ્ન છે કે સદાકાળ અગણિત જીવોના સહવાસે અરણ્યોમાં વસતાં રહીને માનવજાતે આઈમાની રીતે વિચારવાનું કયા કાળખંડમાં શરૂ કર્યું હશે તે કોને ખબર પડે ?

હા, એ રીતે વિચારવું ક્યારે છોડ્યું છે તે તો જાણી શકાય એટલું નજીકનું છે.

મારું ધ્યાન ફરીથી સામે, પડદા પર ગયું ત્યારે મેં જોયું કે આઈમાએ વાત અટકાવીને આસપાસ જોઈને કોઈને કહ્યું, 'એ ભાય, ઓલી સોડીને જરાક બરકી દ્યો ને.'

'જરાક નહિ. માજી આખી જ ઊભી છું તમારી પાછળ' કહેતાં પ્રિયંકા આગળ આવી.

પ્રિયંકા સામે આવી કે તરત આઈમા ઊભાં થવા જતાં હોય તેમ ખુરસીના હાથા પકડીને આગળ નમ્યાં અને બોલ્યાં, 'બટા, રાત્યની બસમાં મને બેહારી દઈસ ?'

આઈમા શું કહે છે પ્રિયંકા સમજી શકી ન હોય તેમ તેણે મૂંઝાઈને કેમેરા તરફ જોયું. કેમેરામેનને પણ કંઈક ગરબડ લાગી. તેણે કેમેરા આઈમા પરથી ખસેડીને દીવાલ પરનાં ચિત્રો પર ફેરવ્યો અને થોડી વારે પડદો કમ્પ્યુટરનું મેનુ દર્શાવતો સ્થિર થઈ ગયો. પ્રોજેક્શન પૂરું થયું એટલે દર્શકો પડદા સામેથી ખસીને ચિત્રો જોવા ગયા.

મેં પ્રિયંકાને કહ્યું, 'આઈમા ઉતાવળે નીકળી ગયાં એ તો મને ખબર હતી; પણ આ રીતે ચાલુ પ્રદર્શને જ તેમણે જતા રહેવાની વાત કરી હશે તે ખબર મને નહોતી.'

'હા. પણ શું થાય ? આખરે તો આર્ટિસ્ટ છે ભઈ. ' પ્રિયંકાએ કહ્યું, 'અને અમારે ઓર્ગેનાઈઝર્સે બધાની ધૂન સાચવવી પડે.'

'કોઈ મુશ્કેલીમાં મુકાય એવું આઈમા કરે તે હું માની નથી શકતો. જરૂર કંઈક બાબત હશે.'

'હશે તો હશે. પણ અહીં તો બે દિવસનો જ સવાલ હતો. હવે કાલે તો પૂરું થશે. એમને તો બસ 'ગય્ર સ્હાંભરી ગય.'થી વધારે કંઈ કહેવા સાંભળવાની વાત જ નહોતી. હવે કાલ મારે હિસાબો કોની સાથે સમજવાના ?'

'હું છું ને ?' મેં કહ્યું.

॥ ૨૨ ॥

સમાપનના દિવસે આઈમાને મળવા આવનારા, ઇન્ટરવ્યૂ આપનારા ઘણા હતા. આઈમા હાજર નહોતાં એટલે મેં અને પ્રિયંકાએ ગમે તેમ કરીને ચલાવી તો લીધું; પણ મોટા ભાગના મુલાકાતીના મનનું સમાધાન ન કરાવી શક્યા.

ગોપાલને ફોન કરીને આઈમાના ચાલ્યા જવાનું કારણ પૂછ્યું તો તેણે કહ્યું, 'હજી કંઈ પાકી ખબર નથી. તેના કોઈ સંબંધીને કંઈક ઝઘડો થયો છે. અને બીજા ખરાબ ખબર છે કે સાસણ પાસે સિંહ મરી ગયો છે.'

પ્રિયંકા કે હું આઈમાને કોઈએ આવા ખબર આપ્યા હોય તેવું માનવા તૈયાર નહોતાં. આઈમાએ જવાની વાત તો અચાનક જ કરેલી. પ્રિયંકા બોલી, 'ખેર, એ જે હોય તે. હવે તો પૂરું થયું.'

વેચાણ થયેલાં પટ્ટચિત્રો ખરીદનારને પહોંચાડવાની જવાબદારી પ્રિયંકા અને બીજા મિત્રોએ લીધી. વધેલા પટ્ટના વીંટા શણના કોથળામાં બાંધીને તાલાલા માલ લઈ જતી ટ્રાન્સપોર્ટ કંપનીની ઑફિસે સોંપ્યા. આવક-ખર્ચનો હિસાબ કરીને આઈમાના ભાગના પૈસા મને સોંપાયા. મેં રસીદ લખી અને મોડી રાતે રાજકોટ જતી બસ પકડી.

રાજકોટ થઈને જવું છે તો મિતાને મળીને જવાનું મન થયું. સવારે રાજકોટ ઊતરીને ફોન કર્યો તો મિતા અને કાર્તિક બન્ને પ્રોજેક્ટના કામે દિલ્હી ગયાના

સમાચાર મળ્યા. મેં જૂનાગઢની બસ પકડી.

સાસણ પહોંચ્યો ત્યાં બજાર સૂમસામ જોયું. રસ્તા પર આંટા મારતા ટૂરિસ્ટ કે અમસ્તા ભેગા થયેલા માણસો સિવાય કોઈ નહોતું. પોતપોતાની જિપ્સી ઘરે મૂકી રાખીને બજારમાં ભેગા થયેલા ડ્રાઇવરો એક ઓટલે ટોળું વળ્યા હતા. મારી નજર એહમદ પર પડી. મેં ત્યાં જઈને પૂછ્યું, 'શું છે એહમદ, આજે બધું બંધ કેમ રાખ્યું છે ?'

એહમદ ઊભો થઈને ટોળામાંથી બહાર આવ્યો અને મારી સાથે હાથ મેળવીને મારી ખબર પૂછતો હોય તેમ બોલ્યો, 'કેમ છે, ખેરિયત છે ને ?'

'હું તો મજામાં છું; પણ અહીં તમે બધા કેમ નવરા ફરો છો ? દુકાનો પણ બંધ છે. કંઈ થયું છે કે શું ?'

'પરમ દિ રાત્યે આંય પુલ માથેથી સ્હાવજે પડતું મેલ્યું. આજ ઈનીં મૈયત કરી તે ગામ બંધ છે. બપોર કેડે સભા સ્હોત થાવાની સે.'

ઘડીભર મને લાગ્યું કે એહમદ મારી મજાક કરે છે. મેં કહ્યું, 'ગોવિંદભાઈ કહેતા તો હતા. પણ આ પુલ પરથી નીચે ! કેવી રીતે થયું ?'

એહમદે બીડી સળગાવી અને મને એક વૃક્ષના ઓટલા તરફ દોરતાં કહ્યું, 'અજાણતાંમાં. ઈ કાંય જોય-જાણીને તો નો પડે !'

કહીને એહમદે વાત માંડી. રાત્રે દસ સાડાદસ થયા હશે અને મેંદરડા તરફથી આવતા કોઈ વાહનના ડ્રાઇવરે વળાંક લેતાં જ જોયું હશે કે પુલ ઉપર કોઈ મોટું પ્રાણી ચાલ્યું જાય છે. આગળ ચાલ્યા જતા પ્રાણીએ પોતાની નિરાંતવી ચાલ અને પાછળ કોણ, શું કરે છે તે તરફની બેદરકારીથી તરત જ પોતાની જાત છતી કરી દીધી. ડ્રાઇવરે પુલ પર જ ગાડી થોભાવીને સાસણમાં રહેતા મિત્રને મોબાઇલ કર્યો, 'આયાં પુલ માથે સ્હાવજ હાલ્યો જાય સે.'

મિત્ર પોતાના જન્મ પછી ક્યારેય ન બનેલી વાત બની હોય તેવું માનવા તૈયાર ન થયો. તેણે કહ્યું, 'એ ભલે. દોયડે બાંધીને લેતો આવ્ય.'

'દોયડાવાળીના, તારો બાપ આ આગળ હાલ્યો જાય સે.' સામો જવાબ આવ્યો. પછી તરત ડ્રાઇવરનો ચિંતાભર્યો સ્વર સંભળાયો, 'એ.. એ.. હોય, એ હોય !'

મિત્ર સાથે વાત કરતા ડ્રાઇવરની નજર પુલના સામે છેડેના વળાંકમાંથી આવતા વાહનની હેડલાઈટના શેરડા પર ગઈ કે તેણે ફોન બાજુ પર મૂકી, પોતાના વાહનની હેડલાઈટ ચાલુ-બંધ કર્યા કરીને સામેથી આવતા વાહનને ચેતવવાનું શરૂ કર્યું.

પરિણામે સામેથી વળાંકમાં આવતું વાહન જરા ધીમું તો થયું પણ તેના

ડ્રાઇવરને હજી પુલ પર શું છે તે દેખાયું નહોતું. સામેનું વાહન વળાંકમાંથી અચાનક નીકળ્યું અને છેક પુલ સુધી આવી ગયું.

ગામના પાદરમાં ગણાય તેવા પુલ પર સિંહ ચાલ્યો આવતો હોવાની અપેક્ષા તો ઠીક, ધારણા પણ કોને હોય ? અચરજ, ભય કે હવે શું થશે તેની કલ્પના. કેટકેટલી મૂંઝવણથી ઘેરાયેલા ડ્રાઇવરે પોતાના વાહનની ધીમી, છતાંય ગતિ રોકવા જોરદાર બ્રેક મારી. ચીં..ઈ..ઈ અવાજ કરીને વાહન પુલ વચ્ચે રોકાઈ ગયું.

એહમદે કહ્યું, 'સ્હાવજ સીધો હાલ્યો ગ્યો હોત તો કાંય થાવાનું નોતું. પણ સ્હાવજ કોને કેય સે ? માણાંના ઘોંઘાટ ને અજવાળાં ઈની મોજમાં નંઈ. ઈનેં તો ઠાઠથી હાલવાની મોજ. ગાડીયું ને માણાં ભાળે ન્યાં આઘો તરીને હાલે.'

એહમદની વાત સાચી હતી. અરણ્યની કેડીઓ પર બન્ને તરફ તો શું ચારે તરફ વાહનો હોય તોપણ ગીરનો વનરાજ કંઈ પણ પરવા વગર પોતાની મસ્તીમાં વાહનો વચ્ચેથી બેઝિઝક પસાર થઈને પાર નીકળી જતો મેં જોયો છે. અહીં, પુલ પર, સિમેન્ટ, ડામરના રસ્તે તેને નવું લાગ્યું. બેઉ તરફથી આંખો આંજી નાખતા પ્રકાશના શેરડા અને અવાજથી કંટાળીને પ્રકાશહીન વિસ્તારમાં ખસી જવાનું નક્કી કર્યું હોય તેમ શાર્દૂલ પુલની પાળી કૂદીને પેલી તરફ ગયો.

ઘણી વાડીઓના વંડા કુદાવ્યા છે. જંગલખાતાની રક્ષણવાડ પણ સહેલાઈથી વળોટી છે. એ બધાની સરખામણીએ આ ચારેક ફૂટની દીવાલ તો રમત કહેવાય. આ કૂદ્યા કે પેલી તરફના અંધારા ખેતરમાં !

એહમદે પૂરી થયેલી બીડી પથ્થર પર ઘસીને ઠારી. પછી એક તરફ ફેંકીને વાતનું સમાપન કરતો હોય તેમ બોલ્યો, 'દિ હોત તો તો સ્હાવજ વંડીની ઓલીકોર તળિયું નથ્ય ઈ તો ભાળી લેત. દિ હોય તો ઈને સ્હંધી સ્હમજ પડે. આ તો રાત્યે અગ્યાર વાગ્યા'તા. પાસી બેય કોરથી આંખ્યું અંજાય ગઈ. ઈમાં ઈનીં ગણતરી જરાક ખોટી પડી ગઈ.'

પોતાના સામ્રાજ્યમાં ફરતા રાજવીની અદાથી, અભય, મસ્તાન, રઝળપાટ તો સિંહ માટે સહજ છે. તેની આ અદાએ જ તો ભૂતકાળમાં પોતાની પેઢીઓની પેઢીઓને શિકારી સામે સહજ ધરી છે. એ જ શાહી મિજાજથી રહેવા, ચાલવાનો સ્વભાવ ક્યારેક તેને અવાવરુ કૂવાઓમાં ગરકાવ કરી દે છે. અહીં તો નીચે હીરણ હતી.

હીરણનો પથરાળ પટ પણ પોતાનો કાળમીંઢ સ્વભાવ છોડી શકે તેમ ક્યાં હતું ? એમ હોત તોપણ ગમે તેટલું ચાહીનેય છેક ઉપરથી આવી પડેલા વનરાજને બચાવે તો કેમ કરીને ? થવાનું હતું તે જ થયું. પડતાં વેંત સિંહનું માથું ફાટી ગયું.

ડ્રાઇવરોએ હતાં તે સાધનોથી નીચે જોવા નિષ્ફળ પ્રયત્નો કર્યા. પછી બૂમો પાડતા જઈને ઊંઘતા ગામને જગાડ્યું. જે કોઈએ આ બનાવ વિષે જાણ્યું તેણે અરેરાટી વ્યક્ત કરી.

તે રાત્રે નદીના પટમાં વન ખાતાની સર્ચ લાઈટો, નદીમાં ઊતરેલી જીપ ગાડીઓનો પ્રકાશ, કિનારે ઊભેલી એમ્બ્યુલન્સ, સ્ટ્રેચર લઈને નદીમાં ગયેલા ફૉરેસ્ટરો અને બીટગાર્ડની ટોર્ચનો પ્રકાશ. એહમદે આ બધું એક વાક્યમાં વર્ણવી દીધું, 'ઘડીક તો અડધી રાતે દિ ઉગાડી દીધો.'

જૂનાગઢથી ડૉક્ટર અને અધિકારીઓએ આવીને પોસ્ટમોર્ટમ અને બીજી વિધિઓ પૂરી કરી. પછી સવારે સિંહના નશ્વર દેહને અવલ મંજિલે પહોંચાડાયો.

જગતમાં નહિ તો દેશમાં તો આવો આ પહેલો બનાવ હશે જ્યાં જેને આપણે એક પ્રાણી ગણીએ છીએ તેના અંતિમ સંસ્કાર નિમિત્તે સાસણ જેવું, વિવિધ વરણની વસ્તી ધરાવતું ગામ બંધ રહે. માત્ર સાસણ જ નહિ. હરિપુરા, હીરણવેલ, ચિત્રાવળ, ચિત્રોડ, બોરવાવ, ભોજદે ન જાણે ક્યાં ક્યાંના લોકોએ પોતાનો શોક આ રીતે દર્શાવ્યો.

એહમદ પાસેથી છૂટો પડીને હું મારા નવા ઘરે ગયો. ચાવી ઘરમાલિક પાસે જ હતી. કમરો ખોલ્યો તો જોયું કે મુસ્તુફા અને આબીદાએ કમરો સાફ તો કર્યો જ હતો; કમરાની દીવાલો પર નવેસરથી ચૂનો ધોળીને સજાવી પણ રાખ્યો હતો. મારો સામાન ખોલ્યા વગર પણ જાણે ગોઠવીને મુકાયો હોય તેમ વ્યવસ્થિત હતો.

એક દીવાલને અઢેલીને મૂકેલાં મારાં ચિત્રો પર નજર ગઈ તો પેલું, વિક્રમ જેને મહાદેવવાળો રૂખડો કહેતો હતો તે વૃક્ષવાળું ચિત્ર નજરે પડ્યું. સાવ અમસ્તાં જ મને કાસિયાનેસની કૂંડી સાંભરી.

વિક્રમે કહેલું 'કાં'ક હોય તો જ કાંક આવે.' આ રૂખડાનું પણ એવું જ કંઈક હશે !

મને લાગ્યું હું વિચારે ચડી ગયો છું એટલામાં મકાનમાલિકનો છોકરો ચા લઈને આવ્યો. મને ચા આપતાં કહે, 'બાપાયે કીધું છ આજ આયાં જમી લેજો.'

'અરે ના. એવી તકલીફ લેશો નહિ. હું નીકળું જ છું. મારે તાલાલા જવું છે અને ત્યાંથી સામાન છોડાવીને લીલાપાણી પહોંચવાનું છે.' કહીને હું નીકળ્યો અને બસસ્ટૅન્ડે જતાં પહેલાં ધાનુની ખબર કાઢી લેવા તેના ઘર તરફ વળ્યો.

ધાનુ ઘરની બહાર ફળિયામાં, લીમડા તળે ખાટલો નાખીને સૂતો હતો. પાસે રતનબા ચૂલા પર ચા ઉકાળતાં હતાં. સામે ઓટલા પર કોઈ બેઠું હતું તેણે મારા તરફ મોં કરીને કહ્યું, 'આવો ભાઈ. રામ રામ.' મેં સામે રામ રામ કહ્યું અને ધાનુ

પાસે ખાટલે બેસતાં પહેલાં પેલા માણસ તરફ હાથ લંબાવ્યો.

સામેથી કંઈ જવાબ ન આવ્યો એટલે મેં જરા ધ્યાનથી તે માણસ તરફ જોયું. તેની આંખો ચૂંચી અને કીકીઓ ઝાંખી લાગી. હું હાથ પાછો ખેંચી લઉં એટલામાં રતનબાએ કહ્યું, 'ભગત, આ તમને રામ રામ કરે સે. હાથ લાંબો કરો.'

'એ, હા બાપા, હા.' કહીને ભગત કહેવાયેલા મનુષ્યે મારા તરફ મોં કરીને દિશા શોધતાં હાથ લંબાવ્યો. મેં તેનો હાથ પકડ્યો તો કહે, 'ભળાય નંઈ ઈનીં આ કઠણાઈ. તરત કાંય ખબર નો પડે.'

જો તે જોઈ નથી શકતો તો મારા આગમનને તેણે 'આવો ભાઈ' કહીને વધાવ્યું તે કેવી રીતે ! મેં પૂછી પણ લીધું, 'તોપણ તમને ખબર તો પડે જ છે. તમે મને ભાઈ કહ્યું. બેન નહોતું કહ્યું.'

ભગત જરા હસી પડતાં કહે, 'આંખ્યું ભલે નો ભાળે પણ કાન સ્હાંભળે તો ખરા ને ? પગલાં જ કઈ દે કે સ્હામે હાલ્યો આવે સ ઈ જણ સે કે બાઈમાણાં સે.'

જેને એક ઇન્દ્રિય નબળી હોય તેની અન્ય ઇન્દ્રિયો સતેજ હોવાની વાત તો મેં સાંભળી છે. તોપણ આ માણસ પગલાં સાંભળીને જાતિ નક્કી કરી શકે છે તે સાંભળીને મને થોડી નવાઈ લાગી. આ માટે તો માત્ર ઇન્દ્રિય નહિ, મન, મગજને પણ કામે લગાડવું પડે.

મેં ધાનુને તેની તબિયત વિશે પૂછ્યું તો તેણે કહ્યું, 'સ્હારું થાતું આવે સ. પણ દાક્તર કેય સે કે નોકરીએ જાવા જેવું થાતાં તો બીજા બે મઈના થાહે.'

'કંઈ વાંધો નહિ. પૂરો આરામ કરી લે. સાવ બરોબર થાય પછી જ કામે ચડજે. હમણાં કંઈ કામ હોય તો કહેજે.' કહીને મેં ધાનુને ખબર ન પડે તેમ પાકીટ કાઢ્યું અને અંદર જે કંઈ હતું તે તેના ઓશીકા તળે સરકાવ્યું.

હું જવા ઊભો થયો ત્યાં રતનબા કહે, 'તારે ક્યાંય જાવું નથ્ય. તું આયાં જ જમી લેજે. હું બકાલું લઈ આવું પસી રોટલા ટીપી લઉં. ન્યાં લગણ આયાં ધાનુ પાંહે બેહ.'

મેં કહ્યું. 'હું છું પછી આટલી ઉંમરે તમારે બજારમાં થોડું જવાય ? શાક તો હું લઈ આવું.'

રતનબા ઘરમાંથી થેલી લઈને ડેલી તરફ જતાં બોલ્યાં, 'તારે ક્યાંય નથ જાવું. તું આયાં બેહ. ધાનુ હાય્રે ને આ ભગત હાય્રે કાંક વાત્યું કય્ર.'

રતનબા ડેલી પાસે પહોંચે તે પહેલાં તો ભગતે સ્ફૂર્તિથી ઊભા થઈને તેમના હાથમાંથી થેલી લઈ લીધી અને કહ્યું, 'તમેય માડી રેવા દયો. હું જાંવ સું. આ ગ્યો

ને આ આવ્યો. સા કરી મૂકો. ભારે તલપ લાગી સે.'

મેં ભગતને કહ્યું, 'તમને આંખની તકલીફ છે ને બજારમાં...'

ભગત ડેલીએ રોકાઈને મને કહેતા હોય તેમ બોલ્યા, 'અમારે, આંધળાને તો પગ રસ્તો ભાળે. હીરણવેલથી હાલીને વયો આવ્યો ને આંય ગામમાં નો જઈ હકું ?'

પછી ભગત રતનબા તરફ ફર્યા અને કહ્યું, 'રવાઆતા હાલીને જૂનેગઢ પોગ્યા 'તા. હું ન્યાં તો નો પોગું પણ ગય્રમાં તો પાણેપાણો મારા વરતવામાં આવે.'

રતનબાએ ભગતને કહ્યું, 'તમારા પગ ગય્રના કેડા વરતે ઈ સ્હાસું, પણ રવાઆતા હાય્રે આપડી સ્હરખામણી નો કરાય. ઈ હાલીને જૂનેગઢ પોગ્યા, નો પોગ્યા કાંય નોં ગણિયે તોય ઈવડા ઈ જી કામે ગ્યાં'તાં ઈનાં પુન ગય્રને પૂગ્યાં સે. આપડાંને કોઈ દી' ઈનેં આવ્યો ઈવો વસારેય નો આવે.'

ભગતે ડહેલી બહાર નીકળતાં જવાબ આપ્યો, 'સ્હાચું ક્યો સો. ઈ હતા તો ગય્રમાં ર્યા જેવું સે. નકર તો પૂરું થૈ ગ્યું 'તું. આતાનું કટમ જ આખું નરવું. જો ને આ તીજી પેઢીયે છોડીય ઈનાં જેવી જ થાવા પાકી સે.'

રવાઆતા એટલે સાંસાઈના કોઈ પૂર્વજ. તેમની ત્રીજી પેઢીએ છોકરી એટલે ? મેં રતનબાને પૂછ્યું, 'ભગત સાંસાઈની વાત કરતા હતા ?'

રતનબાએ કહ્યું, 'હા. રવાઆતાની હાય્રે બેહે એવી ઈનાં વિનાં બીજી કોણ સે ?'

'રવાઆતાને તમે જોયા છે ?' મેં પૂછ્યું.

રતનબા ચૂલા પર ચા મૂકવા જતાં કહે, 'મેં નથ ભાળ્યા. મારી માયે ભાળ્યા હોય. બા કે'તી કે આતાને વંશ નો'તો તે આખા ઘંટલા ડુંગરને દીકરો કરીને પૈણાવ્યો. કાંય માણાં ભેગું કર્યું 'તું ! હિરણ્યને અધોડિયે મલકનું લોક ઊમટ્યું'તું.'

હું કંઈ બોલું કે પૂછું તે પહેલાં મુસ્તુફા આવ્યો અને રતનબાને કહ્યું, 'બા, તમે કે'તાં 'તાં તે આજ મેળ પડે એમ સે. મારે જાવું પાણિયા ભણી. તમારે આવવું હોય તો લીલાપાણી ઉતારી દઉં. વળતાં લેતોય આવીસ.'

રતનબાએ ઊકળતી ચામાં ખાંડ અને દૂધ ઉમેરતાં કહ્યું, 'મારો તો આજ મેળ નૈં પડે. આ ભગત આવ્યા સે. રાતે ભજન ગાવાં સે.'

'કાંય વાંધો નૈં.' મુસ્તુફાએ કહ્યું. 'ફેરદાણ કયેંક મેળ પડી જાહે.'

રતનબાએ કીટલીમાં ચા ભરી અને રકાબીઓ લેવા ઊભાં થતાં કહ્યું, 'એમનેમ વયો નો જાતો. ઘડીક તારા ભાઈબંધ પાંહે બેહ. સા પીને જા.'

રકાબીઓ આવી એટલે મુસ્તુફાએ તે ભરીને પહેલાં મને પછી ધાનુને આપી.

પછી પોતાની ચા રેડતાં રતનબાને પૂછતો હોય તેમ કહ્યું, 'તમે ભગત આવ્યાનું ક્યો સો પણ દેખાતા તો નથી. ક્યાં સે ?'

રતનબાએ ટીનની કથરોટમાં બાજરાનો લોટ કાઢતાં કહ્યું, 'ઈ ગ્યા આમ, બજારે આંટો દેવા. કેય કે બકાલું હું લેતો આવું.'

મુસ્તુફાએ ચાની રકાબી મોંએ માંડતાં કહ્યું, 'બકાલું લેવા ભગત ગામમાં નો જાય. પોગશે કોકા'દાની વાડિયે. આંખ્યું નથ; પણ રખડવાના સોખીન ભારે.' કહીને મુસ્તુફાએ મારા તરફ ઇશારો કરતાં કહ્યું, 'આ સાય્બની ઘોડે. આજ ગય્ર તો કાલ ઘેડ ને પરમ દી' ક્યાંક બીજે.'

પછી ચા પૂરી કરીને બધી રકાબીઓ ભેગી કરીને ધોવા જતાં કહે, 'ખોટું નો લગાડતાં. અમથો, મોજમાં રોનક કરું સું. પણ હાલવું હોય તો ભેગા લઈ જઉં. પાણિયા સુધી ફરતા આવીયેં.'

મેં કહ્યું, 'હું એ તરફ જવાનો છું. લીલાપાણી સુધી જવું છે. આઈમાનાં સંપેતરાં તાલાલા પડ્યાં હશે તે પહોંચાડવાનાં છે.'

મુસ્તુફા હાથ કોરા કરતાં બોલ્યો, 'તે સ્હંપેતરું તો હું લેતો જાંવ. તમારે ધકો બચે.'

'તો તો સારું.' કહીને મેં ટ્રાન્સપોર્ટની રસીદ મુસ્તુફાને સોંપી અને કહ્યું, 'જોકે મારેય જવું તો છે જ. આઈમાનો હિસાબ સમજવાનો છે અને આઈમા ચાલુ પ્રદર્શને પાછાં કેમ આવી ગયાં એ પણ જાણવું છે.' મેં કહ્યું.

મુસ્તુફા જતાં જતાં કહે, 'ભલે તયેં. બાકી હારે હાલવું હોય તો હાલો. ને કદાચ સે ને એકલા જાવ તો જાળવીને હાંકજો. કાલ પાણિયા ભણી સ્હારો વરહાદ થ્યો સે. છેલાં વે'તાં હશે તો ક્યાં ગાડી લપટી જાય કે હાલેય નૈં.'

ડેલી બહાર નીકળી ગયેલા મુસ્તુફાને જવાબ આપતો ભગતનો સ્વર શેરીમાંથી આવ્યો, 'પાણિયેથી તો હલાય એવું નૈં હોય. મા'દેવના રૂખડાને જૂને કેડે જાય તો.'

ધાનુ અત્યાર સુધી મૌન સૂતો હતો, તેણે ડેલીમાં પ્રવેશતા ભગતને કહ્યું, 'મા'દેવનો રૂખડો ને ઈ કેડો તો હવે ર્યોય નો હોય. ભગત, જૂનું સ્હંધુંય ગ્યું ચોરાસીના વાવાઝોડાંમાં. આ તો ગય્ર હતી તે કાં'ક બેઠી થઈ. બાકી ઈ ટાણે તો લાગતું'તું કે હવે ગય્રનું આયખું પૂરું થૈ ગ્યું.'

મેં કહ્યું, 'ગીરમાં એટલું બધું નુકસાન થયું હતું ?'

ધાનુએ જવાબ આપ્યો, 'નુકસાન ? અરે ગય્રની ગાળીયું માતર નોખીયું પડી ગઈતીયું. કાંય જબરું વાવાઝોડું ! કોયના નેસમાં કાંય બાકી નો રાખ્યું. અરે, જૂનું

એક ઝાડવુંય નો યું.'

મને વિક્રમનું કહેલું સાંભર્યું, 'હવે ચિતરમાં સે ઈ રૂખડો ન્યાં નથ.'

મારો વિચાર આગળ વધે તે પહેલાં ભગતે કહ્યું, 'તોય આજ ગય્ર પાસી ઊભી થઈ ગઈ. હતી એવી ને એવી. રવાઆતા ખોટું નથ કઈ ગ્યા. ગય્ર તો અજરામર સે.'

રતનબાએ કહ્યું, 'હવે ભાણે બેહો. ક્યારના રવાઆતાને ખેધે પડ્યા સો તે.'

અમે જમવા બેઠા. ધાનુને રતનબાએ ખાટલા પર જમાડ્યો. જમી રહ્યો અટલે મેં જવાની રજા માગી. જમીને તરત જવાની રતનબાએ ના કહી. કહ્યું, 'અટાણે ખાઈને હાલવું નથ્ય. રોંઢે વયો જાજે.'

મેં કહ્યું, 'અત્યારે ન જઉં તો પછી મારે રસ્તામાં રાત પડે.'

ભગતે કહ્યું, 'ભળાય ઈનીં આ કઠણાઈ. દેખતાંને રાત થાવાની બીક. બાકી આઘું નથ્ય. રૂખડાવાળી જીગ્યાયેથી હાલો તો દી આથમ્યે તો પોગી જવાય. પસી તો હાલનારાની તાકાત માથે આધાર.'

રતનબાએ ફરી કહ્યું, 'હવે રાત રોકાય ને જા. આમેય રાત્યે ફળિયું ભેગું થાવાનું સે. ભગત ભજન કરસે આપડે સ્હાંભળસું.'

મેં અવઢવમાં કહ્યું, 'પછી સવારે તમે કહેશો કે હવે જમીને જા.'

રતનબા હસી પડ્યાં. ઊટકેલાં વાસણો ભેગાં કરતાં કહે, 'સ્હવારે નંઈ રોકું. અટાણે હવે ના ઉપરવટ જાવું નંઈ.'

'સારું. અત્યારે નથી જતો. આજ રાત પણ રોકાઈશ.' કહીને હું ધાનુ સાથે વાતોએ વળગ્યો.

॥ ૨૩ ॥

ડુંગરથી દડતી ઘાટ ઊતરતી પડતી ન પડતી આખડતી
આવે ઊછળંતી જરા ન ડરતી ડગલાં ભરતી મદઝરતી
કિલકારા કરતી જાય ગરજતી ઘોરાળી
હીરણ હલકારી જોબનવાળી નદી રૂપાળી નખરાળી

ભગત રેતીમાં બેસીને હીરણની બિરદાવલી લલકારે છે. હું ઘંટલા-ઘંટલીને જોતો, તેમના લગ્નનું ચિત્ર દોરવાની તૈયારી કરતો તેમને સાંભળી રહ્યો છું.

ભગત ગાતા જાય છે અને વિક્રમ વચ્ચે વચ્ચે તેને કોઈ પંક્તિ ગમી જાય ત્યાં બોલી ઊઠે છે, 'વાહ કવિ વાહ.'

'વિક્રમ, આ ભગત તો ખીલ્યા.' મેં વિક્રમને ઉદ્દેશીને કહ્યું.

વિક્રમે રેતીમાંથી કાંકરો લઈને હાથમાં રમાડતાં જવાબ આપ્યો, 'જ્યાં કવિત બન્યું હોય ન્યાં બેહીને ગાવાનું હોય એટલે ગાનારાને તો મોજ આવે જ; પણ તોય, ભગત કરતાંય સ્હાચો ખીલ્યો હશે તો બાપ, કવિદાદ. એક નદીને ભાળતાં વેંત જેને આવું કવિત જડ્યું તયેં ઈનો રુદિયો કેટલો રાજી થ્યો હસે ! ઈ તો આંય, આ ગય્રમાં, આ જીગ્યાયે નાચ્યો હશે.'

ભગતે વિક્રમની વાતમાં હોંકારો દેતાં ઉમેર્યું, 'હું તો ભાળતો નથ્ય તોય માલીકોરથી આખો નાચી જાંવ સું. દાદે તો ભાળ્યું ને કવિત રસ્યું ઈણેં તો બાપ

સરસતીને સાક્સાત્ ભાળી લીધી...' કહીને વાત અધૂરી મૂકી ભગતે આગળ ગાયું :

આંકડિયાવાળી હેલળિયાળી વેલ્યુંવાળી વખવાળી
અવળા આંટાળી જામી જાળી ભેખડિયાળી ભેવાળી
તેને દઈ તાળી જાતાં ભાળી લાખ હિલ્લોળી નખરાળી
હીરણ હલકારી જોબનવાળી નદી રૂપાળી નખરાળી

ઘડીભર ચિત્રનું કામ અટકાવીને હું ભગતને સાંભળતો રહ્યો. પછી વિક્રમને પૂછ્યું, 'આ કવિત અહીં જ રચાયું એ તું કેવી રીતે કહી શકે ? તું હાજર હતો ?'

વિક્રમે મને કહ્યું, 'હં ક્યાંથી હોઉં ? પણ જાણું તો ખરો કે જીગ્યા વનાં અટલી મોજ નો આવે. જીગ્યાનો પરતાપ હોય. ન્યાં બેઠા વિનાં ગાનારાને સ્વર નો જડે. આ તમીં જ જુવો, કલાકથી માથાકૂટ કરો સો પણ હજીય રંગ હાય્રે વાતું કરતા નથ થ્યા. સિતર તાણવાનું કરતા કરતા પાસા કવિત સ્હાંભળવા બેહી ગ્યા.'

'એટલે ?' મને વિક્રમની વાતો રહસ્ય જેવી જ લાગે છે. કદાચ આઈમાએ તેને ભરથરી આ કારણે તો નહિ કહ્યો હોય !

વિક્રમે હસીને કહ્યું, 'અટલે એમ કે તમે જી સિતર કાઢો સો ઈની જીગ્યા આંય નથ. રવાઆતો જ્યાં યેઁ, ઈણેં જ્યાં બેહીને આ ટેકરિયુંનાં લગન કરવાના વસાર કર્યા'તા ન્યાં બેહીને સિતરો. પસી તો તમેં નંઈ સિતરો. ન્યાં તો તમારે તો રંગ હાય્રે વાતું કરવાની જ રેય. ન્યાં રવોઆતો ખુદ, પોત્યે જ તમારી સ્હય્રમાં આવીને વાત્યું કરતો ભળાતો હોય ને સિતરું સિતરાવી જાતો હોય એવું લાગે.'

વિક્રમ રેતીમાંથી કાંકરા લઈને રમત કરતો કહી રહ્યો હતો. ભગત ગાતા હતા. નદી પથ્થરોમાં રમતી વહેતી હતી.

વિક્રમ આ શું કહી ગયો ! શું કોઈ, એક માહોલમાં સરે પછી તેનામાં કશુંક બદલાય છે ? તે મૂળે હોય છે તે નથી હોતો ? તે કંઈક જુદું જ બની ગયો હોય છે ? જો એમ જ હોય તો એ ક્ષણો વીત્યા પછી પણ રચનાને પોતાનું સર્જન ગણવાની લાગણી અને પોતે કલાકાર, સંગીતકાર, ચિત્રકાર, કવિ હોવાનું ભાન રહે તે શું છે ?

મારે આ, આઈમાનો ભરથરી કહે છે તે માનવું ન હોય તોપણ ચકાસી જોવું જોઈએ. આઈમાને હિસાબ પહોંચાડવામાં વધુ એક દિવસ ખેંચાઈ જાય તોપણ વાંધો નથી. મેં કહ્યું, 'રવાઆતાએ આવો વિચાર ક્યાં કર્યો હશે તે હું કે તું શું જાણીએ ?'

જવાબમાં વિક્રમ મને બાઘો સમજતો હોય તેમ કહે, 'માણાં આવા વચાર કાંય એક દિમાં નો કરી નાખે. રોજ રોજની બીનાયું ભેગી થાય તયેં આવો વસાર આવે. અને રોજનું રોજ તો માણાં બાય્ર થોડું જાવાનું, ઘીરે જ હોય ને ? એમાંય

રવાઆતા તો ભાળતાય નંઈ.'

એક વખતનું રવાઆતાનું ઘર અટલે અત્યારે સાંસાઈનું ઘર. એવી સાદી ગણતરી માંડીને મેં કહ્યું, 'તો ચાલ, રવાઆતાને ઘરે જઈએ. એમનો નેસ ક્યાં છે ? ક્યાં જવાનું છે ?'

'ક્યાંય નથ.' ભરથરીએ ફરી વિચિત્ર રીતે જવાબ આપ્યો, 'તેં ઓલો રૂખડો ચિતર્યો 'તો ને ? બસ, ન્યાં, ઈ રૂખડા હેઠે જ નેસ હતો. ઈ બધું ગ્યું વાવાઝોડા ભેગું.'

ભગત જાણે અમારી વાતો સાંભળતા જ નથી તેમ પોતાની મસ્તીમાં ગાયા કરે છે :

આંબા આંબલિયું ઉંબ ઉંબરિયું ખેર ખીજડિયું બોરડિયું
કેહુડા કળિયું વા વખરિયું હેમની કળિયું આવળિયું
પ્રથવી ઊતરિયું સરગી પરિયું વળિયુંવાળી જળધારી
હીરણ હલકારી જોબનવાળી નદી રૂપાળી નખરાળી

કોઈક અજાણી લાગણી અનુભવતો હું મૌન રહ્યો. ભરથરી મને ચકાસતો હોય તેમ તાકીને મારા સામે જોતો રહ્યો. થોડી વારે મેં મારું બોર્ડ અને રંગો-પીંછી સંકેલ્યાં અને કહ્યું, 'લો, ચાલો, ચાલીએ મહાદેવના રૂખડાવાળા ડુંગરે. ત્યાં બેસીને કામ કરી જોઈએ.'

ભગતે આ સાંભળ્યું અને ઊભા થતાં થતાં પણ કવિતની પંક્તિ બોલતા રહ્યા :

રાણ્યું કદંબા લઈ અવડંબા ધૂડ ધડંબા જળબંબા
કરી કેશ કલંબા બીખરી લંબા જય જગદંબા શ્રી અંબા
દાદલ દિલરંગી છંદ ત્રિભંગી બની ઉમંગી બિરદાળી
હીરણ હલકારી જોબનવાળી નદી રૂપાળી નખરાળી

ગીત પૂરું થતાં ભગત પોતાની કામળી ખભે ચડાવતાં મારી તરફ આવ્યા. મને કહે, 'હાલો, ન્યાં મોજ આવસે. રવાઆતાની સ્હોડ હોય અટલે કાંય મોજ, કાંય મોજ ! નકરી મોજ્યું. આદમીય એવો જ હતો. આંખે ભાળે નંઈ. સ્હારાં સ્હારાં માગાં હતાં તોય પારકી જણીનો ભવ બગડે ઈ વસારે ઘર નંઈ માંડેલું. પણ મનમાં કાયમની મોજ.'

સાંસાઈના પૂર્વજ તરીકે તો મને રવાઆતામાં રસ હતો જ. એમાં આ ભગતની વાત સાંભળીને મને વધુ જાણવાનું મન થયું. હું કંઈ પૂછું તે પહેલાં જ વિક્રમ મારા મનની વાત કરતો હોય તેમ બોલ્યો, 'ભગત, રવાઆતા તો કેય સે સંસાર છોડીને

કોક ઉદાસીનવાળા ગરુના ચેલા થ્યા'તા ને ! એમાં આ મોજની વાતું ક્યાં જડે ?'

'મોજ તો જડે ઈનેં જડે ભાય, ઈમાં પંથ નો ગોતવા પડે.' ભગતે કહ્યું અને ઉમેર્યું, 'સંસારમાં નો'તા તો ઘંટલો-ઘંટલી અમથાં પૈણાવ્યાં ?'

વિક્રમે મેં દલીલ કરી, 'તો સાધુ-બાવાય મનમાં આવે એવું ઘણુંય કરી નાખે એમ છે.'

ભગત પગેથી રસ્તો તપાસતાં કહે, 'મનમાં આવે ઈ કરવું ઈનેં મોજ નો કે'વાય. મનમાં દુનિયાને મોજ આવે એવા તુક્કા આવે ઈ સ્હાસી મોજ. રવાઆતાયે તો દુનિયાનું ને ગય્રનું, લીધેલું પાસું દેવા ડુંગરા પૈણાવ્યા.'

હું કે વિક્રમ કશું બોલ્યા નહિ. ભગતે વાત પૂરી કરતાં કહ્યું, 'ઈય તે પંસની હરુભરુમાં, સ્હંધાયને વસને બાંધીને.' કહીને ભગત લગ્નનું કોઈ ગીત ગાવા માંડ્યા એટલે મેં કંઈ પૂછ્યું નહિ. સાંભળતા ચાલ્યા કર્યું.

જે પર્વતના ચિત્રમાં વિક્રમને રૂખડો દેખાતો હતો તેની તળેટીમાં પહોંચીને અમે રોકાયા. ભરથરી વિક્રમે તરત કહ્યું, 'ઓલું સિતર તેં આંયથી પાડ્યું હોય તો દેખાડ, આયાં રૂખડો કે બીજું મોટું ઝાડવું ભળાય સે ?'

ભગતે આસપાસ આંટો મારીને પગ વડે જમીન તપાસતાં કહ્યું, 'રૂખડો તો હતો. લોક મા'દેવનો કે રેવાઆતાનો રૂખડો કે'તું. આંયથી જરાક ઉગમણે, ઢાળ માથે જબ્બર ઝાડવું હતું. સંપાતીને કે જટાયુને માળા કરવાના થાય તોય થઈ રેય એવડું મોટું. ભગતનો નેસ ઈનીં નીસે હતો.'

'ચોર્યાસીના વાવાઝોડામાં પડી ગયું હશે.' મેં કહ્યું, 'કહે છે કે એ વાવાઝોડું બહુ મોટું આવેલું.'

વિક્રમ આસપાસની જમીન નીરખતો ઊભો હતો. ભગતે કહ્યું, 'કુદરતી આફત્યુંમાં એવું તો થાય. બાકી ગમે અટલો જૂનો થાત તોય ઈ રૂખડો પડત નંઈ. કાં ? તો કે ઝાડવુંય જાણેને કે એમ પડતું નો મેકાય; હેઠ માણાં રેય સે.'

વિક્રમે પણ ભગતની વાતમાં કંઈક સૂર પુરાવ્યો; પરંતુ હું ઘંટલા-ઘંટલીના ચિત્રની કલ્પના કરતો મારા ફલકને ગોઠવવાની તૈયારીમાં પડ્યો હતો.

મેં ભગતને પૂછ્યું, 'ભગત, રવાઆતા દેખાવે કેવા લાગતા ?' બોલતાંવેંત મારી ભૂલ સમજાઈ અને મેં સુધાર્યું, 'એટલે કે ભરવાડ કે ?...'

વિક્રમે વચ્ચે જ કહ્યું, 'સાંસાઈના તીજી પેઢીના આતા. ઈનીં નાત સું પૂસવાની ? સાંસાઈ સારણ સે ઈ તો તને ખબય્ર સે. ઈ જમાનામાં ઓલું, તેં ચિતરેલું એવું બાંય વગરનું લટકણિયું કેડિયું પેરતા હોય. સોયણી ઈ જમાનામાં નો પેરાતી. પોતડિયું હોય. આંખે ભાળતા નંઈ. એવા હોય.'

એટલામાં ભગત મારી પાસે આવ્યા અને કહ્યું, 'બસ, આયાં નેસ હતો. ઘરમાં બાયું કામ કરતીયું હોય ઈ વાતે જણ બારો ખાટલો નખવીને બેહે. પંચ, કે નાત્ય મળે તો સ્હંધાય બારોબાર બેહે. ઘરમાં કોય નો જાય.'

વિક્રમે આવીને ભગતનો હાથ ઝાલ્યો અને કહ્યું, 'ભગત હવે ઈનેં ઝાઝું કે'વાની જરૂર નથ્ય. ઈનેં જીગ્યા ગોતી દીધી એટલું હાંઉં. હાલો નીસે નદીયે આંટો મારતાં આવીયેં. ઈનેં ઈનું કામ કરવા દઈં.'

એ બેઉ ગયા. મેં રવા આતાનો દેહ ફલક પર મૂકવા માટે સાંસાંઈના દેહનો તામ્રવર્ણ યાદ કર્યો. આ ઢોળાવ પર કોઈ મહાવૃક્ષ નહોતું અને તેના જેવું કંઈક મારા ચિત્રમાં આવ્યું છે તો ખરેખર તેવું વૃક્ષ દોરવું જ એ વિચારે મેં શંકરનું લિંગ રૂખડાના થડ, પાન અને બીજાં રંગો માટે મેળવણી પણ વિચારી.

પછી ક્યારે રંગો બન્યા ક્યારે આકારો કંઈ ખબર નથી રહી. પીંછી કહેતી ગઈ, મને ચલાવતી ગઈ.

સામે ખાટલા પર ગોર છાશ પીતા બેઠા છે. યુવાન રવો લગ્નનું કહેણ પાછું ઠેલતા કહે, 'ગોરબાપા, તમે ક્યો ઈ બધું સ્હાચું. ગોરબાપાની વાતને ખોટી કઉં તો મારે નરકમાં જાવું પડે. પણ મારી ના સે.'

ગોરે અધિકારના સ્વરે કહ્યું, 'એમ 'મારી ના સે' કઈ દીધે નો હાલે. ના કેવાનું કારણ તો મારે જજમાનને દેવું કે નંઈ !'

'કારણમાં તો બાપ હું પોત્યે. મારે ના પાડવી સે ઈ કારણ.'

ગોર અકળાયા છતાં વાત સાવ વણસે નહિ એટલે રવાને સમજાવતાં બોલ્યા, 'જો, રવા, તારી મા બેઠી સે અટલે તને સ્હંધાય તંત પોહાય સે. ઈ નૈં હોય તે દિ ઘરમાં દીવો કરવાવાળું તો કોક જોહે કે નૈં ?'

'મા સે તોય, અટાણેય ઘરમાં કો'ક જોવે સે ઈ હુંય જાણું સું; પણ તમીં તો જાણો સો, મારે આંખ્યું નથ્ય. હવે ઘરમાં જોવે સે ઈ વાતે કાંય કોકની કન્યાનું જીવતર તો મારાથી નો રોળાય ને ?'

ગોર ખાલી તાંસળી અંધના હાથમાં પકડાવતાં કહે છે, 'તો લ્યો ભા આ તાંહળી. જાતે ઊટકજો. નાત વે'વારે આપડે ક્યાંક ગ્યા-આવ્યા હોઈં ઈ સ્હંધાયને આપડે ઘેર બરકવા પડે. ઈનાંય એંઠા હાથ્યે ઊટકસો કે પસી 'મારે કોય સે નંઈ ને મારે કાંય કરવાનું થાતું નથ્ય' કઈને ઉલાળિયું કરી દેહો ?'

ચારણને આ મેણું લાગ્યું. તે ટટ્ટાર થયો અને બોલ્યો, 'મા બેઠી સે ન્યાં લગણ તો રોડવ્યે જાહું. પસી તો જી કપાળે લખાવીને આવ્યા ઈ કરવાનું જ સે.' અચાનક તેના અવાજમાં ખુમારી ઉમેરાતી સંભળાઈ, 'પણ એટલું કંઈ દઉં ગોરભા, રવાથી

ઉલાળિયું તો નૈં થાય. નાતમાં ગ્યા આવ્યા હોઈ ઈનું દેવું બાકી નૈં રાખું. ઘેર પરસંગ કરીસ. નાત્યને આખીને ધરવી દઈસ. નાતીલાને પેરામણી 'ને ગોરભાને ધરમના દાપાં. સ્હંધુય દેઈસ. આ રવાનું વસન સે.' કહીને ધીમે પણ દઢતાથી આગળ કહ્યું, 'પણ ઈ સ્હારુ થઈને ગરીબની છોડી ઘેર તાણી બાંધું તો કર્યું કાંય ફળવાનું નૈં. તમે તો ગોરભા પુનસાળી સો. તમે મારાથી વધનું જાણો, સ્હમજો સો. આ સ્હંધુય તો તમારે મને કે'વાનું હોય. પણ મારેથી તમુંને કે'વાનું થાય સે. પણ તોય કેટલું કઉં. ગોરભાને કેમ કે'વાય ?'

ગોર ઘડીભર આ અંધ સામે જોઈ રહે છે. પછી કહે છે, 'તો પસી હું તો જાંવ. જજમાનને જવાબ પોગાડીને પસી ઘેર પોગવાનું થાહે.'

'હય્સે બાપ, મારા સ્હાટુ એટલું ખમી ખાવ. ને જીણે કેણ મોકલ્યું સે ઈનો ઉપકાર નૈં ભૂલું ઈમ કે'જો. ઈનાં પગે મારું માથું.' કહીને અંધ યુવાન ઊભો થયો અને હાથમાં ડાંગ લઈને ગોરની સાથે થતાં બોલ્યો, 'હાલો તમુંને કેડા સ્હુધી મેલી જાંવ.'

રસ્તે પહોંચીને વિદાય લેતાં પહેલાં ગોર કહે, 'અરે, સાંભળ, નવાબ સાય્બ ગય્રમાં પધારે સે. તારે કાંક કવિત કે છંદ સ્હંભળાવ્વા હોય તો થાણદારને વાત કરું.'

રસ્તા પર ગોરને વળાવવા ઊભેલા અંધ રવાનું મુખ દર્શાવવા જતાં મારાથી ક્યાંક એવો લસરકો થઈ જાય છે કે તેના મુખ પર કવિત અને દુહા-છંદની મોજને સ્થાને કોઈ અજાણી, ચિંતાભરી રેખા ઊપસે છે. જાણે ચિત્રમાં ગોર સામે ઊભીને રવો સચિંત પૂછતો હોય, 'તે નવાબુંને પાસા ગય્રમાં સ્હું કામ પડી ગ્યા ? થાણદારું નીમ્યા સે ઈ ઓસા પડ્યા ?'

ગોરે જવાબ આપ્યો, 'નવાબને તો ન્યાં બેઠે રાજ કરવાં સે. પણ કેય સે કે કોક અંગરેજ લાટ જૂનેગઢમાં સે. ઈને બંધૂકું ફોડવી હોય તો આયાં વિના બીજે તો જાવા જેવું ક્યાં યું ?'

રવો કંઈ બોલતો નથી. મૌન રહીને ગોરને જતા જોઈ રહ્યો. કેટલાયે પ્રયત્નો છતાં ભગત રવા વિશે કહેતા હતા તેવી મોજ મારી પીંછી ઝીલતી નથી. જાણે સ્વપ્ન ઉકેલવા મથતો હોઉં તેમ હું મનોમન રવાની વ્યથાને પામવા મથું છું.

રવો નેસમાં ભેંસોના ઝોક પાસે જ સૂતો. મા અંદર સૂતી છે. પરોઢે ઊઠીને રવો ભેંસો દોતી મા પાસે જઈને કહે, 'આશિરવાદ દે મા. જૂનેગઢ જાંવ સું.'

'કાંવ તારે જૂનાણે જાવું ?' મા ચિંતામાં ઊભી થઈ ગઈ.

રવાએ માના મોંએ હાથ ફેરવીને તેની ચિંતા જોવાનો પ્રયત્ન કર્યો અને જવાબ

આપ્યો, 'ગય્રમાં ગણીને પંદર-વિહ સ્હાવજું બાકી ર્યાં. હજી તો ઓલો નવાબ લાટને સ્હાવજું મારવા લયાવે સે. રોકવો તો પડસે ને ?'

મા દીકરાને રોકવા પ્રયત્ન કરતાં કહે, 'તે ઈમાં આપડે સ્હું કરીયે ? સ્હાવજુંનાં નસીબ. જી જીવવાનો હસે ઈ આઘો રેસે. બાકીના જાહે બંધૂકું સ્હામે.'

મા જે કહે છે તે ઉપરછલ્લું અને પોતાને રોકવા પૂરતું જ છે તે જાણી ગયો હોય તેમ દીકરાએ પૂછી નાખ્યું, 'આ તેં કીધું ?'

દેખી ન શકતા પુત્ર સામે પણ મા નીચું જોઈ ગઈ અને બોલી, 'જૂનાણું દીકરા, આંય નથ પડ્યું. પાસું તને આંખે...' મા બોલી ન શકી.

રવો કંઈ બોલ્યા વગર માનો હાથ પકડીને ઊભો અને થોડી પળો રહીને બોલ્યો, 'રેલગાડિયું રોજેરોજ જાયસે. ઈ પોગતીયું જ હસેને ? હું પોગી જાઈશ. કાલ રાત્યનું જ હાલતા થય જાવાનું મન થ્યું'તું; પણ તને ઊંઘતી મેલીને હાલી નીકળત તો તને ચંત્યા થાત અટલે કે'વા રોકાણો. બાકી અટાણે હાલતો હોત રેલના પાટે.'

માએ કહ્યું, 'તો જા દીકરા. ધરમના કામે જાતા તને ટોક્યે કાંય સ્હારું નૈં થાવાનું. ઈનાં કરતાં જયાવ. પણ ન્યાં તને કોણ ઓળખે ? કોને વાત્ય કરીસ ? ઈનાં કરતાં થાણદારને ન્યાં જા. કય ને વળી આવ પાસો. પસી તો જી થાવાનું હોય ઈ થાહે.'

'થાણદારને મળ્યે કાંય નો વળે. થાણદાર ઠાલો દાંત કાઢે. મા, નવાબ સ્હોતેન નો સ્હાંભળે. મારે તો લાટને મોઢે જ કેવું સે કે ગય્રના સૂડી-સાંદલો નંદવાં રેવા દ્યો. સ્હાંભળે તો ઠીક, નકર સારણ્યને પેટે જલમ્યો સું. ત્રાંગું કરતાંય વાર નૈં લગાડું.'

'ખમા મારા સ્હાવજ ! ખમા તને. જા. કર ફત્તે.' કહીને માએ ઢેબરાં બાંધી આપ્યાં. કુલડીમાં દહીં આપ્યું.

આકાશને આંબતા મહાવૃક્ષ તળે મહાદેવનું લિંગ, ચારણનો નેસ, ખાટલા પર બેઠેલા ગોર અને સામે બેઠેલો રવો, રસ્તે ઊભીને ભાવીની ચિંતા જોતી અંધ આંખો, ભાતાના ડબરામાં દીકરા માટે ઢેબરાં ભરતી મા. આટલાં ચિત્રોને મેં આજ સુધી દોરેલાં ચિત્રોમાં મોખરે મૂકું છું. નિરીક્ષકો અને સમીક્ષકોની પરવા કે વિચાર સુધ્ધાં કરતો નથી. છેલ્લે મેં એક વધુ, કમ્મરે હાંડલી લટકાવીને, હાથમાંની ડાંગ અને પગના સ્પર્શથી રસ્તો નીરખતા જતા રવાનું ચિત્ર દોર્યું.

વિક્રમ અને ભગત નદી તરફનો ઢોળાવ ચડીને આવતા જણાયા. મેં મારો અસબાબ સંકેલ્યો અને તેમની સામે જતાં કહ્યું, 'ચાલો, નીકળીએ. હજી સાંજને થોડી વાર છે ત્યાં આઈમાના નેસે પહોંચી જવાશે.'

વિક્રમે કહ્યું, 'કાં ? ઘંટલાનાં લગન ચિતરાઈ ગ્યાં ?'

મેં કહ્યું, 'ના. કંઈક જુદું જ સૂઝ્યું તે દોર્યું. આઈમાને ત્યાં પહોંચીને તને બતાવીશ.'

વિક્રમ્ હસી પડ્યો કહે, 'ભગત, હું કે'તો'તો ને ! એકલો આ માણાં જ નૈં, કોય બી જણ, ધારે કાંક અને કરવા બેહે તયેં નીપજે કાંક. આ ખેલ સે ઈમાં સું થાય સે ઈ ખબર્યું નો પડે એવો ખેલ.'

ભગતે લાકડીથી આગળનો માર્ગ તપાસતાં કહ્યું, એવું સે અટલે તો ઈનાં આદર સે. ઈનીં મોજ્યું સે. બાકી ધારો ઈ કરી હકાતું હોત્ય તો આદર ક્યાં ર્યો ? ને ઈમાં ઈની મોજ ક્યાં રઈ ?

॥ ૨૪ ॥

ઝોકમાં બેઠેલી ભેંસોએ અમારો પગરવ સાંભળીને ફુત્કાર કર્યા. કરમણ ઝાંપો ખોલવા આવશે તેમ ધારેલું પણ તેને બદલે આઈમાનો અવાજ સંભળાયો, 'આડાં ખહેડીને વયાં આવો તમતમારે. પાસાં સ્હરખાં દઈ દેજો.'

હું વિક્રમ અને ભગત ત્રણે જણા અંદર ગયા તો નેસમાં લક્ષ્મી અને આઈમા એકલાં જ હતાં. મેં પૂછ્યું, 'દાનાભાઈ અને કરમણ ક્યાં ?'

પાણીનો કળશો ભરીને અમને આપતાં લક્ષ્મીએ કહ્યું, 'બાપાને દીપડે ઝાલ્યા'તા. મા અને કરમણ ઈનીં ભેળાં દવાખાનામાં ર્યાં સે.'

'દાનભાયને વળી દીપડો કેમ કરતાં પૂગ્યો ?' વિક્રમે નવાઈથી પૂછ્યું, 'કે દાનભાયે દીપડાને ઝાલ્યો 'તો ?'

લક્ષ્મીએ ખાલી કળશો પાછો લેતાં કહ્યું, 'આંય ઘરમાં ઘૂસ્યો'તો. બાપા બારો કાઢવા ગ્યા ન્યાં તો બાયણામાં સ્હામો થય ગ્યો.'

'લે, તે હવે કેમ છે દાનાભાઈને ?' મેં પૂછ્યું.

લક્ષ્મીએ કહ્યું, 'સ્હુવાણ્ય સે. દાગતર કેય સે કે નરવાઈ આવી જાહે.' કહીને અંદર તરફ જતાં લક્ષ્મીએ કહ્યું, 'ખાટલા લૈ લ્યો ને બેહો. ન્યાં હું બે રોટલા ટીપી નાખું.'

જમવાની ના પડાય તેમ તો નહોતું. મેં મદદ કરવાનો વિવેક કર્યો, 'લાવ,

આજ તો હું રોટલા બનાવું. જોઉં આવડે છે કે નહીં.'

'રોટલા કરવાનું રે'વા દે. ઈ પાસા અમારેય ખાવાને ? બાકી ડુંગળી કાપી નાખ તો શાક બને.' લક્ષ્મીએ મને સહજ રીતે કામ સોંપ્યું અને વિક્રમને ઉદ્દેશીને બોલી, 'ભરથરી, મારે ઓલી મોરલી ને બે કૂંઢિયું દોવાની બાકી રૈ સે. માલીકોરથી બોઘણી લઈ લે. ભગત તમીં ખાટલે બેહો.'

વિક્રમે ખાટલા ઢાળ્યા. ઘરમાંથી પાથરણાં લાવીને બિછાવ્યા. કથરોટમાં બાજરાનો લોટ અને ડુંગળી લાવીને ઢાળિયામાં મૂકીને લક્ષ્મીને ચૂલો સળગાવી આપ્યો પછી બોઘરણી લઈને ભેંસો દોવા બેઠો.

લક્ષ્મીએ મારા સામે જોયું અને જરાક હસી. જાણે કહેવા માગતી હોય, 'મદદ પૂછવાની ન હોય, કરવાની હોય.'

હું પણ સામે હસ્યો અને છરી લઈને લક્ષ્મીની સામે બેસીને ડુંગળી સુધારવા માંડ્યો. વિક્રમે દૂધ દોહીને કેનમાં ભર્યું અને ભગતને કહ્યું, 'આ કેન આંયા મેલું સું. બાપુની ટેમ્પો આવે અટલે મને સ્હાદ દેજો.'

વિક્રમે ચૂલામાંથી થોડો દેવતા માગીને જુદો ચૂલો કર્યો અને તેના પર શાકના વઘારની તૈયારી માંડતાં પૂછ્યું, 'દીપડો આવ્યો કેણીકોય્રથી ?'

લક્ષ્મીએ જવાબ આપ્યો, 'ઓલીકોય્રની વાડ્ય ટપીને આવ્યો હય્સે. મેં તો સાપરેથી કૂદીને ઓયડીમાં જાતો જ ભાળ્યો.'

કહીને લક્ષ્મીએ આખો બનાવ વર્ણવ્યો : આગલી સાંજે એક તરફ ભેંસને પાડી જન્મી બીજી બાજુ દૂધના ટેમ્પા સાથે ખબર આવ્યા કે સવારે આઈમા આવે છે.

બીજે દિવસે સવારે કરમણ વહેલો ઊઠી, ભેંસો દોહીને પાણિયા તરફના મુખ્ય રસ્તે આઈમાને તેડી લાવવા ગયો. લક્ષ્મીની મા ડંકીએ પાણી ભરવા ગઈ. અજવાળું થયું એટલે દાનાએ ભેંસોને ચરાવવા જવાની તૈયારી કરી. નવી જન્મેલી પાડીને સાથે લઈ ન જવાય એટલે તેને ઓરડીમાં મૂકી.

ઓરડીને બારણાં તો હોય નહીં એટલે દાનો ખાટલો લઈને બારણે આડો મૂકવા જતો હતો. એટલામાં સવારનું દૂધ લેવા આવેલા ટેમ્પામાં આઈમા ઊતર્યાં. દાનાને સાદ દેતાં, મોટેથી કહ્યું, 'હાલ દાનભાય, આ પોટકી લૈ લે. કરમણ તો પાસળ હાલતો વયો આવે સે. ટીમ્પામાં જગ્યા ઓસી પડી.'

હાથમાંનો ખાટલો એક બાજુ રાખીને, દાનો ઓટલા પર પડેલું, કેન લઈને બહાર ટેમ્પા તરફ જવા વળ્યો. લક્ષ્મી શિરામણનો રોટલો ટીપતી હતી તે ચૂલાની આગ ઓછી કરવા લાકડાં બહાર ખેંચી લઈને ઊભી થઈ. તે ઘડીએ જ તેની આંખના

ખૂણે છાપરા પર કંઈક અણસાર થતો અનુભવ્યો.

એ પળ વર્ણવતાં લક્ષ્મી કહે, 'ઘડીક તો મને લાગ્યું, મોરલો હચ્ચે પણ ન્યાં સ્હામું ભાળ્યું તો દીપડો ! અરે મારા રોયા, મેં તો લીધું સ્હળગતું લાકડું પણ ઓયડી માથે ઘા તો નો કરાય. નકર તો નેહ આખો સ્હળગી જાય.'

લક્ષ્મી બીજું કંઈ હાથમાં લે એટલી પળ તો દીપડા માટે ઘણી થઈ પડે. લક્ષ્મી વર્ણન પણ તે રીતે જ કરતી હતી, 'હજી તો ભાળું સું, રાડ્ય પાડું સું ન્યાં લગણમાં તો રોયો સાપરેથી ઠેકીને સીધો ગરી ગ્યો ઓયડીની માલીકોય્ર. સ્હું કે ઈનેં પાડીની વાય્સ આવી ગૈ'તી.'

દાનો ઓરડીના ઓટલે પડેલું દૂધનું કેન ઉપાડતો હતો તે પડતું મૂકીને પોતાની ડાંગ લેવાનો પણ સમય બગાડ્યા વગર દીપડાની પાછળ ઓરડીમાં ગયો.

મારાથી આશ્ચર્ય વ્યક્ત થઈ ગયું, 'એમ, લાકડીયે લીધા વગર !'

લક્ષ્મી કહે, 'તે ઓલો દીપડો માલીકોર વાટ્યું થોડી જોવે કે દાનોભાય ડાંગ લે ન્યાં લગણ પાડીને કાંય નો કરું ! ઈ તો પાડીને પોગી ગ્યો હોય. ન્યાં પસી કાંય જોવાનું નો હોય. એક રાતનું પાડું દીપડો પોગ્યા કેડે જીવતું રેય ?'

દીપડો પાડીને પકડે તે પહેલાં તેણે દાનાનો હાકાટો સાંભળી લીધો. દીપડો હવે ભાગવામાં જ સાર સમજીને ક્ષણમાત્રમાં પાછો ફર્યો તો બહાર જવાના માર્ગેથી તો દાનો અંદર પ્રવેશતો હતો.

આ કિલ્લેબંધીની બહાર નીકળવાનો એકમાત્ર માર્ગ દાનાએ ભૂલથી તો ભૂલથી, પણ રોકી દીધો હતો. હવે દરવાજે દુશ્મનની સેના જોઈને રજપૂતો લેતા તેવો નિર્ણય લેવા સિવાયનો ઉપાય દીપડા પાસે નહોતો. તેણે કેસરિયાં કર્યાં અને કૂદીને દાનાની કોટે વળગ્યો.

ગળું બચાવવા દાનાએ આડો હાથ કર્યો તે દીપડાના મોંમાં આવી ગયો. કાંડા સોંસરવા દાંત ઉતારીને ખભા સુધી વળગેલા દીપડાની ગરદન પર બીજો હાથ વીંટીને દાનાએ તેને જકડી લીધો અને એમ જ બારણાની બહાર તરફ ફરી ગયો.

'ઈ તો બાપા ખોડિયારના ભગત તે આણીકોર ફરી હક્યા. બાકી દીપડો સોંટે પસી કોયથી ડગલુંય હલાય ?' લક્ષ્મી કહેતી ગઈ, 'મેં તો દીધા બોકાહા ને ડાંગ તો ન્યાં જ પડી'તી. લઈને બે દીધી દીપડાને બયડે. ઈ ભેગો કેડ્યેથી લબડી ગ્યો હોય ઈમ લટકી પડ્યો. બાપાનો હાથ સૂટો થ્યો પસી કાંય વાત બાકી રેય !'

તરત જ ટેમ્પાવાળો અને તેનો સાથીદાર દોડી આવ્યા. દીપડો લંગડાતો, કણસતો નેસના ઝાંપેથી બહાર નીકળી ગયો. લક્ષ્મીના કહેવા અનુસાર એ જ સારું

થયું, 'બાપાને મેલી દીધાં પસી ઈનેં મારીનેય સું ? જંગલ ખાતામાં નોંધાવવાનું, ઈનાં કાગળિયાં હાલે. ઈનાં કરતાં ભલે ગ્યો. તોય મને થાય કે બસારાનો વાંહો મેં અમથો ભાંગી નાખ્યો.'

પિતાની ચિંતા અને દીપડા પ્રત્યે અવૈર હમદર્દી દર્શાવતી લક્ષ્મીની વાતનો કેવો જવાબ આપવો તે મને ન સૂઝ્યું. વિક્રમે કહ્યું, 'ગય્રમાં તો આ રોજનું થ્યું. દાનાકાકા તો કાલ્ય ઊભા થઈ જાહે.' પછી જરા અટકીને કહે, 'દીપડાનો વાંહોય કાંય ભાંગ્યો નૈં હોય. થોડુંક તમ્મર સડી ગ્યું હય્સે. બાકી વાંહો ભાંગ્યો હોય તો ઈ ઊભી નો હકે. આ તો હાલતો વયો ગ્યો.'

ચાલીને આવતો કરમણ થોડો મોડો આવ્યો ત્યાં સુધીમાં લક્ષ્મીની મા દોડતી આવી. તેણે અને આઈમાએ દાનાના લોહી વહેતા હાથને કંઈક ઓસડિયાં ભરીને પાટો બાંધી દીધો હતો. કરમણે અને દૂધવાળાઓએ મળીને દાનાને ટેમ્પામાં બેસાર્યો અને તે લોકો સાસણ ગયા. ત્યાંથી ડૉક્ટરે જૂનાગઢ કે રાજકોટ જવાનું કહેલું.

'જૂનાણે સાંસીફઈનાં ઓળખીતાં હોય અટલે પસી ન્યાં જ ગ્યા. હવે તો સ્હુવાણ્ય સે.' લક્ષ્મીએ વાત પૂરી કરીને ઉમેર્યું, 'ડુંગળી પૂરી કરી હોય તો બે બટેટાં કાપી નાખ. લાવ, હું વઘાર મેલું સું.'

'હું વઘાર કરું છું' કહીને મેં તપેલી વિક્રમે સળગાવેલા કોલસા પર મૂકી અને શીશીમાંથી થોડું તેલ તપેલીમાં નાખ્યું. વિક્રમ અંદર જઈને હળદર મીઠાં ભરેલી પ્લાસ્ટિકની શીશીઓ લઈ આવ્યો.

આઈમા હવે છેક બહાર આવ્યાં. અમને આવકારો આપતાં કહે, 'ભલા પોગાડ્યા.' મેં હાથ જોડ્યા. વિક્રમ કામ કરતો રહ્યો. આઈમા આવીને ખાટલે બેઠાં. મને થયું કે આઈમાને તેમના પાછા આવી જવાનું કારણ પૂછું. મનમાં વિચાર પણ આવ્યો કે દાનાને કંઈક થશે તેવો અંદાજ આઈમાને અમદાવાદ બેઠે આવી ગયો હશે !?

તેલ કકડી ગયું હતું એટલે બીજી કોઈ વાત કર્યા વગર મેં શાક વઘાર્યું અને આગળનું કામ વિક્રમને સોંપીને હું મારા સામાન તરફ ગયો. થેલામાંથી આઈમાને આપવાનું કવર કાઢીને આઈમા સામે જઈને બેઠો. હું કાગળ કાઢીને કંઈ કહું તે પહેલાં આઈમા બોલ્યાં, 'કાગળિયું કાંય જોવું નથ. જી હોય ઈ.'

'હિસાબ તો સમજી લો !' મેં જરા આશ્ચર્યથી કહ્યું.

આઈમા સહેજ હસ્યાં અને કહ્યું, 'હું ન્યાં હિસાબું કરવા નો'તી ગઈ. જી કામે ગઈ'તી. ઈય અધૂરું મેલીને વઈ આવી. તોય ઈ સ્હંધા સ્હારાં તે હિસાબું લખી મોકલ્યાં; પણ ઈ મોકલે અટલે હું સ્હંભાળી લઉ એવું તો નો કરાય. રાખ તારી

પાંહે. કાં પાસા મોકલી દે. તને સૂઝે ઈ કરજે.'

'મને સૂઝે છે કે પૈસા તમને પહોંચાડવાની મારી જવાબદારી છે. હું તો લક્ષ્મીને આપું છું. તમારે કરવું હોય તે કરજો.' મેં જરા ગુસ્સે થઈને કહ્યું અને પૈસા લક્ષ્મીને આપ્યા. પડીકું ઓઢણાને છેડે બાંધતાં લક્ષ્મીએ કહ્યું, 'હવે હાલો, વાળુ કરી લ્યો. મારે ઘણાં કામ સે.'

વિક્રમ અંદરથી થાળીઓ અને તાંસળી લઈ આવ્યો અને લક્ષ્મી પાસે મૂકતાં બોલ્યો, 'લે હાલ. પીરસ.'

જમીને ભગતે થોડાં ભજનો સંભળાવ્યાં. મારું મન આઈમા સૂઈ જાય તે પહેલાં તે પ્રદર્શન મૂકીને આવતાં કેમ રહ્યાં તે પૂછું કે ન પૂછું જેવી ગડમથલમાં હતું. અંતે હું ઊઠીને આઈમા પાસે ગયો.

આઈમાએ કહ્યું, 'આવ્ય. બેહ. તું તો તે 'દી રાત્ય જાગીને મને સિતર કઢવી ગ્યો ઈ ગ્યો.'

'હા. એ પછી છેક આજે અવાયું. અમદાવાદમાં તમારો ઇન્ટરવ્યૂ મેં જોયો. મજા પડી' મેં કહ્યું અને વાતના અનુસંધાને જ મનમાં હતી તે વાત પૂછું તે પહેલાં ઝાંપો ખખડ્યો અને એક ફૂટડા યુવાને પ્રવેશ કર્યો. આઈમા ઊભાં થતાં કહે, 'ઓ હો હો ગઢવી, બઉ દા'ડે દેખાણા !'

યુવાન ગઢવીએ અંદર આવીને ખાસ પ્રકારે નમીને હાથ જોડ્યા અને આઈમાને કહ્યું, 'જે ખોડિયાર. કેમ સે હવે દાનાકાકાને ?'

આઈમાએ હાથ લંબાવીને યુવાનનાં દુ:ખણાં લીધાં અને કહ્યું, 'આવો તો ખરા. જરાક સ્વાહ ખાવ. દાનાને સુવાણ્ય સે ઈમ કેય સે. બાકી દાક્તરું જાણે ને આઈ ખોડિયાર જાણે.'

વિક્રમ ઘરમાંથી પાણીનો કળશો ભરી લાવી આઈમાના હાથમાં આપીને પોતે મહેમાન માટે ખાટલો ઢાળવામાં પડ્યો. મહેમાને પૂછ્યું, 'તે દાનાકાકાયે ઓસિંતાનું દવાખાનું કેમ કરતાં ઝાલ્યું ?'

આઈમા પાછાં આવીને પોતાની જગ્યાએ બેસતાં કહે, 'અમારે તો આવું હાલ્યા કરે. આ જરાક દીપડા હાર્યે બાધણું થૈ ગ્યું. બાકી જાજું કાંય થ્યું નથ.'

આઈમાના આવા જવાબે જ ગોપાલે ફોન પર કંઈક ઝઘડો થયાની વાત કરી હશે તેમ સમજમાં આવતાં હું મનોમન હસી પડ્યો.

ભગત જમીને ઊભા થતા હતા. તેમણે પોતાની થાળી ઉપરાંત બીજાં વાસણો પણ ભેગાં કરવા માંડ્યાં એટલે લક્ષ્મીએ કહ્યું, 'ભગતકાકા તમીં રેવા દ્યો. ઈ બધું હું પતવી દઉં સું. જુવો, ગઢવી આવ્યા સે ઈનીં હાર્યે બાયણે બેહો. ખાટલો ઢાળ્યો

જ સે.'

ભગત ગઢવી પાસે જઈ રામ રામ કહીને બેઠા. લક્ષ્મી વાસણો લઈને એક તરફ જઈ ઊટકવા બેઠી. આઈમાએ કથરોટ સાફ કરાવીને ફરી લોટ બાંધ્યો. હું અંદરથી નવાં ડુંગળી, બટેટાં લાવીને શાકની તૈયારી કરતો આઈમાની સામે બેઠો.

ભગતે ગઢવીને પૂછ્યું, 'કેવાં સે ધંધા-પાણી ?'

ભગતે જે રીતે પૂછ્યું તે પરથી મને લાગ્યું કે ગઢવી માલધારી જેવો દેખાય છે; પરંતુ તેનો વ્યવસાય પશુપાલન નહીં હોય. મને તે ગઢવીમાં રસ પડ્યો પણ તે ભગતની વાતનો જવાબ આપવાને બદલે ભગતના ખભે હાથ મૂકીને બેસી રહ્યો.

આઈમા ચૂલા પાસે બેસીને તે બન્નેને જોતાં હતાં. તેમણે પૂછ્યું, 'કાં, ગઢવી કાંઈ બોલ્યા નંઈ ? ધંધામાં નરવાઈ તો સે ને ?'

ગઢવીએ માથા પર વીંટેલો કટકો કાઢીને ખાટલાની ઈસ પર મૂકતાં કહ્યું, 'નરવાઈ તો સે. ધંધાનું ધંધા જેવું. આજ હોય કાલ્ય નો હોય. રોટલા-પાણી સ્હારી રીત્યે નીકળી રેય.' પછી વાળ સરખા કરતાં કહે, 'ધંધા વાંહે જટલું ભાગીયેં અટલું ઈ કામી દેય. મારાથી ભગાય ઓસું. આ વાંકાનેર દરબારે સાર-પાંસ ગાયું મગવી સે. ઠેઠ વડોદરેથીય લોક ગય્રની ગાયું મગવે સે; પણ હવે ઘેર બાપા ર્યા એકલા. ઈને મેલીને લાંબે જાવું હોય તોય જાવું કેમ ? પાસું આયાંય ગાયું ગોતવા રખડવાનું. ગાયું ગોતું તયેં ન્યાં પોગાડું !'

વિક્રમે ગઢવીની વાતમાં સૂર પુરાવતાં કહ્યું, 'વળી, એમ લીધા ભેગી ઘરાકને વળગાડીય નો દેવાય. દહ દિ' ઘેર રાખીને કેવીક સે ઈ જોવુંય પડે. ઈમાં ક્યાંક ખોટાની ઝપટે સડી ગ્યા તો લીધી ગાયું માથે પડે. ઈનોં કાંય નિકાલ નંઈ.'

'ઈ તો ગાયુંનાં ને મારાં નસીબ.' વિક્રમની વાતનો જવાબ આપતાં ગઢવીના અવાજમાં સહેજ ધ્રુજારી સંભળાઈ.

આઈમાએ ગઢવી તરફ જોતાં કહ્યું, 'જીનેં ઘેર ગાવડીયુંની સેવાનાં પુન થાતાં હોય ઈનાં નસીબમાં કાંય ખોટ નો હોય.'

આઈમાના શબ્દો સાંભળતાં જ ગઢવીનું મોં ઝંખવાઈ ગયું. કંઈક બચાવમાં કે કંઈક અસમંજસમાં તે બોલ્યો, 'સેવા તો ઠીક. હું તો ગાયું પાળતો નથ્ય, વેસું સું. હા, નબળા પાંહેથી લઉં ને જીનેં ઘેર કાં'ક સ્હારી સેવા પામે ઈનેં દઈ દંવ. અટલા કામનાં પુન મળતાં હોય તો મળે, નો મળે તો કાંય નંઈ. બાકી આઈમા, તમારા સ્હમ ખાઈને કંવ સું, આજ લગી મારા હાથે, જીમાં ગાયુંનો કે બીજાં જીવનો વસાર નો હોય ઈવું કામ થ્યું નથ. ગઢવીને ઘેર જનમ લીધો સે ઈનેં લજવ્યો નથ્ય.'

આઈમાએ કહ્યું, 'ઈવું માનવું સ્હાસુંય હશે; પણ તમે માનો સો. જીને માનવું

જોવે ઈ તમારું નો માને ન્યાં લગણ કેમ કરવું ?'

કેટલીક વાર માણસને કોઈ અનુસંધાન વગર સંભળાતી વાતોમાં પણ રસ પડતો હોય છે એટલો રસ મને અત્યાર સુધી પડતો હતો. હવે આઈમાએ જે કહ્યું તેનાથી મારા મનમાં જિજ્ઞાસા પણ જાગી. એ વૃત્તિને સતેજ કરતો હોય તેમ ગઢવીનો જવાબ આવ્યો, 'ઈ તો મારાં કરમ કે હું કાંઈ સ્હમજાવી નો હક્યો. ને ઈવડાં ઈનેય 'માથે રઈને ગાયુંનો ધંધો કરી નાખ્યો.' ઈનાંથી આગળ કાંય કરતાં કાંય બોલવા કે સ્હાંભળવાની વાત જ નોતી. પસે થ્યું કે આમાં હવે તો ખોડિયાર કરે ઈમ થાવા દ્યો.'

'એમ થાવા દેવાની વાતું નો કરાય. હવે હાલો વાળુ કરી લ્યો. પસી મને ક્યો કે મૂળે વાત સ્હું સે. પસી વાતનો કાં'ક ઉગારો જડે તો ગોતિયેં. આમનામ તો બેય જણ રખડી રે'શો.' આઈમાએ કહ્યું.

મારી સ્મૃતિમાં લાજો ઝબકી. તેણે કહેલું, 'મેં તો મારા મનથી ઉકેલ્યું'તું કે સાંસીનો ગઢવી જંગલખાતામાં સ્હામટી સ્હાત ગાયું સ્હાવજને મોઢે ગયેલી લખાવે ઈ કેવું ? 'ને સ્હામટી એટલી ગૈ હોય તોય કાંય સ્હાવ અમથી નથ્ય ગય. કોકે દીધી હોય તો જ જાય.'

માનું કે ન માનું; આ આખી વાતનો સંબંધ આ ગઢવી અને સાંસાઈના સંબંધો, સાંસાઈના વટ અને બીજી કેટલીયે અણઊકલી વાતો સાથે છે. મારા ઘણા પ્રશ્નોનો જવાબ જડવાની આશાએ મેં ગઢવીની થાળી તૈયાર કરતાં કહ્યું, 'સાચી વાત છે. બે જણાનું બગડતું હોય તો આપણે ઉકેલ શોધવો જ જોઈએ.'

આઈમાએ એકદમ મારા સામે જોયું. ગઢવી પણ જોઈ રહ્યો. મને લાગ્યું પૂરી જાણકારી અને દેખીતા કારણ વગર મારે એ બેઉની વાતમાં પ્રવેશવું જોઈતું નહોતું. હું અસુખ અનુભવું તેવી સ્થિતિમાં મુકાઈ ગયો. ત્યાં આઈમાએ વિક્રમને બોલાવ્યો અને કહ્યું, 'ભરથરી, તું આંય સ્હામો બેહ. ગઢવીનું ભાણું સ્હાંસવ. ન્યાં લગણ હું મારાં કામ પતવી લંવ.' પછી મારા તરફ ફરીને બોલ્યાં, 'તું થા ઊભો. ભરથરી તને આતાને રૂખડે લઈ ગ્યો તો ને ? ઈનાં તેં સિતર કાઢ્યાં સ ઈ બતાડ્ય. પસી હુંય તને મારાં સિતર બતાડું.'

આઈમાની જટાજાળ આટલી ફેલાયેલી છે તે જોઈને મને નવાઈ લાગી. સાથે સાથે મને એવું પણ લાગ્યું કે આઈમાને મારાં ચિત્રો જોવાનું અને પોતાનાં ચિત્રો બતાવવાનું મન હોય કે ન હોય, તેઓ મને અહીંથી દૂર ખસેડવા ઇચ્છે છે !

હું અને આઈમા ઓટલે બેઠાં. ફાનસને અજવાળે મેં મારાં આજે દોરેલાં ચિત્રોમાંથી રવાઆતાનું એક ચિત્ર કાઢીને આઈમાને બતાવ્યું. તેમણે ધ્યાનથી જોઈને

કહ્યું, 'તે તું તો ઘંટલાના લગન ટાણાં સીતરવાનો હતો ને !'

'હા.' મેં કહ્યું, 'પણ પછી આ દોરાઈ ગયું.'

'કાંય વાંધો નંઈ. લગનનાં સીતર હું તને બતવીસ. પેલાં તારાં સીતર જોઈ વળું પસી બધી વારતાયું માંડીયેં.'

'વાર્તા કે વાત ?' મેં હસીને પૂછ્યું.

આઈમા પોતાનું માથા-ઓઢણ સરખું કરીને ગોર મહારાજ અને રવાઆતાવાળું ચિત્ર હાથમાં લેતાં કહે, 'આંખ્યે ભાળ્યું નો હોય, આપડા હોતાં બન્યું નો હોય ઈ સંધુંય સ્હાંભળીયે, ને માનીયેય ખરાં તોય, ઈનેં વાત તો નો જ કેવાય ને ? આવી સ્હંધી વાત્યુંને વારતાયું જ કેવાય.'

એક પછી એક ચિત્રને ધ્યાનથી જોઈને આઈમાએ ઊંડો શ્વાસ લીધો અને મને કહ્યું, 'તને અટલી બધી ખબય્ર પડે સે તોય અથરો સ્હું કામ થઈ ગ્યો ?'

આઈમાના મારાં થોડી વાર પહેલાંના અનધિકાર ઉચ્ચારણો વિશે કહે છે તે હું સમજી શક્યો. મેં કંઈ જવાબ ન આપ્યો. નીચે મોંએ બેસી રહ્યો. આઈમા આગળ બોલ્યાં, 'હવે હાલ્ય, મેંય આની વારતાયું સીતરી સે ઈ તને બતવું.'

આઈમાએ પટારો ખોલીને પીળા પડવા આવેલા કપડાનો વીંટો બહાર મૂક્યો અને મને કહ્યું, 'આ જોતો જા. કયેંક ઘંટલા-ઘંટલીને માથે આંટો મારીયાવ. પસી તને સ્હૂઝે ઈ માંડ.'

મેં કહ્યું, 'એ તો કરીશ; પણ તમે સામે બેસીને બતાવો અને વાર્તા પણ કહેતાં જાઓ. એ વગર હું ચિત્રો જોઈશ તોપણ જાતે દોરી નહીં શકું.'

'હાલ હવે, પાસો ઘેલો થાતો !' આઈમાએ કહ્યું અને વાર્તા માંડતાં હોય તેમ બોલ્યાં, 'હું તો બવ નાની. મેં રવાઆતાને જોયા તયેં તો ઈ ડોહા થૈ ગ્યા'તા. ઈનીં જુવાનીની વાત્યું મેં મારી સ્હાસ્હુ પાંહેં સ્હાંભળીને આ સીતરું કાઢ્યાં સે.'

'હા. તો પછી કહો. તમારાં ફુઈએ તમને કહેલી વાત આજે તમારા મોઢે મારે સાંભળવી છે.' મેં કહ્યું.

॥ ૨૫ ॥

આઈમા કહે છે કે તેમણે રવાઆતાના ઘણા પ્રસંગોની વાર્તા પટ્ટચિત્રોમાં આલેખી છે. એક એક પટ ઊખળતો જાય છે અને આઈમા એ પ્રસંગને નજરે જોતાં હોય તેવી અદાથી તેની વાત કરતાં જાય છે.

મેં ચીતરેલો રેલના પાટે પાટે ચાલ્યો જતો અંધ યુવાન રવો આઈમાએ પોતાના ચિત્રમાં સતાધારના સ્ટેશને પહોંચેલો દર્શાવ્યો છે. અહીં કોઈ અધિકારી જેવો દેખાતો પુરુષ રવા સાથે વાતો કરે છે.

આઈમા પ્રસંગનું વર્ણન કરતાં કહે, 'રવાઆતા કે'તા કે સતાધાર પોગતાં ઈનેં કો'ક ભેગું થ્યું 'તું.'

એ અજાણ્યો જણ રવાને રોકે છે, 'સુરદાસ, આમ ક્યાં હાલ્યા ?'

'જાવું તો જૂનાણે. લાટને મોઢામોઢ થાવા.' રવાએ જવાબ આપ્યો.

'આમ હાલતાં ?' પૂછનારાને નવાઈ લાગી, 'પગપાળા કેમ કરીને અને ક્યારે પોગશો ? અને લાટને તો ઠીક નવાબ સાહેબને મળવામાં પણ કેટલા વીસે સો થાય, કાંઈ ખબર પડે છે ?'

રવાએ મક્કમતાપૂર્વક કહ્યું, 'ખબર તો અટલી સે કે જૂનાણેં પોગવું સે ને લાટને ભેગા થાવું સે. બાકીની ખબય્ર ઠાકર રાખસે.'

પૂછનારાએ વિગત જાણવા કર્યું, 'તે લાટને મળીને તમારે શું ગરાસ લઈ

લેવાનો છે ?'

રવાએ શાંતિથી કહ્યું, 'ગરાસ તો અમારે માલધારીએ સું લેવાનો હોય ? અમારાં માલઢોર ઈ અમારો ગરાસ. હું તો ગય્રના રાજાનો ગરાસ લૂંટાવા બેઠો સે ઈનેં રોકવા જાંવ સું.'

સાંભળનારાને હવે નવાઈ લાગી : 'કોણ રાજા ? નવાબ સાહેબ ઉપર ગીરમાં વળી નવો રાજા ક્યાંથી પાક્યો ?'

'નવાબ તો ઠીક, જૂનાગઢ માથે રા જેવા રા નો'તા ઈ પેલાંનો રાજા. ભગવાને, જીનાં નામે ગય્ર જાવા ચાંદા દિવાકર લખી દીધી સે ઈ રાજા. ગય્રનો સ્હાવજ. નવાબસાય્બ લાટને સિકારે લયાવવાના સે. મારે ઈ થાવા નથ્ય દેવું.'

સાંભળનારને આ અંધ યુવાન કંઈક જુદો લાગ્યો. તેણે કહ્યું, 'તમારે કાલ જૂનાગઢ પહોંચવું હોય તો ગાડીએ જ બેસવું પડે. હું તમને લઈ જઉં. મેં તમને ભજન સંભળાવવા મારા ડબામાં બેસાર્યા છે એમ કહું તો તમારે કંઈ બોલવું નહીં. જૂનાગઢ પહોંચ્યા પછી હું મારે રસ્તે અને તમે તમારે. મારું નામ ક્યાંય આવવું ન જોઈએ. હું તમને લાવ્યો એ ખબર કોઈને ન પડે.'

'હું તમને ઓળખતો નથ્ય. હું તમને ભાળી હકું એમેય નથ.' રવાએ કહ્યું, 'ભેગો લઈ જાવ તો લઈ જાવ તમારી મરજીએ. નકર હું તો હાલતો પોગવાનો સું. ગાડીયું પોગે સે ને ? હુંય પોગી જાઈસ.'

'ચાલતા જૂનાગઢ પહોંચશો તે પહેલાં તો સાહેબ શિકાર ખેલીને જતા પણ રહેશે.'

રવાની જૂનાગઢ સુધીની ટિકિટ કોણે કપાવી, કોણે તેને જૂનાગઢમાં શાહી મહેમાનના મહેલ સુધી પહોંચવાનો રસ્તો બતાવ્યો ? કોઈને ખબર નથી. ખબર એટલી ફેલાઈ કે ગીરના કોઈ નેસમાંથી એક આંધળો માલધારી લાટને મળવા આવ્યો છે અને લાટના ઉતારાને દરવાજે ચોપદારોનો રોક્યો, ભૂખ્યોતરસ્યો, રસ્તા પર પડી રહ્યો છે.

નવાબને ખબર પડી. દીવાનને મોકલ્યા. દીવાન જાતે ચારણ સામે હાજર થયા અને કહ્યું, 'સુરદાસ, આમ અંગ્રેજ સાહેબના ઉતારા સામે રસ્તા પર પડી રહો તો જૂનાગઢનું નાક કપાય. તમારે જે ફરિયાદ હોય તે મને કહો. હું તમારી રાવ ન રહે તેવો પ્રયત્ન કરીશ.'

રવો અવાજ ઓળખી ગયો પણ દેખાવા ન દીધું. એટલું જ બોલ્યો, 'રાવ-ફરિયાદ તો કાંય નથ્ય બાપલા. બસ લાટને મળવું સે ને મનની બે વાત્યું કરીને વયા જાવું સે. ઈનેં કેવરાવો કે આંધળો માલધારી મળવા આવ્યો સે. તમે નૈ કેવરાવો

તો જીની હાર્યે આંય આવ્યો ઇ જણ તો કાંક કરશે.'

'તે તમને લાવ્યું કોણ ?' દીવાને સભય પૂછ્યું. 'કાળિયો ઠાકર.' રવાએ કહ્યું.

દીવાને કહ્યું, 'અંગ્રેજ સાહેબને મળવાનું એમ ગમે તેમ ન કહેવાય. ખુદ નવાબ સાહેબને મળવું હોય તોય સમય માગવો પડે. તમે સીધી રીતે ઊભા થઈ જાવ નહીંતર મારે કેદ કરીને લઈ જવા પડશે.'

'કાંવ ગુનાની કેદ ?' રવો હિંમત ન હાર્યો, 'એક માણાં બીજા જણને મળવા માગે ઈમાં કાંય ગનો બનતો હોય, જૂનાગઢ રાજમાં, તો તમે દીવાન સો. કેદ કરી લ્યો.' કહીને ચીમકી ઉચ્ચારતો હોય તેમ આગળ બોલ્યો, 'ને પસી તાં હુંય સારણ સું.'

દીવાને જઈને નવાબને બધી વાત કરી અને આવી બાબતમાં ચારણ અને તેમાંયે અંધ ચારણને છંછેડવા પહેલાં જરા વિચાર કરી લેવા અને નગરશેઠ કે અન્ય મંત્રીઓ સાથે ચર્ચા કરી લેવા સૂચવ્યું.

નવાબે કહ્યું, 'બધાને ભેળવવા નથી. હમણાં કશો તાયફો નથી કરવો. એમ કરો, કાલ સવારે સાહેબને સાસણ જવાનું છે. એ વખતે પાછલે દરવાજેથી બહાર લેજો. ચારણ ભલે આગલા દરવાજે પડ્યો રહેતો. સાહેબની નજરે ન ચડે એટલે બસ. પછી તો ચારણને કહેવરાવી દઈશું કે સાહેબ તો ગયા. એય થાકીને પોતાની મેળે જતો રહેશે.'

રાતે અંગ્રેજ સાહેબ દીવાનજી સાથે ઉતારાની આગળના બાગમાં લટાર મારવા નીકળ્યા. દરવાજા બહાર, રસ્તા પર બેઠેલા અંધ ચારણને જોયો. નાનું લોકટોળું પણ દીઠું. દીવાનને વિગત પૂછી.

દીવાને અજાણ્યા થઈને ચોપદારને બોલાવ્યા, 'ત્યાં શું થાય છે, કોણ છે આ બધા ?'

ચોપદારો મૂંઝાયા. અંગ્રેજ સાહેબની હાજરીમાં દીવાનને જવાબ દેવો તોપણ શું દેવો ? ગોટા વાળતા હોય તેમ કહ્યે ગયા. ત્યાં ચારણે જોરથી બૂમ પાડીને કહ્યું, 'લાટને મળવા આંય પડ્યો સું. આ તમારા દરવાનોનો રોક્યો. માલીકોર આવી નથ હકતો.'

સાહેબ બીજું કંઈ સમજે કે ન સમજે. લાટ તો તેમનો જાણીતો શબ્દ હતો. તેમણે દીવાનને કહ્યું, 'એને અંદર લાવો અને દુભાષિયાને પણ બોલાવો. હમણાં જ. અબી ને અબી.'

અંધ ચારણને દરબારી ઉતારામાં લાવીને સાહેબ સામે રજૂ કરાયો. આંધળો માણસ છેક ગીરમાંથી એકલો ચાલીને જૂનાગઢ પહોંચ્યો છે તે જાણીને જ સાહેબને

નવાઈ લાગી. તેણે ચારણને પુછાવ્યું, 'આમ શા માટે આવવું પડ્યું, શું દુઃખ છે, રાજની કોઈ હેરાનગતિ છે, કાંઈ કેર થયો છે ?'

ચારણે કહ્યું, 'કેર તો બાપ કાંય થ્યો નથ્ય. થાવાનો સે.'

'શું છે ? સાહેબ સમજી શકે તે રીતે. ગભરાયા વગર માંડીને વાત કરો.' દીવાનજીએ વચ્ચે પડતાં કહ્યું.

ચારણે ખોંખારીને ગળું સાફ કર્યું. પછી કહ્યું, 'લાટસાય્બ બંધૂકું લઈને ગય્રમાં પધારવાના સે; ઠીક સે. તમારું રાજ સે. ફાવે ઈ કરો. પણ હવે અમીં ર્યા માંડ પનર-વીહ જણાં. તમેં તો વયા જાહો પણ પસી અમારો વંશ બાકી નંઈ રેય.'

'હું ગીરમાં તમને, માણસોને મારવા આવું છું એવું તમને કોણે કહ્યું ?' સાહેબને આવો આક્ષેપ અસહ્ય લાગ્યો.

ચારણે કહ્યું, 'મેંય ક્યાં કીધું કે તમીં માણહું મારવાના સો.'

સાહેબને કંઈ સમજાયું નહીં. તેણે પૂછ્યું, 'અમે પંદર-વીસ જેટલાં જ છીએ અને અમારો વંશ પૂરો થઈ જશે એવું બધું તો તમે બોલ્યા.'

'ગય્રમાં જીવ માતરની એક જાત્ય ને એક વંશ. આવું નો માનીયે તો ન્યાં રઈને જીવી નો હકાય.' ચારણે કહ્યું, 'ગય્ર અને ઈનાં જીવને આધારે અમીં સંઈ અને અમારે આધારે ઈ સ્હંધાય સે. તમીં ઈનેં મારો કે અમને, સ્હંધુંય એકનું એક. ગય્રમાં સ્હાવજનાં પૂંસડાં સે તો અમીં સંઈ. પસી તો અમીંય નંઈ હોઈ.'

સાહેબે થોડો વિચાર કરીને કહ્યું, 'એટલે કે મને શિકારે જવાની ના કહેવા જ અહીં સુધી આવ્યા ?'

ચારણ તોળી તોળીને બોલતો હોય તેમ બોલ્યો, 'ના પાડનારો હું કોણ ? તમને ના પાડવાનો અરથ સ્હોત કાંય નથ્ય ઈય જાણું સું. હું તો અટલી વાત્ય કરવા આવ્યો સું કે હવે ગય્રમાં પંનર-વીહ માંડ બાકી ર્યા. હવે તમે આવીને બંધૂકું ફોડી લ્યો ઈ છેલવેલું. ઈનાં પસી તમારે સિકારે તો ઠીક, જોવા આવ્વા જેવુંય કાંય બાકી નંઈ રેય.'

સાહેબે શાંતિથી વાત સાંભળી અને કહ્યું, 'ઠીક છે. બીજું કંઈ કહેવાનું ન હોય તો તું હવે જઈ શકે છે.'

ચારણ જવા વળ્યો હતો તે રોકાયો અને કહ્યું, 'બીજું તો મારા વડવા મને કે'તા ગ્યા સે ઈ વાત કરવી'તી રજા હોય તો.'

'રજા છે.'

તો હું કે'તો જાંવ સું ઈ સ્હાંભળી લ્યો. અમારા બાપ-દાદા કે'તા કે પ્રથમીં શેષનાગને માથે રઈ સે. ઈની નીસે કાસબાનો ટેકો સે. માણાં ક્યો કે અસુર, કેર

ગુજારે ઈનોં ભાર આ બેય માથે પડે.'

આઈમા મને ગોરા સાહેબનું અને અંધ રવાનું ચિત્ર બતાવીને રસાળ ચારણી શૈલીમાં વાત કર્યે ગયાં. જાણે તે પોતે જ રવાઆતો બનીને અંગ્રેજને મળવા ગયાં હોય !

હું તલ્લીન થઈને સાંભળતો હતો, 'કાચબાથી ખમાય ન્યાં લગણ તો ખમી ખાય. ઈનીં હદ પોગે તયેં કાસબો ને નાગબાપો બેય પ્રથમીંને કેય દે કે, 'માડી હવે ભાર નથ્ય ખમાતો. આનો તું કાં'ક નીવેડો કય્ર. તયેં પસી ધરતી ધા નાખે 'ને કો'કનું કો'ક પ્રગ્ટે. ઈ માસલી થાય, વારારૂપે હોય કે નરસીં અવતારે. મૂળે ઈનું કામ પ્રથમીંનાં દઃખ ફેડવાનું. તો લાટસાય્બ તમે માનો કે આજે ધરતી આંધળો સારણ બનીને ઊભી થઈ સે. એનું દખ ફેડવું નો ફેડવું ઇ ઠાકર માથે રાખીને હું જાંવ. મારું કામ પૂરું થ્યું.'

ધરતીએ ગાયનું રૂપ ધર્યાની કલ્પના મેં સાંભળી છે. મહાકચ્છપની પીઠ, શેષની ફણા કે દિક્પાલ ગજરાજોનાં મસ્તક આ મેદિનીનો આધાર હોવાની વાતો મારા માનસપટ પર અંકાયેલી છે. મારી સ્મૃતિઓમાં મત્સ્ય, વરાહ અને બીજાં સ્વરૂપો પણ છે. તોપણ આઈમાએ રવા આતાએ કહેલી આ વાત નહોતી કરી ત્યાં સુધી મેં વિચાર્યું પણ નહોતું કે આ બધી વાતોનો સંબંધ ઈશ્વરીય બાબતો સાથે છે તેના કરતાં વધારે આ પૃથ્વીની પીડા સાથે છે.

'આ સેલ્લું સિતર જોઈ લે. પસી તારે નિરાંત.' કહીને આઈમાએ એક બીજો પટ ખોલ્યો. ચિત્રમાં કેટલાક લોકો ખાટલા પર, પાથરણા પર, વૃક્ષના બહાર ઊપસેલા મૂળ પર જાણે સભા કે કોઈ પ્રસંગે એકઠાં થયાં હોય તેવા બેઠેલાં, ઊભેલાં દોર્યાં છે. એક તરફ સ્ત્રીઓ ગરબા લેતી દર્શાવી છે.

આઈમા કહે, 'આંયાં, ગય્રમાં લાટની વાટ્યું જોવાતી'તી. નવાબી ખાતાના અફસરું આવી ગ્યા. સિકારી સ્હંધા સ્હાવજું ગોતવા મંડ્યાં. સાસણ બંગલે બકરિયું ને મરઘિયું પોગાડાતી ગઈ. થાણદારું ને રેલ ગાડિયુંવાળાં પોતાનાં કપડાં ઉજાળવામાં પડ્યાં'તાં. ઓલીકોર રવોઆતો લાટને મળવા ગ્યો ઈ હજી પાસો વળી આવ્યો નો'તો.

ઈમાં જૂનેગઢથી નવાબની ટપાલ લઈને દીવાન પોત્યે સાસણ પોગ્યા. સ્હંધાયને હરુભરુ હાજર ફરમાન કરીને ટપાલ વંસાણી : અંગરેજ સાહેબ બા'દુરની વિ઼નંતી કબૂલીને નવાબ સાહેબ ફરમાન કરે સે કે આજ પસી ગય્રમાં સિકારની બંધી પાળવી. બીજું ફરમાન જંગલખાતાના ઉપરીને ઈ કે હાલની તારીખે ગય્રમાં કેટલાં સ્હાંવઝું, સિંહણું, પાઠડા ને બસાં સે ઈનોં જડબેસલાક, ગણતર હિસાબ કરીને અંગરેજ બા'દુર જૂનેગઢ છોડે ઈ પેલાં લેખતમાં રજૂ કરવો. ઈ હિસાબ રાજના સોપડે નોંધાવવો.'

મને ચિત્ર અને વાત વચ્ચે સુમેળ જેવું ન લાગ્યું પણ આઈમાની વાત હજી પૂરી નહોતી થઈ, 'રવોઆતો જી કામે ગ્યો ઈ ફળ્યું અટલે આયાં આતાને ઘેર અમારું લોક થ્યું ભેગું. આ ઈનું સીતર સે.'

'પણ આમાં રવાઆતા ક્યાં ?' મેં પૂછ્યું.

'ઈ તો આવ્યો બધાં પાસાં ઘેર જાવાની તિયારીમાં હતાં તયેં. આવીને કેય કે જૂનેગઢથી સીધો નીકળી ગ્યો'તો દુવારકા. ઠાકરને પગે લાગવા.'

આઈમાનાં ચિત્રો તેઓ જે કલ્પે છે તેનાં નહીં, પોતે જે માને છે તેનાં છે. કદાચ એટલે જ કશી રંગપૂરણી વગર, કપડાં પર દાતણ કે સળી પર રૂ વીંટીને દોરાયેલાં ચિત્રો પણ આટલાં રોમાંચક અને પ્રભાવશાળી છે.

રાત્રે મને ઊંઘ ન આવી. ગઢવીની વાતને લાજોવાળી વાત સાથે અને તે રીતે સાંસાઈ સાથે સાંકળતી કોઈ શોધ કરવાની મારી વૃત્તિ પણ શમી ગઈ હતી. પરોઢનું અજવાળું ફૂટ્યું અને હું મારા ચિત્રકામનાં સાધનો લઈને ચાલતો થયો. સૂર્યોદય થતાંમાં અધોડિયે પહોંચીને મેં મારું ફલક ગોઠવી લીધું. રંગો મેળવતાં મને આજ સુધી રવાઆતા વિશે સાંભળેલું બધું યાદ આવતું ગયું. રંગમાં પીંછી બોળી ત્યાં સુધીમાં તો રવાઆતાએ મારા મનનો કબજો લઈ લીધો હતો.

મારે ઘંટલા ઘંટલીના લગ્નનું ચિત્ર દોરવું હોય તો મારે તે બેઉ ટેકરીઓને તેમનાં લગ્ન કરાવી શકાય તેવી હોવાનું માનવું પડશે. માત્ર મોજ ખાતર નહીં, પૂરા સત્યાર્થથી.

મને જાણે નજરે દેખાય છે કે રવાઆતાને ઘરે એકઠાં થયેલાં લોકો વિદાય લે તે પહેલાં રવોઆતો પરત આવે છે. લોકો તેને મળીને અભિનંદન આપે છે. કોઈ કવિહૃદય છંદ બોલીને બિરદાવે છે. રવો સહુને હાથ જોડીને એક રાત રોકાઈ જવા વીનવે છે. 'એક રાત્ય રોકાઈ જાવ. મેં ગોરબાપાને વસન દીધું સે. ઘેર પરસંગ નોતરીસ ને નાતની પેરામણી કરીસ. ગોરભાનું દાપુંય દેવાનું સે. રોકાવ તો કાલ હવન કરીને ઊજવી નાખું.'

'હવનમાં પેરામણી નો હોય રવા. સોકરા-સોકરીના લગનમાં હોય. હવે તો તારા સોકરાને જોઈ ને ઈનાં લગનમાં આવીયેં તયેં વાત્ય. અટાણે સ્હંધું બાકી.' કોઈ મિત્રે કહ્યું.

રવો બોલનાર તરફ ફર્યો અને કહ્યું, 'તમીં બધાય ક્યો સો પણ મારું આંધળાનું નિમ સે. હું કોયનું જિવત્ય નંઈ બગાડું.'

'તો કોકને દત્તક લે.' કોઈકે સૂચન કર્યું.

વાત ચાલતી હતી તે દરમિયાન થાણદાર આવ્યા અને કહ્યું, 'તમારામાં રવો

ચારણ કોણ છે ?'

'હું સું બાપ !'

'ચાલ, તને દીવાન સાહેબ સામે હાજર કરવાનો છે.' થાણદારે કહ્યું.

'હાલો. ક્યાં સાસણ જાવાનું સે ?' રવાએ પૂછ્યું.

થાણદારે કહ્યું, 'દીવાન સાહેબ બીલેશ્વર પધાર્યા છે, ત્યાં.'

રવો સાથીદારો તરફ ફર્યો અને કહ્યું, 'ઘડીક થોભી જાવ. આ મંદિર સુધી જાતો આવું.'

બીલેશ્વરના ઉતારામાં રવાને એકલો દીવાન સામે હાજર કરાયો. દીવાને કહ્યું, 'રવા. જૂનાગઢ રાજ્યે તને ઇનામ આપવું જોઈએ. પણ અત્યારે તો હું એવી ગોઠવણ કરી શકું એમ નથી. તો પણ મારે તને કંઈક આપવું છે. મારાથી અપાય તેવું કંઈક માગી લે.'

'ઘણી ખમા દીવાન સાહેબને. મેં ક્યાંય માગ્યું નથ્ય. આજે ક્યો સો તો માગું સું કે તમે ઘંટલી દત્તક લ્યો. ઈનેં દીકરી કરો. ઘંટલો મને દત્તક દ્યો.'

'ઘંટલી ! કોણ ઘંટલી ?' દીવાને નવાઈથી પૂછ્યું.

'સાસણ પાંહે બે ટેકરિયું સે. ઘંટલો ને ઘંટલી. ટેસન માથેથી ભળાય સે.' રવાએ કહ્યું.

'ઘંટલો તો તને દત્તક આપ્યો. પણ મારે ઘંટલી શા માટે લેવાની ?'

રવાએ પોતાના અંધાપાને કારણે અપરિણીત રહેવાના કરેલા નિર્ણય વિશે વિગતથી વાત કરી. લગ્ન માટે મિત્રોનું દબાણ અને ગોર મહારાજે કહેલાં વેણ વિશે પણ કહ્યું, 'મારે ઘંટલાનાં લગન લેવાં સે; પણ ઈનેં દીકરો નો કરું ન્યાં લગણ ઈનાં લગન કેમ કરું ? લોક કેશે, કાંય સ્હગાઈ વગર તે કોઈ કોકના લગન કરાવે ?

ખાલી ખાલી ખેલ પાડ્યાનું આળ માથે નો પડે ઈ વાત્યે ઘંટલો હું ખોળે લઉં. હવે ઘંટલાને ખોળે લંવ તોય ઈનેં કન્યા કોણ આપે, કન્યાદાન કોણ દેય ?' કહીને ઉમેર્યું, 'નાત વેવારે ક્યાંક ગ્યા હોંઈ, ક્યાંક જમ્યાં હોઈ. સ્હંધાયનું દેણું સે. ભર્યા વગર મરવુંય કેમ ?'

દીવાન હસ્યા અને કહ્યું, 'ભલી કરી ચારણ, જૂનાગઢના દીવાનની દીકરી લઈ જવી છે ? ભલે. આવતી પૂનમે જાન જોડ. હું જાતે કન્યાદાન કરીશ. તારા સગાને કરિયાવર અને તારા ગોરને એ ધરાઈ જાય એટલું દાપું મળી જશે. જમણવાર એકલો તારા તરફથી.'

પાછા ફરીને ઘરે રાહ જોતાં મહેમાનોને મળતાં વેંત રવાએ કહ્યું, 'આજ તો જાવા દંવ સું; પણ આવતી પૂનમે સ્હવારથી અધોડિયે ભેગા થાજો. તેદી સ્હાંજે કંકોતરી

વંસાહે. અને રાત્યે મારા સોકરાનું લગન થાહે.'

'ન્યાં અધોડિયે કોને ફળિયે માંડવો નાખીસ ?' ભાઈબંધોએ પૂછ્યું.

'ગય્રમાં લગન હોય તો આકાસ વિનાં બીજો માંડવો નો હોય. તમ તમારે થાજો ભેગાં. કોયને કાંય હાલાકી નંઈ પડવા દંવ.' રવાએ વિદાય આપી. કોનું બાળક દત્તક લેવાયું કે લેવાશે તે વિશે ચર્ચાઓ કરતાં મિત્રો પરસ્પર સાશંક મને છૂટા પડ્યા.

બસ, અહીંથી આગળ મારી પીંછી કામ નથી કરતી. હું કલ્પી શકું છું પણ દોરી નથી શકતો. નાત વહેવારો પૂરા કરવા માટે રવો પોતાની પ્રિય ભેંસોમાંથી કેટલી, કોને વેચે ? માનું અને પોતાનું ભરણ-પોષણ થાય એટલું શું બચાવી રાખે ? એ બધું ચીતરવા મારે અનેક જન્મો લેવા પડે.

આ પછીયે તે પૂનમે આકાશી મંડપ તળે સવારથી ભેગાં થયેલાં જનોએ સાંજ સુધી કરેલી અટકળો ચીતરવા હું સમર્થ નથી. સાંજે કંકોતરી વાંચનાર ગોર અને સાંભળનારાં સગાં-સંબંધીઓના મુખ પર છવાયેલું આશ્ચર્ય મારી પીંછી નહીં ઝીલી શકે.

એ બધાથી ઉપર, રવાએ ઘંટલા-ઘંટલી પર ઢોર નહિ ચારવાનું માગેલું વચન સ્વીકારતાં જનોનો ઉમંગ અને આવા અલૌકિક લગ્નમાં હાજર રહ્યાના આનંદ અને ગર્વને ફલક પર ઉતારતાં મને નથી આવડતું. આવા સમયે કન્યા અને વરના પિતાનું અસ્તિત્વ દોરવું એ તો આ સર્વથી અઘરી વાત છે.

અને પેલા અજાણ્યા કવિનું કવન

ઘંટલો પરણે ઘંટલીને અણવર વાહંઢોર
હીરણ મેઘલ જાનડિયું ને ગીરમાં ઝાકમઝોળ !!

રંગોમાં લાવી મૂકવું એ તો !!!

તે સાંજે અધોડિયાની હીરણે જે જોયું હશે તે બધું તો તેના જળ સાથે વહી ગયું. એવું વહી ગયું કે હવે કોઈને જડશે નહીં. તેની માત્ર કલ્પના થઈ શકશે !

મારા મનમાં ગીરમાં પગ મૂકતાં જ જે ચિત્ર દોરવાની ઇચ્છા જન્મી અને ઊછર્યાં કરી તે જ ચિત્ર મેં અધૂરું છોડ્યું.

॥ ૨૬ ॥

જેટલું કામ થયું હતું તેટલું સમેટીને હું ઊભો થયો ત્યાં વિક્રમ આવ્યો. કહે, 'હાલ, જરાક પ્રાચી જાતા આવીયે.'

'જરાક ?' જાણે પડોશીને ઘરે જઈ આવવાનું હોય એટલી સહજતાથી પ્રાચી જઈ આવવાની વાત સાંભળીને મને ચીડ ચડી. મેં કહ્યું, 'તું જઈ આવ. મારે ક્યાંય જવું નથી.'

વિક્રમ હસ્યો. મને કહે, 'મારેય નોતું જાવું. પણ જાવ સું ને ?'

'તારી વાત તું જાણે.' મેં જરા તોછડાઈ વાપરી.

'ઈ તો સે.' વિક્રમે કહ્યું, 'મારી વાત્ય હું જાણું. તારી તું જાણે. પણ આપડે કેટલીક વાત્યું નોય જાણતાં હોઈં.'

'એ બધી જાણવા તું પ્રાચી જવા નીકળ્યો છું ?' મને વિક્રમના રહસ્યવાક્યે ચલિત ન કર્યો.

'આઈમાના કામે જાવાનું સે.' વિક્રમે કહ્યું, 'આઈમાયે તો કાલ સ્હવારે જાવાનું કીધું. કેમ કે હવે બપોર સડી ગ્યા કેડે બસું નંઈ જડે. આ તો એમ થ્યું કે તારી પાહેં ફટફટિયું સે. તું મોય્ર થા તો અટાણે નીકળી જાંઈ.'

'મારે મોર થવાનું એટલે કે હું તારો ડ્રાઇવર. ઠીક છે પણ પ્રાચી અહીંથી કેટલું થાય તે ખબર છે ?'

'ઈનાં કિલામીટર ગણતાં મને નો આવડે.' વિક્રમે કહ્યું, 'અમીં તો હાલતાંય વયાં જાંઈ સંઈ. સ્હવારનાં નીકળ્યાં રાત્યે પોગીં જાઈ.'

'ઠીક છે. હવે કહે, કામ શું છે ?' મેં થોડી તૈયારી બતાવી.

'ન્યાં હવનમાં આઈમાના નામનું ઘી સડાવવાનું સે.' વિક્રમે કહ્યું.

મારો અસબાબ ખભે લેતાં મેં કહ્યું, 'તો તું આઈમા પાસેથી ઘી લઈ લે. હું આ બધું ઘરે મૂકીને બાઈક લેતો આવું.'

'આઈમા પાંહેં ઘી કેવું ને વાત્ય કેવી !' વિક્રમ બોલ્યો.

'તારું નામ વિક્રમને બદલે ચક્રમ કેમ નથી પાડ્યું તેની મને નવાઈ લાગે છે.' મેં કહ્યું, 'જા ઘી લેતો આવ. ફરી આપણે અહીં જ મળીએ.'

'લાજો પાંહેથી ઘી લેવાનું સે કાઠીતડથી.' વિક્રમે જવાબ આપ્યો. 'હું હાલું સ તારી હાય્રે, સાસણ. ન્યાંથી તારી ગાડી લયને કાઠીતડ વયા જાહું. ન્યાંથી ડાયરેક પ્રાચી.'

'ડાયરેક પ્રાચી !' મેં વિક્રમના ચાળા પાડ્યા અને કહ્યું, 'સાસણથી કમલેશ્વર. ત્યાંથી પાછા સાસણ. ત્યાંથી પ્રાચી. ત્યાંથી પાછા સાસણ. તને ખબર છે કેટલું ફરવાનું થાય ?'

'ઈ જી થાય ઈ. જાવાનું તો સે જ અટલે ઈ વાત્ય પતી ગઈ. ડાયરેકનું તો મેં કીધુંને કે કાઠીતડથી ડાયરેક અટલે ડાયરેક. સાસણ નો આવવું પડે. પટણીસર ઉપર થઈને સીધાં સીરવાણ. ન્યાંથી ઊના રોડે. તારે હાલવું હોય તો હાલ.' વિક્રમે કહ્યું.

નવા માર્ગે બાઈક પર જવાનો મોહ અને કાઠીતડમાં લાજોને મળવાનું બનશે એ વિચારે મેં જવાની હા પાડી. વિક્રમે મારો થેલો ઊંચકીને સાસણ તરફ ચાલતાં કહ્યું, 'હાલ તયેં. મોજ આવસે.'

ઘર ખોલીને મેં ટપાલ જોઈ. મિતાનો પત્ર હતો. આ અઠવાડિયે જ તેના ક્લાયન્ટ રાજકોટ આવવાના છે. ગમે ત્યારે મારાં ચિત્રોના પ્રેઝન્ટેશન માટે તૈયારી કરી રાખવાનું સૂચન કર્યું છે.

બાઈક તૈયાર કરીને અમે પેટ્રોલ ભરાવ્યું અને થોડો નાસ્તો સાથે લીધો. કાઠીતડ ઘી ખરીદવા જવાની પરમિટ લીધી અને નીકળ્યા ત્યાં સુધીમાં સવા અગિયાર થવા આવ્યા.

નાકા પર મેં બાઈક રોકી. વિક્રમ પરમિટ બતાવવા ગયો. એ પરમિટ બતાવતો હતો ત્યાં નાકાની ઓરડીમાંથી, 'એલાઉં, રોકાજો બેય જણ. મને ભેગી લેતા જાવ.' કહેતી સાંસાઈ બહાર આવી.

સાંસાઈ નજીક આવી એટલે મેં પૂછ્યું, 'ભેગી તે ક્યાં લેતા જઈએ ? અમારે ક્યાં જવાનું છે તે ખબર છે ?'

'તમારે ક્યાં જાવું ઈ મને સ્હું લેવા ખબય્ર હોય ? મને તો મારે ક્યાં જાવું ઈ પૂસવાનું હોય.' કહેતી સાંસાઈ મારી પાછળ બેસી ગઈ.

'સારું. હવે બોલો જગદંબા, આપને ક્યાં જવું છે ?' મેં ચીડથી કહ્યું.

સાંસાઈ હસી પડી અને ગરબો ગાતી હોય તેમ બોલી, 'સાંસાઈ માવડી કે સે અમને કાઠીતડના કોડ... ' પછી ખડખડાટ હસીને કહે, 'ન્યાં મારી જેવી બીજી જોગમાયા સે, લાજો. ઈનેં ન્યાં મને ઉતારો. પસી આખી ગય્ર તમારી સે. જ્યાં રખડવું હોય ન્યાં રખડો.'

'એની સાથે તારે બહુ બને કેમ ? લાજો સરસ છોકરી છે.' મેં કહ્યું.

'અટલે ?' સાંસાઈનો અવાજ બદલાયો. તેણે ફરી કહ્યું, 'અટલે તારું કે'વાનું સ્હું સે ?'

'એટલે કંઈ નહીં. સરસ છે. સારી છે, ભલી છે. બસ.'

'તે ઈવડી ઈ સરસ તને ક્યાં ભેગી થઈ ગઈ ?' સાંસાઈએ પૂછ્યું.

'ધાનુ દવાખાને હતો ત્યારે હું અને લાજો એક બસમાં આવ્યાં હતાં. હીરણવેલ પાસે ઊતર્યાં હતાં.' મેં કહ્યું, 'ત્યાં સીમમાંથી સાસણ આવતાં અમે તને યાદ કરેલી. એ તારી ચિંતા કરતી હતી.'

સાંસાઈ છલાંગ મારતી હોય તેમ ઊતરી ગઈ અને ઊછળીને આગળ આવી. કહે, 'સું વાત્ય સે બોલ ? સું કે'તો'તો તું ? તમે બેયે મારી ચંત્યા કરી એમ ?'

મેં કહ્યું, 'અમસ્તી જ વાત વાતમાં તારી વાત નીકળી. એટલું જ. એમાં આટલી ગુસ્સે શા માટે થાય છે ?'

સાંસાઈ મને નાણી જોતી હોય તેમ એકીટસે મારા તરફ જોઈ રહી પછી ધમકી દેતી હોય તેવા ગંભીર સ્વરે બોલી, 'જાજો વાઈડીનો થાતો નંઈ. 'ને મારે ઓલી લાજુડીનેય કઈ દેવું પડસે કે ગમે ઈનીં સામેં મારી ચંત્યા કરવા નો બેહે. નકર જોયા જેવી થાહે.'

અમસ્તી, મજાક જેવી, સાદી વાત આવો વળાંક લેશે તેવી કલ્પના મને નહોતી. જોકે મારો વાંક તો હતો જ. હીરણવેલથી આવતાં સાંસાઈ વિશે વાત મેં શરૂ કરેલી. લાજોએ તો સાંસાઈની વાત કરવા સામે મને ચેતવેલો પણ ખરો. છતાં અત્યારે મેં એ બધું લાજોને નામે ચડાવીને કહ્યું. સાંસાઈને ચિડાયેલી જોઈને હું મૂંઝાયો. મેં કહ્યું, 'અરે પણ સાંભળ...'

હું પૂરું બોલી રહું ત્યાં વિક્રમ પાછો આવ્યો અને મારી પાછળ બેસતાં સાંસાઈને

કહ્યું, 'લે હાલ, બેહી જા.'

'તમે જાવ. તૈણ સવારીમાં મને નંઈ ફાવે.' સાંસાઈએ કહ્યું અને નાકાની ઓરડી તરફ ચાલી ગઈ.

વિક્રમને સમજતાં વાર ન લાગી. તેણે કહ્યું, 'એને તેં કાંય કીધું ?'

'ના.' મેં જવાબ આપ્યો અને બાઈક ચલાવી.

કમલેશ્વર પહોંચ્યો ત્યાં વિક્રમે બાઈક રોકાવી. તે ઊતરીને મંદિર તરફ ગયો અને કહેતો ગયો, 'તું નેહડે પોગ. હું મંદિરે જ્યાવું. પ્રાચી સુધી જાવાનાં સંઈ તે બાપુને કાંઈ જો'તું કારવતું હોય તો લેતા આવીયેં.'

'હું ઊભો છું તું જઈ આવ.' મેં કહ્યું.

'મારે વાર થાહે. બાપુ સા પીધા વગર જાવા નંઈ દે.' વિક્રમે કહ્યું.

નદીમાં ઉતારવાને બદલે મેં બાઈક રસ્તાની બાજુમાં જ મૂકી અને ચાલતો નેસ તરફ ગયો. પુરુષો ભેંસો ચારવા ગયા હશે અને લાજો તેની સાસુ સાથે ઘરે હશે તેમ માની ને હું અંદર પ્રવેશ્યો તો નેસ ખાલી લાગ્યો. હું બહારના કૂવા તરફ ગયો. કૂવે લાજો એકલી કપડાં ધોતી બેઠી હતી. મને જોઈને તેણે ખુલ્લો ગોઠણ ઢાંક્યો અને બોલી, 'ન્યાં ફળિયે જઈને બેહ. ખાટલો ન્યાં જ પડ્યો સે. મારે આ પૂરું જ થ્યું સે. હમણેં આવું.'

'નેસમાં કોઈ નહોતું એટલે આ તરફ આવ્યો.' મેં કહ્યું.

'હા. તે મારી ફુઈ ગ્યાં સે ભેંહુંનું ખાણ લેવા, તાલાળે.' કહીને લાજો ઊભી થઈ ગઈ. શરીરને એક તરફ ઝુકાવીને કપડાં ભરેલું તગારું માથે ચડાવ્યું. પછી જરા નમીને ડોલ ઉપાડી લેતાં કહ્યું, 'લે, હાલ. હુંય આવું સું.'

મેં લાજોના હાથમાંથી ડોલ માગી તો તેણે આનાકાની કર્યા વગર આપી. અમે બન્ને નેસ તરફ વળ્યાં. લાજોએ પોતાના ઓઢણા વડે મોં લૂછતાં પૂછ્યું, 'કેણી કોર્યથી આવ્યો ?'

'સાસણથી.' મેં કહ્યું.

લાજોએ કહ્યું, 'તે ન્યાંથી તો આજ સાંસી આવવાની હતી. લેતી આવવી'તીને.' પછી પોતે જ કહ્યું, 'પણ તને ખબર નંઈ હોય.'

'ખબર તો નહોતી. પણ સાંસાઈ મને નાકા પર મળેલી. સાથે આવવા તૈયાર પણ થઈ પછી ત્રણ સવારીમાં નહીં ફાવે એમ કહીને ન આવી. હવે બીજા કોઈ સાથે આવે તો.' મેં અર્ધસત્ય કહ્યું.

લાજો ઊભી રહી ગઈ. માથા પર વજન સાથે તેણે ડોક મારા તરફ કરી અને બોલી, 'ઈ વાત ખોટી. કાં'ક બીજું કામ જડી ગ્યું હય્સે કાં તો કાં'ક વાંધો

પડ્યો. તેણ સવારીયે તો સાંસી કેટલીય વાર ગૈ સે.'

'મને પણ એવું જ લાગ્યું. એ મારા પર ગુસ્સે થઈ હશે. મેં જરાક ચીડવી હતી.' મેં કહ્યું.

'તે એવું તેં સ્હું કીધું કે સાંસી આવતી રોકાય ગઈ ?' લાજોના મનમાં શંકા સળવળી તે હું જાણી શક્યો.

'બસ કંઈ નહીં. એણે મને આપણા પરિચય વિશે પૂછ્યું તો મેં આપણે હીરણવેલ ઊતરીને ચાલતાં સાસણ આવ્યાં હતાં તે વાત કરી અને તારાં વખાણ કર્યાં.'

લાજો ગંભીર થઈ ગઈ અને બોલી, 'અટલી વાતમાં ખિજાય એવી તો સાંસી નથ્ય. નકી તેં કાં'ક કીધું તો હોય.'

મેં કહ્યું, 'ના. કંઈ કહ્યું નહોતું. લાજો સરસ અને ભલી છે. મિત્ર તરીકે તારી ચિંતા પણ કરે છે એટલું જ કહ્યું અને એ ચિડાઈ.'

લાજોના મોં પર રતાશ આવી. તેનાથી જરા હસાઈ પણ ગયું, પછી બોલી, 'તે દી તેં સાંસીની વાત્યું કાઢી તયેં સ્હોત મને લાગતું તું કે આ માણાં અમારા બેનપણાં ભંગાવ્યે રેસે. મેં તને ના કીધી'તી કે સાંસી વાંહે નો પડતો. તોય તારાથી રેવાણું નંઈ ?'

મને લાજોની વઢ ખાવી ન ગમી હોય એવું ન લાગ્યું. તોપણ દલીલ ખાતર મેં કહ્યું, 'હું તેની પાછળ નથી પડ્યો. જેમ તને વિચાર આવ્યો એમ મને પણ આવ્યો કે...'

વચ્ચે જ લાજો ઉશ્કેરાઈને બોલી પડી, 'મને વસાર આવ્યો તે કાંય અમથો નો'તો આવ્યો. કો'ક ઠેઠ ધારી કોય્રથી, એક પટે સ્હાત ગાયું ગોતીને લયાવે 'ને ઈ સ્હાતેય વહૂકી ગ્યેલી હોય તો, સારણની સોકરી સંઉં, વસાર તો આવે જ ને ? ઈમાય પાસો લાવનારો મારી બેનપણીનો...' કહીને લાજો થોડા શબ્દો ગળી ગઈ પછી બોલી, 'અટલે મેં સાંસીને કીધું. નકર નો કે'ત.'

કોઈ વસૂકી ગયેલી ગાયો ખરીદે તેમાં વિચારવા કે સાંસાઈને કહેવા જેવું શું હોય તે મને બહુ ખ્યાલ ન આવ્યો; પરંતુ લાજો ગળગળી થઈ ગઈ હોય તેમ બીજી તરફ જોઈ ગઈ એટલે મેં કહ્યું, 'હશે. કહ્યું તો કહ્યું. બેનપણીને જ કહ્યું ને ? એમાં શું થઈ ગયું ?'

લાજો મારી દયા ખાતી હોય તેમ મને જોઈ રહી અને બોલી, 'મેં કીધું ઈમાંથી તો સાંસીનું સ્હંધુય રોળાઈ ગ્યું. વાત વટે સડી ગઈ. સાંસીયે પાણી લઈ લીધું ! મને ખબર હતી કે આવું થાહે. હું કાંય બોલી નો હોત; પણ પસી ગાયુંનું મેં ધાર્યું'તું

ઈ જ થ્યું. ઈ સ્હાતેય ગવરિયું ગઈ સ્હાવજને મોઢે.'

મેં લાજોને શાંત પાડવા કહ્યું, 'ગીરમાં પાળિતાં ઢોરને સિંહ, દીપડા મારી નાખે એ તો બને જ છે. તારી ગિરવાણને પણ સિંહણો લઈ જ ગઈ હતી ને ?'

લાજો એકદમ ગુસ્સામાં આવી ગઈ. તેણે તરત કહ્યું, 'મારી ગાયની વાત નો કરતો. ઈનેં હું આણાંમાં લાવી'તી. સિંહણ્યુંને મોઢે દેવા નો'તી લાવી. મેં જંગલખાતામાંથી ગિરવાણનો પૈસોય લીધો નથ્ય.'

લાજોની આ વાત સાંભળ્યા પછી મને સમજણ પડી કે ગઢવીએ વસૂકી ગયેલી ગાયો સસ્તામાં ખરીદી અને હાથે કરીને સિંહોને ધરી દીધી. એ ગાયોના જંગલખાતા પાસે પૈસા માગ્યા અને લીધા. સાંસાઈ, લાજો કે કોઈ પણ આ હરકત ચલાવી લે એ બનવાનું નહોતું.

મને ગઈ રાત્રે આઈમાને ઘરે મળેલા ગઢવીનો ઉલ્લેખ કર્યા વગર મેં કહ્યું, 'આપણે માનીએ છીએ તેવું ન પણ હોય. બને કે એ ગાયો ગઢવીએ ન લીધી હોત તો કસાઈવાડે મોકલાઈ હોત.'

લાજો થોડી વાર કંઈ બોલી નહીં પછી કહે, 'સાંસી નંઈ સ્હમજી હોય ? ગઢવી આમ ઠેઠ અમરાપરની ટેકરિયુંમાં, ગામ બારો, એકલો સ્હું કામ રેય સે ઈ ખબર નો પડે ?'

'માણસને જ્યાં જગ્યા મળે કે તેને ગમે ત્યાં તે રહે. મેં કહ્યું.

'જ્યાં રેય ન્યાં, પણ આપડે ગાયું કેવી લયાવીયે સ ઈ ખબર નો પડે કેમ ?' લાજોએ સામું પૂછ્યું.

'તું ખોટી વળગી છે. એનો ધંધો જ ગાયો વેચવાનો છે.' મેં કહ્યું.

લાજોએ ચમકીને મારા સામે જોયું અને પૂછ્યું, 'તને જાણે બધી ખબર હોય એવી વાત કેમ કર સ ?'

'મને કંઈ ખબર નથી. આ તો લાગ્યું કે એને ગાયોનો ધંધો હશે. તો જ ખરીદે ને ?' મેં કહ્યું, 'અને સાંસાઈને સમજાવવી હોય તો આ બધું વિચારવું તો જોઈએ ને ?' મેં ગઢવીનો ઉલ્લેખ ટાળ્યો. 'ગાયો તો મળે ત્યાંથી અને મળે તેવી લેવી પડે.'

'મળે ન્યાંથી નંઈ. વહુકી ગે'લી ગોતીને લીધી. એકના રૂપિયા બહેં લેખે. લાવીને વાડામાં સૂટી રાખવાને બદલે બારોબાર ઝાડવે બાંધીને મરવી. અટલે તો બે સ્હાવજ સ્હાતે સ્હાતને ખાઈ ગ્યા. સૂટિયું રાખિયું હોત તો બે-તૈણ તો ભાગીનેય બસી ગઈ હોત.'

હું જવાબ આપી ન શક્યો. બસો રૂપિયામાં લીધેલી ગાયોના જંગલખાતામાં

રૂપિયા આઠસો-હજાર લખાવી શકાય. ગઢવી ગાય દીઠ છ-સાત સો ગણતાં પાંચેક હજાર રૂપિયામાં લોભાણો હોય તેમ બને. તોપણ દલીલ ખાતર મેં કહ્યું, 'તોયે ગઢવીના મતે તો ગાયો મરવાની જ હતી તે મરી. સિંહને મારણ મળ્યું તે સિંહોનો લાભ.'

હવે લાજો ઊભી થઈ ગઈ, કહે, માન નો માન; તું ગઢવી ભેગો ભળી ગ્યો સું. ઈય તારી જેમ જ કે'તો'તો કે ગાયું ઈણેં નો લીધી હોત તો કહાઈ લઈ જાત. ઈણેં કહાઈને નથ્ય જાવા દીધી. ગઈ તો સ્હાવજને. ઈનોં ખોરાક ઈનેં દીધો. ખોટું કાંવ કર્યું ?'

મેં કહ્યું, 'હું ગઢવી સાથે શા માટે ભળું ? હું તો તેનું નામ પણ નથી જાણતો. હું તો સાંસાઈને શું કહેવું તેની જ વાતો કરું છું. આપણે માનીએ તે જ સાચું અને બીજાનું નહીં, એવું તો ન જ હોય ને ?'

'નો હોય.' લાજો બોલી, 'સાંસી સ્હોત ગઢવીની વાત માનત. પણ જ્યેં સાંસીયે કીધું કે ગઢવી હાથમાં પાણી લઈને કેય કે હવે પછી વસૂકી ગે'લી ગાયું નંઈ લયાવે તયેં સારણ ફરી ગ્યો.'

'શું ફરી ગયો ?' મેં પૂછ્યું.

લાજો જરાક થંભી અને બોલી, 'ઈ કેય કે 'મેં કાંય પાપ નથ કર્યું. હું પાણી મૂકું તો ઈનોં અરથ ઈ કે મેં કર્યું ઈ ખોટું સે. વળી નંઈને કોક દી વહૂકેલી ગાય ક્યાંકથી ગળે બંધાણી તો ઈનેંય મારે પાલવવી ?'

વાતો લાંબી ચાલત પણ વિક્રમ દૂરથી દુહા ગાતો આવ્યો એટલે અમારી વાતો અટકી. લાજો મારા પર અગણિત શંકાઓ હોય તેમ મારા સામે જોઈ રહી. સામેથી આવતો વિક્રમ બૂમ પાડતો હોય તેમ બોલ્યો, 'ઘી જોખાઈ ગ્યું ?'

મેં માથું હલાવીને ના પાડી તો વિક્રમે પાસે આવીને કહ્યું, 'હજીય નથ જોખાવ્યું તો અટાણ લગી સ્હું કરતો'તો ?'

લાજો ધીમેથી બબડી, 'આવ્યો તયુંનો ઘી જ જોખે સે.'

॥ ૨૭ ॥

પટણીસર રસ્તે કાઠીતડથી સીરવાણ ચાલતાં જઈ શકાતું હશે. કોઈ જમાનામાં ત્યાંથી ઘોડા જતા હશે; પણ એ માર્ગનાં ખડકાળ ઢોળાવો અને નદીનાળાં પાર કરીને બાઈક લઈ જઉં તો આજે તો ઠીક, ક્યારેય પ્રાચી પહોંચી શકાય તેમ નહોતું. મને વિક્રમ પર ક્રોધ આવ્યો. તેને કહું તોપણ શું કહું ? હું કંઈ પણ કહીશ તો તે સહજ થઈને કહેશે, 'એવું હોય તો હાલો પાસા. સાસણ થઈને નીકળી જાંઈ ! !'

થોડે સુધી જઈને મેં બાઈક પાછી વાળી. સાસણ થઈને તાલાલા પહોંચ્યા ત્યાં સાંજ ઢળવા તરફ હતી તોપણ અજવાળે અજવાળે જ પ્રાચીના રસ્તે સારું એવું નીકળી જવાયું. દિવસ છતાં પહોંચવા મેં બાઈક ચલાવ્યે રાખી. વિક્રમ તો મારી પાછળ શાંતિથી બેઠો હતો. અચાનક મને રોકતો હોય તેમ ખભો દબાવીને તેણે કહ્યું, 'એલા, હાંક્યે જામાં, ભાળ, ભાળ, રોડ માથે સ્હાવજ બેઠા સે.'

મેં વાહન રોક્યું અને દૂર થતી હલચલ જોઈ. સૂકા ઘાસ અને ધૂળના રંગ સાથે ભળી જતા રંગો આટલાક ઉજાશમાં પણ અલગ પાડીને જોઈ શકવાની મારી ક્ષમતા વિક્રમ જેટલી નહોતી. મેં ધ્યાનથી જોયું ત્યારે માંડ જોઈ શકાયું કે ત્યાં સિંહોનું આખું ટોળું બરાબર રસ્તાની વચ્ચે બેઠું છે. તેમનાં પૂંછડાં હલતાં ન હોત તો હું આટલું પણ જોઈ શક્યો ન હોત.

'હવે ?' મેં પૂછ્યું અને બાઈક બંધ કરવા હાથ લંબાવ્યો.

વિક્રમે મને રોકતાં કહ્યું, 'સાલુ રાખ. ગાડી બંધ કરી તો આ એકેય માટી ઊભો નંઈ થાય.'

'અરે પણ તો તો...'

'તો તો કાંય નંઈ. ગાડી બંધ થઈ અટલે ઈ સ્હમજી લેહે કે હવે આંય કોય સે નંઈ. આ સાલુ રાખીયે અટલે કંટાળે તો ઊભાય થાય. અંધારું પડી જાય તો લાઈટું સ્હોતેન જગવસું. અટાણે તો ગાડી જરાક આગળ લે.'

'આગળ ?' મેં પૂછ્યું, 'મરવું છે ?'

વિક્રમ હસી પડ્યો અને બોલ્યો, 'ઠેઠ જઈને માથે પડવાનું નથ કે'તો. જરાક, જવાય ન્યાં લગણ તો લઈ લે. નંઈ સોંટી પડે. આ તો કંટાળીને આઘાં જાય અટલે.'

મેં બાઈક ધીરે ધીરે આગળ લીધું. એકાદ સિંહણે અમારા તરફ જરાક દૃષ્ટિ કરી પણ વનરાજે તો અમારી કોઈ નોંધ પણ ન લીધી. મેં વિક્રમને કહ્યું, 'મને તો લાગતું નથી કે આ ઊભા થાય.'

'ઈનું રાજ સે. થાવું હોય તો થાય. નકર હાંકવા પડે.' વિક્રમ બોલ્યો.

વિક્રમની વાત પર મને ક્રોધ આવ્યો. મેં કહ્યું, 'આ તે કંઈ ગાય-ભેંસ છે તે હાંકવાની વાત કરે છે ?'

વિક્રમે કહ્યું, 'તો ગાડી રોડ માથેથી ઊતરીને કેડી માથે લઈ લે. નકર હાલ પાસા જાંઈ.'

રસ્તાની બન્ને તરફ જંગલખાતાએ બનાવરાવેલી પથ્થરની દીવાલ બતાવીને મેં વિક્રમને કહ્યું, 'તેં કેડી ક્યાં જોઈ ? ખોટી સલાહો ન આપ.'

વિક્રમ મને ગુસ્સે થતો જોઈને હસ્યો અને કહ્યું, 'તો થઈ જા મરદ. મારી તો તાકાત સે. હાંક ગાડી. પૂંસડે થઈને હાલ્યા જાંઈ.'

સિંહો રસ્તાની સાવ વચ્ચોવચ્ચ હોય એમ જ બેઠા છે તોપણ ડાબી તરફ રસ્તાનો ઘણો હિસ્સો ખુલ્લો છે. આમ છતાં ત્યાંથી પસાર થવું એટલે સિંહોને વચ્ચે થઈને નીકળવા જેવું જ ગણાય. એકાદ જણ પૂંછડી હલાવે તોયે બાઈક તેને અડી જાય. મેં કહ્યું, 'ત્યાંથી તો કોઈ હિસાબે નીકળી શકાય તેમ નથી.'

વિક્રમ નીચે ઊતર્યો. મને કહે, 'તું તારે ગાડી હોવલી નાખ. મને દઈ દે. ગાડી હું ખેંસી લઉં સું. તું જંગલમાં થૈને ઓલીકોર વયો આવ્ય.'

હું કંઈ બોલું તે પહેલાં વિક્રમે બાઈક બંધ કરીને ચાવી કાઢી લીધી. મને સહેજ ધક્કો મારીને કહ્યું, 'હેઠો હાલ્ય, આયાં રાત થોડું રોકાવાનું સે ?'

કમને બાઈક છોડીને હું પથ્થરની વંડી કૂદીને જંગલની હદમાં ગયો અને ઉપરની દિશાએ ચાલતો થયો. સિંહ-સિંહણોએ મારા પર ધ્યાન આપ્યું અને પાછા

આરામથી પડી રહ્યાં. હું ઘણે દૂરથી ફરીને સિંહોવાળી જગ્યાથી ઉપરવાસ પાછો રસ્તા તરફ વળ્યો અને પથ્થરની વાડ કૂદીને રસ્તા પર આવીને વિક્રમ શું કરે છે તે જોતો ઊભો.

વિક્રમે મને ત્યાં જ ઊભા રહેવા ઇશારો કર્યો અને પોતે બાઈકને દોરતો, સિંહો બેઠા હતા તે તરફ ચાલ્યો. વિક્રમ સિંહોની નજીક આવતો ગયો એટલે તે લોકો જરા સચેત થયાં. એકાદ સિંહણે પૂંછડું ઊંચું કરીને ડારો પણ કર્યો.

મારા શરીરમાંથી લખલખું પસાર થઈ ગયું. મને થયું કે બૂમ પાડીને વિક્રમને પાછા જતા રહેવાનું કહું; પણ ત્યાં સુધીમાં તો તે છેક પહોંચી ગયો. સિંહણો સૂતી હતી તે ઘુરકિયું કરીને બેઠી થઈ ગઈ. વિક્રમે કંઈ પ્રતિભાવ આપ્યા વગર ચાલ્યા કર્યું. જાણે કંઈ જ બનતું ન હોય તેમ સિંહો પણ ઉદાસીન બનીને વિક્રમ અને બાઈકને સાવ પોતાની પાસેથી પસાર થતાં જોઈ રહ્યાં.

વિક્રમ ક્યારે મારી પાસે પહોંચે તેની રાહમાં હું મૂઢ થઈને ઊભો હતો. પાસે આવતાં જ વિક્રમે કહ્યું, 'સ્હાવજને ગય્રનો રાજા અમથો કીધો સે. આનેં રાજા નો કે'વાય. આ તો રાજાનોય રાજા સે. અવધૂત.'

અવધૂત કોણ છે – સિંહો કે વિક્રમ ? તે નક્કી કરવાનું માંડી વાળીને મેં બાઈક સંભાળી. જાણે શક્તિ હરાઈ ગઈ હોય તેમ મારાથી કીક વાગી નહીં. વિક્રમે કહ્યું, 'વાંધો નંઈ. બેહ, હું પાણી લયાવું. પી લે, પસી હાલીયેં.'

વિક્રમ પાણી લેવા ક્યાં, કઈ તરફ ગયો તે પણ મેં જોયું નહીં. હું એકધારો પાછળ, રસ્તા પર કશીય, કોઈનીય પરવાહ વગર બેઠેલાં, આળોટતાં, ગેલ કરતાં વનજોગંદરોને જોઈ રહ્યો.

ગીર અને ગિરનારના છાયાપ્રદેશને સાધકયોગીઓનો દેશ કહ્યો છે. મને લાગે છે કે એ જોગીઓને પોતપોતાની સાધનામાં આગળ વધવાનું બળ આ અપૂર્વ બલિષ્ઠ, અહંકારરહિત મનમોજી અરણ્ય-ફકીરોને જોઈને મળતું હશે. એ સિવાય તેમની અગણિત વરસો સુધી સાધના શક્ય કેમ બને ?

વિક્રમે મને પાણી પાયું. કીક મારીને ગાડી ચાલુ કરી આપી અને કહ્યું, 'હવે હાલ. પેલવારુકા થોડીક બીક તો સ્હંધાને લાગે; પણ માન નો માન, તું ગય્રનો સો કાં તો ગય્રનો થાતો જા સ. નકર કોય આંયાં ઊભો નો રેય.'

મને વિક્રમની વાત ગળે ન ઊતરી. હું ગીરનો થતો જતો હોઉં તો મારાં ગાત્રો ગળવા માંડ્યાં ન હોત. મેં કંઈ જવાબ ન આપ્યો, પણ બાઈક શરૂ થતાં જ અજબ ચેતનથી હું તે ચલાવી શક્યો.

પ્રાચી પહોંચ્યા. વિક્રમે થોડી ગલીઓ પાર કરાવીને એક ડેલીબંધ મકાન

પાસે બાઈક રોકાવી. ડેલી ખોલીને અમે અંદર ગયા. મોટું ફળિયું, એક તરફ તુલસીક્યારો, સામે ગાર લીંપેલી પરસાળ પર થાંભલી પાસે પલાંઠી વાળીને પોથી ઉકેલતો શ્વેત કેશધારી બ્રાહ્મણ.

અમને જોઈને વૃદ્ધે પોથી દૂર મૂકી. વિક્રમ તે બ્રાહ્મણને પગે લાગતાં બોલ્યો, 'હરિ ૐ ઝીણાદાદા.'

વૃદ્ધે વિક્રમને માથે હાથ મૂકીને હરિ ૐ કહીને આવકાર્યો.

મેં હાથ જોડ્યા એટલે વૃદ્ધે મને કહ્યું, 'હરિ ૐ. આપ તો અહીં પહેલી વાર પધારો છો. ખરું ?'

'જી.' તેમના વિવેકને મેં પ્રતિસાદ આપ્યો.

ઝીણાદાદાએ ઘરમાં જોતા હોય તેમ નમીને કહ્યું, 'બેટા, બે મહેમાન છે.' પછી મારી સાથે વાત આગળ વધારતાં બોલ્યા, 'પધારો. ક્યાંથી પધારવાનું થયું ? મૂળ ક્યાંના ?'

મેં કહ્યું. 'પૃથ્વી પર છું એટલું તો કહી શકું.'

'વાહ. કહો. જરૂર કહો.' ઝીણાદાદાએ હસીને કહ્યું, 'પણ ધરતી પર તમારા પૂર્વજો પણ વિચર્યા છે. તેમણે કોઈ સ્થળને પોતાનું માન્યું હશે. ત્યાં તેમણે લાંબા સમયનો કહી શકાય તેવો, કદાચ પેઢીઓ સુધી નિવાસ કર્યો હશે. સામાન્ય રીતે એવા નિવાસસ્થાનને આપણે વતન કહીએ છીએ.'

'અમારી એવી જગ્યા વિશે મને માહિતી નથી' મેં દૃઢતાથી કહ્યું.

દાદા સહજતાથી હસી પડ્યા. 'થાય એવું પણ થાય. કંઈ વાંધો નહીં, મને આપનાં માતા-પિતાનું નામ કહેશો તો વતન તો હું શોધી આપીશ. દાદા-દાદીનું નામ પણ તમને ખબર હોય તો વધુ ઝડપથી જડશે.'

મેં કહ્યું, 'પ્રયોગ કરવા જેવો ખરો. પરંતુ આપ મને આપ ન કહેશો.'

'પ્રયોગ નહીં.' બ્રાહ્મણે કહ્યું, 'તમારું કોઈ સબંધી જો અહીં આવી ગયું હોય; કોઈક તો આવ્યું જ હશે તો સાદીસીધી નોંધ જ વાંચી જઈશું.'

અમારી વાત ચાલતી હતી અને અંદરના ઘરમાંથી લાજ કાઢેલી ગૃહિણી કીટલીમાં ચા અને રકાબીઓ મૂકી ગઈ. વિક્રમે ચા કાઢીને પહેલાં ઝીણાદાદાને અને પછી મને આપી, પોતે પીધી અને બાઈક પરથી ઘીનો ડબો છોડી લાવ્યો. ડબો પરસાળની કોરે મૂકતાં બોલ્યો, 'ગોરભા, આ ઘી. આઈમાએ હવન સ્હારુ મોકલ્યું સે.'

દાદાએ કહ્યું, 'બહુ ઉતાવળ કરી. હવનને તો હજી વાર છે.'

વિક્રમે પરસાળ પર બેસતાં કહ્યું, 'ઈ કાંય ખબર મને નો પડે. મને તો કીધું

અટલે પોગાડી દીધું.' કહીને ખીસામાંથી મેં લક્ષ્મીને આપેલું તે, આઈમાનાં ચિત્રોના પૈસાનું કવર કાઢીને ઝીણાદાદા પાસે મૂકતાં કહ્યું, 'આ દખણા. ઈ હવન સ્હારુ નથ્ય. તમારે લેવાની કીધી સે.'

કામ પૂરું થયું લાગ્યું એટલે મેં પૂછ્યું, 'તો અમે નીકળીએ ?'

'અરે ભાઈ !' આશ્ચર્ય દર્શાવતા હોય તેમ બેઉ હાથનાં આંગળાં ફેલાવીને ઝીણાદાદાએ કહ્યું, 'એમ, વાળુ કર્યા વગર નીકળાય ખરું ?'

'રાતે મોડું થાય. રસ્તામાં...'

'ન થાય. બધું તૈયાર છે. જમીને નવ વાગતાં તો તમે સાસણ પહોંચી જશો. આ જરાક પોથી જોઈ લઉં એટલે જમવા બેસીએ.' કહીને દાદાએ મને પૂછ્યું, 'બોલો, તમારું ગોત્ર, માતા-પિતાનું નામ જે વડીલોનાં નામ આવડતાં હોય તે. ફોઈ, માસીનાં પણ ચાલશે.'

મેં મારું ગોત્ર, અટક, માતા, પિતા અને દાદાનાં નામ કહ્યાં. વૃદ્ધજન થોડી વાર પાનાં ફેરવતા રહ્યા પછી કહ્યું, 'જુઓ, તમારા દાદા અહીં આવેલા. તમારા નાનાજી અને તમારાં મા પણ આવેલાં. ક્યાંથી આવેલાં તે ગામના નામમાં તમારા દાદા મુંબઈ લખાવી ગયા છે. નાનાજીએ ગામ લખાવ્યું છે જાફરાબાદ.'

પ્રાચી જેવા છેવાડાના ગામે એક બ્રાહ્મણની પોથીમાં મારાં પૂર્વજોનાં નામ અને તેમણે પ્રાચીમાં કરાવેલી પૂજાની, તિથિ સહિતની વિગતો જોઈને મને મજા પડી. મેં કહ્યું, 'તો તો દાદાથી આગળના વડીલોનાં નામ પણ હોવાં જોઈએ.'

'હશે પણ આ પોથીમાં નહીં. મારા વડવાની પોથીમાં.' વૃદ્ધ ઊભા થઈને બીજી પોથી લઈ આવ્યા. એના પાના પરનું લખાણ સંસ્કૃતમાં હતું. વૃદ્ધે કહ્યું, 'આ મારા વડીલોની વહી. એમાં આ તમારું ગોત્ર. તમારા દાદાના દાદા...' કહીને વૃદ્ધ અટકી ગયા અને ચહેરો સહેજ ગંભીર થયો.

મેં પૂછ્યું, 'કેમ ?'

જરા રોકાવા કહેતા હોય તેમ હથેળી મારા તરફ ધરીને તેમણે પોથી જોયા કરી. પછી પૂછ્યું, 'તમારા દાદાના સમયથી તમે લોકો બહાર ગયા, ખરું ?'

'હા. કદાચ એમ હશે. મારા પિતા મુંબઈમાં જન્મ્યા. ત્યાં ભણ્યા અને ત્યાં જ ધંધો કર્યો. હું પણ મુંબઈ હતો.' મેં જવાબ આપ્યો.

'સરસ.' વૃદ્ધે કહ્યું અને કશું બન્યું ન હોય તેમ પોથી સંકેલતા મારા સામે જોઈ રહ્યા. પરસાળમાં બે નાની છોકરીઓ પાથરણાં પાથરતી હતી તે ઘડીક મારા સામે જોઈને અંદર ગઈ. પછી તે બન્ને નાના હાથોમાં પીરસેલી થાળીઓ લઈને ફરીથી બહાર આવી ત્યારે ઝીણાદાદાએ અમને કહ્યું, 'કૂંડીમાં પેલી તરફ નળ

લગાવેલો છે.'

હાથ ધોઈ સહુ જમવા બેઠા. અત્યાર સુધી બહાર ન આવેલાં ઝીણાદાદાનાં પત્નીએ બહાર આવીને અમારી થાળી પર દૃષ્ટિ કરી.

ઝીણાદાદાએ મારા તરફ હાથ લંબાવતાં પત્નીને કહ્યું, 'ગોરાણી, સાંભળો. આમની ઓળખાણ કરાવું.' કહીને પૂછ્યું, 'હરિભાઈ, જેમનો પોતરો વર્ષો પહેલાં, ધંધો કરવા મુંબઈ ગયો હતો તેમનું નામ સાંભળ્યું છે ?'

જવાબમાં ગોરાણીએ કહ્યું, 'ગોરાણી થઈને કુટુંબના જજમાનનું નામ મેં ન સાંભળ્યું હોય તો તમારાથી ગોરપદું થઈ રહ્યું. મેં એ કોઈને જોયાં નથી પણ ઘરમાં વાત તો સાંભળી છે. રવાબાપાને રૂખડે જેમણે મહાદેવની સ્થાપના કરાવેલી એ જ કે બીજા ? મહાદેવ આપડા શિવાદાદાએ તો સ્થાપેલા.'

'એ જ.' ઝીણાદાદાએ કહ્યું, 'એ આમના દાદાના દાદા થાય.'

કોળિયો ગળામાં અટકી ગયો હોય તેવું લાગતાં મેં પાણી પીધું. ઝીણાદાદાએ મારા તરફ જોઈને કહ્યું, 'જમી લ્યો. પછી પોથીમાં બતાવું. અમે શુદ્ધ વેદાન્તી એટલે તમારા કુટુંબનું યજમાનપણું અમારે ત્યાં. મારા બાપુજીના દાદા શિવાબાપા. એ કાશી ભણ્યા. તમારા દાદાના દાદા હરિભાઈ અંબાડામાં રહ્યા. જોયું છે અંબાડા, ગયા છો ?'

મેં કહ્યું, 'ના. હજી તો નથી ગયો.'

'તો જઈ આવજો. દેવળિયાથી કનડો ડુંગર દેખાય છે ને ? તેની તળેટી એટલે અંબાડા. જાલંધર થઈને પણ જવાય અને મધુવંતીના ડેમ પર થઈને પણ જવાય. એ અંબાડા તમારા પિતાના પરદાદાનું ગામ. તમારા ઘરમાં કાંઈ પણ વિધિ-વિધાન કરવાના તો એ હરિબાપા અમારા વડવાને અંબાડા લઈ જતા.'

ગોરાણીએ કહ્યું, 'એ બધી આમને ક્યાંથી ખબર હોય ? હરિબાપાએ રૂખડે મહાદેવ સ્થાપ્યા એ પછી દસ-બાર વરસે જ આખું કુટુંબ કચ્છી ભાટિયાના ધંધામાં મુંબઈ ગયું એવી વાત મારાં સાસુ કરતાં. વચ્ચે એક વાર એમના દીકરા કે કોઈ પીપળે વિધિ કરાવી ગયા. પછી કોઈ વતનમાં આવ્યું જ નથી.'

'એ સિવાય કંઈ ?' ગોરભાએ મૂછમાં હસતાં પૂછ્યું.

ગોરાણી જરા મલકાયાં અને ઠાવકાઈથી બોલ્યાં, 'આપણાં લગન ટાણે આમના બાપુજીનો જનમ થયો હતો એ યાદ છે. કોઈક મુંબઈવાળાએ બાને ખબર આપ્યા હતા એટલે બા મને કહ્યા કરતાં, 'તું ફેરા ફરતી હતી અને સારા ખબર આવ્યા એટલે તનેય પહેલા ખોળે દીકરો થવાનો.'

ઝીણાબાપા મુક્તમને હસી પડ્યા. ગોરાણીએ કહ્યું, 'શું તમેય તે !'

જમીને ઝીણાદાદાએ મને પોથી હાથમાં આપી અને મારા નામથી ઉપર તરફ બતાવતા જઈ મારા પિતાના દાદા સુધીની પેઢીઓનાં નામ અને તેઓ પ્રાચીના પ્રવાસે ક્યાંથી આવેલા તે નોંધો સમજાવી. મારા દાદાથી આગળ કોઈના નામની મને ખબર નહોતી. આજે તે બધાનાં નામ નીચે મારું નામ પણ ઝીણાદાદાની પોથીમાં ઉમેરાયું.

અભાન હોઉં તેમ મેં પોથી ઝીણાદાદાને આપી. પરત જવા નીકળતાં હું અને વિક્રમ તેમને તથા ગોરાણીને પગે લાગ્યા. એકે કહ્યું, 'ચિરંજીવ.' બીજાએ કહ્યું, 'જીવતા ર્યો.'

હું બાઈક ચલાવતો હતો, પરંતુ મારું મન તો સતત વિચારોમાં ઘેરાયેલું રહ્યું. સિંહો બેઠા હતા તે સ્થળ પસાર થયું. આ સ્થળે વિક્રમે મને કહેલું, 'તું ગય્રનો સો કાં તો થાતો જા સ.' આ પહેલાં પણ મારાં ચિત્રોમાં ખામીઓ દર્શાવીને તેણે મને ફરીથી એ સ્થળોની ભાષા ઉકેલવા પ્રેર્યો છે. રૂખડાવાળું ચિત્ર જોઈને તો તેણે 'કાં'ક હોય તો કાં'ક આવે.' ત્યાં સુધીની વાત કરેલી. આ બધું માત્ર સંજોગો જ છે તે મને ખબર છે; છતાં મને લાગે છે કે આઈમા સાવ અમસ્તાં જ વિક્રમને ભરથરી કહે છે તેવું નથી.

સાસણ પહોંચ્યા ત્યાં રાતના સાડા દસ થવા આવ્યા. વિક્રમને મેં કહ્યું, 'રાત પડી ગઈ છે. રોકાઈ જા.'

'હું દાધિયે જઈને ઊંઘીસ. આયાં ઓયડામાં મને ઊંઘ નો આવે.' કહીને વિક્રમ દાધિયા તરફ ચાલતો થયો.

મેં પથારી કરી ત્યાં પડોશીએ આવીને કહ્યું, 'આ તમારી ચિઠ્ઠી રાજકોટની બસમાંથી આપી ગ્યા છે.'

ચિઠ્ઠી ખોલી અને વાંચી. કાલે પ્રેઝન્ટેશન કરવાનું છે !!!

'ટાણે સંધુ થઈ રેહે' એ સાંસાઈની વાત યાદ કરીને મેં સવારની બસમાં રાજકોટ સાથે લઈ જવા માટે ચિત્રો લીધાં અને સામાન બાંધીને સૂતો.

સવારે પહેલી બસ પકડીને રાજકોટ પહોંચ્યો તોપણ મોડું થયું. મિતા રાહ જ જોતી હોય તેમ બોલી. 'ઝટ તૈયાર થઈ જા. નાસ્તો કરી લે. હમણાં જવું પડશે.' પછી કહે, 'પ્રેઝન્ટેશન લખ્યું છે ? લાવ વાંચી તો લઉં.'

'નથી લખ્યું.'

'તો શું બોલીશ ?'

'ખબર નથી. કંઈક કહીશ. ચિત્રો જ હાથમાં આપી દઈશ.'

મિતા સહેજ મૂંઝાઈ અને બોલી, 'અરે ત્યાં ઘણાંબધાં આવવાના છે. કેટલાક લોકો તો... જવા દે. તારાં બધાં ચિત્રો વારાફરતી ઓવરહેડ પ્રોજેક્ટર પર મુકાશે

અને તેના પર ચર્ચા થશે.'

'તો તો સારું.' મેં રાહત અનુભવતાં કહ્યું, 'તે લોકો જે પૂછે તેના જવાબો આપી દઈશ. એટલું તો આવડશે. ચાલ, નીકળીએ. થઈ રહેશે.'

મિતા મને કોઈ કૉલેજના ઓડિટોરિયમમાં લઈ ગઈ. કમરાની વચ્ચે મૂકેલા મોટા ટેબલ પાસે લઈ જઈને મને કહ્યું, 'અહીંથી તારે બોલવાનું છે. ચિત્રો પડદા પર આવતાં જશે. તેની ડિટેઈલ્સ તારે કહેવાની. પછી એ લોકો ચર્ચા કરશે.'

થોડી વાર પછી કમરો ભરાવા માંડ્યો. ઘણા લોકો મારાં ચિત્રો જોવા અને તે વિશે મારી રજૂઆત સાંભળવા ભેગા થયા છે. ખાસ તો તે મહાનુભાવ જેમણે મારા આ કામનો બધો જ ખરચ ભોગવ્યો છે અને આજે હું દર્શાવીશ તે ચિત્રો ખરીદવાના છે.

મને ગભરાટ ન થયો તોપણ શું બોલવું તે સમજાયું નહીં. મેં મિતા સામે જોવાનો પ્રયત્ન કર્યો ત્યાં જ અંધારું થયું અને મિતા કાર્યક્રમની રૂપરેખા આપવા માંડી.

મેં દોરેલું પહેલું ચિત્ર હમણાં જ પડદે આવવાનું છે અને તેને વિશે હું શું કહી શકું તે મને સમજાતું નથી. પ્રયત્નપૂર્વક, બોલવા જઉં તે જ પળે મનમાં બનાવેલી શબ્દો, વાક્યોની શૃંખલાને વેર-વિખેર થઈ જવાનો ભય લાગે છે.

જોકે આવા સમયે થવો જોઈતો ગભરાટ મને થતો નથી. મારા પગમાં ધ્રુજારીનો અણસાર પણ નથી. કોણ જાણે કેમ પણ પૂરી સ્વસ્થતાથી હું આગળ વધું છું અને બોલું છું : 'મિત્રો, મને પૃથ્વીતત્ત્વનાં ચિત્રો દોરવાનું કામ સોંપાયેલું. ત્યારે તત્ત્વરૂપા પૃથ્વી એટલે શું ? તે મારા મનમાં સ્પષ્ટ નહોતું. પછી જ્યારે જ્યારે પૃથ્વીનાં સ્વરૂપોને કેનવાસ પર ઉતારવા મેં પીંછી પકડી ત્યારે ત્યારે કોઈ અકળ કારણે, મને જાણ થવા દીધા વગર પૃથ્વી પર અગણિત સ્વરૂપે પ્રગટેલા જીવનનું જ કોઈ રૂપ મારા કેનવાસ પર ઊતરી આવ્યું છે.

આવું કેમ થાય છે તે મને ત્યારે સમજાતું નહોતું. આજે ઝાંખું-પાંખું ઊકલે છે. તે શા કારણે તેની લાંબી વાત હું કરવાનો છું.' કહીને મેં પ્રોજેક્શન શરૂ કરવા સૂચવ્યું.

પ્રથમ ચિત્ર પડદા પર આવ્યું તે સાથે મેં બોલવાનું શરૂ કર્યું અને કથા કહેતો હોઉં તેમ ચિત્ર કેમ, ક્યારે બન્યું અને તે બનાવતી વખતે મારી મનઃસ્થિતિ શી હતી તે વિશે બધું જ બોલતો ગયો.

વચ્ચે કોઈ કંઈ જ બોલ્યું નહીં, કોઈએ કંઈ પૂછ્યું નહીં તેની નવાઈ પામતાં મેં આખીયે વાત પૂરી કરીને કહ્યું :

'સજ્જનો, પેલાં ડોસીમાએ મને કરોડ વરસનું આયુષ્ય વાંચ્છ્યું ત્યારે હું હસી પડેલો; પરંતુ ગોરાણી અને દાદાએ ચિરંજીવ થવાના આશિષ આપ્યા તે સમયે હું

હસી શક્યો નહોતો.

'આજે એ ત્રણેયમાંથી કોઈની વાત હું નકારતો નથી. હું જાણી ગયો છું કે હું હજી યુવાન છું છતાં મારી એક બીજી ઉંમર લાખો, કદાચ કરોડો વરસની છે.

'અને હા, પેલો અદશ્ય અવાજ જેણે કહેલું, 'ગીર, એક વખતની આપણી ભૂમિ...' તેનો પણ હું સ્વીકાર કરું છું. ન તો એ આત્મા છે ન તો મારો ભ્રમ. એ છે મારામાં રહેલો લાખ, કરોડ કે તેથી વધુ વરસનો હું. હા. હું પોતે જ.

'અમૃતનાં સંતાન ઉદ્ભવ્યાં ત્યારથી આજ સુધી જે શીખતાં આવ્યાં છે તે આવડત, કૌશલ અને સમજ પેઢી દર પેઢી આગળ જશે, નવા થશે, બદલાશે અને નવી પેઢીમાં નવા સ્વરૂપે પાંગરશે.

'આ સમજ મારામાં જે રીતે જાગી છે તે રીત મને એમ ધારવા પ્રેરે છે કે જીવન જ પૃથ્વીનું તત્ત્વસ્વરૂપ હોઈ શકે. આ ધારણા મને વિચારવા પ્રેરે છે કે અગ્નિ, આકાશ, જળ, વાયુને ધારણ કરીને સ્વયં પૃથ્વી જ બધાં પ્રગટ સ્વરૂપોને પામે છે.

'આપ મારી, પૃથ્વી તત્ત્વરૂપે જીવન બનીને પ્રગટે છે તેવી ધારણાને સ્વીકારો તો આપે જોયાં તેમાંથી રમજાનાનું, દિવાકરનના દીપડાનું, સાંસાઈનું, આઈમાનું, નમણી લાજોનું. તેની ગાય ગિરવાણનું, ભરથરી વિક્રમનું, ધાનુ, ડોરોથી કે મહાદેવવાળા રૂખડાનું. કોઈ પણનું ચિત્ર પૃથ્વીના પર્યાય તરીકે આપને આપી શકું તેમ છું.

'સજ્જનો, આમ છતાં બે કારણોસર હું એવું કરીશ નહીં. એક કારણ તો એ કે આ મારી ધારણા માત્ર છે, સમજ નથી. જે લોકો મને આ ધારણા સુધી દોરી લાવ્યા છે તેમની સમજને હું આ ઘડી સુધી પૂરેપૂરી ઓળખી શક્યો નથી.

'બીજું કારણ એ કે આ બધું ગીરનું છે અને ગીરનું હોય તે ગીરની બહાર લઈ જવાનું મને સ્વીકાર્ય નહીં થાય.'

કમરામાં શાંતિ છવાઈ. મારાં ચિત્રો ખરીદવાના છે તે સજ્જન ઊભા થયા. બે પળ મૌન રહીને તેમણે પોતાની જગ્યાએ રહીને જ તાળીઓ પાડી. મિતા તરફ જોઈને હકારસૂચક મસ્તક ઝુકાવ્યું. નાનકડા ઓડિયન્સે પણ ઊભા થઈને તે સજ્જનને સાથ આપ્યો.

મિતા મારી પાસે આવી અને કહ્યું, 'આ બધાં ચિત્રોની પ્રતિકૃતિ જોઈશે. મૂળ ચિત્રો તું ગીરમાં જ લઈ જા.' પછી એક કવર મારા હાથમાં આપતાં બોલી, 'બીજે ક્યાંયનું કામ મળે તો કરીશ તો ખરો ને ?'

મેં કહ્યું, 'ગીર મને બીજે જવાની રજા આપશે તો.'

મિતા હસી અને બોલી, 'ખમા ગીરને !'

❒ ❒ ❒

અકૂપારની કથા

[મહાભારતનાં અઢાર પર્વોમાં 'વનપર્વ' ત્રીજા ક્રમે છે. વનપર્વમાં પાંડવોના બાર વર્ષના વનવાસનું આલેખન છે. વનવાસ દરમિયાન યુધિષ્ઠિર-પાંડવોને મળવા કૃષ્ણ, બલરામ, ધૃષ્ટદ્યુમ્ન આદિ સગાંવહાલાં આવે છે તેમ ઋષિમુનિઓ પણ આવે છે. યુધિષ્ઠિર ઋષિમુનિઓ પાસેથી પ્રાચીન કથાઓ સાંભળી જ્ઞાનસંચય અને કાળનિર્ગમન કરે છે. આવી અનેક કથાઓને લીધે વનપર્વ દળદાર બન્યું છે. કથાશ્રવણથી જે જ્ઞાનપ્રાપ્તિ થઈ તેને પરિણામે જ યુધિષ્ઠિર, વનપર્વને અંતે, યક્ષપ્રશ્નોના સચોટ અને સાચા ઉકેલો આપી શકે છે. જ્યાં બાણાવળી અર્જુન અને બાહુબલી ભીમની શક્તિઓ નિષ્ફળ જાય છે, ત્યાં યુધિષ્ઠિર સફળ થાય છે.

પાંડવો જ્યારે દ્વૈતવનમાં રોકાયા હોય છે ત્યારે માર્કણ્ડેય મુનિ તેમને મળવા આવે છે. માર્કણ્ડેય મુનિએ યુધિષ્ઠિરને ઘણી કથાઓ સંભળાવી. તેમાંની એક કથામાં અકૂપાર કાચબો આવે છે. મહાભારત (ગોરખપુર આવૃત્તિ)ના વનપર્વના અધ્યાય ૧૯૯માં તેનું આલેખન થયું છે. ત્યાં કથાસામગ્રીને આધારે 'ઇન્દ્રદ્યુમ્ન અને ચિરંજીવી પ્રાણીઓ' એવું શીર્ષક આપવામાં આવ્યું છે. કથાના આરંભમાં પાંડવો (યુધિષ્ઠિર) માર્કણ્ડેય મુનિએ ઇન્દ્રદ્યુમ્નની કથા કહી :]

ઇન્દ્રદ્યુમ્ન રાજાના પુણ્યનો ક્ષય થવાથી દેવદૂતોએ તેમને સ્વર્ગમાંથી પૃથ્વી પર જવું પડે. જ્યાં સુધી પુણ્યોની સિલક હોય ત્યાં સુધી જ સ્વર્ગનાં સુખો ભોગવી

શકાય. રાજાએ પોતાનાં પુણ્યોની પુરાંત હોવાનું જણાવ્યું, પરંતુ દેવદૂતોએ સાબિતી આપવા કહ્યું. સાબિતી મેળવવા માટે રાજા ઇન્દ્રદ્યુમ્ન પૃથ્વી પર આવ્યા. તે કાળે પૃથ્વી પરના સૌથી વયોવૃદ્ધ માનવી માર્કણ્ડેય મુનિએ કહ્યું : 'અમે એક સ્થાન પર હંમેશાં રહેતા નથી. એક ગામમાં એક રાત્રિ જ રોકાઈએ છીએ. તીર્થયાત્રા માટે જુદાં જુદાં સ્થળે ફરતા રહીએ છીએ. વળી, વ્રત-ઉપવાસ કરી શરીરને કષ્ટો આપીએ છીએ. એટલે બીજાં આવશ્યક કામો પણ કરી શકતા નથી. પોતાનાં અનુષ્ઠાનો પણ ભૂલી જઈએ છીએ. આવી સ્થિતિમાં તમને કેવી રીતે યાદ રાખી શકીએ ?'

માર્કણ્ડેય મુનિનો આવો જવાબ સાંભળી રાજા નિરાશ થયા. છતાં વિવિશ થયા વિના તેમણે ફરી પૂછ્યું, 'મુનિવર, આપ મને ઓળખતા નથી એ મારું દુર્ભાગ્ય છે. આ પૃથ્વી પર કોઈ તો મને ઓળખતું હશે. શું તમારાથી પણ વહેલાં જન્મ્યાં હોય તેવાં કોઈ પુરાતન પ્રાણીઓને આપ જાણો છો ? કૃપા કરી મને કહો.' માર્કણ્ડેય કહે છે : 'રાજન, હિમાલયના પર્વતોમાં પ્રાવારકર્ણ નામનું ઘુવડ રહે છે. એ મારાથી પણ વહેલાં જન્મ્યું છે. કદાચ એ તમને ઓળખતું હોય. કિન્તુ, હિમાલય અહીંથી ઘણે દૂર છે. લાંબી યાત્રા કરીને ત્યાં જવું પડે.'

માર્કણ્ડેય મુનિના ઉત્તરથી આશાવાન બનેલા ઇન્દ્રદ્યુમ્ન રાજા અશ્વ બની પોતાની પીઠ ઉપર માર્કણ્ડેયને બેસાડે છે. અને હિમાલયને પંથે વળે છે. ત્યાં પહોંચી, પ્રાવારકર્ણનું નિવાસસ્થાન શોધી, પ્રાવારકર્ણને મળે છે. વિનીતભાવે પૂછે છે : 'શું તમે મને ઓળખો છો ?' બે ઘડી વિચાર કરીને પ્રાવારકર્ણે કહ્યું, 'ના, કંઈ ઓળખાણ પડતી નથી.' રાજા વધુ નિરાશ થાય છે. વિવર્ણ મુખે હાથ જોડી કહે છે : 'તો તમારાથી પહેલાં કોઈ જન્મેલું છે ?' ઘુવડ કહે છે : 'હા, છેને. ઇન્દ્રદ્યુમ્ન નામના સરોવરમાં નાડીજંઘ નામનો પ્રસિદ્ધ બગલો નિવાસ કરે છે. એ મારાથી પણ મોટી વયનો છે. એમને પૂછો.' સરોવરનું નામ સાંભળી રાજાને આશા બંધાઈ.

હવે ઇન્દ્રદ્યુમ્ન રાજા, પ્રાવારકર્ણ અને માર્કણ્ડેયને લઈ સરોવર પાસે આવે છે. નાડીજંઘને આદરપૂર્વક પૂછે છે : 'તમે ઇન્દ્રદ્યુમ્ન રાજાને જાણો છો ?' બગલાએ બે ઘડી વિચાર કર્યો, પછી જવાબ આપ્યો, 'હું રાજા ઇન્દ્રદ્યુમ્નને ઓળખતો નથી, પરંતુ આ સરોવરમાં અકૂપાર નામનો એક કાચબો રહે છે. એ મારાથી પણ વૃદ્ધ છે. તમે એમને મળો. શક્ય છે કે તે આ રાજર્ષિને ઓળખતો હોય.'

નાડીજંઘ બગલો એ બધાને અકૂપાર પાસે લઈ ગયો અને તેમના આવવાનું પ્રયોજન જણાવ્યું. બધા કાંઠા પર ઊભા હતા. રાજાએ બે હાથ જોડી દીનભાવે સ્તુતિ કરી. રાજાની સ્તુતિથી પ્રસન્ન થઈ અકૂપારે સરોવરમાંથી મોઢું બહાર કાઢ્યું. રાજાને જોતાંવેંત તેનાં નેત્રોમાં આંસુ છલકાયાં. સરોવરજળથી અશ્રુજળને જુદું જોઈ

રાજાને હર્ષ થયો. માર્કણ્ડેય મુનિએ આ ભાવવિભોર દૃશ્ય જોઈ અકૂપારને પૂછ્યું, 'આપ રાજા ઇન્દ્રદ્યુમ્નથી પરિચિત છો ?'

માર્કણ્ડેય મુનિના પ્રશ્નથી સભાન બની, ઉદ્વિગ્ન હૃદયવાળા અકૂપારે હાથ જોડીને કહ્યું : 'હું કેમ ભૂલી શકું ? પ્રાચીનકાળમાં મહારાજે સહસ્રાધિક યજ્ઞો કર્યા હતા. તેમાં સોને મઢેલી શિંગડીવાળી અને રૂપા મઢેલી ખરીવાળી અસંખ્ય ગાયોની દક્ષિણા આપી હતી. એ ગાયો અહીંથી પસાર થઈ ત્યારે તેમની 'ખરીઓથી ખોદાયેલી' (જેની માટે સંસ્કૃતમાં 'ચક્રમણ' શબ્દ યોજાયો છે.) જમીનમાં વર્ષાઋતુનું જળ ભરાવાથી તો આ સરોવર બન્યું છે. જેમાં હું કેટલાંય વર્ષોથી નિવાસ કરું છું. આપના પુણ્યપ્રતાપે તો મને આ નિવાસસ્થાન મળ્યું છે.'

આમ અકૂપારે, દેવતાઓ પણ જેનાથી અજાણ હતા તે, ઇન્દ્રદ્યુમ્નનાં પુણ્યકર્મોની સાબિતી આપી કે તરત દેવલોકમાંથી દિવ્ય રથ પૃથ્વી પર આવ્યો. એમાંથી દેવદૂતની વાણી સંભળાઈ : 'રાજન, આપ કીર્તિમાન છો. આપને માટે સ્વર્ગનાં દ્વાર ખુલ્લાં છે. સ્વર્ગમાં પધારી તમારું યથોચિત સ્થાન ગ્રહણ કરો.' રાજાએ દેવદૂતને વળતાં કહ્યું, 'જ્યાં સુધી હું આ બંને વૃદ્ધો (પ્રાવારકર્ણ અને માર્કણ્ડેય)ને તેમનાં સ્થાન પર સુખરૂપ પહોંચાડી ન દઉં ત્યાં સુધી અહીં પ્રતીક્ષા કરો.'

એ પછી, રાજા ઇન્દ્રદ્યુમ્ન, પ્રાવારકર્ણ ઘુવડ અને માર્કણ્ડેય મુનિને તેમનાં નિવાસસ્થાને પહોંચાડીને સ્વર્ગમાં ગયા.

['નવનીત-સમર્પણ' સપ્ટેમ્બર ૨૦૦૯માંના
શ્રી રાજેશ પંડ્યાના લેખમાંથી સાભાર ઉદ્ધૃત]

આ પુસ્તક પ્રગટ થાય છે ત્યારે....

સ્વ. શૈલેન્દ્ર સિંહા સહુથી પહેલાં યાદ આવે છે. ૧૯૮૦માં, અમારા પહેલા જ કેમ્પમાં તેઓ અમને કમલેશ્વર ડેમ પર મળ્યા અને રાત્રે અમારી સાઈટ પર આવીને બાળકો સાથે રોકાયા. તે પછી તો તેઓ જીવનભર અમારા થઈ ગયા. આ ઉપરાંત, શ્રી ડી. એસ. નર્વે પણ અમારી સાથે રહ્યા છે.

શ્રી ભરતભાઈ પાઠકનો સહકાર ન હોત તો આ કથાનાં બીજ મેળવવાની મુશ્કેલી પડત. પોતાના ઘરે નિમંત્રીને નિધિબહેને અમને સાચવ્યા અને ભરતભાઈએ અગત્યની બાબતો સમજાવી હતી. પોતાનાં અનેક રોકાણોમાંથી સમય કાઢીને તેમણે વનસંરક્ષકની નજરે ગીરનો પરિચય મને કરાવ્યો છે. ગીરની જૈવિક વિવિધતા વિશે, ગીરના ઘાસ અને વનસ્પતિ વિશે પોતે સાથે ફરીને મને અગત્યની સમજ આપી છે.

સૌ. પ્રવીણબા રાયજાદાએ અમને પોતાના ઘરના સભ્યોની જેમ સાચવ્યા છે. અમરાપરમાં રહેવાનું થયું ત્યારે વાસણોથી માંડીને જુવારનો લોટ કે બીજા રેશન પણ આપી જતાં. અમારી સાથે આવીને રહેતા.

શ્રી રેવતુભા રાયજાદાનો ગીરનો અનુભવ અમને સુવાંગ કામ આવ્યો છે. આ લખાણમાંની ઘણી વાતોનાં બીજ તેમની અનુભવવાણીમાંથી મને મળ્યા છે. શ્રી ગોવિંદ વેકરિયા કશું બોલ્યા હોય તેવું મને યાદ નથી. બસ તે સાથે

રહેતા અને [illegible] વગર પણ તે જે આપી જતા તેનાથી આ પુસ્તક લખવા માટે અઢળક બીજ અને બળ મળતાં.

શ્રી આશિત મોદીએ આ લખાણ પાછળની આખીયે ઘટના રેકોર્ડ થવી જોઈએ તેમ કહીને રેકોર્ડિંગ માટેનાં સાધનોથી માંડીને, ભ્રમણ માટે વાહનની અને અમારી શારીરિક કુશળતા સુધીની ચિંતા પુત્રવત્ ભાવે સતત કરી છે.

શ્રી પીયૂષ પટેલ, પ્રશાંત દેસાઈ, કનુ પટેલ – અમારા આ આયોજનના આર્થિક પાસાનો થોડોક ભાર આ ત્રણે મિત્રોના સહકારથી સચવાયો.

વન વિભાગના અધિકારીઓ સ્વ. પી. પી. રાવળ, શ્રી મનિશ્વર રાજા, શ્રી વી. જી. રાણા, શ્રી અપારનાથી તથા સહકર્મીઓ શ્રી કે.કે. રાયજાદા, જે. જે. પાણખાણિયા, દિનેશ દેસાઈ, કિશોર દેથડિયા, બી.એ. દવે તથા અન્ય ઘણાએ અમને સહકાર આપ્યો છે.

માળિયાના શ્રી માધવ કાનાબારે અમને અમરાપરમાં અને તેમ કરીને ગીરમાં વસતા કર્યા તેમ કહેવું ખોટું નથી.

અમરાપરના નાગરિકો, અમારા મકાનમાલિક જેન્તીભાઈ અને રંજનબહેન, ખેડૂત કાળુભાઈ તેમની પુત્રી સોનલ વાઢિયા, અમારી મિત્ર સોનલ રાઠોડ, નર્સરી કર્મચારી શામત અને રાણી, બીજા જાણ્યા-અજાણ્યા જનો, જેમને પણ અમે મળ્યા છીએ, કંઈક તો પામ્યા જ છીએ.

શ્રી રઘુવીર રાયજાદા ગોંડળથી આવીને અમને ગીરના દુર્ગમ વિસ્તારોમાં લઈ જતા.

અમે મેર, ચારણ, રબારી અને અન્ય બોલીઓનું રેકોર્ડિંગ કર્યું ત્યારે દરેક ગામે, અમને, અજાણ્યાને પણ ઘરના માણસોની જેમ સાથે, ઘરે રાખી-જમાડીને પોતાની બોલીઓ વિશે સમજાવ્યું છે. મેર બોલીની સમજ માટે ઘેડની પ્રજા ઉપરાંત શ્રી અરભમ ઓડેદરાની સહાય મહત્ત્વની ગણાય એટલી મળી છે.

શ્રી અરુણ દેવાણી અમારી સાથે ન હોત તો અમે ઘેડના ઊંડાણનાં ગામોમાં જઈ શક્યા ન હોત. શ્રી કાદરે પોતાના ઘરની દીવાલ પર ચીતરેલાં ચિત્રો દ્વારા અને પોતાની માછીમારીની બોટમાં ઊંડે દરિયે લઈ જઈને અમને કેટલી મોટી વાત સમજાવી છે !

વન ખાતાના તળના કર્મચારી ગણાતા મહમદ, મુરાદ, ટારઝન કહેવાતો અરવિંદ વગેરે અનેકોએ મને અઢળક અનુભવકથાઓ કહી છે, જે બધી હું આ લખાણમાં સમાવી શક્યો નથી.

સમય જોયા વગર પોતાની જીપ્સીમાં અમને નેસથી નેસ ફેરવનારા એહમદને

યાદ નહીં કરું તો મને નહીં ગમે.

મુખપૃષ્ઠ માટે શ્રી લક્ષ્મણભાઈ ટાંકે પોતાની તસ[illegible] તેમજ શ્રી હરેશભાઈ મારુએ તેનું સંયોજન કરી આપ્યું.

શ્રી કુરંગ મહેતા, જેમણે ફક્ત વાર્તા વાંચીને આબેહૂબ રેખાંકનો ક[illegible] છે તેમને ભૂલી શકાય તેમ નથી.

ગુજરાતી બોલીમાં વપરાય છે તે 'હ'યુક્ત 'સ' ફોન્ટમાં ઉતારી આપવામાં અગાઉ શ્રી ઉશનસ્‌ભાઈએ અને ત્યાર બાદ અપૂર્વ આશરે જે જહેમત ઉઠાવી છે તેને સ્મરું છું.

'નવનીત-સમર્પણ'માં શ્રી દીપક દોશીએ મારી લગભગ બધી જ કથાઓને હપતાવાર પ્રસિદ્ધ કરી છે, તેમને આ તબક્કે યાદ કરું છું.

સુંદર છપાઈ અને પ્રકાશન-ગુણવત્તા પાછળ શ્રી રોહિતભાઈ કોઠારી અને શારદા મુદ્રણાલયના સ્ટાફનું પ્રદાન અગત્યનું છે.

પુસ્તક આપના હાથમાં મૂકવા માટે શ્રી મનુભાઈ તથા અમરભાઈ શાહ અને ગૂર્જર ગ્રંથરત્ન કાર્યાલયના સહકાર્યકરોએ મહેનત ઉઠાવી છે.

આ બધાને આ લખાણના સહભાગી બનાવતાં મને આનંદ થાય છે.

ધ્રુવ ભટ્ટ

૧, ગોપાલ નગર, ગામ : ભાલછેલ,
રેલ્વેસ્ટેશન રોડ, પોસ્ટ : સાસણ,
કરમસદ ૩૮૮ ૩૨૫ તા. તલાલા, જિ. જૂનાગઢ.
જિ. આણંદ.
(૦૨૬૯૨) ૨૨૨૬૬૨, ૯૪૨૬૩-૩૧૦૫૮